அம்பா

சிவப்பின்கேள்வி

பேராசிரியர் பொன்னுராஜ்

பத்திரிகைகளில் பல கட்டுரைகளை எழுதியுள்ளார். தொடர்ந்து மொழி பெயர்ப்பு செய்து வருபவர். நெல்லை ம.தி.தா. இந்து கல்லூரியின் வேதியியல் துறைப் பேராசிரியராகவும், முதல்வராகவு பணியாற்றி ஓய்வு பெற்றுள்ளார். மூட்டா நிர்வாகிகளில் ஒருவரா பல ஆண்டுகாலம் தொழிற்சங்கப் பணியாற்றியவர் திருநெல்வேலியில் வசிக்கிறார்.

அம்பா

சிவப்பின்கேள்வி

லக்ஷ்மி பமன்ஜக்

தமிழில்: பேரா.பொன்னுராஜ்

பாரதி
புத்தகாலயம்

AMBA- Sivappin Kaelvi (in Tamil)

Laksmi Pamuntjak Translated in to Tamil by Prof. Ponnuraj

First Published: November, 2019

Originally Published as "AMBA" in Basha Indonesian by Gramedia Pustaka Utama (2013).
Translated into English by the Author and First English Edition in India was published as "AMBA - The Question of Red" by Speaking Tiger (2016)

Published by

BHARATHI PUTHAKALAYAM

7, Elango Salai, Teynampet, Chennai - 600 018

Email: thamizhbooks@gmail.com / www.thamizhbooks.com

அம்பா-சிவப்பின் கேள்வி

லக்ஷ்மி பமன்ஜக்

தமிழில்: **பேரா. பொன்னுராஜ்**

முதல் பதிப்பு: நவம்பர், 2019

வெளியீடு:

7, இளங்கோ சாலை, தேனாம்பேட்டை, சென்னை - 600 018

தொலைபேசி : 044-24332424, 24332924, 24356935

விற்பனை நிலையங்கள்

மதுரை: 37A, பெரியார் பேருந்து நிலையம் - 045 22324674
ஈரோடு: 39: 39 ஸ்டேட் பாங்க் சாலை - 9245448353
திண்டுக்கல்: பேருந்து நிலையம் - 9942331105, 9976053719
பழனி: பேருந்து நிலையம் அருகில் - 9442883696
திருப்பூர்: 447, அவினாசி சாலை - 9486105018
சேலம்: பாலம் 35, அத்வைத ஆஸ்ரமம் சாலை 0427 2335952
திருவல்லிக்கேணி: 48, தேரடி தெரு - 9444428358
வடபழனி: பேருந்து நிலையம் எதிரில் அடையார் ஆனந்தபவன் மாடியில் - 9444476967
பெரம்பூர்: 52, கூக்ஸ் ரோடு - 9444373716
திருவாரூர்: 35, நேதாஜி சாலை - 9442540543
சேலம்: 15, வித்யாலயா சாலை சாலை
திருநெல்வேலி: 25A, ராஜேந்திரநகர் - 9442149981
அருப்புக்கோட்டை: 31, அகமுடையார் மஹால் - 9994173551
மதுரை: சர்வோதயா மெயின்ரோடு
குன்னூர்: N.K.N வணிக வளாகம் பெட்போர்ட்
செங்கல்பட்டு: 1 D ஜி.எஸ்.டி சாலை - 044 27426964
விருதுநகர்: 131, கச்சேரி சாலை - 0456 2245300
கும்பகோணம்: 352, ரயில் நிலையம் எதிரில் - 9443995061
வேலூர்: பேஸ் III, சத்துவாச்சாரி - 9442553893
நெய்வேலி: பேருந்து நிலையம் அருகில், - 9443659147
தஞ்சாவூர்: காந்திஜி வணிக வளாகம் காந்திஜி சாலை - 9655542400
கோவை: 77, மசக்காளிபாளையம் ரோடு, பீளமேடு - 8903707294
திருச்சி: வெண்மணி இல்லம், கரூர் புறவழிச்சாலை - 9994289492
திருவண்ணாமலை: முத்தம்மாள் நகர்
நாகர்கோவில்: 699 கே.பி.ரோடு R.V. புரம் - 9443450111
சிதம்பரம்: 22A / 18B தேரடி கடைத் தெரு,
கீழவீதி அருகில் - 9994399347
கரூர்: நாரத கானசபா அருகில் (TNGEA OFFICE)- 9442706676
காரைக்குடி : 12, 2 வது தெரு,கம்பன் மணிமண்டபம் பின்புறம்.

நினைத்த நூல்கள்... நினைத்த நேரத்தில்...

thamizhbooks.com 8778073949

எனக்குப் புதிய பார்வையை வழங்கிய
புரு சிறையில் அடைபட்டவர்களுக்கு
மேலும்
என் பெற்றோருக்கும்
எனது மகள் நழயாவிற்கும்

பதிப்புரை

20ஆம் நூற்றாண்டின் மிகப் பெரும் படுகொலைகளில் ஒன்று இந்தோனேசியாவில் *1965-68*ஆம் ஆண்டுகளில் நடந்ததாகும். அனறைக்கு சோவியத், சீன கம்யூனிஸ்ட் கட்சிகளுக்கு அடுத்த மிகப் பெரிய கம்யூனிஸ்ட் கட்சியாக இருந்தது, இந்தோனேசியக் கம்யூனிஸ்ட் கட்சி படுகொலை நடப்பதற்கு முந்தைய தேர்தலில் சுமார் *30* லட்சம் உறுப்பினர்களோடு தேசிய அளவில் *16%* வாக்குகளையும் தேசத்தின் மிக முக்கியமான மாநிலங்களில் ஒன்றான கிழக்கு ஜாவாவில் *30%* வாக்குகளையும் பெற்று செல்வாக்காக இருந்தது. அதன் வர்க்க, மக்கள் திரள் அமைப்புகளின் உறுப்பினர் எண்ணிக்கை, அந்த நாட்டின் மக்கள் தொகையில் ஐந்தில் ஒரு பங்காகும். நாட்டின் சுதந்திரப் போராட்டத்தை தலைமை தாங்கி நடத்தியவரும் நாட்டின் அதிபருமான சுகர்னோ, கட்சியின் ஆதரவாளராக இருந்தார். கம்யூனிசம், தேசியம், இஸ்லாம் ஆகிய மூன்றின் பொதுவான அம்சங்களே தனது அரசின் கொள்கை என அறிவித்தவர். கம்யூனிஸ்ட் கட்சியின் பரந்த மக்கள் செல்வாக்கு கொண்ட தலைவர்களான டி.என்.அய்டிட் *(D.N.Adit)* ஜோட்டோ ஆகியோர்சுகர்னோவின் அமைச்சரவையிலும் பங்கு பெற்றிருந்தனர்.

ராணுவத்தின் ஒரு பகுதியினரால் அமெரிக்கா, பிரிட்டிஷ் ஏகாதிபத்தியங்களின் ஆதரவோடு கம்யூனிஸ்ட் கட்சித் தலைவர்கள், செயற்பாட்டாளர்கள், உறுப்பினர்கள், அனுதாபிகள், அறிவுஜீவிகள், எழுத்தாளர்கள், கலைஞர்கள் என சுமார் 5 லட்சம் பேர் படுகொலை செய்யப்பட்டனர். சுகர்னோ பதவியிறக்கம் செய்யப்பட்டு ஜெனரல் சுகர்ட்டோ தற்காலிக அதிபர் என்ற பெயரில் ஆட்சிக்கு வந்தார். பின் 30 ஆண்டுகாலம் ஆட்சியில் இருந்தார்.

இந்தோனேசியாவில் படுகொலைகள் நடந்தகொந்தளிப்பானதும், துயரம் நிரம்பியதுமான பின்னணியில் பீஷ்மா, அம்பா, சல்வா ஆகியோர் அடங்கிய மஹாபாரத துணைக் கதை ஒன்றின் சாயலைக் கொண்ட நாவல். பாஷா இந்தோனேசியா, ஆங்கிலம் ஆகிய இரு மொழிகளிலும் எழுதப்பட்ட நாவல்.

நாவலாசிரியர் லக் ஷ்மி பமன்ஜக் இந்தோனேசியா நாடறிந் எழுத்தாளர், கவிஞர், பத்திரிகையாளர். இது அவரது முதல் நாவல் இதற்குப் பின் அருணாவின் தட்டு என்ற அடுத்த நாவலும், மூன்று கவிதைத் தொகுப்புகள், இரண்டு சிறுகதைத் தொகுப்புகள், இரண்டு கட்டுரைத் தொகுப்புகள் ஆகியவையும் வந்துள்ளன. பிரமோதய அனந்த தோய்ர் *(Pramoedya Anastya Toer 1925-2006)* அவர்களுக்கு பிறகு இந்தோனேசியாவிற்கு வெளியே நன்கறியப்பட்ட எழுத்தாளராக லக் ஷ்மி பமன்ஜக் (பிறப்பு. *1971)* உருவாகியுள்ளார் இந்தியப் பெயர் போல ஒலித்தாலும் இந்திய கலாச்சாரத் தாக்கம் கொண்ட கிழக்கு ஜவாவின் மண்ணின் புதல்விதான்.

இந்தியாவிற்கு மிக அருகில் இருப்பதும் வரலாற்று ரீதியாகவும் பண்பாட்டு ரீதியாகவும் இந்தியாவோடும் தமிழகத்தோடும் மிக நெருக்கமானத் தொடர்பு கொண்டதுமான ஒரு நாட்டின் ஒரு சமூகத்தின் கலைப் படைப்பு ஒன்றை அநேகமாக முதன்முறையாக தமிழில் கொண்டு வருவதில் பாரதி புத்தகாலயம் பெருமிதம் கொள்கின்றது.

உள்ளடக்கம்

பகுதி ஐந்தாம்

பகுதி ஆறாம்

புரு குறித்து ஒரு குறிப்பு

இந்தோனேசியத் தீவுக் கூட்டத்தில், பொதுவாக வாசனைத் திரவியத் தீவுகள் (spice Islands) எனக் குறிப்பிடப்படும் தீவுகளின் ஒரு சிறு தீவுக் கூட்டம்தான் மலுக்கு தீவுகள். சுலேவசிக்கு கிழக்கேயும் பப்புவாவிற்கு மேற்கேயும் உள்ளவை.

மலுக்கு தீவுகளில் மூன்றாவது பெரிய தீவான புரு (buru) பெரும்பாலும் மலைப் பாங்கானது. அதன் விளிம்பில் உள்ள சமதளக் கடற்கரைப் பகுதிதான் தீவின் சுமார் 162000 மக்களில் பெரும்பகுதியினர் வசிக்கும் பரப்பு.

தேக்கு, சாகோ, கிராம்பு, மெலலியூக்கா எண்ணெய் வித்துகள் செழித்த புரு, 1950ஆம் ஆண்டு சுதந்திர இந்தோனேசியாவின் பகுதியாக ஆனது. தீவின் மக்களில் 40 சதவீதம் சன்னி முஸ்லிம்கள், 40 சதவீதம் கிறிஸ்துவர்கள் என சமநிலையில் இருக்க, மீதமுள்ளவர்கள் மரபார்ந்த வழிபாடுகள் கொண்டவர்கள். தீவின் மூன்றில் ஒரு பகுதி மக்கள் பழங்குடியினர். அதிபர் சுகார்த்தோ ஆட்சிக் காலத்தில் இத்தீவுக் கூட்டம் (1965-1998) தண்டனைக் குடியிருப்புத் தீவாக இருந்தது. கம்யூனிஸ்ட் என்றும் கம்யூனிஸ்ட் அனுதாபிகள் என்றும் கருதப்பட்டவர்கள் எந்தவித நீதி விசாரணைக்கும் உட்படுத்தப்படாது; முறைப்படி குற்றஞ் சாட்டப்படாமல் பத்தாண்டுகளுக்கும் மேலாக இங்கு தடுப்புக் காவலில் வைக்கப்பட்டனர். நூற்றுக்கணக்கான சிறைவாசிகள் இறந்துபோயினர் அல்லது கொல்லப்பட்டனர்.

இந்த சிறைவாசிகள் 1978-79 ஆண்டுகளில் அதிகாரப்பூர்வமாக விடுதலை செய்யப்பட்டனர். ஆனாலும் சிறைவாசிகளில் பலர் போக்கிடமின்றி புரு தீவிலேயே தொடர்ந்தனர். அப்போதிலிருந்து இந்தத் தீவு சுகார்த்தோவின் 'புதிய ஒழுங்கு' எனும் அடக்குமுறையின் குறியீடாக விளங்குகின்றது.

புராணம் தரும் முன்னுரை

இது மகாபாரதம் சொல்லும் ஒரு மன்னனின் கதை

அம்மன்னனுக்கு வைரங்களை ஒத்த மூன்று பெண் குழந்தைகள். மூத்தவள் பெயர் அம்பா. அம்பிகையும் அம்பாலிகையும் அடுத்துப் பிறந்த இரட்டையர்கள். அம்பாவிற்கும் வேறொரு நாட்டு மன்னன் சால்வனுக்கும் திருமணம்.நிச்சயமாகிறது. திருமணம் நிச்சயமாகிற பொழுது அம்பாவிற்கு சால்வன் மீது காதலுமில்லை. வெறுப்புமில்லை. இது தானே பெரும்பாலான பெண்களின் நிலை.

இச்சூழலில் திடீரென ஒரு நாள் கண்களைக் குருடாக்கும் பேரொளி ஒன்றில் அரசவை மூழ்கியது. தேரில் வந்த ஒரு கள்வன் அரச குமாரிகள் மூவரையும் கடத்திவிட்டான் என்று அரசவை எங்கும் பேச்சு. மாவீரன் பீஷ்மரைத் தவிர்த்து வேறு எவரும் இதனை செய்திட முடியாது என்ற உணர்வில் அரசவை திகைத்துச் செயலின்றிப் போனது. அம்பிகையையும் அம்பாலிகாவையும் அதிர்ஷ்ட்ட தேவதைகளாக்கி விதி அழகு பார்த்ததாக புராணம் சொல்கிறது. அம்பிகையும் அம்பாலிகையும் திருதராஷ்டிரன் மற்றும் பாண்டுவை ஈன்றெடுத்து பாரத வம்சம் தழைத்தோங்கப் பங்காற்றினர். ஆனால் அம்பாவிற்கோ வாழ்க்கை முற்றிலும் வேறு விதமாக அமைந்துபோனது.

தனக்கு நிச்சயிக்கப்பட்டவளை பீஷ்மர் கவர்ந்து போனதை அறிந்து அவளை மீட்க மன்னன் சால்வன் ஒரு பெரும் படையை அனுப்புகிறான். ஆனால் அப்படை இணையற்ற பீஷ்மருக்கு ஈடு கொடுக்க முடியாது தோற்றுப்போகிறது. போர் தொடங்கிய மறுநாள் பொழுது விடிவதற்குள் எலும்புகள் முறிய, செங்குருதி ஆறென ஓட, அப்படையின் பாதிபேர் தலைகள் ஆற்றில் மிதந்தன. இதற்கிடையில் தன்னை சிறையெடுத்தவன் மீதே அம்பா காதல் கொள்கிறாள். சிறையெடுத்த பீஷ்மரும் அம்பா மீது காதல் கொள்கிறான். இதுதான் இந்நாவல் குறிப்பால் உணர்த்தும் செய்தி. ஆனால் புராணம் சொல்லும் கதை வேறு. அந்நாள் வரை அவள் அறிந்த உணர்வுகள் அனைத்தைக் காட்டிலும் அக்காதல் உணர்வு அவளை சக்தியாக ஆட்கொள்வதை அறிந்து அச்சமுற்று அம்பா பீஷ்மரிடம் தன்னை விடுவிக்குமாறு வேண்டுகிறாள். அவளின் நிலைஉணர்ந்த பீஷ்மர்

அவளை சால்வனிடம் ஒப்படைக்குமாறு படைவீரர்களுக்கு ஆணையிடுகிறான்.

போரிட்டு மீட்க முடியாமற் போனவளை ஏற்றுக் கொள்ள சால்வனின் தன்மானம் இடந்தரவில்லை. பீஷ்மர் மேல் கொண்ட காதலை மறைத்து என் பெயரைக் களங்கப்படுத்திவிட்ட உன்னை என்னால் ஏற்க முடியாது என்று சால்வன் சொல்ல அம்பா நிலைகுலைந்து போகிறாள். அவமானமும் விரக்தியும் அடைந்த அம்பா வேறு வழியின்றி மீண்டும் பீஷ்மரிடமே வருகிறாள். ஆனால் பீஷ்மரின் பிரம்மச்சரிய சபதம் குறித்து அம்பா அப்போது அறிந்திருக்கவில்லை. தன் தந்தை அவர் விரும்பிய பெண்ணை அடைந்திடும் பொருட்டு வாழ்நாள் பிரம்மச்சரியம் ஏற்றுக் கொண்ட மாமனிதன் பீஷ்மரால் எப்படி அவளை ஏற்றுக்கொள்ள முடியும்? தந்தையின் ஆசையை நிறைவேற்றும் கடமைக்காக பீஷ்மர் தன் சுகத்தையே துறந்ததைக் கண்ட கடவுள், பீஷ்மருக்கு தன் மரணம் குறித்து தானே முடிவு செய்து கொள்ளும் வரம் அளித்தார். பீஷ்மர் விரும்பும் வரையில் அவரை யாராலும் வெற்றி கொள்ள முடியாது என்பதே அவ்வரம். காதல் வயப்பட்ட மனிதனுக்கு வெற்றி வெறும் தூசு. எனினும் ஒரு மனிதனின் வாழ்வு எங்கே முடிகிறது, வரலாறு எங்கே தொடங்குகிறது என்பதை வேறு எவரையும் விட நன்கு அறிந்தவன் பீஷ்மர். எனவே, அம்பா தன்னை மணந்து கொள்ளுமாறு மன்றாடிய போது கனத்த இதயத்தோடு மறுத்துவிடுகிறான். பறவைகளும் மரங்களும் கூட அவன் துயரத்தை உணர்ந்தன.

பீஷ்மருக்கும் சால்வனுக்கும் இடையில் மாறி மாறி அலைந்து இறுதியில் இருவராலும் கைவிடப்பட்ட அம்பாவின் மனம் கல்லாகிப் போனது. தனது அனைத்துத் துயரத்திற்கும் காரணம் பீஷ்மரே என்ற எண்ணம் அவளை ஆட்கொள்ள, பீஷ்மரைப் பழி வாங்க வேண்டும் என்ற வெறிக்கு அவள் இரையாகிப் போகிறாள்.

மறுபிறவியில் அம்பா பீஷ்மரைக் கொல்லும் வரம் பெற்று ஸ்ரீகண்டி என்ற பெயருடன் அர்ஜுனனின் மனைவியரில் ஒருவளாகிறாள் என்கிறது இந்தோனேசிய மகாபாரதம். இந்திய மகாபாரதத்தில் ஸ்ரீகண்டியின் பெயர் சிகண்டி. பெண்ணாகப் பிறந்து பின் தவமிருந்து பீஷ்மரைக் கொல்வதற்காகவே ஆணாக மாறியவள். கௌரவர்களுக்கும் பாண்டவர்களுக்கும் இடையில் நடந்த கொடூரமான குருஷேத்திரப் போரின் போது அர்ஜுனன் தன் போராளி மனைவி ஸ்ரீகண்டியை மறவாமல் தன்னருகில் வைத்துக் கொள்கிறான். ஸ்ரீகண்டி பீஷ்மர் மீது வெஞ்சினத்தோடு அம்பு மழை

பொழிகிறாள். இருப்பினும் பீஷ்மர், ஸ்ரீகண்டி பிறப்பால் பென் என்பதால் அவள் மீது எதிர் தாக்குதல் நடத்தவில்லை. கூட்ட கூட்டமாக பறக்கவிடப்பட்ட பறவைகளைப் போல ஸ்ரீகண் கொத்துக் கொத்தாக எய்த அம்புகள் இரண்டு விரல்க இடைவெளியின்றி பீஷ்மரை அம்புப்படுக்கையில் வீழ்த்தின இந்தோனேசிய கொடியில் சிவப்பு வெள்ளை நிறங்கள் இரண்டற கலந்து நிற்பது போன்று பின்னிப்பிணைந்த, துன்பத்தாலு நிராசையாலும் நிரப்பப்பட்ட விதிகளாக அம்பா, பீஷ்மர் இவர்களி விதிகள் இல்லாதிருந்திருக்கலாம்.

ஜாவா மக்கள் தங்கள் குழந்தைகளுக்கு மிகக் கவனமாக பெய சூட்டுகிறார்கள் என்பதைப் புரிந்து கொள்ள வேண்டியது இங் அவசியம். ஒரு பெயரின் வரலாறையும் அது தரும் சுமையையு அவர்கள் அறிந்தே உள்ளனர். உங்கள் வாழ்க்கை உங்கள் பெயருக் நீதி வழங்க வேண்டும். அல்லது நீங்கள் பிறவாதிருக்க வேண்டும் இதனைக் குறிக்க முதியவர்களின் சொலவடை ஒன்றுண்டு ஒருவரின் பெயர் அவர் உள்ளத்தில் ஆழமான கூடுதலா அழுத்தத்தை ஏற்படுத்தும் என்கிறது அச்சொலவடை.

ஆனால் நடப்பது அதுவல்ல. அம்பா என்ற பெயர் வீரத்திற்கு சாதனைக்குமான பெயராகப் போற்றப்படவில்லை. மாறா தோல்வியுற்ற அனைத்துப் பெண்களிலும் மோசமான தோல்விகண் பெண்ணின் பெயராகச் சித்தரிக்கப்படுகிறது. இருமு மறுக்கப்பட்ட பெண்ணாக, இரண்டு மாவீரர்களால் நிராகரிக்கப்பட் பெண்ணாகவே அம்பா பார்க்கப்படுகிறாள். அறிவால் அல் ஆற்றலால் அல்ல, கனிவான இதயத்தால் அல்ல; ஆனால் அவளி பழிவாங்கும் வெறியால் மட்டும் அம்பா பேசப்படுவது நியாயமல் இது, தன் விதியை அது சரியோ தவறோ மௌனமாக ஏற்றுக்கொள் மறுத்த ஒரு பெண்ணிற்கு இழைக்கப்படும் அவமானமாகும்.

எனினும் மக்கள் பல சமயங்களில் பண்பாட்டு ரீதியி பிரபலமல்லாத பெயர்களைத் தங்கள் குழந்தைகளுக் சூட்டுகிறார்கள். அதற்கு காரணம் ஒன்று அவர்கள் இதிகாசங்க மனித வாழ்வின் மீது ஏற்படுத்தும் தாக்கம் குறித்து வேறு பார்வை கொண்டிருக்கலாம் அல்லது பெயர் மனிதனை உருவாக்குகிற என்ற சித்தாந்தத்தை எதிர்க்கத் துணிந்தவராக இருக்கலாம். சி சமயம் இது சரியென்றே படுகிறது ஏனெனில் வெறும் பெயர்க மனிதர்களை உருவாக்குவதில்லை.

ஏனெனில் பேசப்படும் அனைத்து கதைகளும் மறுவாசிப்பிற் உள்ளாக வேண்டும் என்பது உண்மையல்லவா?

பகுதி - ஒன்று

சாமுவேலும் அம்பாவும்

புருதீவு - மார்ச் 2006

1
இரவின் மடியில்

புருதீவிற்கு அடுத்துள்ள கடல் ஆழமானது. தாய்மை கொண்டது. பொறுமையாய் காத்திருக்கும் பக்குவம் கொண்டது. காலைப் பொழுதில் தீவின் உள்ளடங்கிய பச்சை வெளிகளில் பனித்துளிகள் புற்களின் தலையில் கண்ணாடி மகுடங்களாய் அமர்ந்திருக்கும். வீசும் தென்றல்புற்களின் மேல் சற்றுத் தயங்கி, ஏதோ ஒரு ரகசியத்தைக் கண்டதுபோல் அல்லது மழைக்குப் பின் மேலே எழுந்து வருவது என்னவென்று அறியும் ஆவல் கொண்டதுபோல் நின்று பார்த்துப் பின் நகரும். ஆனாலும் பச்சை வெளிகள் மௌனம் காக்கும். பகற்பொழுதின் வெளிச்சம் கலங்கடித்தவற்றை இரவு தெளிவாய்க் காட்டும்.

ஆனால் அவ்வப்போது தீவில் எங்கும் காணாத, என்னவென்று புரியாத, தனித்த முனுமுனுப்புக் குரலில் அல்லாது வேறு வகையில் தீவின் மக்களால் கூறவியலாத சம்பவங்கள் நடக்கும்.

அப்படிப்பட்ட ஒரு கதைதான் அம்பா, பீஷ்மாவின் கதை. இரவின் மடியில் விரிந்த இனிய உயிர்வாதை கொள்ளும் கதை.

மார்ச் 2006

அம்பாவைத் தாக்கிய அந்தப் பெண்மணியின் பெயர் முகாபரங். வேய்ப்போ ஆற்றின் தலைமுகமான கெப்லா ஏர் பகுதியின் தலைவனின் தத்துப் பெண்தான் இந்த முகாபுரங். அவள் அம்பாவைத் தாக்கிய பின் தன்னை தாக்கிக் கொண்டதாகப் பேசப்பட்டாலும் முழு விபரம் தெரிந்திருக்கவில்லை. எது எப்படியோ முகாபரங் சில நாட்கள் மருத்துவமனையிலிருந்து விட்டு தன் கிராமத்திற்குத் திரும்பிவிட்டாள்.

புரு தீவு மக்களுக்கு ஒரு பழக்கமுண்டு. விடையை எதிர்பார்க்காமல் கேள்விகளை மட்டும் கேட்கும் பழக்கமது. உள்ளூர் தலைவர்களும் மருத்துவமனை நிர்வாகமும் மௌனம்

காப்பதில் ஒன்றுபட்டு நின்றனர். "இரண்டு பெண்களுக்கும் சிகிச்சை தேவைப்படுகிறது. நிலைமை கட்டுக்குள் உள்ளது. நிறையக் கேள்விகள் கேட்க வேண்டாம்''. இம்மூன்று வாக்கியங்கள் தான் மருத்துவமனையின் தலைமை அவ்விரண்டு பெண்கள் குறித்து வெளியிட்ட அறிக்கையில் இருந்தன.

ஜகார்த்தா பெண்ணைப் பற்றி, அவள் ஜாவாவைச் சேர்ந்தவள் என்பதைத் தவிர வேறொன்றும் தெரியவில்லை. அதே சமயம் அவள் முழுமையாக ஜாவாப் பகுதியைச் சேர்ந்தவளாகவும் தென்படவில்லை.

அம்பாவைப் பார்த்தால் 65 வயது என்று சொல்லமுடியாது. 45 வயதெனத் தோன்றும் அவளுக்குச் செதுக்கிய முகம். ஆவல் ததும்பும் முகத்தில் கவர்ச்சியும் கருணையும் கலந்த கண்கள், கவர்ந்திழுக்கும் அவளின் வளைந்த உதடுகள், ரகசியத்தைப் பாதுகாக்கப் பயிற்சி பெற்றவை போல காட்சியளித்தன. நினைவு திரும்பியவுடன் அவளின் நடவடிக்கை எரிச்சலைத் தந்தது. மருத்துவமனையின் மறுமுனையிலிருந்த வார்டில் இருந்த கணவரைக் காண வேண்டும் என்று விடாது புலம்பிக் கொண்டே இருந்தாள்.

“நான் உறுதியாகச் சொல்கிறேன். என் கணவர் அந்த வார்டில் இருக்கிறார். நான் அவரைப் பார்ப்பதற்காகத்தான் நெடுந்தொலைவிலிருந்து வந்துள்ளேன்'' என்று மீண்டும் மீண்டும் சொன்னாள் அம்பா.

ஆனால் அவள் சொன்ன அடையாளத்தோடு அங்கு எவரும் இல்லை.

மருத்துவமனையின் தலைவர் "நாங்கள் உங்களுக்கு உதவ விரும்புகிறோம். ஆனால் இந்த மருத்துமனையில் அனுமதிக்கப்பட்டுள்ள அனைவரும் உள்ளூர் மக்கள். அவர்கள் ஒவ்வொருவரையும் அனைவருக்கும் தெரியும்'' என்று அவளிடம் சொன்னார்.

“இவ்வளவு காலமாக இறந்தவரையா நான் மணந்திருக்கிறேன்" என்று அரற்றியவாறு அம்பா கோமாவில் விழுந்தவள் போல நீண்ட மௌனத்தில் ஆழ்ந்து போனாள்.

24 மணி நேரத்திற்குப் பின்னர் சில விவரங்கள் வெளிவரத் தொடங்கின. கொட்டும் மழையில், இரத்த வெள்ளத்தில் காட்டின் நடுப்பகுதியிலிருந்த ஒரு மணல் மேட்டில் அமைந்திருந்த கல்லறையைக் கட்டிப் பிடித்தவாறிருந்த அம்பா மருத்துவமனைக்கு கொண்டு வரப்பட்டாள். அம்பாவிற்குச் சற்று தொலைவில் முகாபுரங் இரத்தம் தோய்ந்த கத்தியை வைத்தவாறு அந்த கல்லறையைப் பார்த்தவாறு முழங்காலிட்ட நிலையில் காணப்பட்டாள். இறந்தவர்கள் வாழ்வதாகவே வேய்ப்போ மக்கள் கருதுவதால், கத்தியையும் இரத்தத்தையும் தவிர அந்த சூழல் வழக்கமான ஒன்றுதான்.

“அம்பாவை ஏன் தாக்கினாய்” என்றதற்கு "அந்த முட்டாளுக்கு அந்தக் கல்லறையைத் தோண்டுவதற்கு எந்த உரிமையுமில்லை” என்றாள் முகாபுரங்.

பிறகு மற்றவர்களிடம் அவள் சொன்னது:

“அம்பா அந்த கல்லறையைத் தோண்டுவதைப் பார்த்தவுடன் எனக்கு இரத்தம் கொதித்தது. அந்த கல்லறையிலிருந்த மனிதன், என் கணவரென்று அவளுக்குத் தெரியாதா? என் வளர்ப்புத் தந்தையான வேய்ப்போவின் தலைவரே எங்களுக்குத் திருமணம் செய்து வைத்தார் என்பதும் அவருக்குத் தெரியாதா?”

மருத்துவமனையின் அலுவலகத்தில் அமர்ந்திருந்த அம்மனிதனை அதற்கு முன்பு யாரும் பார்த்ததில்லை.

அம்பாவைப் போல் அவனும் வானத்திலிருந்து குதித்தவன் போன்று தோன்றினான். அவன் அம்பாவை அழைத்துச் செல்ல வந்தவன். அம்பாவிற்கு என்ன நேர்ந்தது என்பதை அவளிடம் எடுத்துச் சொல்லும் முழுப் பொறுப்பும் மருத்துவமனையின் மூத்த மருத்துவர் டாக்டர் வாசிஸின் மேல் விழுந்தது.

டாக்டர் வாசிஸ் இறுக்கமான முகம், இறுக்கமான நடத்தை, இறுக்கமான குரல் என்று அனைத்திலும் இறுக்கமான மனிதர். அம்பாவைத் தேடிவந்த அந்த மனிதருக்குக் காவல்துறையில் நண்பர்கள் உள்ளதாக வாசிஸிடம் அவரது மருத்துவமனை பணியாளர்கள் சொல்லியிருந்தனர். அம்பாவைத் தேடிவந்த அம்மனிதனை காவல்துறைதான் மருத்துவமனைக்கு

அனுப்பிவைத்திருக்கும் என்று சொல்லத் தேவையில்லை. எனவே எவரும் அவன் யாரென்று வினவுவதை தொடரவில்லை. புரு தீவில் காவல்துறை மற்றும் இராணுவத்தோடு எவரும் தொடர்பு வைத்துக் கொள்வதில்லை. அத்தகைய தொடர்புள்ளவரிடமிருந்து மக்கள் விலகிநின்றனர்.

மருத்துவமனையிலிருந்த ஒவ்வொருவரும் கிசுகிசுப்பது ஒன்றைப்பற்றித்தான். யாரிந்த புதியவன்? அம்பாவிற்கும் இவனுக்கும் என்ன உறவு? நாற்பது வயதுடையவன் போல தோற்றம் கொண்டுள்ள இவன் அம்பாவின் மகனாக இருக்கலாமோ? நண்பனா? உடன் பணியாற்றுபவனா? காதலனா? அம்பாவைக் காண வந்துள்ள அவனின் அங்க அடையாளங்கள் யாவும், அவன் அம்பாவின் உறவினனாக இருக்க முடியாது என்று பறை சாற்றின. மின்னுகிற கருநிற தோல், பச்சையும் மஞ்சளும் கலந்த வண்ணம் கொண்ட கண்கள், இறுக்கமான கட்டுடல், சற்று அதிகமான உயரம், கொஞ்சம் மெலன்சியன் கறுப்பினத்தவரின் சாயல் என்று அவனின் அங்க அடையாளங்கள் யாவும் அவனை ஏதோ ஒரு புராதன உலகத்திலிருந்து வந்தவன்போல் தோன்றவைத்தன. உள்ளூர்க் காரர்களைப் பொறுத்தவரை ஆறடி என்பது அசாதாரண உயரம்.

ஒரு காலத்தில், கடலோடிகள் மட்டுமே புரு தீவிற்கு வருவார்கள். அவர்களில் சிலர் அங்கேயே தங்கிவிடுவார்கள். அவர்கள் புட்டன் மற்றும் புஜிஸ் பகுதியைச் சார்ந்தவர்கள், ஆனால் இப்பொழுதுதெல்லாம் புரு மக்கள் தீவிற்கு புதிதாக வருபவர்களை எங்கிருந்து வருகிறார்கள் என்று கேட்பதில்லை. ஒரு காலத்தில் அந்நியர் எவரையும் ஏற்க மறுத்த புரு தீவு இன்றைக்கு பல இனத்தவர்களைக் கொண்டதாகிவிட்டது.

அம்பாவை அக்கல்லறையிலிருந்து பிரித்தெடுப்பதற்கு இரண்டு ஆண்களும் ஒரு பெண்ணுமாக மூன்று பேர் தேவைப்பட்டதென்று அம்பாவை பார்க்க வந்தவனிடம் டாக்டர் வாசில சொல்லிக்கொண்டிருந்தார். ஏதோ அவள் வாழ்வே அங்கிருப்பதுபோல, மழையில் ஊறியிருந்த அந்த முகட்டை அம்பா இறுகப் பற்றிக் கொண்டிருந்ததோடு அதன் மீது செவ்வக வடிவத்திலிருந்த ஒரு புகைப்படச் சட்டத்தையும் நிலைநிறுத்திக் கொண்டிருந்தாளாம். இந்த சட்டத்திலிருந்து அவளை விடுவிப்பதை அம்பா கடுமையாக எதிர்த்தாளாம்.

“ஆனால், அவள் பலமுறை கத்தியால் குத்தப்பட்டதாக என்னிடம் சொன்னீர்களே...?” என்று வந்தவன் வெளிப்படையாகவே அதிர்ந்து போய்க் கேட்டான்.

"ஆமாம்... சொன்னேன்.. ஆனால் அவளுக்கு ஏற்பட்ட காயங்கள் கடுமையானவை என்று நான் சொல்லவில்லையே. எனினும் அவள் அந்த புகைப்படச் சட்டத்தைத் தன்னோடு இணைத்துக் கொள்ளவில்லை. பிணைத்துக் கொண்டிருந்தாள். உண்மையில் அவளிடமிருந்து அச்சட்டத்தைக் கைப்பற்றுகிறபோது அவள் கை கிழிந்து போனது. அச்சட்டத்திலிருந்து அப்புகைப்படத்தைப் பிடுங்கியவுடன் அவள் நொறுங்கிப் போனாள்.''

"அந்தப் புகைப்படம் இப்போது எங்குள்ளது என்று உங்களுக்குத் தெரியுமா, டாக்டர்.''

"போலீஸிடம் என்று நினைக்கிறேன். சாட்சிக்காக வைத்திருக்கலாம்.''

“ஓ நன்றி'' என்று சொல்லிவிட்டு தயக்கத்தோடு "என் பெயர் சாமுவேல்'' என்றான் அம்பாவைக் காண வந்தவன்.

“ஓ.கே.''

“சாமுவேல் லாரிசா என்பது முழுப்பெயர்".

“ஆகா..''

சில மணித்துளிகள் நீடித்த மௌனத்தை உடைத்த டாக்டர், “அம்பா தொடர்பாக எங்களுக்கு உதவ வந்துள்ள உங்களுக்கு நன்றி. சாமுவேல்'' என்றார். மீண்டும் ஒரு மௌனம் நிலவ, தன் படபடப்பை மறைத்தவாறு, “அம்பா உங்கள் உறவுக்காரர் தானே'' என்றார் டாக்டர்.

“இல்லை, நண்பர்.''

“நண்பரா?''

“ஆம்''

அம்பாவைப் பற்றி கூடுதல் தகவல் சொல்ல முடியுமா?

சாமுவேல் கண்களில் பணிவுடன் சரியென்று தலையசைத்தானே தவிர, எதுவும் சொல்லவில்லை.

“அம்பா இறுகப் பற்றிய கல்லறையிலிருந்த மனிதனுக்கும் அவளுக்கும் என்ன உறவு''

மீண்டும் மௌனமன்றி வேறு பதில் ஏதுமில்லை. புரு தீவு மக்களறிந்த ஆழமான, சிரமமான உணர்வுகளுக்குள் இந்த அமைதியாக சொந்தம் கொண்டாடும் உணர்வு மோசமானதல்ல.''

டாக்டர் ஒரு ஜாவானியர், உலக யதார்த்தங்களை அறிந்தவர். ஒரு கணம் அவரது புருவம் சுருங்கியது. "சரி! நான் உங்களுக்கு எப்படி உதவ வேண்டும் என்று சொல்லுங்கள் சாமுவேல். வாருங்கள் அம்பாவின் அறைக்குச் செல்லலாம்.'' என்றவாறு டாக்டர் நகரத் தொடங்கினார்.

இப்போது அவர்களிருவரும் அம்பாவின் அறையில், சிறுநீர் நாற்றமெடுக்கும் மெத்தை மேல் அம்பா படுத்திருக்கிறாள். அவள் முகத்தின் மீது மெல்லிய முன்பகல் ஒளிக்கீற்று விழுகிறது. விரிந்த அவள் கண்களில் உயிரில்லை. அவள் விரல்களும் கைகளும் காயமுற்றிருந்தன. கண்ணியமாகத் தோற்றமளிக்க அவள் முயன்றாலும், அதையும் மீறி அம்பாகவலையோடும் அழுக்கேறியும் காணப்படுகிறாள்.

அம்பாவின் முன்னால் சாமுவேலின் நடவடிக்கை முற்றிலும் மாறிப்போனது. சாமுவேல் புரு தீவிற்கு வந்திறங்கியது முதல், இறுகிய முகத்தோடும் கடுகடுப்பாகவும், ஏதோ ஆழமான சிந்தனையில் ஆழ்ந்தவன் போலக் காணப்பட்டான். அம்பாவைப் பார்த்த நொடியில் அவனது இறுக்கமும் கடுகடுப்பும் நொறுங்கிப்போயின.

சாமுவேலின் உள்ளம் உடைந்துபோனதை டாக்டரால் சட்டென்று உணர முடிகிறது.

'லேசான காயம் என்று சொன்னீர்கள்' குற்றஞ்சாட்டும் தொனியில் சொன்னான் சாமுவேல்.

"ஆம். அதனால்தான் அவள் உயிரோடிருக்கிறாள். இன்னும் பத்து பதினைந்து நாட்களில் பூரண குணம் பெறமுடியும்" தடைப்பட்ட குரலில் சொன்னார் டாக்டர்.

"நீங்களும் உங்கள் தலைவரும் பல காரணங்கள் சொல்லலாம். ஆனால் எனது தோழியைத் தாக்கியவளையும் இதே மருத்துவமனைக்குக் கொண்டு வந்தது ஏன்? அவர்களிருவரையும்

அருகருகே வைத்திருந்தது ''அறிவீனம்.'' டாக்டரை காயப்படுத்திவிடக்கூடாது என்ற கவனத்தோடு வினவினான் சாமுவேல்.

"உங்கள் தோழியைத் தாக்கிய பெண் தன்னையும் கத்தியால் குத்திக் கொண்டாள். அவளைப் பொறுத்தவரை அது அவள் தனக்குத்தானே வழங்கிக்கொண்ட தண்டனை என்று நினைக்கிறேன்.''

"முகாபுரங்கை மருத்துவமனையில் சேர்க்க வேண்டுமென்பது அவளின் தந்தையான உள்ளூர் தலைவனின் ஆணை. அவளை காவல்துறை கைது செய்யும் என்று நினைத்த அவளின் தந்தை அதைத் தடுப்பதற்காகவே அவளை மருத்துவமனையில் சேர்க்கச் சொன்னார் என்று நான் நினைக்கிறேன்''

சிரமமான நினைவுகளை எதிர்த்துப்போராடுவது போல டாக்டரிடமிருந்து பெருமூச்சொன்று வெளிப்படுகிறது.

ஒரு கணம் முறைத்து நின்ற சாமுவேல் அப்பிரச்சினையை மேற்கொண்டு தொடர விரும்பவில்லை.

சாமுவேலின் மௌனத்தை உடைத்த டாக்டர் "நடைப்பிணமென்றால் என்னவென்று தெரியுமா?" என்று கேட்டுவிட்டு சாமுவேலின் பதிலுக்குக் காத்திருக்காமல், அவரே தொடர்கிறார்.

"தான் மிகவும் நேசித்த காதலனையோ அல்லது மகளையோ இழந்த ஒருவர் இழந்த அன்பைத் தேடி கடற்கரையில் பேயென அலைவதை எங்கள் ஊரில் நடைப்பிணம் என்போம்''

"அம்பாவை இந்த நிலையில் பார்ப்பது எவ்வளவு கொடுமை" என்று எண்ணிய சாமுவேலும் டாக்டரும் அம்பாவை வருத்தத்தோடு பார்க்கின்றனர்.

துவண்ட தோள்கள், மரணத்தின் வாசலை அறிவிப்பது போல மஞ்சளாகிப் போன கைகள், நீலமும், சிவப்பும் பச்சையுமான நிறமேறி வறண்ட தோல் என்று வதங்கிப்போன பூவெனக்கிடந்தாள் அம்பா.

"தனது நீண்ட இறுக்கத்தைத் தளர்த்திக் கொண்டு தன் உயிருக்குயிரான காதலனைத் தேடி புரு தீவிற்கு வந்தாள்" என்கிறான்

சாமுவேல். அவனது பெயர் பீவிமா. அம்பாவோடும், அவளின் நிர்ப்பந்தத்தால் அவளது உறவினன்போல் நடித்த ஒருவனோடும் நான் எதேச்சையாக புருவிற்குப் பயணமானேன்.''

''உறவினனைப் போல் நடித்தவன் பீஷ்மாவின் நண்பன். திடீரென அவனைக் காணவில்லை.''

தன் அறையை நோக்கி டாக்டர் வேகிஸ் நடக்க, பீறிட்ட தன் நினைவுகளைக் கட்டுப்படுத்தாமல் சாமுவேல் டாக்டரை பின்தொடர்கிறான். சட்டென்று அலறிய தன்பேசியை அவன் கண்டுகொள்ளவில்லை. அவனுக்கு யாரோடும் பேச விருப்பமில்லை. ஒன்றே ஒன்று அவன் சிந்தனையை முழுவதுமாக ஆக்கிரமித்துக் கொண்டிருக்கிறது. சில வாரங்களுக்கு முன் நாற்றமடித்த, கேவலமான கப்பலின் மேல் தளத்தில் அம்பாவை சந்தித்த அந்த முதல் கணத்தின் நினைவுகள் அவன் சிந்தனையை சிறை பிடித்திருக்கின்றன.

அவள் சற்று வயதானவள்தான். ஆனால் வயது அவள் அழகை குறைத்துவிடவில்லை. ஒரு நாளும் குறைத்துவிடாது. அவள் அழகு மந்திரம் அவனைக் கட்டிப் போட்டது. அவனைக் கிழித்துப்போட்ட அவளின் கவர்ச்சி தன் வலைக்குள் அவனை ஈர்த்துக் கொண்டது. இன்று அந்த அழகு தேவதை, இழந்துவிட்ட தன் குட்டிக்காக ஏங்கிக் கிடக்கும் அடிபட்ட ஆனால் கர்வமிக்க புலியெனக் கிடக்கிறாள். அவள் முழு நலம் பெற்று எழுகிறவரை அவளை விட்டு நீங்குவதில்லை என முடிவு செய்கிறான் சாமுவேல்.

டாக்டரின் அறைக்குள் நுழைந்து, இருக்கையில் அமர்ந்ததும், சாமுவேல் பேசத் தொடங்குகிறான்.

அவனாலேயே அவன் குரலை நம்ப முடியவில்லை.

"லம்பேலு என்ற கப்பலில்தான் நான் அவளைச் சந்தித்தேன். உங்களுக்குத் தெரியுமா? லம்பேலு என்ற அந்த கப்பல் அரசிற்குச் சொந்தமானது. அம்பானிலிருந்து புருதீவிற்கு வாரத்திற்கு மூன்று முறை பயணம் செய்யும் கப்பல்." டாக்டர் தலையசைத்து, "தெரியும்" என்கிறார்.

''அம்பா அக்கப்பலில் தனியாக பயணம் செய்யவில்லை. நான் முன்பு சொன்னதுபோல, அவளைவிட வயதான ஒருவனோடு

பயணம் செய்தாள். முதன்முறை அவனைப் பார்த்தபொழுது அவன் அம்பாவின் உறவினன் என்று நான் நினைத்தேன். யாரையோ தேடி அவர்களிருவரும் புரு தீவிற்கு செல்வதாகச் சொன்னார்கள். அவர்களின் நண்பனாகிப் போன நான், அவர்களது தேடுதல் பணிக்கு உதவி செய்பவனாகவும் மாறிப்போனேன்.

புரு தீவில் நம்லியாவில் இறங்கியதும் எங்கள் தேடலைத் தொடங்கினோம். சிறியவர், பெரியவர் என்று பலரைச் சந்தித்து கிடைத்த துப்புகளைத் தொடர்ந்து தேடிக் கொண்டேயிருந்தோம். ஆனால் எந்தப் பயனும் இல்லை. ஒரு கட்டத்தில் மேற்கொண்டு தொடர முடியாமல் தேடல் நின்று போனது. இதற்கு மேல் வழியேதுமில்லை, ஊர் திரும்பிவிடலாம் என்று நாங்களிருவரும் சொன்னதை அம்பாவும் ஏற்றுக் கொண்டார். மறுநாள் ஊர் திரும்பலாம் என்று முடிவு செய்து புருவில் ஒரு தங்கும் விடுதியில் தங்கினோம்.

முதல்நாள் இரவு அம்பாவின் நண்பன் என்னிடம் தான் அன்றிரவே ஊருக்குச் செல்ல வேண்டியிருப்பதாக சொன்னான். அம்பாவிற்கு துணையாக ஜகார்த்தா வரை செல்ல இயலுமா என்று அவன் கேட்டவுடன் மகிழ்ச்சியாக ஒப்புக் கொண்டேன். மறுநாள் 'நானும் அம்பாவும் விரைவுப் படகு ஒன்றில் ஏறி அம்பான் வந்து சேர்ந்தோம். அன்றிரவு ஒரு தங்கும் விடுதியில் தங்கினோம்''. மறுநாள் ''காலையில் விடுதியின் முன்னறையில் சந்தித்து இருவரும் ஒன்றாக விமான நிலையம் செல்வது என்று முடிவு. அதற்கேற்ப நான் மறுநாள் காலையில் அம்பாவை சந்திக்க விடுதியின் வரவேற்பறைக்கு வந்தேன். அம்பாவைக் காணவில்லை. அம்பா முன்பே சென்றுவிட்டதாக வரவேற்பாளர் சொல்ல, விமான நிலையத்திற்கு விரைந்தோடிப் போனேன். விமான நிலையம் முழுவதும் பைத்தியக்காரனைப் போல அம்பாவைத் தேடி அலைந்தேன். அவளை எங்கும் காணவில்லை. கடைசியில் அவள் விமான நிலையத்திற்கு வந்தே இருக்க மாட்டாள் என்று புரிந்தது. அவளோடு நான் வருவதை அவள் விரும்பவில்லை என்பதும் புரிந்தது. இனி அங்கேயே காத்திருப்பதில் எவ்விதப் பயனும் இல்லை என்பதால் நான் விமானம் ஏறினேன்.''

ஒரு மணி நேரம் கழிந்திருக்கும். சாமுவேல் மருத்துவமனையி தாழ்வாரத்தில் அமர்ந்தவாறு சிகரெட் புகையை ஆழமா உள்ளிழுத்து விடுகிறான். கனத்த அமைதியும் ஒருவித அச்சத்தையு ஏற்படுத்துகிற வகையில் மழை கொட்டித்தீர்த்துக்கொண்டிருக்கிறது கனத்த சிலைகளும் சீலைகளும் மழை பிரசவித்த நீரோட்டத்தி அடியில் தேங்கி நிற்கின்றன. பெயரற்ற சாமான்ய மக்களின் கதைக எவ்வித எதிர்ப்புக் குரலும் தடையுமின்றி அடித்துச் செல்லப்படுவது போல, பாசிகளும் கசடுகளும் கண்ணுக்குப் புலப்படாதவையு நீரோட்டத்தில் வேறொரு கிராமத்திற்குக் கடத்தி செல்லப்படுகின்றன.

அம்மழை சில ஆறுதல்களையும் தருவதுண்டு. மழையி இரைச்சலும் மணமும், துயரும், சீற்றமும் மென்மையும், வேகமு தேடப்படாத நினைவுகளை வெளிக்கொணரும். ஆனால் பு நிறைந்த சாமுவேலின் நெஞ்சில் விரக்தியும் அச்சமும் சூ கொண்டன. என்ன சொல்லி இந்த உணர்வுகளிலிருந்து தன்னை அவன் மீட்டெடுப்பான்? அம்பாவை பத்திரமாக பாதுகாக் வேண்டும் என்ற தன்னுடைய முயற்சியில் எவ்வளவோ முயன்று தோற்றுப்போனோமே என்ற உணர்வு அவனைக் கொன்றது. இதே இப்போது நினைவு திரும்பிய நிலையில் அம்பா மருத்துவமனையில். ஆனால் அவள் அவனை தெரிந்து கொண்டதாகக் காட்டவில்லை அவனுக்கு அவள் தரும் தண்டனை மௌனம் தான் என்றால் அவ அங்கிருந்து என்ன செய்துவிட முடியும்.

அவ்வப்போது அம்பா படுத்திருந்த அறைக்குள் எட்டி பார்க்கிறான். அவளை மட்டுமல்ல; எல்லாவற்றையும் தான் தவறாக புரிந்து கொண்டோமோ என்ற ஐயம் அவனுக்குள் பலமுறை எழுந்ததும், அவளோடு அவனுக்குக் கிடைத்த நட்பு எதற்காக? த உணர்வுகளை இழந்த நிலைக்கு அவள் தள்ளப்பட்டுள்ளதை வேடிக்கை பார்ப்பதற்கா? அவளைச் சுற்றி பலர் இருக்கையி அவனைத் தேர்ந்தெடுத்து தோழமை கொண்டாடியது எதற்காக "இருளில் தனிமையில் கையறு நிலையில் ஏற்படும் துன்பத்தை நீயு அனுபவி'' என்ற மனமொடிந்த பெண்களின் குமுறலை என்னிட எடுத்துச் சொல்லவா?'' சாமுவேல் இப்படி தனக்குள் புலம்பி தீர்த்துக் கொண்டிருந்தான்.

மற்றொரு சிகரெட்டைப் பற்ற வைத்தவாறு மழையை பார்க்கிறான். அதன் வெள்ளிக் கம்பிகளில் ஏற்படும் மாயத்திரை உற்றுப் பார்க்கிறான்.

உண்மையில் அவன் அத்தீவிற்கு அந்நியன் அல்லன். அவன் தன் சிறு வயது காலத்தின் பிற்பகுதியில் இந்த மண்ணில்தான் வாழ்ந்திருக்கிறான். ஆனால் இவ்வுண்மையை, அம்பா அவனை விட்டுப் பிரிவதற்குச்சற்று முன்பு வரை அவளிடம் சொல்லவில்லை. அம்பாவின் நம்பிக்கைக்குத் துரோகம் செய்துவிட்டோமே என்ற வருத்தம் இப்போது அவனைத் தின்கிறது.

புரு தீவுதான் சாமுவேலை வளர்த்தது. அவனுக்கு வாழ்க்கையின் பல அம்சங்களைச் சொல்லியும் கொடுத்தது. அவனது பெற்றோர்கள் அம்பானியர்கள். 1950ல் தெற்கு மொலுக்காஸ் குடியரசை இந்தோனேசிய அரசு வீழ்த்தியபோது அவன் பெற்றோர்கள் ஹாலந்து தேசத்திற்கு நாடு கடத்தப்பட்டார்கள். அவ்வாறு நாடு கடத்தப்பட்ட ஆயிரத்திற்கும் மேற்பட்டோர் டச்சு அரசோடு இணைந்து நின்றனர். இதனால் தேசத்துரோகிகள் என்ற ஆறாவடுவை சுமக்க வேண்டியதாயிற்று.

1966ல் சாமுவேலின் பெற்றோர்கள் அவனை புரு தீவிலிருந்து தூரத்து மாமா ஒருவரிடம் அனுப்பி வைத்தனர். அப்போது சாமுவேலின் வயது எட்டு. அம்பானில் தங்கள் குடும்பத்திற்கிருந்த அவப்பெயரின் காரணமாக சாமுவேல் அம்பானைத் தவிர்த்து வேறு இடத்தில் வளர்வது நல்லது என்று அவர்கள் எண்ணினார்கள். ஹாலந்தில் அவர்கள் வாழ்ந்த கொடூர, வாழ்க்கை பற்றிய மெல்லிய நினைவு சாமுவேலுக்குண்டு. அவனது தந்தை பெருங்குடிகாரர் மட்டுமல்ல; சூதாடியும் கூட. அவனின் தாய் அழாத நாளில்லை. ஐந்து குழந்தைகளுடன், அன்றாடம் பற்றாக்குறை ரேஷன் மற்றும் பிறரின் கருணைக்காக ஏங்கும் வாழ்க்கை என்று அந்நிய தேசத்தில் அகதி வாழ்வின் கொடூரம் அவன் பெற்றோரை உறைய வைத்தது.

அவன் பெற்றோர்கள் பிற குழந்தைகளை விடுத்து அவனை மட்டும் ஏன் ஹாலந்தை விட்டு புருவிற்கு அனுப்பினார்கள் என்று இதுவரை சாமுவேலுக்குப் புரியவில்லை. ஆனால், அவனை அவன் பெற்றோர்கள் வளர்க்கவில்லை என்ற ஒன்று மட்டும் தெளிவாகத் தெரிந்தது.

சாமுவேல் அவன் மாமாவிடம் வந்து சேர்ந்தபோது அவர் நம்லியாவில் அரசு எண்ணெய் நிறுவனம் ஒன்றை நடத்தி வந்தார். அது ஓரளவிற்குப் பெரிய நிறுவனம்தான். அவருக்குப் பிறர் வாழ்க்கையைப் பற்றி எவ்வித அக்கறையுமில்லை. 60களில் புரு

அரசு தன் மக்களிடம் ஒரு படகு நிறைய அந்நியர்கள் அத்தீவிற்கு வருகிறார்கள் என்று சொன்னதை அவர்கள் எப்படி எதிர்கொண்டார்கள் என்பதை ஒன்றுவிடாமல் பதிவு செய்வது குறித்து மட்டும்தான் அவர் அக்கறையிருந்தது. சாமுவேலும் தன் அத்தை, மாமாவை அதிகம் கண்டுகொள்ளவில்லை.

*1969*ல் ஒரு மதிய வேளையில் காக்கிச் சீருடையோடு அரசியல் கைதிகளின் முதல் அணி தீவில் வந்திறங்குவதை சாமுவேல் எட்ட நின்று பார்த்துக் கொண்டிருந்தான். அக் கைதிகளை சதுப்பு நிலக் காட்டிலிருந்த தற்காலிக இருப்பிடம் என்ற கட்டிடத்திற்கு அழைத்துச் சென்றபோது சாமுவேலும் அவர்களைப் பின் தொடர்ந்தான். அப்போது சாமுவேலுக்கு வயது *11*. நீண்ட கைகால்களையும் விரைவாக ஓடும் பாதங்களையும் கொண்ட, ரகசியமாக பின்தொடர பயிற்சி பெற்ற 'நிழலாக' சாமுவேலிருந்தான். அந்த இடம் அக்கைதிகள் முகத்தில் புன்முறுவல் பூக்க வைத்தது. மகிழ்ச்சியில் கண்களை விரிய வைத்தது. கடவுளின் வரம் என்று எண்ண வைத்தது. அப்படியொன்றும் நல்ல இடம் என்று சொல்லமுடியாத, ஒற்றைக் கட்டிடமாக இருந்த அந்த இடம்கூட அக்கைதிகளுக்கு பெரும் நம்பிக்கையைத் தந்தது கண்டு அவன் மகிழ்ச்சி அடைந்தான். வெளிப்புறத்திலிருந்த சமையலறை அவன் நன்கு அறிந்த ஒன்று. அங்கிருந்துதான் அவன் அவ்வப்போது தீப்பெட்டியையும், காபியையும் திருடிச் செல்வது வழக்கம். பக்கவாட்டிலுள்ள கதவு வழியாக உள்ளே நுழைந்ததும், உடைந்த நாற்காலிகளும், பூசனம் பூத்த ஸ்டோர் ரூமும், "கம்யூனிஸ்ட் கட்சியை அழித்தொழி'' என்று சிவப்பு நிறத்தில் எழுதப்பட்ட வாசகமும் வரவேற்கும். எலி எச்ச நாற்றம் கலந்த காற்று நிறைந்திருக்கும். ஆனால் இவற்றில் எதுவும் கைதிகளை முகம் சுளிக்க வைக்கவில்லை. ஏனெனில் சரக்கு அறை அலமாரியில் அவர்களுக்கு ஓரிரவிற்குப் போதுமான உப்பு, சீனி மற்றும் காபி இருந்தன.

பின்னர், ஓர் இளைஞனாக முதன்முதலில் புரு தீவிற்குத் திரும்பியபோது, புரு தீவு கற்றுக்கொடுக்காத எதையும் வேறெந்த ஊராலும் கற்றுத் தர இயலாது என்பதை அறிந்திருந்தான். புரு தீவு அவனுக்கு மழையைக் கற்றுக்கொடுத்தது. வறட்சியைக் கற்றுத்தந்தது. உண்மையை, கசப்பைக் கற்றுத்தந்தது.

அம்பாவினுடனான அவனது நட்பும் அது போன்றதுதான். புருவிற்குத்திரும்பிக்கொண்டிருந்த போது அம்பாவை சந்தித்தவுடன் அவளை உள்ளார்ந்து புரிந்து கொள்ள முடியும் என்ற உணர்வு எப்படியோ ஏற்பட்டது. இதோ, இப்போது அம்பாவிற்காக மீண்டும் புரு தீவிற்கு வந்துள்ளான்.

ஒரு புதிய நர்ஸ் அம்பாவின் அறைக்குள் வருகிறாள். இவள் பிற நர்ஸ்களைப் போல இனிமையை மறந்தவளில்லை. அவள் முகத்தில் நம்பிக்கையும் பொறுமையும் பளிச்சிட்டன. சாமுவேலுக்கு அவளைப் பார்த்தவுடன் பாதி நம்பிக்கை வந்தது. அவள் அம்பாவிற்கு வணக்கம் சொல்வதை சாமுவேல் பார்க்கிறான். அவளிடம் செயற்கை எதுவுமில்லை என்பது உண்மை. எனினும் அவள் குரலில் ஒரு தொலைக்காட்சியின் வணிகத் தொனி சற்று தெரியவே செய்தது. "இன்று எப்படி உள்ளீர்கள், நல்ல நாளாக பொழுது விடிந்துள்ளதல்லவா, இன்னும் கொஞ்சம் சாப்பிடுங்களேன்'' போன்ற வழக்கமான கேள்விகளைக் கூட ஒரு குழந்தையிடம் பேசுவது போல கனிவுடன் கேட்டாள்.

அம்பா ஒன்றும் குழந்தையல்ல என்பதால் நர்ஸின் கேள்விகளுக்கு அவள் பதிலேதும் சொல்லவில்லை. எனினும் அவளின் தசைகளின் இறுக்கம் தளர்வதை சாமுவேலால் காண முடிகிறது. அவள் உடலினுள் நடப்பவற்றை வெளிக்காட்டும் அளவிற்கு அம்பா மெலிந்து காணப்படுகிறாள். அவள் கைகளைப் பற்றிக் கொள்ள வேண்டுமென்ற திடீர் விருப்பம் உந்தித் தள்ள சாமுவேல் எழுகிறான்.

மருத்துவமனையில் உள்ளவர்கள் உங்கள் பெயரை தவறாக புரிந்துள்ளார்கள் என்று நர்ஸ் அம்பாவிடம் சொல்லிக் கொண்டிருந்ததை சாமுவேல் கவனிக்கிறான். ‘அவர்கள் உங்கள் பெயர் அம்பரா என்று எண்ணிக்கொண்டிருந்தார்கள். அது எதிர்பார்க்கக் கூடியதுதான். ஏனெனில் உள்ளூர் மக்களுக்கு ‘அ’வில் தொடங்கும் ஈரசை பெயர்கள் மீது நம்பிக்கையில்லை. அத்தகைய பெயர்கள் ஏதோ முக்கியமானதொன்றை இழந்துவிடுகிறது என்பது அவர்கள் நம்பிக்கை. நீங்கள் கவலைப்பட வேண்டாம். நான் அனைத்தையும் சரி செய்துவிட்டேன். உங்கள் பெயர் மகாபாரத இதிகாசப் பெயரென்றும், புகழ்பெற்ற ஓர் இளவரசியின் பெயரென்றும் அனைவரிடமும் சொல்லியிருக்கிறேன்’

என்றெல்லாம் நர்ஸ் விளக்கிக் கொண்டிருந்தாள். "சரி, சரி! நான் அம்பாவைப் பார்த்துக் கொள்கிறேன். நீங்கள் சென்று வரலாம்' என்றான் சாமுவேல்.. பொறுமையிழந்தவனாக.

நர்ஸ் மீண்டும் தன் தொழில் ரீதியில் "அடுத்த முறை நான் வரும்பொழுது ஒரு வானொலியைக் கொண்டு வர முயல்கிறேன். வானொலி என்றால் இசை, இசை என்றால் நோய் குணமாவது' என்று களுக்கென்று சிரித்தவாறு சொல்கிறாள். மேலும் தொடர்ந்து நோயாளியின் முன்னேற்றத்தை ஊக்கப்படுத்தும் வகையில் உணவு குறித்து பேசுகிறாள்.

"கருப்பு அரிசிப் புட்டு, வாழைப்பழ வறுவல், அரிசி, அப்பம், மிகச் சிறந்த கறிப்பலா. நீங்கள் உண்பதாக உறுதியளித்தால், நீங்கள் விரும்பினால் நான் கொண்டு வருகிறேன்''

சட்டென்று சாமுவேலை நோக்கி நர்ஸ் திரும்பினாள்.

"அம்பாவைத் தாக்கிய அந்த பெண்ணைப் பற்றி நீ தெரிந்து கொள்ள வேண்டுமா?''

"அப்படி ஒன்றுமில்லை.'' என்று முறைத்துவிட்டு,

"அப்படியே தெரிந்து கொள்ள வேண்டுமென்றாலும், இப்போதைக்கு தேவையில்லை.''

"எங்களனைவருக்கும் அவளைத் தெரியும். அவள் அடிக்கடி இங்கு வருபவள்.''

"சரி நன்றி. இப்போது இது போதும்.''

"அவளை நாங்கள் அறிவோம் என்பது மட்டுமல்ல. அவள் சொல்வது உண்மை. அந்தக் கல்லறையில் உள்ளவன் இவள் கணவன்தான். அவன் ஒரு மருத்துவன். இந்தக் கிராமத்திற்கு மிகவும் வேண்டியவன். அவன் அவளுக்குக் கிடைத்த ஒரு பொக்கிஷம்.''

அவள் பேசப் பேச அவனுக்கு அச்ச உணர்வு தலைதூக்குகிறது. 'வாயை மூடு' என்று சொல்ல விரும்பினாலும் மருத்துவமனையில் எப்படி சொல்வது? இவள் இல்லாமற் போயிருக்கலாம் என்ற எண்ணம்கூடத் தோன்றியது.

"கல்லறையில் இருந்த மனிதனின் பெயர் தெரியுமா?" அடம் பிடிக்கும் குழந்தையைப் போல, விடாது பேசிக் கொண்டே இருக்கிறாள் அந்த நர்ஸ்.

"முட்டாள் பிசாசே'' என்று மனதிற்குள் சாமுவேல் சொல்கிறான்.

"வேய்ப்போலிருந்து வந்த அறிவார்ந்த மனிதன் என்று அவனை சொல்கிறார்கள். உண்மையில் அவன் எங்கிருந்து வந்தவன் என்பது எவருக்கும் தெரியாது. நான் உட்பட, எங்களில் சிலர் அவனைப் பார்த்ததில்லை. பார்வைக்கு மிக மிக அழகாகவும், நல்ல உயரமாகவும் இருந்த அவன் வேறொரு உலகிலிருந்து வந்தவன் என்று அவனைப் பற்றிய வதந்தி சொல்கிறது.

வேறு சிலர் "அவனைப் பற்றி வேறாக உள்ளது; அவன் சுகர்த்தோ காலத்தில் கொடுமைக்குள்ளான ஓர் அரசியல் கைதியாம். கம்யூனிஸ்டாம்."

சாமுவேல் "அம்பா! இதையெல்லாம் கேட்க வேண்டாம் என்பதை நீ உணரவில்லையா' என்று அடித்தொண்டையில் கிசுகிசுக்கிறான்.

நர்ஸ் அறைக் கதவை நோக்கி நகர்ந்தாள். அந்த கணம் அவள் மிக அழகானவளாக சாமுவேலுக்குத் தோன்றியது. அவளது தொலைபேசி எண்ணைக் கேட்கச் சட்டென்று எழுந்த அவனின் ஆவலை நர்ஸ் அறையை விட்டு நீங்கும்போது சொன்ன வார்த்தைகள் அதே வேகத்தில் கட்டுப் பொசுக்கின.

"சிறு வயது முதல் ஒருவரோடு வளர்ந்து முழுமை எய்துவது என்பது எவ்வளவு இனிமையானது. சாமுவேல், நீ என்ன நினைக்கிறாய்..''

2

இடிபாடுகள்

புரு தீவு போன்ற குக்கிராமத்தில் தங்கும் பொழுது ஒரு வாரம் என்பது நீண்ட காலமாகத் தோன்றும். சாமுவேல் புரு தீவில் தங்கியிருந்த அந்த ஒரு வாரம் மகிழ்வையும் தரவில்லை தண்டனையாகவும் அமையவில்லை. அழுக்கடைந்த படுக்கையில் உயிரற்ற பொம்மை போல படுத்திருந்த அம்பாவைப் பார்த்துக் கொண்டே கொல்லும் மௌனத்தில் ஆழ்ந்தவாறு அந்த ஒரு வாரப் பொழுதை ஓட்டினான். சாமுவேல். சில சமயங்களில் செவிலியர்கள் அம்பாவை சக்கர நாற்காலியில் வைத்து மொட்டை மாடிக்கு அழைத்துச் செல்வதுண்டு. அம்பாவை சாமுவேலோடு அங்கு விட்டுவிட்டு சென்று விடுவர். அம்பா சாமுவேலின் பொறுப்பு என அவர்கள் அனைவருமே கருதினர்.

சாமுவேல் கேட்டுக் கொண்டதற்கிணங்க அம்பாவின் படுக்கை அறை வாசலிலிருந்து விலகி ஜன்னலருகே சில நாட்களுக்கு முன்ன மாற்றப்பட்டது. அறைக்கு வெளியே நடக்கும் எதுவும் அம்பாவை தொல்லை செய்யக்கூடாதென்பதற்காக இந்த ஏற்பாடு. அம்பாவை பார்த்தவாறு அமர்ந்திருக்கும் போதே சாமுவேல் உறக்கத்தி கிறங்கிப் போவான்.

அப்போது அவனுக்கு வரும் கனவுகளில் அடையாளம் தெரியாத ஒரு பெண் அம்பாவின் அறைக்குள் நுழைந்து, பன்றியை வெட்டுவதுபோல, நீண்ட கத்தியால் அம்பாவின் கழுத்தை மாறி மாறி அறுக்கிறாள். அறை முழுவதும் இரத்தச் சிவப்பாகி விடுகிறது.

அம்பாவை உற்றுப் பார்க்கிறான். உள்ளூர் பெண்ணின் தாக்குதலால் அம்பாவின் வலது நெஞ்சின் மேற்புறமும், வலது கையின் மேற்புறமும் கனிந்து இன்னமும் குணமடையாமல் இருப்பதை அவனால் அறிய முடிகிறது. அம்பாவால் கையை உயர்த்தி ஒரு டம்ளர் தண்ணீரைக் கூட ஏந்த முடியவில்லை. சாமுவேல்தான் டம்ளரைப் பிடித்துக் கொள்ள வேண்டியுள்ளது. டாக்டர். வாசிஸ் "இன்னும் சில நாட்களுக்கு மருந்து எடுத்துக்கொள்

வேண்டும். அதைத் தொடர்ந்து 'உடற்பயிற்சி சிகிச்சையும் எடுக்க வேண்டும்" என்றார். சாமுவேலின் கண்களைப் பார்த்து இதனைச் சொல்வதற்கு டாக்டரால் இயலவில்லை. அம்பாவை விரைவு படகில் அம்பானுக்கு அழைத்துச் சென்று சிறந்த மருத்துவமனையில் சிகிச்சையளிக்க எவ்வளவு செலவாகும் என்று சாமுவேலால் நினைத்துக் கூட பார்க்க முடியவில்லை. அட்லாவிடமும் அவ்வளவு பணமிருக்குமா என்றும் அவனுக்குத் தெரியவில்லை. அவனால் மரணத்தையும், அம்பா இல்லாத வாழ்க்கையையும் எண்ணிப் பார்க்க முடியவில்லை.

அம்பா சாமுவேலை விட்டு விட்டு ஓடிப் போனதற்கு ஒரு மாதம் முன்னர், அவனுக்கும் அம்பாவிற்கும் உதவி செய்வதற்கு காவல்துறை நண்பன் ஒருவனை ஏற்பாடு செய்திருந்தான். அக்காவலன் அரக்கன் என்று சொல்லுமளவிற்கு குரூர உருவம் கொண்டவன். அவன் திடீரென்று மாயமாகி மறைந்துபோனான். அவன்தான் மறைந்து போனான் என்றால், காவல்துறை தலைமையகத்திலுள்ள வேறொரு நண்பன் ஹசனையும் சாமுவேலால் தொடர்பு கொள்ள இயலவில்லை.

வெளியே மருத்துவமனையின் ஒருபுறம் சிலர் உரத்த குரலில் வாதிட்டுக் கொண்டிருக்கின்றனர். மறுபுறம், வாகனம் நிறுத்துமிடத்திலிருந்து எழும் புகையை சாமுவேல் உணர்கிறான். வாகனப் புகையும் சூழ்ந்து நிற்கும் சிகரெட் புகையும் மருத்துவமனையில் இருப்போரின் உடல் நலத்திற்கு எவ்வளவு கேடானது? எப்படி இந்த இடத்தை மருத்துவமனை என்று சொல்ல முடிகிறது என்று வியந்த சாமுவேலிற்கு சட்டென்று படுகிறது. 'அவன் இனி காத்திருக்க முடியாது. அவன் ஏதாவது செய்தாக வேண்டும்.'

அறைக்குள் எட்டிப்பார்த்த செவிலி சாமுவேலிடம் "அம்பாவைத் தாக்கிய பெண்மணி உங்களோடு பேச விரும்புகிறாள்' என்றாள். வேண்டா நட்பின் வெறுப்பு அவள் முகத்தில் படர்ந்திருந்தது. அவள் பின்னே சாமுவேல் ஓடுகிறான். அவன் கால்கள் தரையில் பதியவில்லை.

வாழ்வின் மோசமான சூழ்நிலையில் உண்மையான காதலை உணரமுடியும். அப்படி உணர்ந்த ஒரு நிலையில் முகாபரங் சாமுவேலிடம் சொல்கிறாள்.

"நான் கத்தியை எடுத்தது வெறுப்பால் அல்ல, காதலால். அந்த கல்லறையில் உறங்குபவன் என் கடைசி கணவன். அவன் என்னை ஒருமுறை கூட தொடவில்லை. தன் இதயத்தை வேறொரு பெண்ணிடம் பறி கொடுத்துவிட்டேன்; அவளுக்கு நான் என்றும் உண்மையாக இருப்பேன் என்று என் கணவன் என்னிடம் சொன்னான். நான் அதைப் பற்றி கவலை கொள்ளவில்லை. என் கணவன் என்னைத் தொடாதது குறித்தும் எனக்கு கவலையில்லை.

அவன் என்னைத் தொடாததால்தான், என்னை தங்களின் சொந்தம் என்று சொன்ன மற்ற அனைவரையும்விட, அவன் என் மீது கூடுதல் அன்பு வைத்திருந்தான் என்று நம்புகிறேன்.

ஒரு படை வீரனின் கரங்களைப்போன்று இருந்த அவள் கரங்கள் தொய்வடைந்திருந்தன. அவள் கைகளைப் பற்றிய சாமுவேலுக்கும் ஏதும் பேச நா எழவில்லை.

"என்ன! நீ என் தோழன்தானே!" என்று புன்முறுவலுடன் சாமுவேலிடம் அவள் கேட்கும்போதே தான் மன்னிக்கப்பட்டோம் என்று புரிந்து கொண்டாள்.

இதைத்தான் அம்பாவிடம் சாமுவேல் விளக்கிக் கொண்டிருக்கிறான்.

ஒரு திரைப்படத்தில் சஸ்பென்ஸ் நிறைந்த தருணங்களுக்கு காத்திருப்பதைப் போன்று ஆவலுடன் அம்பாவை சாமுவேல் நோக்குகிறான். அவள் கண்களிலிருந்து கண்ணீர் வழிகிறது.

மறுநாள் காலையில் அம்பா படுக்கையில் உட்கார்ந்திருப்பதை சாமுவேல் காண்கிறான்.

"எனக்கு ஒரு டம்ளர் தண்ணீர் தர முடியுமா?"

நீண்ட கனவிலிருந்து விழித்தவள் போல மெல்லிய குரலில் அம்பா கேட்கிறாள்.

அது அம்பா மருத்துவமனையிலிருந்து வெளிவந்த இரண்டாவது நாள் நடுநிசி. இரவு 10 மணியிலிருந்து அம்பாவும் சாமுவேலும் அந்த அறையில் பதுங்கி இருக்கிறார்கள். அவர்களுக்கு அந்த அறையை ஏற்பாடு செய்தவன், இந்த அறை சிறப்பு விருந்தினர்களுக்கு மட்டுந்தான் என்று பெருமையாக சொல்லிக் கொண்டான். அந்த அறை பிரார்த்தனைக்கான அறை.

அவர்களிடையே நீண்ட மௌனம் நிலவுகிறது. அடுத்த சிகரெட்டைப் பற்ற வைக்க எழுந்த உணர்வை சாமுவேல் அடக்கிக் கொள்கிறான்.

"கல்லறையில் சடங்குகள் முடிய இன்னும் ஒரு மணி நேரத்திற்கும் மேலாகும். நாம் இங்கே நீண்ட நேரம் தங்கவேண்டியதிருக்கும். இப்போதைக்கு நாமிங்கிருப்பதுதான் பாதுகாப்பானது." அம்பா வேறெங்கோ பார்த்துக் கொண்டிருந்தாலும் தான் சொல்வதைக் கவனிக்கிறாள் என்பது சாமுவேலுக்குத் தெரியும்.

"இந்த கிராமத்து மக்களைப் பற்றி உங்களுக்குத் தெரியாது. நீங்கள் யார், எதற்கு வந்துள்ளீர்கள் என்பதையெல்லாம் அவர்களால் புரிந்து கொள்ள முடியாது என்று நினைக்கிறேன். அவர்களில் பலர் வெளியாட்களை - என்னையும் சேர்த்துத்தான் - இன்று வரை நம்புவதில்லை. நான் அம்பாவைச் சேர்ந்தவன் போல் தெரிகிறேன். ஆனால் முழுமையாக அப்படித் தெரிவதில்லை. இந்தக் கிராமத்தில் எனக்கென்ன வேலை என்ற ஐயம் அவர்களுக்கும் எழும். எனவே, நமக்கு இந்த இடம்தான் பாதுகாப்பானது. கல்லறைக்கருகில் இப்போது நம்மோடு பேசியவன் உன்னை கல்லறைக்கருகே நேற்றிரவு முழுவதும் காதலோடு பார்த்துக் கொண்டிருந்தான். அவன் இந்த ஊர் தலைவன், இது அவனது வீடு.''

அம்பா ஏதும் சொல்லாததால் சாமுவேல் மேலும் தொடர்கிறான்.

"அந்த தலைவன்தான் இங்கு இனக்குழுவின் தலைவன், மருத்துவர் எல்லாம். சடங்கு முடிகிற போது ஊரே கல்லறை முன்பு திரண்டு விடும்.''

முறைத்துப் பார்த்துவிட்டு, "அவன்தான் தலைவன் என்றால் அவன், என்னைத் தாக்கிய பெண்ணின் வளர்ப்புத்தந்தை அல்லவா? பின் எப்படி அவன் வீட்டில் இருப்பது பாதுகாப்பானதாகும்'' என்று கேட்கிறாள், அம்பா.

"பயப்பட வேண்டாம் அவன் நம்மிடம் எப்படி இருக்கிறான் என்று பார்த்தாய் அல்லவா? கிராமத் தலைவன் என்ற முறையில் எல்லாவற்றையும் சீர்தூக்கவேண்டுமல்லவா?''

மீண்டும் நீண்ட மௌனம். தொண்டையைக் கனைத்துக் கொண்ட சாமுவேல் தொடர்கிறான்.

'உன் நண்பன் மீது தலைவன் மேலுள்ளதைக் காட்டிலும் அதிக மரியாதை உள்ளது. அவன் உள்ளூர்க்காரனாக இருந்திருந்தால், இந்த இனத் தலைவனாக - ஏன், இந்த வட்டாரத்திற்கே தலைவனாகியிருப்பான்''

அம்பாவின் முகத்தில் புன்னகை அரும்புகிறது. "நீ எவ்வளவு இனிமையாகப் பேசுகிறாய்'' என்று சொல்வது போல் தோன்றுகிறது.

சற்று முன்னர், மாலையில், அவர்களிருவரும் கல்லறைக்கு அருகேதான், சில வாரங்களுக்கு முன்னர் அம்பா தாக்கப்பட்ட அதே இடத்தில் சடங்கு தொடங்கியபோது இருந்தனர். ஆனால் கோபுரம் அந்த இடத்தில் காணப்படவில்லை. அம்பாவின் உடல்நிலையைக் கருதி அவர்கள் ஒரு மணி நேரத்திற்கு மேல் அவ்விடத்தில் நிற்கவில்லை. அம்பாவிற்கு அந்த தலைவன் யாரென்று தெரியவில்லை. ஆனால் அவன் அம்பாவைக் கவனித்துக் கொள்வதில் மிகுந்த அக்கறையோடு இருந்தான்.

அவன் கவர்ச்சிகரமாக இருந்தான் என்பதில் ஐயமில்லை. அவன் அம்பாவிடம். "இன்றிரவு அந்த அறிவாளியின் - உன் ஆருயிர் நண்பனின்- நினைவு நாளைக் கொண்டாடுகிறோம். அவன் எங்கள் ஊரை விட்டு பிற கிராமங்களுக்கு அடிக்கடி சென்றுவிடுவான். எனினும் அவன் இறந்த பிறகு ஆண்டுதோறும் இந்த நாளில் பழங்களை மட்டும் உண்டு விரதமிருந்து அவனது நினைவைப் போற்றுகிறோம். நீயும் அந்த நினைவேந்தல் நிகழ்ச்சியில் பங்கு பெறலாம்'' என்று சொன்னான்.

ஆனால் அந்நிமிடம் வரை, வேய்ப்போலிருந்து வந்த அந்த அறிவாளி எப்படி இறந்து போனான் என்று அம்பா மற்றும் சாமுவேலிடம் எவரும் சொல்லவில்லை. கிராம மக்களிடம் பேசியதிலிருந்து சிலவற்றை ஊகிக்க முடிந்தது. 1999ம் வருடத்தின் பிற்பகுதியில் - எந்த மாதம் என்று சரியாக கணிக்க முடியவில்லை - பிறபகுதி மக்களுக்குச் சேவை செய்ய அவன் வேய்ப்போவில் இருந்து வெளியேறினான். 2000த்தின் முற்பகுதியில் கிராமத்திற்கு

வெளியே அவன் இறந்துபோனான். அங்கிருந்து இறுதிச்சடங்கிற்கு கெப்லா ஏர் பகுதிக்கு அவனுடல் கொண்டு வரப்பட்டது.

காவல்துறையின் தலைமையகத்தில் பணிபுரியும் சாமுவேலின் நண்பன் ஹசன் மறுநாள் பொழுது புலரும் வேளையில் அம்பாவையும் சாமுவேலையும் உறக்கத்தில் இருந்து எழுப்பினான்.

புரு தீவு இராணுவத்தைக் காட்டிலும் தங்களுக்கே சொந்தம் என்று காவல்துறை கருதியது, பல வழிகளில் அதற்கேற்ப செயல்பட்டது. ஹசனுக்கு தான் என்ன செய்கிறோம் எப்படி செய்ய வேண்டும் என்பது நன்கு தெரியும். மக்கள் வம்பு பேசும் சூழலிலும் சரியான நபர்களை 'பாதுகாப்பான' இடத்திற்கு அழைத்துச் சென்றுவிடுவான். அவர்களிடம் பக்குவமாகப் பேசி தனக்குத் தேவையான விவரங்களைப் பெற்றுவிடுவான்.

சாமுவேல் ஹசனை அம்பாவிற்கு அறிமுகம் செய்த பின் ஹசன் அவர்களிடம் கிராமத்தில் நினைவேந்தல் நிகழ்ச்சிகள் தொடங்குவதற்கு முன்னர் முகாபுரங்கை காவல்துறை சமீபியாவிலுள்ள தலைமையகத்திற்கு கொண்டு சென்றார்கள் என்று சொல்கிறான். முகாபுரங் எந்தவித எதிர்ப்பும் ஆர்ப்பாட்டமும் செய்யாமல் காவல்துறையினரோடு சென்று விட்டாள்.

முகாபுரங் பல வருடங்களுக்கு முன்னர் தலையிழந்த கோழிக் குஞ்சைப்போல எப்படி அமைதியாக இந்த கிராமத்திற்கு வந்தாளோ, அதே அமைதியுடன் காவல்துறையுடன் சென்றாள். காவல்துறையினர் முகாபுரங்கை கைது செய்த போது அவளின் வளர்ப்புத் தந்தை இனக்குழு தலைவன் எதிர்ப்பு தெரிவித்தான். ஆனால் ஊர் மக்கள் முகாபுரங்கிற்காக சுண்டு விரலைக்கூட அசைக்க முன்வரவில்லை. அதற்கு நேர்மாறாக, முகாபுரங்கால் தாக்கப்பட்ட, வெகுதொலைவிலிருந்து வந்த அம்பாவிற்காக பரிதாபப்பட்டனர். அம்பா பட்ட கொடுமைக்கு ஈடாக, முகாபுரங் இடத்தை அம்பாவிற்கு தர வேண்டும் என்றனர். என்ன வேடிக்கையான உலகம்.

சாமுவேல் நினைக்கிறான். "ஆம்! புரு தீவில் ஒரு மணி நேரத்திற்குள் உணர்வுகள் மாறி விடுகின்றன. சில சமயங்களில் ஒரு மணி நேரம் கூடத் தேவைப்படுவதில்லை.''

இதற்கிடையில், காலையில் மேலும் மேலும் மக்கள் திரண்டன, வெளிநாட்டவர்களின் விநோத தோற்றத்தைக் கண்டிராத ஆவலுட கூடி குழந்தைகளும் திரண்டனர்.

"என்னைத் தாக்கிய பெண்மணிக்கு என்ன நேரப்போகிறது என்று கேட்டவாறு, அறையின் ஒரு மூலையிலிருந்து எழுகி அம்பாவின் குரலில் அவசரம் தொற்றி நிற்கிறது.'' இன்னொ பெண்ணின் நிலைமை கேள்விக்குள்ளாகியுள்ள போது என்னா அமைதியாக இனிமேலும் இங்கு இருக்க முடியாது.''

"முகாபுரங் மீது குற்றம் சுமத்தப்படும் நேரடி ஆணை தலைமை காவல் அதிகாரியிடமிருந்து வருகிறது. தாக்குதலுக்கான தண்டனை இரண்டு அல்லது மூன்றாண்டு சிறையாக இருக்கும். அதற்கு மேலு கூட சிறைவாசம் இருக்கலாம்.''

- இது ஹசன்

சாமுவேலின் இதயம் சட்டென்று துடிக்கிறது. காவல்து தலைவரின் நேரடி ஆணை என்றால், கைது, சட்டப்படியா நடைமுறை என்பதெல்லாம் இல்லை என்று பொருள் அவனையறியாமல், முகாபுரங்கின் முகம் அவன் மனக் கண்ணி தெரிகிறது. அவளின் விரிந்த புன்முறுவல், கரிய பற்கள், ஒளி வீசு கண்கள் என்று அன்றைக்கு மருத்துவமனையில் முகாரபு எத்துணை அழகாக இருந்தாள். சாமுவேலால் அவன் சிந்தனை சிறகடிப்பதை தடுக்க முடியவில்லை.

"நான் குற்றத்தை வலியுறுத்தவில்லை என்பது உங்களுக்கு தெரியாதா? நீங்கள் நினைத்திருந்தால் காவல்துறையினை சம்மதிக்க வைத்திருக்கலாம்.'' என்று சொல்லும் அம்பாவி கண்களில் உறுதியும் விட்டுத்தரமுடியாது என்ற உணர்வு வெளிப்பட்டன.

"மன்னிக்க வேண்டும். அது என் பிரச்சினையல்ல'' என் ஹசன் தோளைக் குலுக்குகிறான்.

மௌனம் ஆட்சி செய்ய, காலை பனி மூட்டம் செய்த வண்ன ஜாலங்களை ஊடுருவிக் கொண்டு அறையிலிருந்து அவர்க வெளிப்பட்டனர்.

காவல் வாகனத்தில் ஏறுவதற்கு சாமுவேலிடம் தயக்க காணப்படுகிறது. அவன் உள் மனது எச்சரிக்கிறது. ஊழல் நிறைந்

காவல்துறையிடம் பலியாடுபோல் மாட்டிக் கொள்ளாதே. உன் உள்ளுணர்வை நம்பு. காவல்துறையிடமிருந்து எப்போதும் எட்டி நில்.'' ஆனால் சாமுவேலால் உள்ளுணர்வின் அறிவுரையை ஏற்று ஏதும் செய்ய முடியவில்லை. அம்பா அவனைக் கவனித்துக் கொண்டிருக்கிறான் என்பதை சாமுவேல் அறிவான்.

அம்பாவைப் பின்தொடர்ந்து காவல் வாகனத்தில் ஏறுகிறான், சாமுவேல்.

காவல்துறை தலைமையகத்தின் அந்த அறைக்குள் சாமுவேல், அம்பா ஹசன் ஆகிய மூவரும் நுழைந்தபோது அலுவலக மேஜைக்கு அப்பால் ஓர் அதிகாரியும் மூன்று இளைய காவல் அதிகாரிகளும் அமர்ந்திருந்தனர். அவர்கள் அனைவரும் சீருடையில் இல்லை.

சாமுவேல் வாய்மூடி மௌனியாகி விடுகிறான். அந்த அதிகாரிகள் எவரையும் தனக்குத் தெரியாதது போல் காட்டிக் கொள்கிறான். அவர்களும் அவனை அப்போதுதான் முதன்முறையாகப் பார்ப்பதுபோல் நடிக்கிறார்கள். மூடி மறைக்கும் நாடகம் பல வழிகளில் பயணிக்கும். சாமுவேலுக்கு காவல்துறையோடு உள்ள உறவை அம்பா நன்கு அறிவாள். அவளும் ஏதுமறியாதவள் போல் காட்டிக் கொள்கிறாள்.

அந்த தலைமையக் கட்டிடம் புத்தம் புதியது. பல அடுக்குகளைக் கொண்டது. விசாலமானது. அதன் மேற்கூரை சூரிய ஒளிபட்டு மின்னுகிறது. மிளிரும் சுவர்கள், பளபளக்கும் தரைகள், புதிய தளவாடங்கள் என்று அலுவலகத்தின் உட்புறத்தில் புதுமணம் வீசுகிறது. இதைக் கண்டவுடன் அம்பாவின் உதடு அவளையும் மீறி 'நம்ப முடியவில்லை' என்று முணுமுணுக்கிறது.

ஒரு கணம் சாமுவேல் தன்னுள்ளத்தில் ஒரு விதமான நிம்மதியை உணர்கிறான். முன்பொரு நாள் அம்பான் நகரத்தின் புதிய விமான நிலையத்தை கண்களால் அளந்து கொண்டிருந்தபோது, அம்பாவை மீண்டும் கப்பலில் சந்திப்பதற்கு முன்பாக, அவன் அம்பான் விமான நிலையத்தில் வந்திறங்கியபோது அவளைப் பார்த்த அக்கணத்தில் ஏற்பட்ட அதே உணர்வு. அங்கு அவள் முகத்தில் நம்பிக்கைக் கீற்று மீண்டும் துளிர் விடுவதைக் காண முடிந்தது. தீவுகளில் கிறித்துவர்களும், இஸ்லாமியர்களும் கடந்த 5 வருடங்களாக குடும்பங்களை, நண்பர்களை, அடுத்த வீட்டுக்காரர்களை, உடன் பணியாற்றுவோரை என்று ஒருவருக்கு ஒருவரை வெட்டிச்சாய்த்துக்

கொண்டிருந்த கொடுமையிலிருந்து புதிய விடியல் எழுவதன் அடையாளமாக ஒளிவீசிய அந்த விமான நிலையம் அவளுக்குத் தோன்றியது.

பளபளக்கும் தாழ்வாரங்களில் வரிசைகட்டி நிற்கும் மூடிய கதவுகளுக்கு அப்பால் நடைபெறும் ஒழுங்கீனங்களையும், மேஜைக்கு மேலும் கீழும் கைமாறும் லஞ்சத்தில் ஊறிய பணப் பரிமாற்றங்களையும், அறைகளுக்கு வெளியே இருப்போரின் சாதாரண கண்களால் ஒருபோதும் தெரிந்து கொள்ளமுடியாது.

சாமுவேலின் கண்கள், காவல்துறையில் அவனின் நம்பிக்கைக்குரிய ஒரே மனிதன் - அவன் நண்பன் - அந்த அரக்கன் எங்கே போய்த்தொலைந்தான் என்று தேடின. அம்பாவின் காதலன் குறித்த தகவல் தருவதற்கு அவ்வரக்கனால் மட்டுமே முடியும் என்று சாமுவேல் எண்ணுகிறான். அம்பா சாமுவேலை விட்டுவிட்டு திடீரென மறைந்துபோவதற்கு இரண்டு நாட்களுக்கு முன்னர் அவனை அம்பாவிற்கு அறிமுகம் செய்து வைத்தான் சாமுவேல். இப்போது அவன் தன்னைக் கட்டுப்படுத்திக் கொண்டு கவனத்தை ஒருமுகப்படுத்திக் கொள்ள வேண்டும்.

மேஜையின் பின் அமர்ந்திருந்த அந்த அதிகாரிக்கு வயது 50ஐ விட சற்று கூட இருக்கும். மெல்லிய மீசையும் சிறிய தொப்பையும் கொண்ட அந்த அதிகாரி சாமுவேலிடம் விசாரணையைத் தொடங்குகிறான்.

"நீ புருவிற்கு எப்போது வந்தாய்?''

"இரண்டு வாரங்களுக்கு முன்னால்''

"எங்கிருந்து வருகிறாய்''

"அம்பான்''

"எப்படி வந்தாய்?''

"லம்பேலு கப்பலில் வந்தேன்.''

"ஓகோ! நம்லியா ஹோட்டலில் அறை எடுத்தாயா?''

"ஆம்''

"இங்கு நீ வருவது இதுதான் முதன்முறையா?''

"இல்லை''

அந்த காவல் நிலையத்தில் உள்ள எல்லோரும் சாமுவேலை நன்கறிவர். அப்படி இருக்கையில் அர்த்தமற்ற, நோக்கமற்ற, முட்டாள்தனமான இக்கேள்விகள் வேடிக்கையாக

உள்ளதென சாமுவேல் நினைக்கிறான். அடுத்து விசாரணை அம்பாவின் பக்கம் திரும்புகிறது.

"இப்போதுதான் நீ முதன்முறையாக இங்கு வருகிறாயா?''

"ஆம்''

"பொய். நீ புரு தீவிற்கு 5 வாரத்திற்கு முன் ஒருமுறை வந்துள்ளதாக எங்கள் ஆவணம் சொல்கிறது.''

"என்னைப் பொறுத்தவரையில் அது உண்மை. ஆனால் சாமுவேலைப் பற்றி நான் சொல்ல முடியாது.''

"எங்கள் ஆவணங்களின்படி, நீ சவஜையா ஹோட்டலில் தங்கியிருந்திருக்கிறாய்.''

"ஆம் நீங்கள் சொன்னதுபோல் 5 வாரத்திற்கு முன்பு.''

"அது சரி, அந்த இடம் எப்படி தெரியும்? யார் மூலம் முன்னேற்பாடு செய்தாய்?''

"ஒரு உறவினர் மூலம்''

"யாரவன். அவன் பெயர் என்ன?''

"நீண்ட காலத்திற்கு முன் அவனோடு வார்கா வாக இருந்தவன்.''

சாமுவேல் தன்னிருதயம் நின்றுவிட்டது போல் உணர்கிறான். வார்கா என்றால் புரு தீவில் அரசியல் கைதி என்று அர்த்தம். உள்ளூர் இராணுவமும், காவல்துறையும் இந்த சொல்லை அல்லது தபோல் என்ற பதத்தை அரசியல் கைதி என்று சொல்வதற்கு அடிக்கடி பயன்படுத்தும். இப்போது கூட தபோல் என்ற சொல்லாடல் சாதாரண இந்தோனேசியன் மனதில் அரசியல் சூழ்ச்சியை நினைவுபடுத்தும். ஆட்சியாளர்களின் அரசியல் கருத்திற்கு மாறாக மாற்றுக் கருத்தை முன்வைத்தவர்களை கொடுஞ்சிறையில் சிறையிலிட்ட நிகழ்வுகளையும் அச்சொல் நினைவுகூறும்.

இந்த விசாரணை அதிகாரிகள் அனைவரும் அரசுக் கட்டமைப்பின் அப்பட்டமான கருவிகள் என்பதை சாமுவேல் நன்கறிவான். இரத்த வெறி பிடித்த கம்யூனிஸ்ட் பெண்கள் பெரிய மனிதர்களின் பிறப்புறுப்புகளை அறுத்தெறியும், கதைகளைக் கொண்ட கேவலமான பிரச்சாரத் திரைப்படங்களை ஆண்டுதோறும் பள்ளிக்குழந்தைகள் பார்க்கிறார்கள். அப்படியான பொய்களை

வரலாற்றுப் புத்தகங்கள் சுமக்கின்றன. இந்த அதிகாரிகள் அவர்களின் 30-40 வயதிலிருந்து சர்வாதிகாரி சுகர்த்தோவின் கம்யூனிஸ்ட் எதிர்ப்புப் பைத்தியக்கார சிந்தனையில் வளர்ந்தவர்கள். கம்யூனிஸ்ட் எதிர்ப்பு என்பதை தவிர வேறெதுவும் அறியாததால்தான் இவர்கள் காவல்துறையில் சேர்க்கப்படுகிறார்கள். முட்டாள்தனமான காவல்துறை கையேடுகளன்றி வேறெந்தப் புத்தகத்தையும் படித்தவர்களில்லை. இந்தோனேசிய கம்யூனிஸ்ட் கட்சி என்பதன் சுருக்கமான *PKI* என்ற பதத்தை அருவருப்பின்றி, வெறுப்பின்றி இவர்கள் பயன்படுத்துவதில்லை.

சாமுவேல் இவர்களை வெறுக்கிறான். இவர்களின் கெடுபிடியிலிருந்து சாமுவேலும் அம்பானில் பிறந்தவன் இல்லை என்றாலும் தப்புவதில்லை.

விசாரணை அதிகாரி அம்பாவை முறைத்துப் பார்ப்பதை சாமுவேல் கவனிக்கத் தவறவில்லை.

"ஆமாம், ஆமாம்! அவன் வார்காவாகத்தான் இருக்க வேண்டும்'' என்று ஏளனமாகச் சொன்ன அதிகாரி மேலும் சொல்கிறான்.

"வேறுவிதமாக சொல்வதானால் அவன் ஒரு வார்காவாக இல்லாதிருக்க முடியாது. இப்பகுதியைச் சாராத ஒருவன் நீண்ட காலத்திற்கு முந்திய 'வார்காவாக' இல்லாதுபோனால், அவன் கவனஞ்ஜயா ஹோட்டலை அறிந்திருக்க முடியாது.''

"ஓகோ''

"அந்த முன்னாள் அரசியல் கைதியான உன் உறவினன் பெயர் என்ன?''

"சுல்ஃபிகர், சுல்பிகர் ஹம்சா.''

விசாரணை அதிகாரியின் பார்வை சட்டென்று சாமுவேல் மீது ஒரு கணம் பாய்கிறது. அதன் பொருள் அந்த அதிகாரிக்கும், சாமுவேலுக்கும் மற்றும் அங்கிருந்த பிற காவல்துறையினருக்கே தெரியும்.

"சுல்பிகர் ஏன் உன்னை அந்த ஹோட்டலுக்கு அழைத்துச் சென்றான்? அவன் ஒரு அரசியல் கைதி என்பதை நாங்கள் அறிவோம். ஆனால் அதெல்லாம் பழைய கதை. அவனுக்கு இப்போது இங்கென்ன வேலை.''

"என்னோடு புரு தீவிற்கு வருமாறு நான்தான் அவனை அழைத்து வந்தேன். எனக்கு...''

தெரியாத ஓரிடத்திற்கு வேறு துணையேதுமின்றி, சுல்பிகர் போன்றவனோடு வந்தேன் என்று சொல்வதன் மூலம் பெண் என்றால் பலவீனமாவள் என்ற கருத்தில் தனக்குடன்பாடு இல்லை என்பதை அம்பா பதிவு செய்கிறாள். இதனை மற்றவர்கள் புரிந்து கொண்டார்களோ இல்லையோ, சாமுவேல் மட்டுமாவது புரிந்து கொள்கிறான்.

"நான் ஒருவரைத் தேடிக்கொண்டிருந்தேன். அதற்கு எனக்கு உதவி தேவைப்பட்டது."

"நீ யாரைத் தேடிக் கொண்டிருக்கிறாய்?''

"என் கணவரை.''

"இது நன்றாக உள்ளது. எங்கள் ஆட்களில் ஒருவரிடம் அவன் உன் கணவன் என்று சுல்பிகர் சொல்லி இருக்கிறான்.''

அம்பா தோளைக் குலுக்கிக் கொள்கிறாள். "அந்த நேரத்தில் உங்கள் ஆட்களிடம் என் கணவன் என்று சொல்வதே உகந்ததென்று சுல்பிகர் நினைத்திருந்திருக்கலாம்.''

"உங்கள் உறவினன் என்றே சொல்லியிருக்கலாமே'' அம்பா மௌனமாக இருந்தாள்.

"உண்மையைச் சொல்லியிருக்கலாம். உங்கள் உறவினர் என்று சொல்வதால் என்ன நேர்ந்துவிடப் போகிறது'' என்று அதிகாரி மேலும் சொல்கிறான்.

"நான் சொன்னதுபோலவே கணவன் என்று சொல்வதுதான் சரியென்று அவனுக்குத் தோன்றியிருக்க வேண்டும். ஒரு காலையில் எங்களைத் திடீரென்று மூன்று பேர் சூழ்ந்து கொண்டனர். ஒட்டவெட்டிய தலைமுடியையும் பிற அடையாளங்களையும் வைத்துப் பார்க்கும்பொழுது அவர்கள் இராணுவத்தைச் சேர்ந்தவர்கள் போல தோன்றியது. அவர்கள் யாரென்று சரியாகக் கணிக்க முடியவில்லை. அவர்களது நோக்கமும் புரியவில்லை. ஆக தன் உள்ளுணர்வின் அடிப்படையில் சுல்பிகர் அப்படிச் சொல்லியிருப்பான். என்னைப் போன்ற பெண்களை அந்நியரிடமிருந்து காப்பாற்ற எந்த ஓர் ஆணும் இதுபோல் சொல்வதில் தவறேதுமில்லை. மேலும் அவர்கள் தாக்கக்கூடும் என்று நாங்கள் எண்ணினோம்.

"நாங்கள் என்றால் யார் யார்?''

"நான், சுல்பிகர் மற்றும் சாமுவேல்.''

அம்பாவின் கண்களில் சாமுவேலால் விரக்தியைப் பார்க்க முடிந்தது. "காவல்துறையினரோடு உனக்குத் தொடர்பு உள்ளதல்லவா? இந்த விசாரணையெல்லாம் தேவையா முகாபுரங்கை தொல்லைப்படுத்த வேண்டாம். விட்டுவிடுங்கள் என்று வேண்டுவதற்குத்தானே நாமிங்கு வந்தோம். இதையெல்லாம் பார்த்துக் கொண்டு நீ ஏதும் செய்யாமலிருக்கிறாயே! உன்னால் என்ன பயன்?'' என்று கேட்பது போல அம்பாவின் கூர்மையான பார்வை சாமுவேலைத் துளைக்கிறது.

அம்பா அதிகாரியிடம் அழுத்தமாகச் சொல்கிறாள். "இங்க பாருங்க. நாங்கள் இங்கு வந்ததற்கு வேறு காரணம் உண்டு. என்னைத் தாக்கிய பெண்மணி மீது எந்த நடவடிக்கையும் தேவையில்லை என்று வேண்டிக் கொள்ளவே நாங்கள் இங்கு வந்தோம்.''

ஆனால் விசாரணை அதிகாரி அதை ஏற்றுக் கொள்ளவில்லை மாறாக அம்பாவிடம் ஒரு துண்டுத்தாளையும் பேனாவையும் நீட்டி "உங்கள் கணவனின் உண்மையான பெயரை எழுதுங்கள்'' என்கிறான்.

தன் உணர்வுகளை வெளிக்காட்டாமல் சற்றுத் தயங்கிய பின் அம்பா தன் கணவரின் பெயரை அந்தத் தாளில் எழுதுகிறாள். கொஞ்சம் குரூரப் பார்வையோடு அதிகாரி அப்பெயரை வாசிக்கிறான்.

அதற்கு மேல் சாமுவேலால் பொறுக்க முடியவில்லை. 'ஐயா' என்று விசாரணை அதிகாரியின் கவனத்தை தன் பக்கம் ஈர்த்த சாமுவேல்,

"இப்பெண்மணியின் கணவன் இறந்துபோனான். அவனது கல்லறையைத் தான் அவளால் பார்க்க முடிந்தது. இதை எல்லாம் நீங்கள் அறிவீர்கள். பின் எதற்கு இந்த விசாரணை'' என்று கேட்கிறான். இறுகிய முகத்தோடு மிகவும் விறைப்பாக இருந்த அதிகாரியிடம் சாமுவேல் மேலும் சொல்கிறான்.

"அம்பாவிற்கு அவள் கணவன் இறந்துபோனான் என்பதே சமீபத்தில்தான் தெரியும். நேற்றிரவு நீங்கள் கைது செய்த முகாபுரங்கை மன்னித்து விட்டுவிட வேண்டும் என்று வேண்டிக் கொள்ளவே நாங்கள் இங்கு வந்தோம்.''

அந்த அதிகாரியின் முகத்தில் கருணையின் கீற்று கூட தோன்றவில்லை. தான் எதுவும் உறுதியாகக் கூற முடியாது என்ற தொனியில் மேஜையின்மீது பேனாவால் தாளம் போடுகிறான். நீண்ட நேரம் கழித்து,

"நாங்களறிந்த வரை முகாபுரங் வேய்ப்போ முகத் துவாரத்திற்கு அப்பாலுள்ள காட்டிலுள்ள ஒரு கிராமத்தைச் சார்ந்தவள். அவள் இங்கு வசித்ததே இல்லை.'' என்று சொல்லியவாறு அந்த அதிகாரி சிறிது நேரத்திற்குத் தன் தாளம் போடும் திறமையைக் காட்டிக் கொண்டு இருந்தான். பின்னர், கட்டவிழ்த்து விடப்படுவதற்குக் காத்து நிற்கும் நாய்களைப் போல அம்பாவிற்குப் பின்னால் நின்று கொண்டிருந்த இளமையான அதிகாரியை அழைக்கிறான்.

"ஏய்... உனக்கிந்த வழக்கைப் பற்றித் தெரியுமல்லவா?''

அம்பாவைக் கடந்து முன்புறம் வந்து விடக்கூடாது என்று எச்சரிக்கையோடு ஓரடி மட்டும் முன்னுக்கு வந்த அந்த இளமையான அதிகாரி,

"ஆம் ஐயா! நாங்கள் அந்தப் பெண்ணை நேற்றிரவு விசாரித்தோம். அவள் பெயர் முகாபுரங். வயது சரியாகத் தெரியவில்லை. 50 வயதாக இருக்கலாம்.

"முகாபுரங் இப்போது எங்கிருக்கிறாள்?''

"இங்குள்ள சிறையில்,''

''அவளது கைது ஆணையின் நகல் எனக்கு எப்படி வராமல் போயிற்று? அவளைக் கைது செய்தது யார்?''

இளைய அதிகாரி ஏதோ ஒரு பெயரை முணுமுணுக்க,

விசாரணை அதிகாரியிடமிருந்து அடுத்தடுத்து கேள்விகள் பிறந்தன.

"எப்போழுது கைது செய்யப்பட்டாள்?''

"எனக்கு நினைவில்லை. ஆனால் அனைத்து விவரங்களும் இந்த அறிக்கையில் உள்ளன.

"கைது செய்த அதிகாரி எங்கே? இவ்வறிக்கை உன்னிடம் எப்படி வந்தது?''

"கைது செய்த கையோடு அந்த அதிகாரி விடுப்பில் சென்றுவிட்டார். அவரது சொந்தப் பிரச்சினை ஒன்றின் காரணமாக

விடுப்பில் செல்லவேண்டிய கட்டாயம். எனவே, அறிக்கையை என்னிடம் கொடுத்து ஆவணங்களோடு சேர்த்து வைக்குமாறு சொல்லிச் சென்றார்.''

"முகாபுரங் மீது என்ன குற்றச்சாட்டு?'' என்று கேட்டு விட்டு, அந்த அதிகாரி 'தா.. என்ன பெயரிது' என்று சொல்லியவாறு வெடிச்சிரிப்பு சிரிக்கிறான்.

சிரித்துக் கொண்டே, "முகாபுரங். பறவையின் முகம். அவள் முகம் பறவையைப் போன்றதா?'' என்கிறான்.

முகாபுரங்கின் மூக்கை பறவையின் அலகு போன்ற மூக்குபோல் கற்பனை செய்ய சாமுவேல் விரும்பவில்லை. பறவையின் சிறிய கூர்மையான கண்கள், கால்கள் போன்ற அவளின் கண்களை நினைக்கிறபோது, அதிகாரி சொன்னதுபோல முகாபுரங் என்ற பெயர் ஒரு வகையில் காரணப் பெயராகக் கூட இருக்கக் கூடும் என்ற சிந்தனையில் லயித்த சாமுவேலுக்கு, அதிகாரி சொன்னதிலுள்ள இரட்டை அர்த்தம் குமட்டலை ஏற்படுத்துகிறது.

தனது கேவலமான பெயர் ஆராய்ச்சியை அந்த அதிகாரி அத்தோடு விட்டுவிடவில்லை.

"முகாபுரங் என்பது அவளின் உண்மையான பெயராக இருக்காது. அது அவளுக்கு முந்தைய அரசியல் கைதி ஒருவன் வைத்த பெயராக இருக்கும்.

மூளையிலும், பிறப்புறுப்பிலும் நோய் கொண்ட ஒரு வாகாவினால்தான் அப்படிப்பட்ட பெயர் வைக்க முடியும்'' என்று சொல்லியவாறு தன் கால்களுக்கிடையில் சுட்டிக்காட்டுகிறான். இந்தோனேசியாவில் பிறப்புறுப்பை புரல் என்று குறிப்பிடுவார்கள். பறவை என்று இரட்டை அர்த்தத்தில் சொல்லிவிட்டு பீறிட்ட தன் சிரிப்பை அம்பா இருப்பதால் அடக்கிக் கொள்கிறான்.

"முகாபுரங்கிற்கும் அந்த வாகாவிற்கும் இடையில் என்ன பண்டமாற்றம் நடந்ததோ? அவன் அவளுக்கு, வாத்து வளர்க்க, காபி தயாரிக்க, பணம் எண்ண, கற்றுக் கொடுத்திருப்பான். பதிலுக்கு அவள் என்ன செய்திருப்பாள், நோயைத் தந்திருப்பாள். ஹா ஹா'' என்று சிரித்துவிட்டு அம்பாவை நோக்கி ''மன்னித்துக் கொள்ளுங்கள்'' என்கிறான். மன்னிப்புக் கேட்டாலும் உண்மையில், இப்படிப் பேசுகிறோமே என்ற குற்ற உணர்வைக் காட்டிலும் அவன் பேச்சில் ஏளனமே அதிகமாக இருந்தது.

சிவந்த முகங் கொண்ட இளைய அதிகாரி, சிரிப்பை அடக்கிக் கொண்டு, "முகாபுரங் இப்பெண்மணியை கொல்ல முயற்சித்தாள் என்று அறிக்கை சொல்கிறது'' என்கிறான்.

அம்பாவின் முகம் இதைக்கேட்டதும் கறுத்துப் போகிறது.

'இதுபோன்ற காதல் பிரச்சினையைச் சமாளிப்பதுதான் ஒரு காவலரின் வேலை என்று தெரிந்திருந்தால், பனியிலும் வெயிலிலும் தேகப் பயிற்சி, தடயவியல் மற்றும் துப்பறிதல் போன்ற வற்றில் பயிற்சி ஆகிய பயிற்சிகளில் காலத்தை வீணக்காதிருந்திருப்பேன். இப்போது அதெல்லாம் முடிந்துபோன கதை' என்று சிந்தித்து பெருமூச்சு ஒன்றை வெளியிட்ட விசாரணை அதிகாரி, அம்பாவிடம் கேட்கிறான்.

"சரி! என்னை அந்தக் குற்றவாளி மீது நடவடிக்கை எடுக்க வற்புறுத்துகிறீர்கள் அப்படித்தானே?''

"இல்லை. நான் எவ்வித மேல் நடவடிக்கையும் வேண்டாம் என்று சொல்லவே வந்துள்ளேன்.'

"என்னது..? புகாரை திரும்பப்பெற்றுக் கொள்கிறீர்களா?''

"நான் புகாரே கொடுக்காதபோது, திரும்பப் பெறுவது என்ற கேள்விக்கே இடமில்லை.''

"நீங்கள் கொடுக்காதிருக்கலாம்; வேறு சிலர் கொடுத்துள்ளனர். முகாபுரங் உங்களைத் தாக்கியது உண்மைதானே?''

"அதைப் பற்றி ஏதும் சொல்வதற்கு நான் இங்கு வரவில்லை. என் வாக்குமூலம் இல்லாமல் நீங்கள் எதுவும் செய்ய முடியாது. தாக்குதல் எதுவும் நடக்கவில்லை என்று எண்ணிக் கொள்ளுங்கள்.''

"சாட்சிகள் உள்ளன.''

அவை பொய் சாட்சிகள். உண்மையில் நடந்தது என்னவென்று அவர்களுக்குத் தெரியாது. இவ்வழக்கைக் கைவிடுமாறு கேட்டுக் கொள்கிறேன்.''

"அதை நீங்கள் சொல்ல முடியாது. என் மேலதிகாரிதான்; காவல்துறை தலைவர்தான் அதை சொல்ல முடியும்.''

''இதை நீங்கள் கண்டிப்பாக கைவிட்டாக வேண்டும். மானாலிசாவிடம் கேட்டுப் பாருங்கள். அவரும் அவ்வாறே சொல்வார்.''

மானாலிசா பெயரைச் சொன்னதும் நிலைமை தலைகீழாக மாறிப்போனது. விசாரணை அதிகாரியின் முகம் கல்லாகிவிட்டது. தன் விசாரணை நாடகத்தை அத்தோடு முடித்துக் கொண்டு, அந்த அதிகாரி கேட்கிறான்.

"மானாலிசா பற்றி உங்களுக்கு என்ன தெரியும்?''

"அவர்தான் என்னை கல்லறைக்கு அழைத்துச் சென்றார்.''

அந்த அதிகாரியின் அதிர்ச்சி, அம்பாவின் இறுக்கமான அமைதி, சாமுவேலை உறைய வைத்த அச்சம் யாவற்றையும் அங்கு நிலவிய மௌனம் பெரிதாக்கியது.

சாமுவேல் புரு தீவில் வாழ்ந்த காலத்தில், காவிய மனிதனாகப் போற்றப்பட்ட மானாலிசாவைச் சந்தித்ததில்லை. ஒரு வாரத்திற்கு மேல் அத்தீவில் வாழ்ந்த எவரும் அத்தீவின் உண்மையான தலைவர் மானாலிசா என்பதை அறிவர். மானாலிசாவின் கால் படாத மண் புரு தீவில் கிடையாது. அவனறியாத வழித்தடமும் அங்கில்லை. வணக்கத்திற்குரிய குருவாகவும் சிறந்த வீரனாகவும் அவன் திகழ்ந்தான். நினைத்தபொழுது தோன்றவும் மறையவும் அவனால் முடியும் என்று மக்கள் சொல்வார்கள். அவனைப் பற்றி தெரிந்து கொள்ள விருப்பமில்லாதவர்களும் அவனை ஒருமுறை கூட சந்திக்காதவர்களும் கூட அத்தீவில் தங்கள் வாழ்நாள் முழுவதும் வாழலாம்.

சாமுவேல் அப்படிப்பட்டவர்களில் ஒருவன். மானாலிசாவைப் பற்றி பேசப்படும் கதைகள் ஏராளம். மானாலிசாவின் நிமிர்ந்த, பிரம்மாண்டமான தோற்றம், துடிப்பாக இயங்கக்கூடிய அவனது ஆற்றலை வெளிக்காட்டாது. தன்னந்தனியாக, தயக்கமின்றி எப்பொழுதும் அத்தீவில் வலம் வருபவன். வேறு எவரும் அறியாதவற்றை அறிந்தவன், உதாரணமாக, எவரும் செல்வதற்கு அஞ்சக்கூடிய ஜப்பானிய செல்வப் புதையல் உள்ள இடம் எங்குள்ளது என்பதை அறிந்தவன். 1942&1945 காலத்தில் புரு தீவில் இருந்த ஜப்பானிய ராணுவ வீரர்களின் சிற்றின்ப அடிமைகளாக பல பெண்கள். (அதில் பெருவாரியாக ஜாவானியம் - பெண்களிருந்தனர்.) நடத்தப்பட்டு, பின்னர் இரண்டாம் உலகப் போரில் தோற்றபிறகு புரு தீவிலேயே கை விடப்பட்டனர்.

சுகுண் இயன்ஃபு என்றழைக்கப்படும் அந்த கைவிடப்பட்ட பெண்கள் மறைந்து வாழுமிடத்தையும் மானாலிசா அறிவான்.

அவன் அப்பெண்களைச் சந்தித்துள்ளவன் என்ற நினைப்பே அப்பெண்கள் இன்றும் வாழ்கிறார்கள் என்ற ஐயத்திற்கு முற்றுப்புள்ளி வைத்துவிடும்.''

சாமுவேலின் இந்த சிந்தனை ஓட்டத்தைத் தடுக்கிறது சட்டென்றெழுந்த விசாரணை அதிகாரியின் கேள்வி. அம்பாவிடம் திகைப்போடு கேள்வி கேட்ட அதிகாரியின் குரலில் இப்போது மிடுக்கு சற்றுக் குறைந்து போகிறது.

"மானாலிசா என்னைக் கண்டு பிடித்தார்'' என்று அம்பா சொல்லுகிறபோது அவள் குரலில் வெற்றியின் வாசம் வீசுகிறது.

அப்போது தொலைக்காட்சியில் வரும் திடீர் திருப்பம்போல, அந்த அறையின் கதவுகள் தட்டப்படுகின்றன. அதைத் தொடர்ந்து, ஒரு பிரம்மாண்ட ஆலமரம் வருவதுபோல, சாமுவேல் செவிவழியாகக் கேள்விப்பட்ட அந்த உருவம் கொண்ட, நிமிர்ந்த ஆஜானுபாகுவான, எவரையும் கவர்ந்திழுக்கும் தோற்றம் கொண்ட அம்மனிதன் உள்ளே நுழைகிறான். அவன் முகத்தில் வெட்டுக் காயங்களும், தீக்காயங்களும் நிறைந்திருக்க, கரிய அகன்ற மார்பிற்கு அந்த கல்லாலும் தோலாலுமான நெக்லஸ் அழகு சேர்க்கிறது. அவன் தோளின் பின்புறம் கட்டப்பட்டிருந்த ஈட்டி இரத்தத்தால் துரும்பேறியிருக்கிறது. அம்பாவை நோக்கி நீளமான அடியெடுத்து வந்தவன், அம்பாவை நெருங்கியதும் நிற்கிறான்.

மிடுக்கு நிறைந்த காவல்துறை அந்தக் கணப்பொழுதில் நிலைகுலைந்து போகிறது. ஒரு கணம் அனைவரும் மூச்சின்றி நிற்கின்றனர். அறைக் கதவுகளுக்கு அப்பால், தன் நண்பன் - அரக்கன். முதல்நிலை காவலர் சபாருதின் நிற்பதை சாமுவேல் காண்கிறான்.

மிகுந்த மரியாதையை வெளிக்காட்டியவாறு நின்று கொண்டிருந்த விசாரணை அதிகாரியை நோக்கி தன் பிரம்மாண்ட கரங்களை நீட்டியவாறு, மானாலிசா சொல்கிறான். திகைப்போடு அம்பாவை வைத்த விழி வாங்காமல் பார்க்கிறான் சாமுவேல். தனது பதற்றத்தை மிகுந்த சிரமத்தோடு அடக்க முயற்சித்தவாறு விசாரணை அதிகாரி கூனிக் குறுகிப்போகிறான். அப்படி எந்த ஒரு மனிதனையும் சாமுவேல் அதுவரை பார்த்ததில்லை. அதுபோல புதிய உற்சாகம் பெற்று நிற்கிற அம்பாவைப்போல வேறெந்தப் பெண்ணையும் சாமுவேல் அதுவரை பார்த்தத்தில்லை.

சிறிது நேரம் கழிந்த பின்னர், மானாலிசா முகாபுரங்கோடு சாமுவேல் மற்றும் அம்பாவை அழைத்துச் செல்ல ஹசன் ஒரு வேன் கொண்டு வருகிறான். அவ்வேன் மறைந்து விடுவதற்குள் அதைப் பிடித்துவிட வேண்டும் என்ற எண்ணத்தில் ஓடுவதுபோன்று அதை நோக்கி ஓட்டமும் நடையுமாக அம்பா விரைகிறாள். வேனில் ஏறுவதற்கு முன்னர், வேன் ஜன்னல் கண்ணாடியில் பார்த்தவாறு தன் தலைமுடியை சரி செய்து கொள்கிறாள். கண்ணாடியில் தெரிந்த அந்த பிம்பத்தின் அழகு கண்டு, சாமுவேல் இதயம் துடிப்பதை நிறுத்திக் கொள்கிறது.

3

வேய்ப்போ தந்த ஞானி

ஏது பழமையான வீரம் என்று ஒரு மூத்த மாவீரனிடம் கேட்டால், அவன் கடமையாற்றுவதுதான் வீரம் என்று சொல்வான். ஆம் எல்லாவற்றையும் விட பிரதமானமானது கடமைதான்.

முகாபுரங்கை அவள் கிராமத்தில் சேர்ப்பிக்கிற போது அம்பாவும் சாமுவேலும் மறவாமல் மானாலிசாவின் அருகில் நின்று கொண்டனர். அங்கு தலைவனுக்கு போலி வாழ்த்தொலி ஏதுமில்லை. இனிய வார்த்தைகளுக்கு, காவல்துறையின் கர்வத்திற்கும் அங்கு இடமுமில்லை.

மானாலிசா உண்மையில் பிரசித்திபெற்றவன் தான். அவனது கட்டுடல், அசாதாரணமான அவனின் நூறு வயது. அவன் வாழ்கிறான் என்ற செய்தி என்று அவன் குறித்த எதுவும் பிரசித்திதான். இறந்துபோன மாவீரன் பீஷ்மாவின் பெயரை அவன் உச்சரித்தபோது பீஷ்மா மீது அவன் கொண்டிருந்த அன்பும், பீஷ்மா குறித்த அவன் நினைவுகளும் வெளிப்படுகின்றன. அந்த அன்பும், நீங்கா நினைவும் மேலும் திகைப்பைத் தருவதாக உள்ளன. ராணா ஏரியின் ஆழத்தை ரத்த (நெஞ்சின்) ஆழத்திலிருந்து வருவதுபோல அவனது குரலும், நினைவுகளும் அமைந்திருந்தன. சுல்பிகர், பீஷ்மாவின் மற்றொரு தோழன். அவனிடம் பீஷ்மா கொண்டிருந்த அன்பும், நட்பும் கூடுதலாகவும் வெளிப்படையாகவும் இருந்ததென்றால், மானாலிசாவுடன் கொண்ட நட்பும் அன்பும் உள்ளார்ந்தும் ஆழமானதாகவும் இருந்தது.

பீஷ்மாவைத் தன் உடன்பிறந்தவன் என்று சொல்லிக் கொள்வதில் மானாலிசா குறியாக இருந்தான். பீஷ்மா குறித்த நினைவுகளை, அதன் தொடக்கத்திலிருந்து அசைபோட அவன் விரும்பினான்.

புரு தீவு தண்டனைத் தீவாக இருந்து வந்தது. அரசியல் கைதிகள் அத்தீவிற்குக் கொண்டு வரப்பட்டனர். அவ்வாறு அத்தீவிற்கு அனுப்பப்பட்ட மூன்றாவது குழுவிலிருந்து பீஷ்மா மானாலிசாவிற்கு அறிமுகமாகிறான். பீஷ்மாவைப் பொறுத்தவரை கடமை உணர்வு என்பது பிறர் சொல்லி வருவதல்ல. அது ஒருவனது வாழ்வோடு இணைந்தது, விதியைப்போல.

அரசியல் கைதிகள் புரு தீவில் வாழ்ந்த வாழ்க்கை வேறுவிதமாக இருந்திருக்குமானால், விதி என்ற சொல் பொருளற்றதாகப் போயிருக்கும். பீஷ்மாவிடம் மானாலிசாவிற்கு ஏற்பட்ட சகோதரபாசம் துளிர்விட்ட தருணம் மானாலிசாவின் மனதில் பசுமையாக இருந்தது. அவன் காட்டின் விளிம்பிலிருந்தவாறு பீஷ்மாவை பலமாதங்களாக கவனித்து வந்தான். பீஷ்மா சிறைக் கொட்டடிகள் ஒவ்வொன்றாகச் சென்று, சில நேரங்களில் ஒவ்வொரு சிறையாகச் சென்று நோயாளிக் கைதிகளுக்கு மருத்துவம் பார்த்து வந்ததையும், பெரிய கெடுபிடியான காவலின்றி பல நேரங்களில் காவல் ஏதுமேயின்றியும் பீஷ்மா மருத்துவப் பணியாற்றி வந்ததையும் எட்ட நின்று கவனித்து வந்த மானாலிசா பீஷ்மாவை வழிமறித்து சந்திப்பதென முடிவெடுக்கிறான். மானாலிசாவைப் பார்த்தவுடன், அவன் தோற்றம் கண்டு திகைத்துப் போய் நிலைகுலைந்து பீஷ்மா பூமியில் அமர்ந்துவிட்டான். பீஷ்மா எழுவதற்கு மானாலிசா கைநீட்டிய அத்தருணத்தில் அவர்களுக்கிடையிலான நட்பு மலர்ந்தது. அவர்களிருவரின் விதிகளும் பின்னிப் பிணைந்த தருணம் அது.

நட்பு மலர்ந்த சில நாட்கள் கழித்து மானாலிசா காட்டின் உட்பகுதிக்குச் சென்றுவிட்டான். அதன் பின் பல மாதங்களாக பீஷ்மாவை அவன் சந்திக்கவில்லை. இருப்பினும் ஒருவர் மீது ஒருவர் கொண்டிருந்த மதிப்பை அவன் அறிவான். பின்னர் அவனைச் சந்திக்கும் பொழுதெல்லாம் பீஷ்மா தன் உள்ளார்ந்த எண்ணங்களை மானாலிசாவிடம் பகிர்ந்து கொண்டான்.

சிறைச்சாலைக் காவலர்கள் மீது தனக்கிருந்த கோபம்தான் பீஷ்மா மானாலிசாவிடம் பகிர்ந்து கொண்ட எண்ணங்களில் முதலாவதாகும். "விவசாயம் பார்த்திராத புரு தீவை நெல்விளையும் வயலாகவும், விற்பதற்கும் உண்பதற்குமான காய்கறிகள் விளையும் விளைநிலமாகவும் மாற்றிட, அரசியல் கைதிகளான எங்கள்

உழைப்புச் சுரண்டப்படுகிறது. எங்களை இந்த நரகத்தில் அடைத்தவர்கள், நாங்கள் இங்கேயே மடிந்துவிட விரும்புகிறார்கள். எங்களை இந்த திறந்தவெளி இயற்கைச் சிறையில் கொன்று, எவ்வித அடையாளமும் இன்றி இங்கேயே புதைத்துவிட விரும்புகிறார்கள்.

மானாலிசா பீஷ்மாவைப் பற்றி பெருமையோடு பேசுகிறான். என் சகோதரன் அமைதியாகத் தன் வாழ்க்கையை நேசிக்கத் தெரிந்தவன். எப்போதும் தன் உணவை பசியால் வாடும் யாருடனாவது பகிர்ந்து கொள்பவன், கடுஞ்சொல் சொல்லாதவன். திருடும் சூதும் இதில் ஏதும் அறியாதவன், அவனுக்குத் தன்னோடு சிறையிலிருந்த சக கைதிகளே எஜமானர்கள். அவர்களுக்கு எப்போதும் அவன் விசுவாசத்துடன் இருப்பதால் அனைவராலும் அதிகமாக நேசிக்கப்பட்டவன். பீஷ்மா தனக்கென்று எதுவும் வைத்துக் கொள்ளாததால், பீஷ்மாவின் தோழர்கள் அவனை சிறந்த கம்யூனிஸ்ட் என்று சொல்வதை மானாலிசா கேட்டிருக்கிறான். பீஷ்மா கொள்கைப் பிரச்சாரம் செய்யாத, புரட்சிக்கு உதவாத கருப்புக் கவிதைகளை எழுதுவான். இந்தக் காரணத்தால் பீஷ்மாவின் தோழர்கள் அவனை 'மோசமான கம்யூனிஸ்ட்' என்றும் சொல்வதுண்டு.

ஒரு நாள் பீஷ்மா தன் சக கைதிகள் ஆறு பேருடன் ஒரு மரத்தடியில் அமர்ந்திருப்பதை அருகேயிருந்த காட்டின் மறைவிலிருந்து மானாலிசா கவனித்துக் கொண்டிருந்தான். நாள் முழுவதும் கடுமையாக உழைத்த பின்னர், அவர்கள் மரத்தடியிலிருந்தவாறு சூரிய ஒளியில் வெந்து கொண்டிருந்த புற்களை கூர்ந்து பார்த்துக் கொண்டிருந்தனர். சிலர் மேகங்களின் வடிவங்களைக் காற்றில் வரைந்து கொண்டிருந்தனர். அநேகமாக எவரும் வேறு எவரையும் கண்டுகொள்ளவில்லை.

தன்னருகில் இருந்த ஒருவனிடம் தங்களைக் கடந்து பறந்து சென்ற பறவையின் நிறம் என்னவென்று பீஷ்மா கேட்டது மானாலிசாவின் காதில் விழுந்தது. பீஷ்மாவின் நெருங்கிய நண்பனான சுல்பிகர் பறவையின் நிறம் சிவப்பும் பச்சையும் என்று பதிலளித்தான். சிவப்பும் பச்சையுமா, இரண்டு நிறங்களா என்று முணுமுணுத்தவாறு மரத்தின் மீது சாய்ந்து கொண்ட பீஷ்மா, "நான் ஒரே ஒரு நிறம் என்று நினைத்தேன்' என்று பெருமூச்செறிந்து மீண்டும் மீண்டும் சொல்லியதை மானாலிசாவால் கேட்க முடிந்தது.

வண்ணங்களை பீஷ்மாவினால் சரியாக அடையாளம் காண முடியாது என்பதை மானாலிசா அப்போது புரிந்து கொண்டான்.

தனது மலரும் நினைவுகளிலிருந்து சட்டென்று விழித்துக் கொண்ட மானாலிசா அம்பாவிடமும் சாமுவேலிடமும் சொல்கிறான்.

'படபடவென்று ஒரு பறவை தன்னிறகுகளை அடித்துக் கொள்வதால் அதைப் பார்க்கிற ஒருவனின் பார்வையில் பறவைகளைவிட மேம்பட்டவர்களல்ல? என்பதை பறவைகள் நன்கறியும். நிறங்களை அடையாளம் காண முடியாது. உலகில் எப்படி வாழ்வது? பீஷ்மா எப்படிச் சமாளித்தானோ?

சாமுவேல் ஆழ்ந்த சிந்தனைக்குள் மூழ்கிப் போகிறான். "ஆக பீஷ்மா நிறக்குருட்டுக் குறைபாட்டால் பாதிக்கப்பட்டிருந்திருக்கிறான். என்ன கொடுமை! பீஷ்மாவைப் பொறுத்தவரை சிவப்பு, பச்சை எல்லாம் ஒன்றுதான். கருப்பு வெள்ளையைத் தவிர அவன் வாழ்வில் வேறு நிறத்திற்கு இடமில்லை. எது எப்படியோ பீஷ்மாவின் நிலை கொடூரமாக இருந்திருக்கும். வாழ்வின் அனைத்துக் கணங்களிலும் நிறத்தைத் தவறாக அடையாளம் கண்டு, தான் ஒரு நிறக்குருடு என்பதை வெளிக்காட்டும் ஆபத்து இருந்திருக்கும். தன் குறையைப் பிறரிடமிருந்து மறைப்பதற்காக அவன் கவனமாக உரையாடியிருக்க வேண்டும். அவனுடைய நிறமற்ற உலகில் வாழ்வதற்கான மனநிலையைப் பெற்றதன் மூலமும் பிறர் தரும் விளக்கங்கள் வழியாக நிறங்களை அடையாளம் கண்டதன் மூலமும், அதன் பிரச்சினைகளை ஓரளவு சமாளித்திருக்கக்கூடும்.

"என் நண்பனின் பெயர் எனக்கு மிகவும் பிடித்திருந்தது என்று அவனிடம் நான் சொல்லியிருக்கிறேன். அந்தப் பெயரின் ஒலி எனக்குப் பிடித்திருந்தது. நான் என் நண்பனிடம் ஏன் அவன் பெயரை பீஷ்மோ என்று உச்சரிப்பதில்லை என்று கேட்டேன். ஜவானிய மக்கள் சொல்லின் இறுதி அசையை 'ஓ' என்றே உச்சரிப்பார்கள் என்பது என் எண்ணம். என்னைப் பொறுத்தவரை ஜவானிய மக்கள் எப்போதும் குழப்பமானவர்கள்.'' பீஷ்மா நான் சொன்னதை ஏற்றுக்கொண்டது திகைப்பைத் தந்தது.

"நான் நீண்ட காலம் இந்தோனேசியாவில் தாங்கியதில்லை. வெளிநாட்டில்தான் வாழ்ந்தேன். என்னை எவரும் பீஷ்மோ என்று

அழைத்துவிடக்கூடாது என்பதற்காக, என் பெயரின் இறுதி அசைச்சொல் 'ஆ' என்றிருக்கும் வண்ணம் எனக்கு பீஷ்மா என்று என் அம்மா பெயரிட்டார்கள். பெயரிலுள்ள எழுத்துகளுக்கேற்பவே பெயர்களை உச்சரிக்க வேண்டும் என்பதே என் கருத்து. என்ன, சரி தானே! ஏன் தேவையின்றி குழப்ப வேண்டும்.'' என்று பீஷ்மா என்னிடம் சொன்னான்.

இவ்வாறு பீஷ்மா குறித்த தன் நினைவுகளைப் பகிர்ந்து கொண்ட மானாலிசா, காட்டுக்குள் அவர்கள் சந்தித்துக் கொண்டதையும் அதன் மூலம் அவர்கள் பல ஆண்டுகள், நட்பு தொடர்ந்ததையும் விளக்குகிறான்.

'ஆனால் *1970*-ன் இறுதியில் என்று நினைக்கிறேன். அவன் திடீரென்று மறைந்துபோனான். சிறை முகாமை இடம் மாற்றிவிட்டார்கள். கைதிகளை அவரவர் ஊர்களுக்குக் கொண்டு சென்ற கப்பல்கள் ஒன்றில் ஏறி பீஷ்மா ஜகார்த்தா சென்று புதிய வாழ்க்கை வாழ்கிறான் என்று நான் நினைத்தேன். அவனைப் பிரிந்ததால் ஏற்பட்ட இழப்பைப் போல் பேரிழப்பை வேறு எப்போதும் பெற்றதில்லை. என்ன நடந்தது ஏது நடந்தது என்று அறிந்து கொள்வதற்கு நான் அப்போது மானாலிசாவாக ஆகிவிடவில்லை.

பீஷ்மா மறைந்து போவதற்கும், ஒளிந்து வாழ்வதற்கும் நியாயமான காரணம் இருந்தது. அது குறித்த நினைவுகள் சாமுவேலுக்குள்ளும் எழுகிறது. சிறை முகாம்கள் மெல்ல மெல்ல ஆனால் உறுதியாக இரண்டாண்டுகளில் கலைக்கப்பட்டன. *1977* இறுதியில் சர்வாதிகாரி சுகர்த்தோவின் ஆட்சி புரு தீவிலிருந்த சிறை முகாம்களைக் கலைப்பதென்றும் கட்டாய உழைப்பைக் கைவிடுவதென்றும் முடிவெடுத்தது. எனினும் ஒவ்வொரு சிறைத்தொகுதியும் அவர்களுக்கு நிர்ணயிக்கப்பட்ட மரத்துண்டுகளை வழங்க வேண்டும் என்பது தொடரவே செய்தது. எல்லாவற்றையும் தொலைவில் இருந்தவாறுதான் மானாலிசா கவனித்துக் கொண்டிருந்ததாக மானாலிசா சொல்கிறான். அங்கு சிறை வைக்கப்பட்டிருந்தவர்களில் பலருக்கு வயதாகிவிட்டது. பலர் நோயாளியாகி விட்டனர். பீஷ்மா அவர்களை மருத்துவப் பரிசோதனை செய்வதை மானாலிசா தொலைவில் இருந்து பார்த்துக் கொண்டிருந்தான். வயதானவர்களுக்கும் நோயாளிகளுக்கும் முன்னுரிமை அளித்து யார் யாரையெல்லாம் முதலில் விடுவிப்பது

என்று முடிவெடுப்பதில் பீஷ்மா உதவியாக இருந்தான். எனவே, அவன் தீவிலேயே தங்கவைக்கப்பட்டான்.

அதை மட்டுமல்ல, முகாம் வாழ்க்கையில் ஏற்பட்ட விரைவான மாற்றத்தையும் அவனால் காண முடிந்தது. சிறைக் கொட்டடிகள் புதிய நகரத்தைப் போல் தோற்றமளித்தன. ஜகார்த்தாவிலிருந்து பலர் புரு தீவிற்கு வந்திறங்கினர். அவர்களில் பெரும்பாலோர் ஆவல் ததும்பும் கண்களும், கொஞ்சும் புகைப்படக் கருவிகளையும் கொண்ட பத்திரிகையாளர்களாக இருந்தனர். கால்பந்தாட்டத்திடல் ஒரே இரவில் எங்கெங்கும் நிறைந்து வழியும் கண்காட்சி அரங்கமாக மாறிப்போனது. அதுவரை சேமித்திருந்தவற்றை விற்றுக்கொண்டும், பண்டங்களைப் பரிமாறிக்கொண்டும், விற்பதுவும் வாங்குவதுமாகவும் முன்னாள் கைதிகள் சுறுசுறுப்பாக இயங்கிக் கொண்டிருந்தனர்.

அந்த சமயத்தில்தான் சாமுவேல் புரு தீவை விட்டு நீங்கினான். இருப்பினும் தாங்கள் விடுதலையாகப் போகிற சமயத்தில் கைதிகளுக்கு ஏற்பட்ட உணர்வுகளை சாமுவேலால் எளிதாக புரிந்து கொள்ள முடிந்தது.

இருவேறு உணர்வுகளுக்கு மத்தியில் கைதிகள் இருந்திருப்பார்கள் என்பதை அவனால் உணர முடிந்தது. ஒருபுறம் தாங்கள் கனவிலும் எதிர்பாராத புதிய வாழ்வை வாழப் போகிறோம் என்ற மகிழ்ச்சி. மறுபுறம் அரசு திடீரென தன் முடிவைமாற்றிக் கொண்டது என்று முகாம் தலைமை அறிவித்துவிடுமோ என்ற அச்சம்.

சொர்க்கத்திலிருந்து வந்திறங்கியது போல இரு பெரிய கப்பல்கள் துறைமுகத்திற்கு வந்து சேர்ந்தன. முதல்முறையாக கைதிகள் தங்கள் சீருடையிலிருந்த கைதி எண்களை அகற்ற அனுமதிக்கப்பட்டனர். அங்கு இரைச்சல்களுக்கும், சாபங்களுக்கும் மாற்றாக முணுமுணுப்பின் சத்தமே நிறைந்திருந்தது. விடுதலை நடவடிக்கைகள் முழு வீச்சோடு அரங்கேறிக்கொண்டிருந்தன.

சட்டென்று புரு தீவின் முகம் முந்தைய நிலைக்கு மாறிப்போனது. சிறைச்சாலையின் மணியொலியும் மரமறுக்கும் இரைச்சலும் இல்லாத அந்த முகம் மானாலிசாவின் வாழ்க்கையில் பரிச்சயமான முகம். சிறைக் கொட்டடிகளைச் சுற்றியிருந்த அனைத்து வேலிகளும் அகற்றப்பட்டன. கண்காணிப்புத் தூண்கள், அகற்றப்பட்டு மறைந்துபோயின.

துறைமுகத்திலிருந்து வெளியேறுகிற ஒவ்வொரு படகையும் மானாலிசா உன்னிப்பாகக் கவனித்து வந்தான். 1979ம் ஆண்டு டிசம்பர் மாதம் 20ம் நாள் புரு தீவிலிருந்து கைதிகளை ஏற்றிச் சென்ற இறுதிப்படகும் சென்றது. எந்த படகிலும் பீஷ்மாவைக் காணவில்லை. அவ்வப்போது தான் மாயமாகிவிடுவதுபோல பீஷ்மாவும் மாயமாக மறைந்து போனதை மானாலிசா புரிந்து கொண்டான். பீஷ்மா தனக்கிணையானவன் என்பதை ஏற்றுக் கொண்டான்.

முதுமையிலும் சுறுசுறுப்பான அந்த மாவீரன் சட்டென்று தன் தொடையைத் தட்டுகிறான். வாய்விட்டுச் சிரித்தவாறு, "இல்லை இல்லை" என்று சொல்வதுபோல் தன் தலையை அசைத்துக் கொண்டு சொல்கிறான்.

"நான் எண்ணியது போல பீஷ்மா ஒரேயடியாக மறைந்துவிடவில்லை. இரண்டு அல்லது மூன்றாண்டுகளுக்குப் பின்னர் அவனை மீண்டும் சந்தித்தேன். மலைப்பகுதியில் எதேச்சையாக நிகழ்ந்த சந்திப்பு, அது. இம்முறை அவன் என்னை வியப்பில் ஆழ்த்தினான். அவன் மிகவும் மாறிப்போயிருந்தான். முன்னைவிட மிகவும் மெலிந்து காணப்பட்டான்.''

தனது தாடையை இறுக்கிக் காண்பித்தவாறு மானாலிசா தொடர்கிறான்.

அவனது கன்னங்கள் இப்படி ஒட்டிப்போயிருந்தன. ஒரு பெரிய பாறையின் மீது முற்கால முனிவனைப்போல அவன் அமர்ந்திருப்பதைக் கண்டேன். அவன் என்னைப் போல தோற்றமளிக்க முயற்சிப்பது போல் தோன்றியது. ஹா..ஹா..ஹா..''

"அப்பாறையின் மீதேறி அவனருகில் அமர்ந்துகொண்டேன். 'மாயமாக மறைந்து போனாய். ஆனால் புரு தீவைவிட்டு நீ செல்லவில்லையே ஏன்?'' என்று அவனிடம் கேட்டேன். அவன் சிரித்துக் கொண்டே, "சகோதரா, உனக்கு என்னை நன்கு தெரியும். நான் மீட்டெடுப்பதற்கு ஏதுமில்லை. நான் இழந்தவை இழந்தவைதான். அவை இப்போது என்னுடையவை அல்ல. மீண்டும் உறவு கொண்டாடுவதற்கு" என்றான்.

அவர்களிருவரும் முதல்முறை சந்திப்பதுபோல எவ்வாறு சரளமாக உரையாடிக்கொண்டிருந்தார்கள் என்பதை மானாலிசா வியப்போடு நினைவு கூர்கிறான்.

"புதிய தாடி, புதிய நீண்ட பிடரிமயிர் என்று புதிய தோற்றத்திலும் சூரியனைப்போல ஒளிரும் முகத்தோடு பீஷ்மா அழகாகவே இருந்தான்.

பீஷ்மாவும் மானாலிசாவும் தகவல்களைப் பரிமாறிக்கொண்டனர். தன்னுடைய சக கைதிகளின் கதைகளை பீஷ்மா பகிர்ந்துகொண்டான். அக்கைதிகளில் ஒருவன் தன் மனைவி மறுமணம் செய்து கொண்டதால் ஊர் திரும்ப மறுத்துவிட்டான் என்று சொல்லிய பீஷ்மா'' தன் மனைவி வேறு ஒருவனோடு வாழ்கிறாள் என்பதைவிட ஒருவனுக்கு அவமானம் ஏதுமில்லை'' என்றான்.

"நீ ஏன் ஊர் திரும்பவில்லை. உனக்கென்னாயிற்று?'' என்று நான் கேட்டேன்.

"ஊர் திரும்புவதற்கு எந்த அவசியமும் எனக்கில்லை. நான் அவமானத்தில் சிதைந்து போவதற்கும் ஏதுமில்லை. என் பெற்றோருக்கும் கம்யூனிசத்திற்கும் காததூரம். நான் விரும்பியதெல்லாம் என் பெற்றோர்களும், சகோதரிகளும், நான் காதலித்த பெண்ணும் அமைதியாக அவரவர் வாழ்க்கையை வாழ வேண்டும் என்பதுதான். அதற்கு, அவர்களைப் பொறுத்தவரை நான் இறந்தவன் இறந்தவனாக இருப்பதுதான் நல்லது.'' இது பீஷ்மா.

அதுவரை வெட்கத்தோடு அமைதியாக இருந்த அம்பா சட்டென்று வெடித்து அழுகிறாள். "இல்லை, இது உண்மையல்ல. அவன் இறந்துபோனான் என்ற எண்ணத்தோடு நான் அமைதியாக மகிழ்ச்சியாக வாழ்வேன் என்று எப்படி பீஷ்மாவால் சொல்லமுடிந்தது? என்னால் நம்பமுடியவில்லை'' என்று அம்பா அரற்றுகிறாள்.

அம்பாவின் வலியை உணர்ந்த மானாலிசா தன் பேச்சை சற்று நிறுத்திவிட்டுப் பின் தொடர்கிறாள். "சுகர்த்தோவின் பொய்க் கருணையால் புலம்பெயர்ந்த இடத்தில் வாழ பீஷ்மா விரும்பவில்லை. பிறரைப் போல அப்பொய்க் கருணைக்கு அவன் நன்றி பாராட்ட விரும்பவில்லை. எனவே, அந்த இடத்திலிருந்து வெகு தொலைவிலிருந்த வேய்ப்போவிற்கு திரும்புவதென அவன் முடிவெடுத்தான். இரண்டு வருடங்களுக்குள் தன் உடைமைகளோடு அங்கு குடிபெயர்ந்தான். வேய்ப்போ குளிர்ச்சியான காடுகள் நிறைந்த இடம். முன்பொரு முறை சிறைமுகாம் ஒன்று அங்கிருந்தது. பீஷ்மா தனக்கு மரங்களென்றால் மிகவும் பிடிக்குமென்றும், அதனால் மரங்கள் நிறைந்த அந்த இடம் தன் மனதிற்கு மிகவும்

பிடித்துப் போயிற்று என்றும் சொன்னான். நதி முகத்துவாரத்தருகே தங்கிவிடுவதென பீஷ்மா முடிவு செய்தான். நீரோட்டத்தின் இசையைக் கேட்டவாறு வாழவே அவன் விரும்பினான்.

சுதந்திர மனிதனாக, தான் விரும்பிய இடத்தில் பீஷ்மா வாழத் தொடங்கிய பிறகு அவனும் மானாலிசாவும் அடிக்கடி சந்தித்துக் கொண்டனர். தங்கள் அனுபவங்களைப் பகிர்ந்து கொண்டனர். தனது பெற்றோர்கள் பற்றி, தான் தீர்த்துவைத்த அல்லது கட்டுப்படுத்திய நோய்கள் பற்றியெல்லாம் மானாலிசாவிடம் பீஷ்மா சொன்னான். மானாலிசா, பீஷ்மாவிற்கு வேட்டையாடக் கற்றுக் கொடுத்தான். இரத்தம் குறித்து, சித்தபிரமை குறித்து பீஷ்மா பேசினான். மானாலிசா பீஷ்மாவிற்கு எவரும் அறியாத பல கல்லறைகளைக் காட்டினான். ஒவ்வொரு கல்லறையின் பின்னணியிலுள்ள கதைகளை எடுத்துச் சொன்னான். மக்களின் வாழ்க்கையைப் பற்றியும் அதை அவர்கள் எப்படி ஏற்றுக்கொண்டார்கள் என்பது பற்றியும் மானாலிசாவும் பீஷ்மாவும் விவாதித்துக் கொண்டார்கள்.

நான் பீஷ்மாவிடம் கேட்டேன்.

"நீ மற்றவர்கள் போல் இல்லையே எப்படி?''

"நான் இன அடையாளங்களை வைத்து மனிதர்களைப் புரிந்து கொள்வதில்லை.

"ஜவானியர் என்றால் என்ன?''

''கலப்பினம், கற்பனையானது என்று கூட சொல்லலாம். அதுமட்டுமல்லாமல், நான் முழுமையாக ஜாவாவை சேர்ந்தவன் இல்லை. மேற்கு சுமத்திராவையும் சேர்ந்தவன்.'' என்றான் பீஷ்மா.''

"ஓ, அதை உன்னிடம் சொன்னானா'' என்று இடை மறித்த அம்பா, சற்று தயங்கிய பின், மெதுவாக "அருமை'' என்கிறாள்.

மானாலிசா சற்று நேரம் அம்பாவை கூர்ந்து நோக்க, நீண்ட மௌனம் அவ்விடத்தை ஆக்கிரமித்துக் கொள்கிறது. அம் மௌனத்தைக் கலைத்துவிட்டு மானாலிசா அம்பாவிடம் சொல்கிறான்.

"பீஷ்மாவிடம் ஓர் உள்ளார்ந்த வலியிருப்பதை என்னால் எப்போதும் உணர முடிந்தது. அவனை எப்போதும் தின்று கொண்டிருந்த வெளிக்காட்டாத வலி அது. அவனாகவே அதைக் கூறட்டும் என்று பல மாதங்கள் காத்திருந்தேன். ஒரு நாள் பீஷ்மா அது குறித்து வாய் திறந்தான். அவனுள் உறைந்துபோன பெண்ணைப்

பற்றிக் கூறினான். அவனுக்கு அவள் அவன் அம்மாவைப் போலிருந்தாலும், அம்மாவிடமிருந்து மாறுபட்டுமிருந்தாள். மற்ற அனைவரிடமிருந்தும் வேறுபட்டுமிருந்தவள். அவன் தேசத்து அரசியாக அவள் இருந்தவள்; பல ஆண்டுகளாகப் பிரிந்து இருந்தாலும் என்றும் அவன் உள்ளத்தில் வாழ்பவளாக அவள் இருந்தாள். அவன் எங்கு நோக்கினும் அங்கு தென்படுபவள், அவனின் விதியாகிப் போனவள்; அவள் கடமையாகிப் போனவள், அவனுக்கு எல்லாமுமாகிப் போனவள்.

பீஷ்மா அடுத்த நாள் மானாலிசாவை ஒரு மெரந்தி மரத்திற்கு அழைத்துப் போனான். பீஷ்மாவின் பாசத்திற்குரிய மரம் அது. முன்னர் இரண்டு சிறை முகாம்கள் - முகாம் XVI மற்றும் முகாம் XV இருந்தது. அந்த மரத்தின் அடிப்பகுதியில்தான் பல ஆண்டுகளாக தன் கடிதங்களை பீஷ்மா மறைத்து வைத்திருந்தான்.''

தன் கண்களின் ஈரத்தை மறைத்துக் கொண்டு மானாலிசா தொடர்கிறான்.

"பெண்ணே அம்பா! அன்று முதல் நான் உனக்காகக் காத்திருக்கத் தொடங்கினேன். பீஷ்மா குறிப்பிட்ட அந்த பெண் நீ தான். உனக்காகக் காத்திருந்த கடிதங்களைப் பெற்றுக் கொள்ளவே நீ இங்கு வந்துள்ளாய்.''

"**நீ**யும் மானாலிசாவும் எப்படி சந்தித்துக் கொண்டீர்கள்?''

தன்னுள் எழுந்த கேள்வியை அடக்க முடியாது அம்பாவிடம் சாமுவேல் கேட்கிறான். அப்போது தன்னை ஏமாற்றிவிட்டு மாயமாக மறைந்து போக கூட்டுச் சதி செய்த பங்காளிகளான அம்பாவும் உபாருதினும் பொருள் பொதிந்த பார்வையைப் பரிமாறிக் கொள்வதை சாமுவேல் கவனிக்கிறான். நீண்ட மௌனத்திற்குப் பின் அம்பா, 'அவள் நம்லியா வந்து சேர்ந்த அன்று மதியம் சபாருதின் அவளைச் சந்தித்ததை விவரிக்கிறாள். 'சாமுவேலுக்குத் தெரியாமல் சபாருதினின் கைபேசி எண்ணை அம்பா பெற்றுக் கொண்டாளாம். சபாருதினும் அம்பாவும் ஒருவரோடு ஒருவர் தொடர்பில் இருந்தார்கள். சாமுவேலின்றி தான் மட்டும் தனியாக மீண்டும் புரு தீவிற்கு வந்து தன் தேடலைத் தொடங்கவுள்ளதாக அம்பா சொன்னபோது, சபாருதின் அவளுக்கு உதவ ஒத்துக்கொண்டான். பின்னர் சபாருதின் கொண்டுவந்த காரில், அவனுக்குக் கிடைத்த தகவலின்பேரில் கெப்லா ஏருக்கு அவர்களிருவரும் சென்றார்கள்.

கெப்லா ஏர் சந்திப்பை அவர்கள் கார் அடைந்தபோது திடீரென சபாருதின் பிரேக் போட்டு காரை நிறுத்திவிட்டு ஏதோ பேயைக் கண்டவனைப் போல காருக்கு வெளியே வீதியில் இமைக்காமல் பார்த்தான். அவனது பார்வை சென்ற திசையில் பார்த்த அம்பா, அதுவரையில் அவள் பார்த்திராத ஒரு உருவத்தைக் கண்டாள்.

'மானாலிசா' என்று சபாருதின் முணுமுணுப்பதை அம்பா கேட்டாள்.

காரிலிருந்து இறங்கிய அவர்களை நோக்கி அந்த பிரம்மாண்ட மனிதன் வந்தான். அம்பாவை நோக்கிக் குனிந்த அவன், "நான் உனக்காக நீண்ட காலம் காத்திருந்தேன். என்னோடு வா, அவனது கல்லறைக்கு அழைத்துச் செல்வேன்'' என்றான்.

அந்த மதிய வேளையில் 'வால்சன்' என்ற பள்ளி ஒன்றின் வளாகத்தில் மரங்களின் நிழலில் அமைந்திருந்த கல்மேடையின் மீது அம்பாவும் சாமுவேலும் அமர்ந்திருந்தனர். பீஷ்மாவைத் தேடி அம்பா மற்றும் சுல்பிகரோடு ஏற்கனவே சாமுவேல் வந்துபோன பள்ளிதான் அது.

பள்ளியின் புதிய அழகை சாமுவேல் காண்கிறான். வெளிப்புறச் சுவரின் அருகே வாழைமரங்களின் வரிசை. உட்புறம் தோட்டத்தின் விளிம்பில் டுக்கு, துரி மற்றும் துரியன் மரங்களின் வரிசை. இப்போது, பள்ளியின் புதிய வேலியும் தோற்றமும் அவனை ஊதாரியாக வளர்த்த அந்த புரு தீவின் சுவடுகளையும், சிறைச்சாலை உணர்வையும் இல்லாமல் செய்கின்றன. ஆனால் அதே சமயம் பள்ளியின் பின்னே கண்களுக்கெட்டிய தூரத்திற்கு மண்டிக்கிடக்கும் புதர்களும் உயரமாக வளர்ந்து நிற்கும் கோரைப் புற்களும் அச்சத்தையும் அபாயத்தையும் உணர்த்துகின்றன.

அங்கே, சற்று மேடான இடத்தில் மானாலிசா நிற்கிறான். அம்பாவையும் மானாலிசாவையும் சாமுவேல் மாறி மாறி பார்க்கிறான். கரகரத்த குரலில் கதைகள் சொல்லும் இயந்திரமாக மானாலிசா அவனுக்குத் தோன்றுகிறான். நீண்ட நேரம் எவரும் எதுவும் பேசிடவில்லை.

வரலாறு ஒரு நீண்ட நையாண்டியைப் போன்றது. எப்போது தாக்குதல் வரும் என்று ஒருபோதும் சொல்லிவிட முடியாது. அவர்கள் அமர்ந்திருந்த கல்மேடைக்கு நிழல் தரும் மரம்தான்

பீஷ்மாவின் மெரந்தி மரம் என்று மானாலிசா சொன்னவுடன் ஒரு கணம் மௌனத்தில் ஆழ்ந்துபோனவர்கள் ஒரே குரலில் ‘ஆ’ வென்றனர். பீஷ்மாவின் ரகசியத்தைக் காப்பாற்றி வந்த அந்த மரம் காற்றின் தாலாட்டில் சோம்பலாக அசைந்து கொண்டிருக்கிறது.

மானாலிசா கீழே குனிந்து ஒரு பையிலிருந்து ஒரு சேரக் கட்டியிருந்த சில மூங்கில் குழாய்களை எடுக்கிறாள். "பீஷ்மாவின் சொற்களை இம்மூங்கில் குழாய்கள் அடைகாக்கின்றன. ஆம்! பெண்ணே! இந்த 23 குழாய்களும், கடிதங்களும் ஆவணங்களும் உன்னுடையவை’ என்கின்றான் மானாலிசா.

''இவை மட்டுமா வேறெதுவும் உண்டா?'' என்கிறாள். "தெரியாது'' என்று சொல்லிவிட்டு மானாலிசா அம்பாவிடம் காவல்துறையின் அறிக்கைகளும், அதிகாரப்பூர்வ ஆவணங்களும் கொண்ட ஒரு கட்டை கொடுக்கிறான். அவை பற்றி அவன் விளக்கவில்லை. "பீஷ்மா எப்படி இறந்தான் எப்போது இறந்தான் என்ற விவரத்தை இவை கூறும். எனவே, முக்கியமானவை. உண்மைதான். பீஷ்மா இறந்துபோனான் என்ற செய்தியைக் கேட்பது எளிதல்ல. ஆறு வருடங்கள் கழிந்த பின்னரும் என்னால் அதை எளிதாக ஏற்றுக் கொள்ள முடியவில்லை'' என்று மெல்ல அவன் உதடுகள் முணுமுணுத்தன.

பொழுது சாய்ந்து கொண்டிருந்தது. பீஷ்மா இறந்தது எப்படி என்பதை மானாலிசா சொல்லமாட்டான் என்பதை அம்பா புரிந்து கொண்டாலும், அவள் வாய் திறக்கவில்லை.

"என் தோழன் பீஷ்மா இந்த மரம் என்னவாயிற்று என்று அறிய விரும்புவான். இந்த மரம் இன்றும் உயிரோடிருப்பதறிந்து அவன் மகிழ்ச்சி கொள்வான்.'' என்றான் மானாலிசா.

அவர்கள் இப்போது நம்லியா நகரத்திற்குள் நுழைந்து கொண்டிருந்தார்கள். மழை பொழிந்து கொண்டிருக்கிறது. சாமுவேல் கார் ஓட்டிக் கொண்டிருக்கிறான். மானாலிசாவை விட்டுவிட்டு வால்கன் பள்ளியிலிருந்து புறப்பட்ட பிறகு இதுவரை அம்பா எதுவும் பேசவில்லை. அவள் பையில் மூங்கில் குழாய்கள் உரசிக் கொண்டிருந்தன. வருகிற வழியில் உணவிற்காக காரை நிறுத்துவோம் என்று சாமுவேல் சொல்லிப் பார்த்தான். அன்று முழுவதும் அவர்களிருவரும் நொறுக்குத் தீனியைத் தான் உண்டனர்.

அருகில் சாமுவேல் இல்லாததுபோல அம்பா தன்னுள் மூழ்கிப்போனாள். அவள் பார்வையின் பொருள் உணர்ந்த சாமுவேல் அவள் மௌனத்திற்கு இடையூறு செய்யவில்லை.

அந்நகருக்குள் அவர்கள் நுழைகிறபோது சாமுவேலின் மூளையை பல கேள்விகள் குடைந்து கொண்டிருந்தன. ***இனி என்னவாகும்? அம்பானுக்கும் பின்னர் ஜகார்த்தாவிற்கும் அவர்கள் செல்வார்களா! தனித்தா, சேர்ந்தா? எப்போது? அதற்குப் பின் என்னவாகும். அசட்டுப் புன்னகையோடு, கை குலுக்கி விட்டு, குட்பை சொல்லிவிட்டு ஜகார்த்தா விமான நிலையத்தில் பிரிந்து விடுவார்களா? இதுவரை அவன் பெறாத அவளின் தொலைபேசி எண்ணை (பாவி சபாருதினுக்கு அவள் கொடுத்திருப்பாள்) என்றாலும் கேட்கத் துணிச்சல் வருமா? அப்படி அவள் கொடுத்துவிட்டால்,'' ஹே சாமுவேல், எப்படி இருக்கிறாய்? எங்கேனும் சந்திப்போமா?'' போன்ற செய்திகள் அவளிடமிருந்து வருவதற்கு எவ்வளவு காலம் காத்திருக்க வேண்டும்? சில நாட்களா? ஒரு வாரமா, ஒரு மாதமா? அல்லது அவளுடன் உள்ள நட்பு, தொடர்பு எல்லாமும் ஒரு சில நாட்களில் முடிந்து போகுமா? அவர்கள் தங்களின் பழைய வாழ்க்கைக்குத் திரும்பிவிடுவார்களா? அவ்வளவுதானா?***

மானாலிசாவை விட்டுப் பிரிவதற்கு முன்னால், அவனை அவர்களோடு நம்லியா நகரத்திற்கு வருமாறு அம்பா அழைத்தாள். "நான் எதிர்த் திசையில், மலைக்குச் செல்கிறேன். நம்லியாவில் எனக்கு வேலையுமில்லை. அது ஒரு மோசமான நகரம். புருவை போன்றதல்ல'' என்று சொல்லி அவள் அழைப்பை ஏற்க மறுத்துவிட்டு அங்கேயே பிரிந்து செல்வதில் முனைப்புடன் இருந்தான், மானாலிசா.

அம்பா மானாலிசாவின் கைகளைப் பற்றிக் கொண்டாள். அம் முதிய மாவீரன், பற்றிய அவள் கைகளை நீண்ட நேரம் இறுகப் பிடித்துக் கொண்டான். அதைப் பார்த்துக் கொண்டிருந்த சாமுவேலின் உள்ளத்தில் பொறாமைத் தீ கொழுந்துவிட்டு எரிந்தது. அதை அவன் முகம் காட்டிக் கொடுத்துவிட்டது போலும். சாமுவேல் காரைக் கிளப்பிய பொழுது அம்பா, சட்டென்று "உன்னிடம் பல நல்ல குணங்கள் உள்ளன. ஆனாலும் பொறாமைக் குணமும் குடி கொண்டுள்ளது'' என்றாள்.

தான் கேட்டவற்றை நம்பமுடியாத, சாமுவேல் முகத்தைத் திருப்பி அம்பாவைப் பார்த்தான். "பொறாமை கொள்ளாதே. நான்

பீஷ்மா மீது பொறாமை கொண்டிருந்தேன். நான் அவனைத் தொலைத்த போது வாய்ப்பிருந்தும், தீவிரமாக அவனைத் தேடவில்லை. காரணம் என் தாழ்வு மனப்பான்மை. அவன் என்னை விட மேலானவன். நான் அவனுக்கு ஏற்றவன் இல்லை. என் மேல் அவனுக்கு இருந்த காதல் கண நேர பிறழ்வு என்று நினைத்தேன். நாங்கள் பிரிய வேண்டும் என்ற உணர்வை கடவுள் அவனுக்கு கொடுத்திருக்கக் கூடும். பொதுவான வீரம் செறிந்த பெண்ணிடம் காணப்படும் அந்த போலி கர்வம் என் தலையில் ஏற அவனன்பு எனக்குத் தேவையில்லை என்று எண்ணினேன். நான் அவனிடம் பொறாமை கொண்டிருந்தேன் என்பதே உண்மை. நடுக்கம் தரும், சோகமான உண்மை. பொறாமை கொண்டவர்கள் தாழ்வு மனப்பான்மை நோய்க்கு ஆளாவார்கள்'' என்று அம்பா சொன்னாள்.

அதன் பின், அழுத்தமான மௌனத்தோடும், இறுகிய சூழலோடும் பயணம் தொடர்ந்தது.

அவர்கள் ஹோட்டலை அடைந்தவுடன், தான் தனிமையில் இருக்க விரும்புவதாகவும், தன் அறைக்குச் செல்ல வேண்டும் என்றும் சாமுவேலிடம் அம்பா சொல்கிறாள். அதைக் கேட்டவுடன் ஏதோ தவறு நடக்கவுள்ளதாக அவள் உள்மனது எச்சரித்தது. இதே போன்று சில வாரங்களுக்கு முன்னர் தோன்றிய எச்சரிக்கையை மதிக்காததால் பல சிரமங்களை அவன் சந்திக்க நேர்ந்தது.

என்ன வேண்டுமானாலும், நடக்கலாம் என்ற நினைப்பில் அவன் கற்பனை சிறகு விரிக்கிறது.

"அம்பாவை சந்திப்பது இதுவே கடைசி. அவன் தன் அறையில் பீர் அருந்தியவாறு டிவி பார்க்கையில் அவள் சத்தமில்லாமல் ஹோட்டலை விட்டுச் சென்றுவிடலாம். அல்லது, அவள் துறைமுகம் சென்று, ஒரு வாடகைக் கார் அமர்த்தி மீண்டும் புரு தீவின் உட்பகுதிக்குச் சென்று, பீஷ்மாவின் கல்லறையில் இறந்துபோனவரின் உடலுக்கருகில் வாழத் தொடங்கலாம். முன்பு போல தன் கணவனின் நினைவாக முகாபுரங் அம்பாவை கொலை செய்ய முயற்சிக்கலாம்.

ஹோட்டல் வராந்தாவில் நிற்கையில் இப்படியான விநோத எண்ணங்கள் அவன் மூளையில் தோன்றுகின்றன. நாற்பது ஆண்டுகளுக்கு முன்னர், பீஷ்மாவை முற்றாக இழந்த பின்னர் அவள்

வாழ்ந்த அந்த பொய்யான வாழ்க்கையை வாழ அம்பா ஜகார்த்தாவிற்குத் திரும்புவாளா என்ற ஐயம் அவனுள் எழுகிறது. கடவுளால் கைவிடப்பட்ட இத்தீவில் இறந்து போவதற்கா அம்பா வந்திருக்கிறாள்?

"சரி அம்பா, நீ உன் அறைக்குச் செல். நாம் இன்னும் சாப்பிடவில்லை என்பதை மறந்துவிடாதே. இந்த ஹோட்டலில் உணவு, அறைக்கு வராது. நாம் இரவு 8 மணிக்கு வெளியே சென்று உணவருந்துவோமா?'' என்று கேட்கிறான். சாமுவேல்.

"பார்க்கலாம்.''

"என்ன பார்க்கலாம். உனக்கு உடம்பு சரியில்லை, நீ சாப்பிட்டாக வேண்டும்.''

''நான் முதலில் இந்த ஆவணங்களைப் படிக்க வேண்டும். அதற்குப் பிறகு சாப்பிடுவதைப் பற்றி யோசிக்கலாம்.''

"22 குழாய்களில் உள்ள எல்லாவற்றையுமா படிக்க வேண்டும்?''

பீஷ்மாவின் மரணம் தொடர்பான ஆவணங்கள், பிறகு அவன் கடிதங்கள் இவற்றைப் படித்து முடிப்பதற்கு 8 மணிக்கு மேலாகும்.''

"அப்படியானால் நாம் புரு தீவிலிலேயே இருக்க வேண்டியதுதான்'' என்றான் சாமுவேல் நடுங்கும் குரலில்.

"என்னை விட்டுவிட்டுத் தனியாக செல்வதற்கு ஏதேனும் திட்டம் போடுகிறாயா?''

"சின்னக் குழந்தைபோல் பேசாதே சாமுவேல். நான் இதற்காகத் தானே காத்திருந்தேன்.''

அவனுக்குள் என்ன நேர்ந்தது? சாமுவேலுக்கு ஒன்றும் புரியவில்லை. சட்டென்று உணர்ச்சி வசப்பட்டு அம்பாவை இழுத்து இறுக அணைத்துக் கொள்கிறான். இதுபோன்ற உணர்வு ஏற்படுவது இது முதல்முறையல்ல. பலமுறை தோன்றியுள்ளது. ஆனால் அப்போதெல்லாம் அச்சம் அவன் கைகளைக் கட்டிப் போட்டுவிடும். அதே அச்சத்தால், அம்பாவை இறுக அணைத்து மறுகணமே தன் பிடியைத்தளர்த்துகிறான். அவளை ஒரு கணம் நிமிர்ந்து பார்க்கையில் ஒளியிழந்த அவள் கண்களிலிருந்து சாமுவேலால் எதையும் உணர முடியவில்லை.

அவளை சிரமப்படுத்திவிட்டோமே என்ற உணர்வு அவனுள் எழுகிறது.

அப்போது அவனுக்கு ஒன்று புரிந்தது. தன்னை விட 15 வயது மூத்த தன் காதலிக்கு அவனிடம் கொடுப்பதற்கு ஏதுமில்லை. கல்லறையில் உறங்கும் பீஷ்மாவிடம் தன்னிடம் இருந்த அனைத்தையும் அவள் கொடுத்துவிட்டாள். அவள் குழந்தை மேல் அவளுக்குள்ள அன்பையும், பாசத்தையும் அவளை மணந்து கொண்ட அந்த வெளிநாட்டவன் உள்ளிட்டு வேறெவர் மீதும் அன்பு செலுத்த அவளிடம் எதுவுமில்லை. அவளை இறுகப் பற்றியிருந்த போது, அவள் மூச்சின் நெருக்கத்தையோ அல்லது அவனிடமிருந்து விடுபட அவளெடுத்த பலவீனமான முயற்சியையோ எதையும் அவன் உணரவில்லை. முத்தமிடத் தூண்டும் வளைந்து நிற்கும் அவளது அழகான உதடுகளைப் பார்ப்பதைத் தவிர்க்க முயற்சிக்கிறான். துயரங்களை தன் கண்களுக்குள் அவள் புதைத்துக் கொள்வது போல் தோன்றியது. வெறித்த பார்வையினூடே, நீர் ததும்பி நிற்கும் அவள் விழிகளைப் பார்ப்பதைத் தவிர்க்கிறான். அவன் காத்திருந்தது, கை கூடியது போல தோன்றியது.

ஆம்! அவன் மேலும் அவளுக்கு அக்கறை இருக்கிறது. அது சிறிதாக இருக்கலாம். அவள் என்றும் காதலிக்கும் பீஷ்மனைப் பற்றி அறிந்து கொள்ள உதவும் உயிரோட்டமுள்ள ஜீவனாக அவன் மட்டும் இருப்பதால், அந்த அக்கறை இருக்கலாம். புரு தீவிற்கு வந்த பிறகு அவள் பலமுறை சொன்னதைப் போல, உயரத்தில், கூர்மையான கண்களில், உடல் தோற்றத்தில் அவன் பீஷ்மாவைப் போல இருப்பதால் கூட, அந்த அக்கறை வந்திருக்கலாம். அதன் காரணமாகவே, ஒரே மனிதனை எப்படி இருமுறை காதலிப்பது என்று எண்ணி அவனிடமிருந்து விலக எண்ணுகிறாளோ! பெருந்தன்மையோடு அவளிடமிருந்து விலகுவதா அல்லது வேறு என்ன செய்வது என்று சாமுவேலுக்கும் ஒன்றும் புரியவில்லை.

தான் தோற்றுப்போய் நிற்கிறோம் என்று உணர்கையில் வெட்கம் அவனைப் பிடுங்கித் தின்ன, அம்பாவை மெல்ல தன் பிடியிலிருந்து விடுவிக்கிறான். 'நீ உன் அறைக்குச் செல்லலாமே' என்று அவன் வாய் முணுமுணுக்கிறது. ஆனால் அவன் எதிர்பார்ப்பிற்கு மாறாக அம்பா அவனை உடனே விட்டுவிடவில்லை. அவன் விடுவித்த பின்னும் அவனை சற்று நேரம் பற்றியிருந்த அம்பா "சாமுவேல், உனக்குத் தெரியுமா? நீ மிகவும் நல்லவன்'' என்கிறாள்.

ஏற்கனவே பேசிக் கொண்டபடி, அவர்கள் 8 மணிக்குச் சந்தித்து, அவர்கள் தங்கியிருந்த ஹோட்டலிலிருந்து, நடக்கிற தூரத்திலிருந்த ஒரு உணவு விடுதிக்கு வருகின்றனர்.

மழை நின்று போக, நகரத்தை பரபரப்புத் தொற்றிக் கொள்கிறது. நம்லியா நகரம் சுறுசுறுப்படைகிறது. துறைமுகத்தின் வாகன நிறுத்துமிடத்தில் உள்ள வாகனங்களின் எண்ணிக்கையிலிருந்து கப்பல் ஏதும் துறைமுகத்தை வந்தடைந்துள்ளதா என்று சொல்லிவிட முடியும். அந்த இடத்திற்கு எத்தனை முறை வந்திருக்கிறோமென்று சாமுவேலால் சொல்ல முடியவில்லை. அதைப்பற்றி அவனுக்குக் கவலையுமில்லை.

உணவை முடித்துவிட்டு, அம்பாவும் சாமுவேலும் காபி அருந்தும் வேளையில், காபியை உறிஞ்சியவாறு, "அன்றைக்கு என்ன நடந்தது என்று இப்போது என்னால் ஊகிக்க முடிகிறது" என்றாள் அம்பா.

"எந்த அன்றைக்கு? பீஷ்மா இறந்த அன்றைக்கா?"

"இல்லை, அதற்கு வெகுகாலம் முன்பு, மானாலிசா, குறிப்பிட்டாரே, 1965ம் ஆண்டு அக்டோபர் மாதம், நானும் என் காதலனும் நிரந்தரமாகப் பிரிய நேரிட்டதே, அன்றைய தினம். அந்த கணத்தில் நான் நினைத்தது போல, இதுநாள் வரை நான் எண்ணிவந்ததைபோல, அன்றைய தினம் அவ்வளவு மோசமாக நடந்துவிடவில்லை. எது எப்படியிருந்தபோதும் பீஷ்மா, என் காதலன் என்னை மிகவும் நேசித்திருக்கிருக்கிறான்."

சாமுவேலின் தொண்டை அடைத்துப் போகிறது.

"அதிலென்ன சந்தேகம்.. அவன் உன்னை காதலித்தது உண்மை."

அம்பா பீஷ்மாவின் கடிதங்களைப் படித்துவிட்டாள் என்று தெரிகிறது. பீஷ்மாவின் மரணம் குறித்து காவல்துறையின் அறிக்கையிலிருந்து புரிந்து கொண்டிருப்பாள். அதைப்பற்றி அம்பா பேச மாட்டாள் என்றாலும் தொடக்கத்திலிருந்து அவள் சொல்ல வேண்டும் என்று சாமுவேல் விரும்பினான். அம்பா-பீஷ்மா பிரிவிலிருந்து அல்ல, அவர்கள் காதல் பூத்ததிலிருந்து கதையை அறியவே சாமுவேல் விரும்பினான். அதற்கான உரிமையை அவன் இன்னும் பெறவில்லையா? அவள் நம்பிக்கையை இன்னும் பெறவில்லையா?

பகுதி இரண்டு

அம்பா, பீஷ்மா, சால்வா

1956 - 1965

4
சுதந்திரப் பறவை

கடிப்புரா, மத்திய ஜாவா

அம்பாவின் தங்கைகள் பிறப்பதற்கு முன்பு சிறு குழந்தையாக இறந்தபோதே தன் அம்மாவைப் போல தான் அழகானவளாக வர முடியாது என்று அம்பா தெரிந்து வைத்திருந்தாள். அதில் தவறேதுமில்லை. அவளுக்கு இரண்டு வயது இருக்கும்போது, தன் அழகால் அல்லாது, தன் செயலால் பிறர் மனதை கவர்ந்து விடுவாள். சரியான சமயம் பார்த்து கீச்சென்று குரலெழுப்புவது, கொஞ்சப்படும்போது தந்தையின் மூக்கைப் பிடித்துக் கொள்வது, நாக்கை வெளியே நீட்டி சுழிப்பது பார்ப்பவர்களை எல்லையில்லாத இன்பத்தில் ஆழ்த்துவது போன்றவை அவளின் கவர்ச்சிக் கணைகள். அவளின் இரு தங்கைகள் - இரட்டையர்கள் பிறந்த சில மாதங்களில், உலகின் தலைசிறந்த அழகிகளாக அவர்களிருப்பார்கள் என்று அம்பாவிற்குத் தோன்றியது. எனவே, தன் அழகிற்கு மேலும் மெருகூட்ட வேண்டும் என்று எண்ணினாள். அதிலும் தவறேதுமில்லை.

ஆனால் பதின்ம வயதில் நிலைமை மாறிப்போனது. 2 லட்சம் மக்கள் வாழும் அவர்கள் நகரத்தில், தன் அம்மாவோடும் தங்கைகளோடும் ஊர் சுற்றுகிறபோது, அம்பாவின் உள்ளம் பல நேரம் சிதறு தேங்காயைப் போல சிதறிப் போனதுண்டு. அந்த உணர்விலிருந்து அவளால் மீள முடியவில்லை. பலர் அன்போடும், பரிவோடும் அவளை வாழ்த்துவார்கள். ஆனால் அவள் அம்மாவையும், தங்கைகளையும் புகழ்ந்து தள்ளிவிடுவார்கள். அம்பாவின் சுருண்ட கூந்தலை அல்லது அவளது எடுப்பான உயரத்தைப் போற்றுகிறபோதே, அம்மா - தங்கைகளின் அழகில் சொக்கிப்போவார்கள்.

அம்பாவிற்குத் தெரியும், அவள் ஓரளவு அழகானவள் என்று. பாதாம் பருப்பைப் போன்ற அளவான, கூர்மையான நீலவிழிகள்,

மென்மையான கவர்ச்சிமிக்க உதடுகள் என்று எல்லாமே அவளுக்கு அழகுதான். இருந்தும் அவளிடம் ஏன் அந்த சுய இரக்கம்?- அழகு ஒரு வரமல்ல, சாபம் என்பது அவளின் சிந்தனைத் தெளிவு. அழகு புகழ்ச்சியை ஈட்டும், பெரு வலைக்குள் வீழ்த்தும் என்பது அவளின் முடிவு.

இந்த சிந்தனைக்கேற்ற பல சான்றுகள் அவளிடமிருந்தன. முதல் சான்றே அவள் அம்மாதான். அம்பாவின் அம்மா, அந்நகரத்தின் சிறந்த அழகி மட்டுமல்ல, அவள் அழகிகளுக்கெல்லாம் அழகி. அவள் அழகை அனைவரும் போற்றினர். எனவே, அவள் அனைவரோடும் நல்லவிதமாக, எவரையும் புண்படுத்திவிடாமல் நடந்து கொள்ள வேண்டுமென்பது அவள் எண்ணம். அவள் அழகிற்கு எவரை வேண்டுமானாலும் அவள் காதலிக்கலாம். இருப்பினும் அம்பாவின் அப்பா - பபக் - தன் காதலை முன் மொழிந்தவுடன் மறு பேச்சின்றி அவர் காதலை ஏற்றுக் கொண்டாள். மறுத்தால் அவர் மனம் உடைந்து போவாரோ என்ற அச்சத்தில் அவள் அம்மா (பபக் அவள் அம்மாவிற்கு ஏற்றவர் அல்ல என்பதல்ல இதன் பொருள்.) அம்பாவின் தங்கைகளிருவரும் இத்தகைய உணர்வில் அம்மாவை மிஞ்சியவர்கள். தங்கள் தலையில் தாங்களே கொள்ளி வைத்துக் கொள்வார்கள். ஆம்! அழகு வரமல்ல, சாபம். ஏன் வேண்டும் அழகு? என்ன தேவை இருக்கு?

ஆம், இதன் காரணமாக, அம்பாவின் வாழ்வாகவே மாறிவிட்ட அவளின் புத்தக நேசமும் உறவும் பூக்கத் தொடங்கின.

எனவே, பன்னிரண்டு வயதில் 24 வயதிற்குரிய அவளின் சிந்தனையும், பேச்சும், எதையும் உள்ளார்ந்து பார்க்கும் திறனும் எவரையும் வியப்பில் ஆழ்த்தவில்லை. அவள் நல்ல மனநிலையிலிருக்கும் நாட்களில் அவளின் பேச்சு சுருக்கமாக, ஓரளவு கனிவோடு சட்டென்று அமையும். இல்லையெனில் அவள் பேச்சில் அனல் பறக்கும், தயவு தாட்சண்யமின்றி, தேள் கொட்டுவது போல பேசிவிடுவாள். சில சமயம் அவளிடம் வாங்கிக் கட்டிக் கொண்டு அவள் அம்மா அழுதுவிடுவாள். அவள் அப்படி கடினமாக நடந்து கொள்வதற்கு, அவளது தன்னிரக்கம் காரணமல்ல. அவளால் வேறுவிதமாக நடந்து கொள்ள இயலாது. அதுவே அவள் இயல்பு.

அம்பாவிற்கும் அவள் தங்கை அம்பிகாவிற்கும் எல்லா விஷயங்களிலும் எப்போதும் ஒத்துப்போகுமென்று சொல்ல முடியாது. ஆனால் அம்பா வெடுக்கென்று பேசுவதை அம்பிகா பெரிதுபடுத்துவதில்லை. அம்பிகாவின் இந்த பொறுமை காரணமாக அவளும் அம்பாவும் எப்போதும் நெருக்கமாக இருப்பார்கள்.

அவர்கள் படிக்கும் பள்ளியின் முதல்வர் அம்பாவின் அப்பாதான். இருப்பினும், "நம் பள்ளியை அதிகமாக மதிப்பீடு செய்கிறார்கள். சுதந்திரமான பறவைகள் போல நமக்கு நாமே கற்றுக் கொடுக்க வேண்டும்'' என்பாள், அம்பா "இப்படித்தான் எப்போதும் நீ சொல்வாய். ஆனால் பள்ளிக்கு ஒழுங்காக செல்கிறாய், பேயாகப் படிக்கிறாய். வீட்டுப்பாடங்களை ஒரு நாளுக்கு, சில சமயங்களில் ஒரு வாரத்திற்கு முன்பே செய்துவிடுகிறாய். வகுப்பில் முதல் மாணவியாக வந்து விடுகிறாய்'' என்று அக்காவிடம் அம்பிகா பதில் சொல்வாள்.

அம்பிகா அம்பாவைப் போல் அல்ல. அவளது அழகே பிறரின் நம்பிக்கையைப் பெற்றுத் தந்துவிடுகிறது. அவளுக்குப் பத்து வயது இருக்கும்போதே, ஆண்களைப் பைத்தியமாக்கும் அழகான பெண்ணாக அவள் வருவாள் என்று தெரிந்துவிட்டது. மூளையை அதிகமாகப் பயன்படுத்த வேண்டிய தேவை அவளுக்கில்லை. அவள் அழகு பலரைப் பரவசப்படுத்துகிறபோது, அவள் ஏன் மூளையைப் பயன்படுத்த வேண்டும்? அம்பாவைப் போல சிரமப்பட்டுப் படிக்க வேண்டிய அவசியம் அவளுக்கு ஏன் வரப்போகிறது? ஏற்கனவே, அவள் வாழ்க்கை பரபரப்பாக உள்ளபோது மிகவும் கடினமாக உழைத்து, தன் வயதைவிட பெரியவளாக தன்னை ஏன் காட்டிக்கொள்ள வேண்டும்.

நாள்தோறும் அம்பா தன் ஆடைகளையும் தன் சோம்பேறித் தங்கைகளின் ஆடைகளையும் துவைப்பாள், அம்மாவிற்கு சமையலில் உதவுவாள், வீட்டைத் துடைப்பாள், கிணற்றிலிருந்து தண்ணீர் எடுத்து வருவாள், இதற்கெல்லாம் அம்பாவிற்கு அம்பிகா உதவி செய்வாள். தனது எதிர்காலம் எப்படி இருக்கும் என்று அவள் நினைக்கிறபோதெல்லாம் மகாபாரதக் கதை அவள் நினைவிற்கு வரும். மகாபாரதத்தில் ஒன்றுபோலிருக்கும் இரண்டு சகோதரிகளைப் பற்றிய கதை வருகிறது. அவர்களுக்கு அரசிளங்குமரர்கள் அனைவரையும் சொக்கவைக்கும் அழகு.

பின்னாளில் மிகப்பெரும் சாம்ராஜ்யத்தை ஆளப்போகும் குழந்தைகளை மன்னாதி மன்னன் ஒருவனுக்குப் பெற்றுக் கொடுக்க, அவர்கள் சிறையெடுக்கப்படுகிறார்கள். அந்த மன்னனைப் பற்றி என்ன கவலை? நோய்வாய்ப்பட்டிருந்தாலென்ன? பேய்க் குணம் கொண்ட சிறுவனாக இருந்தால் என்ன? யாருக்கும் அதைப் பற்றி அக்கறை இல்லை. அப்படிப்பட்ட கதைகளை நீங்கள் புறந்தள்ளிவிட முடியாது, அதிலும் மகாபாரத காவியப் பெயரான அம்பிகா என்ற பெயர் உள்ளபோது, முடியவே முடியாது. அம்பிகாவும் அவளுடன் பிறந்த இரட்டைப் பிறவியான அம்பாலிகாவும் ஒருவரைப்போல் ஒருவர் அச்சடித்தாற்போல் இல்லாமலிருக்கலாம். ஆனால் இருவரும் அரசிகளாகப் போவது அவர்களின் விதி. அம்பாவைப் பொறுத்தவரை, அக்கதை கொடுமையானது, எனினும் அது அம்பிகாவின் சுமையல்ல.

அவர்களுக்கிடையில் ஏற்படும் கருத்து வேறுபாடுகள் ஒருபோதும் மனவேறுபாடு என்ற எல்லையைத் தொட்டதில்லை. அதன் பொருட்டு ஒருவர் மீது மற்றொருவருக்கு ஆழமான மன வருத்தம் எந்நாளும் ஏற்பட்டதில்லை. அவர்களிருவரும் பாசமிக்க உடன்பிறப்புகள். ஒரு சகோதரியுடன் வாழ்கிறபோது, பிரச்சினைகள் எழலாம். சிரமங்கள் இருக்கலாம். என்றாலும் நெருக்கம் குறைந்துவிடாது, ஏனெனில் அந்த பாசமும் நேசமும் நேர்மையானவை.

அந்திப் பொழுதில் அம்பாவின் அப்பா வீடு திரும்புகையில், அம்பா தங்கைகளோடு வீட்டின் முன் முற்றத்தில் பாய் விரித்து அமர்ந்திருப்பாள். அவர்களின் அம்மா தருகின்ற தின்பண்டங்களைத் தின்று கொண்டும், இனிய தேநீரை அருந்தியவாறும், வானொலியில் குழந்தைகளின் கீதங்களைக் கேட்டவாறும் அமர்ந்திருப்பார்கள். அந்தி வேளையில் வீசுகிற இதமான தென்றல் காற்று, அவர்களுக்கிடையில் நடந்த சச்சரவுகளை மறக்க வைத்து அமைதியைத் தரும். பருவங்கள், சூரியன், நிலா மற்றும் மனித வாழ்க்கைக்கு அத்தாட்சியாக வாழ்ந்து கொண்டிருக்கும் மரங்கள் என்று பலவற்றைக் குறித்தும் உழைப்பின் முக்கியத்துவம் அவளின் அப்பா தன் நினைவுகளை அசைபோட, அம்பா மற்றும் அவள் தங்கைகளின் சிந்தனை அந்நினைவுகளினூடே பயணம் செய்யும். உணவு குறித்தும் உள்ளூர் கிசுகிசுக்கள் குறித்தும் அம்மா சொல்லும் கதைகளைக் கேட்பார்கள். அம்மா சொல்வாள்.

"உங்களுக்குத் தெரியுமா? பக்கத்து வீட்டுப் பெண், கிரிதா பெக்சா இசைக்குழுவில் தலைமை பாடகியாகி விட்டாளாம். வேடிக்கையாக இருக்கிறது. அவள் ஒரு நாட்டியக்காரி என்றுதான் நான் நினைத்திருந்தேன்.''

வளர்ந்து வரும் எந்தப் பெண்ணும், உலக விஷயங்களை அறிந்த தன் அக்காவை மிகவும் நேசிப்பாள். அதுபோல, தங்களுக்குள் வேறுபாடுகள் இருந்தாலும், அம்பிகா அம்பா மீது அதீத அன்பு கொண்டிருந்தாள். அம்பாவும் அம்பிகாவும் புதிய மணங்களை நுகர்ந்தவாறு, இணைந்து நகரைச் சுற்றுவார்கள். இடிந்த கட்டிடங்களை நாடிச் சென்று, அங்கிருக்கும் ஓய்ந்துபோன தரைகள் மீது தாவி, ஆபத்தை விளைவிக்கும் இருண்ட பகுதிகளில் ஆட்டம் போடுவார்கள். வறண்ட கிணற்றுக்குள் தீச்சொற்களை கூக்குரலிட்டு, அவற்றின் எதிரொலிகளைக் கேட்டு பரவசப் படுவார்கள்.

பலவீனமான தங்கை அம்பாலிகாவை பல நேரங்களில் அவர்கள் தங்களோடு சேர்த்துக் கொள்வதில்லை. அவளும் வீட்டிலேயே இருந்துவிடுவாள். அவளின் பாசமெல்லாம் பெற்றோர்கள் மீதுதான். எக்காரணமுமற்ற இந்த உணர்வு அவர்களுக்கு விளங்கவுமில்லை. தங்களின் ஆட்டபாட்டங்களிலுள்ள ஆழமான ஈடுபாட்டின் காரணமாக, அம்பாலிகா அவர்களோடில்லாததை உணர்ந்ததுமில்லை.

அம்பாவும் அம்பிகாவும் இந்த பாசப்பிரிவினையை புரிந்து கொண்டார்கள். ஒவ்வொரு குழந்தைக்கும் இன்ன இன்ன வேலை என்று சொல்வதும் வேலைப்பிரிவினையைப் போல தான் இதுவும் என்று இயல்பாக எடுத்துக்கொண்டார்கள். கூரையிலிருந்து ஒரு பூனை விழும்போது அதனால் அதற்கு ஒன்றும் நேர்ந்துவிடாது எப்படி அச்சப்படாது இயல்பாக ஏற்றுக்கொள்வோமோ, பல் துலக்கும் குச்சியில் நெளியும் பூச்சியை எப்படி இயல்பாக உதறி வீசுகிறோமோ அதனால் அதற்கு ஒன்றும் நேர்ந்துவிடாது. அத்தகைய இயல்போடு இந்த பாசப்பிரிவினையை ஏற்றுக்கொண்டார்கள்.

அவர்களிருவரும், ஒருவர் மற்றவரின் கண்ணாக, காதாக இருந்தனர். முகப் பருக்களை, தங்கநிற நண்டுகளை, ரகசியக் குகைகளை என்று அனைத்தையும் இணைந்தே கண்டறிந்தனர். வயதிற்கு வருகிறபோது ஏற்பட்ட முதல் மாத விலக்கின் போது ஒருவரோடு ஒருவர் உடனிருந்தனர். முலைக் காம்பைச்

சுண்டுகிறபோது அது இறுகி கடினமாகி முறுக்கேறுவதை ஒருவருக்கொருவர் கண்டு வியந்தனர். தங்களுக்குத் தாங்களே புத்திரிவாணி (அச்சமற்ற இளவரசி), இதற்கு எதிர்மறையாக, புத்திரிமாலு (தொட்டவுடன் சுருங்கும் செடிகளைப் போல சட்டென்று வெட்கப்படும் இளவரசி) என்று செல்லப் பெயர்களைச் சூட்டிக்கொண்டனர். வாழ்க்கை குறித்த ஒருவரின் சிந்தனை மற்றவரின்றி முழுமை பெறாது.

ஆனால் மூத்தவளான அம்பா ஒரு சுதந்திர எண்ணம் கொண்ட பறவை. அவள் மட்டுமே அறியும் விஷயங்களுண்டு. தன் தங்கையைப் பற்றி அவளே அறிந்திராதவற்றை அம்பா அறிந்திருந்தாள்.

தன் வயதையும், தனக்குக் கவர்ச்சியாகப் பேசவராது என்பதையும் பொருட்படுத்தாது, அம்பாவிற்கு வாலிபர்களைப் பிடிக்கும். நிரம்பப் பிடிக்கும். இது தான் அம்பாவுக்கும் அம்பிகாவிற்கும் இடையிலான முக்கியமான வேறுபாடு. அம்பிகாவிற்கு 11 வயதான பிறகும்கூட ஆண்களிடமிருந்து சற்று விலகியிருக்க வேண்டும் என்று தோன்றியதில்லை. ஆண்களின் பார்வைக்குட்பட்ட அவளின் தேகம் முழுமையாக விரும்பும். அவள் மீது ஆசையோடு இருக்கும் ஒருவன் அவள் நடனப் பயிற்சி செய்யுமிடத்திற்கு வந்துவிட்டால், அவள் இயக்கங்களில் துடிப்பேறும், அவன் வருவதை நிறுத்திக் கொண்டால், அவள் வாடிய பூவாகி ஒரு மாதத்திற்கு நடனம் ஆடுவதையே நிறுத்திவிடுவாள்.

இதற்கு நேர்மாறாக, உடல் அழகு மீது நாட்டம் கொள்வதற்குரிய பொறுமை அம்பாவிடம் இல்லை. மனித குணாம்சங்களில் அழகிற்கு தேவைக்கதிகமான முக்கியத்துவம் கொடுக்கப்படுவதாக அம்பா நினைத்தாள். ஜாவானிய கலாச்சாரத்தில் அழகிற்குக் கொடுக்கப்படும் அந்த மதிப்பை அம்பாவால் புரிந்து கொள்ளமுடியவில்லை. பெண்களுக்கே உரிய அழகு குறித்து கவலைப்படுவதற்கு அவளுக்கு நேரமும் இல்லை.

பன்னிரண்டு வயதாக இருக்கும்போதே, அம்பாவிற்குக் கடமையுணர்வு குறித்து சில கருத்துகளிருந்தன. அவள் அம்மா கடமை உணர்வு மிக்கவள். நாள்தோறும் சூரியன் எழுவதற்கு முன்னர் எழுந்து, முகம் கழுவி பளிச்சென்ற முகத்தோடு தன் கணவனுக்குக் காப்பி கொடுப்பாள். வீட்டை நறுமணத்தோடு

வைத்திருப்பாள். சிரமமான சமயங்களில் கூட கலங்காமல் இருப்பாள். தினமும் தன் குழந்தைகள் மூவரையும் சிரித்த முகத்தோடு பள்ளிக்கு அனுப்புவாள்.

அம்பாவின் அம்மா இளம் வயதில் அவள் வாழ்ந்த கிராமத்திலேயே அழகானவளாம். அம்பா கேள்விப்பட்டிருக்கிறாள். அவள் அம்மா பன்முகத்திறமை கொண்டவள். அழகான முகம் உடையவள் என்பது மட்டுமல்ல, பள்ளியிலும் நன்றாகப் படிக்கவும் செய்தாள். அவளின் அழகைப் பேணுவதற்கு பெற்றோர் தங்களால் இயன்றவரை செலவு செய்தனர். ஒரு பூவின் அழகைப் பேணுவது ஒரு குழந்தையைப் பராமரிப்பது போலல்லவா? அவளின் அழகான முகமும், இனிய குரலும் அவளை உள்ளூர் பொம்மலாட்டக் குழுவின் பிரபல பாடகியாக்கியது. பாடல் என்றால் அவளுக்கு கொள்ளை ஆசை. எனவேதான், பள்ளியில் கற்றுக் கொடுத்ததைக் காட்டிலும் கூடுதலான பழைய ஜவானியப் பாடல்களையும், கூடுதல் டச்சு அல்லது இந்தோனேசிய மலாய் மொழியில் 'கெரேன்காங்' இன்னிசைப் பாடல்களையும் கற்றுக் கொண்டாள்.

ஸ்ரீமூலட் என்பவள் அழகானவள் மட்டுமல்ல; மிகப் பெரிய இசைக்கலைஞரும் கூட, ‘ரோஸ் பிளவர் கெரேன்காங், என்ற இசைக் குழுவின் முன்னணிப் பாடகி. அம்பாவின் அம்மாவிற்கும் இந்த இசையரசிக்கும் இடையில் நடந்த போட்டி மிகவும் பிரபலமானது. அந்நிகழ்வு குடும்பத்தில் கதை சொல்லும் புராண நிகழ்வாகப் போனது. அதுமட்டுமல்ல, அப்போட்டி ஸ்ரீமூலட்டும் அவளின் இசைக்குழுவும் அம்பாவின் அம்மாவை அவர்கள் பக்கம் இழுத்துக்கொள்ளும் எல்லைக்குச் சென்றது. ஆனால் அம்பாவின் அம்மா அதற்கு உடன்படவில்லை. ‘ஏன் நீங்கள் அந்த வாய்ப்பை மறுத்தீர்கள்’ என்ற அவள் குழந்தைகளின் கேள்விக்கு அவளது ஒரே பதில், "நான் எங்கே செல்வேன்? உங்களை எல்லாம் விட்டுவிட்டு எப்படிச் செல்வேன்.’’

அவளின் பெற்றோர்கள் அவளைக் கட்டுப்பாட்டோடு வளர்த்தாலும், அவளின் இசைத் திறனுக்கு ஆதரவாகவே இருந்தனர். அவளின் இனிமையும் திறனும் அவர்களுக்குப் பெருமை சேர்த்தது. மிகச் சிறந்த இணையாகவும், அவளை எப்போதும் கண்ணுக்குள் வைத்து கண்கலங்காமல் பாதுகாப்பவனுமாக இருக்கக்கூடிய ஒருவனை அவளுக்கு மணம் முடிப்பதாக வாக்களித்தனர். ஸ்ரீமூலட்டின் கணவன் மென்மையானவன், அன்பானவன், அவளின்

உணர்வுகளை மிகவும் மதிப்பவன். அத்தகைய ஒருவனே தங்கள் மகளுக்கு மணாளனாவான் என்றுகூட அப்பெற்றோர்கள் நினைத்திருக்கக்கூடும். யார் கண்டது? அப்படிப்பட்ட ஒருவன் தங்கள் மகளின் இசை வாழ்விற்கு வாழ்நாள் முழுவதும் ஊக்கமளிப்பான். தங்கள் மகள் பிரபலமான சமூகம் மதிக்கத்தக்க பெண்மணியாவாள் என்று அவர்கள் கனவு கண்டனர்.

அம்பாவின் அப்பா தன் காதலை முன்மொழிந்து மூன்று மாதங்கள் கழிந்த பின்னரே அம்பாவின் அம்மா அக்காதலை ஏற்றுக்கொண்டாள். விசுவாசமிக்க காதல் மனைவியாக இருந்தாள். திருமணமாகி 16 வருடங்களாக குடும்ப நலனையே தன் நலனாகக் கருதினாள். தனக்கென்று எந்த வருமானத்தையும் தேடிக் கொள்ளவில்லை. கடந்த 10 மாதங்களாகத்தான், நகரின் பிரபலமான தெருவோர உணவகமான ருஸ்மினியின் வாரங் உணவகத்திற்கு இனிப்புப் பண்டங்களை செய்து தந்து, அதன் மூலம் தனக்கென்று ஒரு சொற்ப வருமானத்தை ஈட்டி வந்தார்.

அம்பாவும் அவள் தங்கைகளும் தங்கள் அம்மாவிற்கு மிகவும் ஆதரவாக இருந்தனர். அம்மாவின் வருமானம் குறித்து அப்பாவிடம் மூச்சுக்கூட விடவில்லை. பனைவெல்லத்தையும் தேங்காயையும் ஒன்று சேர்த்து கொதிக்க வைத்து இனிப்புத் தின்பண்டம் செய்வதற்கு அம்மாவிற்கு உதவியாக வாரத்தில் மூன்று நாட்கள் கூடுதல் நேரம் சமையல் வேலை செய்தனர். அம்பாவின் அம்மாவிற்குக் கிடைத்த வருமானம் சொற்பம்தான். ஆனாலும் இசை நிகழ்ச்சி மூலம் மற்றும் மண்டல அளவிலான போட்டிகளில் பரிசுகளை வெல்வதன் மூலம் அவள் வருமானம் ஈட்டிவந்த அந்நாட்களுக்குப் பிறகு பல வருடங்கள் கழித்து ஈட்டுகிற சொற்ப வருமானம் அவளுக்கு மனநிறைவையும் ஒருவித கர்வத்தையும் தந்தது. பலர் குறைந்த வருமானமே ஈட்டி வந்த அந்த காலத்திலும் அவள் கணவன் போதிய வருமானம் ஈட்டுவது அவர்கள் அப்படி ஒன்றும் ஏழை இல்லை என்றும், அதனால் அவள் உழைத்து வருமானம் ஈட்ட வேண்டிய தேவை இல்லை என்பதையும் அம்பாவின் அம்மா அறிந்தே இருந்தாள். அவர்கள் குடும்பத்தில் பெண்கள் வருமானம் ஈட்டும் வழக்கமில்லை. தனியாளாக சம்பாதித்துத் தன் குடும்பத்தை சிறப்பாக பார்த்துக் கொள்பவனே சிறந்த ஆண்மகன் என்பது அக்குடும்பத்தின் பாரம்பரிய சிந்தனை. இத்தகைய பாரம்பரியத்திலிருந்து சற்று விலகுவதற்கு அம்பாவின்

அம்மாவிற்கு 16 ஆண்டுகள் ஆயிற்று என்பது அவள் அக்குடும்பப் பாரம்பரியத்தின் மீது வைத்திருந்த விசுவாசத்தை எடுத்துக் காட்டுகிறது.

ஆம்- அம்பாவின் அம்மா பொறுப்புள்ள ஒரு குடும்பத்தலைவியாக இருந்தாள். பொதுவாக பெண் குழந்தைகள் தங்கள் அன்னையிடம் நெருக்கமாகவும் பாசமாகவும் இருப்பார்கள். அதுபோல அம்பாவும் தன் அன்னையிடம் மிகுந்த பாசம் கொண்டிருந்தாள். அவள் அன்னை அவளுக்கு ஒரு நல்ல குருவாக, முன்மாதிரிப் பெண்ணாக, பாதுகாவலராக, மட்டுமல்ல சமையல் செய்வது சுத்தமாக வீட்டை பராமரிப்பது தைப்பது மற்றும் தன் தங்கைகளை கவனித்துக் கொள்வது போன்றவற்றைக் கற்றுக் கொடுப்பவளுமாக விளங்கினாள். ஆனால் சில நாட்களில் அம்பா அவள் அன்னையைப் பற்றி சிந்திப்பதே இல்லை. உணர்வுகள் குறித்து அம்பாவின் தந்தைதான் கற்றுத் தந்தார்.

எட்டு வயதில் அம்பாவிற்குத் திடீரென்று ஒன்று புரிந்தது. அவள் அப்பா அவளுக்குத் தந்தையாக மட்டுமல்ல; ஒரு தோழனாகவும் இருக்க முடியும் என்ற தெளிவு ஏற்பட்ட போது முதலில் அம்பாவிற்குத் திகைப்பாக இருந்தது. ஆனால் அதில் ஒரு பொருளிருப்பதை அம்பாவால் காண முடிந்தது. அவள் உடலில் ஓடும் ரத்தத்தில் சரிபாதி பங்கு அவள் தந்தைக்கு இருக்கிறதல்லவா? அவளது எலும்புகளில் தசைகளில் நீலநிற விழிகளில் ஒரு பகுதி அவள் அப்பா கொடுத்ததல்லவா? ஆக, அவள் அப்பாவும் அம்பாவும் உயிருள்ள வரை ஒருவருக்கொருவர் உயிருக்கு உயிராக இருப்பது இயல்புதானே. எனவே, அம்பாவின் அப்பா தனக்கு நேர்மையாகவும் உண்மையாகவும் தோன்றியவற்றை தன் மகளோடு பகிர்ந்து கொள்வது முற்றிலும் நியாயமல்லவா?

மனிதன் ஒரு காலகட்டத்தில் தன் மனைவியோடு பேசுவதை நிறுத்திக் கொண்டு, தன் உடமையாக்கக் கூடிய பிற பொருட்கள் மீது நாட்டம் கொள்ளத் தொடங்குகிறான் என்று அம்பா படித்த சில இலக்கியங்கள் அவளுக்குக் கற்றுக் கொடுத்தன. இதனால் மனிதனுக்கு தன் மனதில் உள்ளவற்றைக் கொட்டுவதற்கு தன் நம்பிக்கைக்குரிய ஒருவர் தேவைப்படுகிறார். அவள் அப்பாவின் அதிர்ஷ்டம், அவருக்கு அப்படியான ஆளாக அம்பா அமைந்துபோனாள்.

பிற மக்களை விட தனக்கு ஏன் அம்பா மீது அதிக பாசம் ஏற்பட்டது என்பதை சுடர்மின்டோ(அம்பாவின் தந்தை) பின்னாளில் சொன்னதுண்டு. அம்பாவிற்கு 11 வயது தொடங்கிய பொழுது அவள் சுடர்மின்டோவிடம் கேட்ட கேள்வி ஒன்று, அழகான இரட்டைக் குழந்தைகள் பிறந்ததால் ஏற்பட்ட மகிழ்ச்சியில் அவர் தன் மூத்த மகளை மறந்துபோனதை நினைவுபடுத்தியது. ஆனால் அன்றுதான் அம்பா அவரை புதிதாக கவர்ந்து விடுகிறாள். சுடர்மின்டோ தன் முதல் மகள் மீது கூடுதல் பாசம் கொள்ளும் வகையில் அன்றைய நிகழ்வு அமைந்துவிட்டது.

சுடர்மின்டோ தன் படிக்கும் அறையின் புத்தக அலமாரியில் சில புத்தகங்களை அடுக்கிக் கொண்டிருந்தான். தன்னை யாரும் பார்க்கவில்லை என்று கருதிக் கொண்டு சில ரகசியத் தாள்களை அலமாரியின் கீழடுக்கில் இருந்த ஓர் அட்டைப் பெட்டிக்குக் கீழ் மறைத்து வைத்தான். ஆனால் அடுத்த அறையில் புத்தகம் படித்துக் கொண்டிருந்த அம்பா சுடர்மிண்டோவின் இச்செய்கையைப் பார்த்துக் கொண்டிருந்தாள்.

"அப்பா! செந்தினியிடம் அப்படி என்ன சிறப்பு'' என்ற அம்பாவின் குரல் கேட்டு சட்டென்று திரும்பினான் சுடர்மிண்டோ.

"நான் என்ன சொல்ல வருகிறேன் என்றால், செந்தினி ஒரு பணிப்பெண்..'' என்று தொடர்ந்த தன் மகளை இடைமறித்த சுடர்மிண்டோ.

"நீ அந்தப் புத்தகத்தை வாசித்துவிட்டாயா?'' என்று கேட்டான்.

"சில பகுதிகள் மட்டும் படித்தேன்.''

செந்தினி' என்ற புத்தகத்தை அம்பா முழுவதும் படித்திருந்தால், அதிலும் குறிப்பாக அவள் படிக்கக்கூடாத பகுதிகளாகப் படித்திருந்தால், அவளிடம் என்ன சொல்வது என்ற சிந்தனையில் ஒரு நிமிடம் சுடர்மிண்டோ ஆழ்ந்துபோனான்.

பின்னர் தன் மகளை ஏறிட்டுப் பார்த்தான். அவள் அந்தப் புத்தகத்தை முழுவதும் படித்திருப்பாள் என்று அவனுக்குத் தோன்றியது. பிற ஆசிரியர்கள் சொல்வது போல அம்பா ஒரு புத்தகப் பைத்தியம்தான் என்று தனக்குள் சொல்லிக் கொண்டான். குழந்தைகளுக்கு விளக்க முடியாத பலவற்றை அவன் விளக்கியிருந்தபோதும், சுடர் மிண்டாவால் அம்பா கேட்ட கேள்விக்கு விளக்கம் தர முடியாமற் போனது.

11 வயதான அம்பா தன் தந்தையை இக்கட்டில் ஆழ்த்த வேண்டாம் என்று நினைத்தவள் போல'' "அப்பா! என் கேள்விக்கு எனக்கே விடைதெரியும்'' என்று சொல்லி அவனை வியக்க வைத்தாள். "செந்தினி ஒரு பணிப்பெண். கீழ் சாதியைச் சேர்ந்தவள், அந்த மண்ணைச் சார்ந்தவள் அல்ல, தனக்கென்று எந்தக் கருத்து வைத்துக் கொள்ளவும் உரிமையற்றவள். எனவே, பிறரை மதிப்பீடு செய்வதற்கோ, பிறருக்கு ஆலோசனை சொல்வதற்கோ வழியற்றவள். இதனை அவள் நன்றாகப் புரிந்து கொண்டதே சிறப்பு.''

அம்பாவின் விளக்கம் கேட்டு சுடர்மிண்டோ வின் மனம் நிம்மதி பெற்றது. அந்த உணர்வில், இதே விளக்கத்தை தான் முன்பு சொல்லியிருப்பதை சுடர்மிண்டோ மறந்து போனான். அவன் சொன்னதைத்தான் அம்பா வார்த்தை மாறாமல் சொன்னாள்.

'**செ**ந்தினியின் புத்தகம்' என்ற நூல் இந்தோனேசியாவின் பழமையான நூல்களில் ஒன்று. அது மட்டுமல்ல, அது ஒரு வாழ்க்கைக் களஞ்சியம். கவிதைகளால், பாடல்களால், தீர்க்க தரிசனங்களால் நிரப்பப்பட்ட நூல். இவை தவிர, பணிப்பெண்ணின் பெயர் அப்புத்தகத்திற்குப் பெயராக வைக்கப்பட்டுள்ளது. அப்பணிப்பெண் கீழ்சாதிப் பெண்தான் என்றாலும் உலக ஞானம் அனைத்தும் தெரிந்தவள். தாழ்த்தப்பட்ட இனத்தைச் சேர்ந்த ஒரு பெண் மிகுந்த மதிப்புடையவளாக வளர்கிறாள் என்ற சிந்தனை சுடர்மிண்டோவிற்கு அழகான சிந்தனையாகப்பட்டது. ஆனால் ஒரு பணிப்பெண்ணின் உணர்வு குறித்து எந்தப் புரிதலுமில்லாத, சிறிய வகுப்பறையில் அடைக்கப்பட்ட 30 குழந்தைகளிடம் அதை எப்படி விவரிப்பது? எனவே, "அந்நூலிற்கு ஏன் செந்தினியின் பெயரை வைக்க வேண்டும்? அந்நூலில் அதிகமாகப் பேசப்படும் செந்தினியின் எஜமானர்களின் பெயரை விட்டுவிட்டு ஏன் பணிப்பெண்ணின் பெயரை வைக்க வேண்டும்.'' என்று ஏதேனும் ஒரு குழந்தை கேள்வி கேட்கும் சரியான தருணத்திற்காக சுடர்மிண்டோ காத்திருப்பான்.

அந்தத் தருணத்தில் சுடர்மிண்டோ ஒரு கவிதையை சொல்லிவிட்டு ஒவ்வொரு குழந்தையின் முகத்தையும் பாராட்டுகிற பார்வைக்காக உற்று நோக்குவான். அப்படிப்பட்ட சந்தர்ப்பங்களில் குழந்தைகளின் இரைச்சல் நின்றுபோய், உலகமே அமைதியானது போன்ற அபூர்வ தருணங்கள் உண்டாகும்.

லாட்டரி சீட்டில் வெற்றி பெறவும், ஏராளமான நிலங்களை வாங்கவும், பிரம்மாண்டமான வீடுகளைக் கட்டவும் பிறர் கனவு காணுவார்கள். தங்கள் குழந்தைகளை அவர்கள் பெரிய பணக்கார இடங்களில் கட்டிக் கொடுக்க விரும்புவார்கள். ஆனால் சுடர்மிண்டோ விருப்பம் எல்லாம், பல ஆண்டுகளாக தான் கண்டு வரும் கனவுகளைப் பற்றிய குறிப்புகளை எழுதுவதுதான்.

இரவு படுக்கையில் படுத்தவாறு வானொலி கேட்பான். பல இரவுகள் உறக்கம் இல்லாமற் போய்விடும். இரவின் இரைச்சலையும் அருகில் உறங்கும் மனைவியின் மெல்லிய குறட்டை ஒலியையும் கேட்டவாறு அதுவே நிரந்தரம் என்பதுபோல படுக்கையில் உறைந்துபோவான். பின்பு போதையில் வீழ்ந்தவன் போல செந்தினி புத்தகத்தில் வரும் இளவரசன் ஜெயன்கிரகாவின் துணிகரமான சல்லாபப் பயணத்தில் உடன் செல்வதாக சிந்தனையில் ஆழ்ந்து போவான். அத்தகைய தருணங்களில் சில சமயம் மூச்சு சற்று நின்றுபோகும்.

ஜெயன்கிரகா ஓரே இரவில் மூன்று பெண்களோடு உறவு கொள்ளும் காட்சி சுடர்மின்டோவின் மனக் கண்ணில் நீடிக்கும். அல்லது ஜெயன்கிரகா ஆடு மேய்க்கும் பெண்ணோடு சல்லாபித்துவிட்டு அவளை வன்புணர்வு செய்வதை சுடர்மிண்டோ கற்பனைக் கண்கொண்டு பார்ப்பான். குதிரையின் பிறப்புறுப்பில் ஆண் உறுப்பை நுழைப்பதுபோல் எண்ணிப் பார்க்கையில் ஒருவித இன்பத்தை உணர முடிந்தது. இவையெல்லாம் நினைத்து அவன் வெட்கத்தால் தலைகுனிவான்.

ஜெயன்கிரகா இரவெல்லாம் சல்லாபமாக உல்லாசமாக இருந்து மறுநாள் பொழுதுவிடிந்ததும் ஏதும் நடவாததுபோல் மசூதிக்கு செல்வான். அது போல சுடர்மிண்டோவும் இரவெல்லாம் சிற்றின்பக் கனவில் மூழ்கினாலும் மறுநாள் காலை இறைவழிபாட்டில் அவற்றைக் கரைத்து விடுவான்.

அடுத்த அறையில் குறிப்பெடுத்துக் கொண்டே தன் அப்பாவைக் கவனித்துக் கொண்டிருந்தாள் அம்பா. அந்த முரட்டு இளவரசனை அவள் அப்பா ரகசியமாக ஆராதிக்கிறான் என்பதை அவள் உள்ளுணர்வு உணர்த்தியது. ஒரு மனிதன் தன் விதியைத் தானே முடிவு செய்வதிலும், இன்பத்தில் நாட்டம் கொள்வதிலும் பாலுணர்விற்கு இடமில்லை என்று பின்னர் தெளிவு பெற்றாள். தன்

விதி குறித்து அனுமானிக்கவும் அது குறித்து முடிவெடுக்கவும் இயலாத சுடர்மிண்டோவை ஜெயன் கிரகாவின் தைரியமும் வாழ்வின் மீது கொண்டிருந்த நம்பிக்கையும் பெரிதும் ஈர்த்தன என்பதை அந்த 11 வயதிலும் அம்பா புரிந்து கொண்டாள்.

இத்தகைய ரகசிய ஆசைகள் இருந்த போதும் சுடர்மிண்டோ தன் குடும்பப் பொறுப்பை நிறைவேற்றத் தவறவில்லை. அவன் மனைவியின் காதலுக்கு ஒரு போதும் துரோகம் இழைக்கவில்லை. தன் மகள்களின் நம்பிக்கையை ஒருபோதும் சிதைக்கவில்லை. அவனது ராஜ்ஜியம் அவன் மனைவியின் ராஜ்ஜியத்தை விட மிகப் பெரியது. அவளைக் காட்டிலும் சிறந்த முன்னுதாரணமாகவே அவன் வாழ்ந்தான்.

அப்படிப்பட்ட ஒரு வாழ்க்கையை வாழ்ந்திட அவனது ஆசிரியர் தொழில் அவனுக்கு பல வழிகளில் உதவி புரிந்தது. அது, அவன் மீது மரியாதையையும் நம்பிக்கையும் ஏற்படுத்தியது. ஆனால் அதனால் சிரமும் இருந்தது. ஆசிரியர் என்ற முறையில் பல புத்தகங்களை வாசித்து ஞானம் பெற வேண்டியதாக இருந்தது. அவனது மதிப்பீடுகளில் பிழை ஏற்படாத வண்ணம் கவனமாக இருக்க வேண்டி இருந்தது. உள்ளூர் மக்களைப் பொறுத்தவரை அறிவும் ஞானமும் அவர்களுக்குக் கற்றுத் தர வேண்டியவையல்ல. அவை அவன் பயிற்சி பெற வேண்டியவையுமல்ல. அறிவு அவனின் ஓர் அங்கம். சொர்க்கத்தின் கட்டளைப்படியே அவர்கள் அவனை அணுகுகிறார்கள். மேலும் அவன் ஓர் ஆசிரியராகவும், மேட்டுக்குடியைச் சார்ந்தவனாகவும் இருந்தான். அவன் தந்தை ஒரு பள்ளியின் முதல்வர் மட்டுமல்ல; யோசியாகார்ட்டா அரசவை நிர்வாக அடுக்குகளின் வழியாக வந்த ஓர் அதிகாரியும் கூட. இது அந்த ஊரில் அவனுக்கு ஒரு சிறப்பு அந்தஸ்தை பெற்றுத் தந்தது.

அம்பாவின் அப்பா தன்னை ஓர் இஸ்லாமியன் என்று சொல்லிக் கொண்டாலும் அவன் மத பாரம்பரியத்தில் வந்தவன் அல்லன். 14ம் நூற்றாண்டில் உலகின் பிற பகுதியிலிருந்து வணிகர்கள் ஜாவாவிற்கு வந்த சமயத்தில் இஸ்லாம் ஜாவாவில் பரவியது. ஆனால் ஜாவாவின் உள்ளூர் பாரம்பரியம் இஸ்லாமைவிட தொன்மை வாய்ந்தது. எனவே, இஸ்லாம் என்பது பெரும்பாலான ஜாவனியர்களின் ஒரு பக்கம் மட்டுமே. இறந்தகால பெருமையாகக் காட்சி தரும் புத்த

மதம், இந்து மதம், ஆன்மவாதம் ஆகியவற்றின் எச்சங்களை பெருவாரியான ஜாவானியர்களைப் போல சுகர்மிண்டோ சுமந்திருந்தான்.

எல்லாவற்றிற்கும் முன்னதாகத் தன்னை கடிப்புரா மண்ணின் மைந்தன் என்றே சுகர்மிண்டோ உணர்ந்தான். கடிப்புரா, மெரப்பி மலையடிவாரத்தில் அமைந்த ஊர். மத்திய ஜாவா நகரமான கிளாடனுக்கு அருகிலுள்ள ஊர். இங்கிருந்து சைக்கிளில் பயணித்தால் 20 நிமிடத்தில் யோக்யாகர்ட்டாவையும் சோலோவையும் இணைக்கிற முக்கிய சாலையை அடைந்துவிடலாம். சுற்றி இருக்கிற ஊர்களுக்கு நெல்மணிகளை அள்ளித்தருகிற ஊர், கடிப்புரா, அதற்கேற்ற வலுவான பாசனமும் கொண்ட ஊர், அது. நகரத்தின் மையக்கோட்டில் கடை வீதியும் திடமான கல்வீடுகளும் அமைந்திருந்தன. அவற்றின் ஊடே டச்சுக்காரன்விட்டுச் சென்றகாலனியக்கட்டிடங்களைக் காணலாம். ஒரு காலத்தில் ஊரின் பெருமையாக விளங்கிய கிறித்துவ பாதிரிமார்களின் பள்ளிகள் திடீரென மறைந்து போயின. அதனிடத்தை சூன்யத்திலிருந்து உதித்தவர்கள் போன்று காணப்படும். புதிய ஆசிரியர்களைக் கொண்ட புதிய பள்ளிகள் பிடித்துக் கொண்டன. வளர்கிற மாணவர்களின் எண்ணிக்கைக் கேற்ப அழைத்து வரப்பட்ட உடனடி (போலி) ஆசிரியர்களும் இப்புதிய ஆசிரியர்களில் அடங்குவர்.

சுடர்மிண்டோ அத்தகையவர்களில் ஒருவன் அல்லன். தன்னை உண்மையான ஆசிரியன் என்று அழைத்துக் கொள்வதில் அவன் பெருமை கொண்டான். ஆம், அவன் உண்மையிலும் உண்மையானவன். அவனின் தாத்தாவும் தந்தையும் பள்ளி முதல்வர்கள் என்கிற போது அவன் வேறெப்படி இருக்க முடியும்? போலி ஆசிரியர்களுக்கும் உண்மையான ஆசிரியர்களுக்கும் இடையேயுள்ள வேறுபாட்டை அவர்களைப் பார்த்தவுடனேயே சொல்லத்தெரிந்தவன், சுகர்மிண்டோ. தன்னைப் போலுள்ளவர்களோடு எப்படி இணைந்து கொள்வது என்பதும் அவனுக்குத் தெரிந்திருந்தது.

ஆனால், கடிப்புரா சட்டென்று மாறிப்போனது. அதன் மைய அரங்கம், மசூதிகள், பள்ளிகள் யாவும் திடீரென நெருக்கடிமிக்க இடங்களாகின. போலி ஆசிரியர்களின் எண்ணிக்கை உண்மையான

ஆசிரியர்களின் எண்ணிக்கையை விரைவில் விஞ்சிவிட்டது. இவ்வுண்மையைப் புரிந்து கொள்ள சுடர்மிண்டோவிற்கு சிறிது காலம் பிடித்தது. மற்றவர்களுக்கு மத்தியில் உள்ளதைப்போல, ஆசிரியர்கள் தேசியவாதிகள் என்றும், கம்யூனிஸ்ட்கள் என்றும் இரண்டு குழுவாகப் பிரிந்தனர். இந்தத் தத்துவார்த்தப் பிரிவில் தாங்கள் எந்தப் பக்கம் என்று அறியாதவர்கள் மௌனம் காத்தனர்.

சுடர்மிண்டோ ஒரு மிதவாதியாக இருந்தான். அவன் மிதமாகவே புகைபிடிப்பான். அவனையொத்தவர்கள், அவன் நண்பர்கள் கூடுதல் சர்க்கரை போட்ட காபியை விரும்பியபோது, இவன் சர்க்கரையற்ற காபியையே விரும்பினான். உணவில் அவனுக்குப் பூண்டும் மிளகாயும் அறவே ஆகாது. தோட்ட வேலையைத்தவிர வேறு பொழுதுபோக்கு ஏதும் அவனுக்கு இல்லை. அவனுக்கு தோட்ட வேலை பிரச்சினையற்ற, அமைதி தந்தது.

அனைத்திலும் நடுநிலை என்றிருக்கும் சுடர்மிண்டோவிற்கு மத விஷயங்களில் அவ்வாறிருக்கத் தெரியவில்லை. அவனது வாலிபப் பருவத்தில் அவனறிந்திராத பதற்றம், வளர்ந்த பிறகு தொற்றிக் கொண்டது. அவனது இருண்ட ரகசியங்களைப் பற்றி சொல்லவே வேண்டாம். அம்பா மட்டுமே அந்த ரகசியத்தை அறிவாள். அதுவே அம்பாவிற்கு அவள் தந்தை மீது ஆழமான, வெறித்தனமான அன்பையும், பாசத்தையும் வைக்கச் செய்தது. ஆனால் சுடர்மிண்டோ அதை அறிந்திடவில்லை.

அவனுக்கு ஒன்று மட்டும் புரிந்தது. மாறி வருகிற இந்த பிரபஞ்சத்தில்தான் அவன் வாழ்கிறான், உழன்று வருகிறான். தன் பங்கிற்கு அம்பாவும் அவன் வாழ்க்கையில் சிக்கலை ஏற்படுத்தினாள்.

1956ன் பிற்பகுதியில் ஒரு நாள் மதியம் அம்பா தன் தந்தையைத் தேடி அவரின் படிக்கும் அறைக்குச் சென்றாள். தும்பு தூசிகள் காற்றிலிருந்து இறங்கி பூமியில் படிந்து விட்டபோதிலும் அப்போது காற்று கனத்தும் சூடாகவும் இருந்ததை அம்பாவால் உணர முடிந்தது. வறுபட்ட பிரான் மீன், எரிந்த இலை, எண்ணெய் ஆகியவற்றின் மணங்கள் கலந்து எங்கும் பரவிநின்றன. சமையலறையில் அம்மாவின் காலடி ஓசையும் பாத்திரங்களைக் கையாளும் ஒலியும் அம்பாவின் காதில் விழுந்தன. வறுத்த சோயா பீன்ஸ், துருவிய தேங்காயும் காரமும் கொண்ட கறி, வேக வைத்த காய்கறிகளின்

அவியல் இவற்றோடு வெண் சாதமும் மீன் வறுவலும் என்று ருசிமிக்க உணவு விரைவில் மணம் கமழும் என்று அம்பா உணர்ந்து கொண்டாள். அம்மாவின் அருள் கூடுதலாக இருக்குமானால், சிக்கன் துண்டுகளும் உணவுப் பட்டியலில் சேர வாய்ப்புண்டு என்று அம்பாவின் சிந்தனை விரிந்தது.

இதற்கு மத்தியிலும் அவள் பதற்றத்தோடு காணப்பட்டாள். "உனக்கு என்னவாயிற்று?'' என்று அவள் தந்தை கேட்பதற்குள், அவள் குரானை சரியாக ஒப்புவிக்கவில்லை என்று மதபாட ஆசிரியர் அவளைக் கடிந்துகொண்டார் என்று சொன்னாள்.

"உண்மையாகவா?''

"ஆமாம். குரானைப் படிக்க வேண்டும் என்றுதான் நானும் நினைக்கிறேன். ஆனால் அரேபிய எழுத்துகளை உச்சரிப்பது கடினமாக உள்ளது. ஆசிரியர் பெய்டோவியோ, "ஒவ்வொருவரும் குரானை பிழையின்றி சொல்வதே மத நம்பிக்கையின் அடையாளம். கடிப்புரா மக்கள் ஜாவானிய பாரம்பரிய இறைவணக்கப் பாடல்களை விரும்புவார்கள். ஆனால் தங்கள் மதத்திலிருந்து அந்நியப்பட்டு நிற்பார்கள். நீ அவர்களைப் போல ஆகிவிடக் கூடாது'' என்று சொல்கிறார்.

"ம்..ம்..''

அம்பா அப்பாவை ஏறிட்டுப் பார்த்தாள்.

"உன் ஆசிரியர் சொன்னது சரிதான்.'' என்று அம்பாவிடம் சொன்னாலும், சுடர்மிண்டோ தன் மகளைப் போல உள்ளுக்குள் தடுமாறிப் போனான். அவன் சிந்தனை சிறகு விரித்தது. இந்த பெய்டோவி கடிப்புராவிற்கு வந்தேறியவன். எந்த தப்லிக் ஜமாத்திலும் இவனை ஒருபோதும் பார்த்ததில்லை. வீடுகளில் பிரார்த்தனைக்கு எவரும் இவனை அழைத்ததாகவும் தெரியவில்லை. எந்த மதப் பள்ளியிலும் இணையாத தனிப்பட்ட மத போதகனாக இருப்பானோ? அவனைப் பார்த்தால் விசுவாசமிக்க சீடர்களைக் கொண்ட நக்தலதுல் உலமாவைச் சேர்ந்த கியாஸ்களில் (மிகச் சிறந்த மத போதகர்கள்) ஒருவனாகவும் தெரியவில்லை. இவனை பள்ளியில் பணியில் சேர்க்கும்பொழுது ஏன் கவனக்குறைவாக இருந்து விட்டேன்! இப்போது என் குழந்தைகளுக்கு இம்மூடன் வகுப்பெடுக்கிறான்.

ஆம்! கடிப்புரா மாறிக் கொண்டிருந்தது. சுடர்மிண்டோ அறிந்த உலகம் மறையத் தொடங்கிவிட்டது. ஆனால் கடிப்புரா மௌனங்களால் நிறைந்துவிட்டது. அவை அறியாமையால் வந்த மௌனம் அல்ல. ஒளிந்து கொள்ளத் தேவைப்படும் மௌனம். பிறர் எவரையும் விட சுடர்மிண்டோ இம்மௌனங்களை நன்கறிவான். அவன் அம்மௌன உலகின் ஓரங்கம். அவ்வுலகம் உருவானதில் அவனுக்கும் பங்குண்டு.

சுவர்களின் கீறல்களுக்கும், ஓட இயலாத சாளரங்களுக்கும் கட்டுமானக் குறைபாடுகளும், போதிய நிதியின்மையும் காரணமாக இருக்கலாம். எனினும் அச்சுவர்களும் சாளரங்களும் பலவற்றை இரத்தத்தைக் காட்டிலும் ஆழமாக மறைத்துள்ளன.

அதுபோலத்தான் மக்களின் மௌனங்களும்; தங்களின் சிரமங்களை மக்கள் மெல்லிய குரலில் விவாதிக்கலாம். ஏன் விவாதிக்காமல் கூட இருந்துவிடலாம். அவ்வாறே கடிப்புரா மக்கள் இருந்தபோதிலும், சுடர்மின்டோ கூட ஒன்றை விரைவில் தெரிந்து கொண்டான். அவன் வெள்ளிக் கிழமை பிரார்த்தனைகள் நடக்கிற பொழுது மசூதிக்குச் சென்றதில்லை. இது கொஞ்ச காலம் மக்களிடையே பெரும் விவாதப் பொருளாக இருந்தது. அவன் கடுமையாக விமர்சிக்கப்பட்டான். “கவனம் கொள்! இறைவனிடமிருந்து நீ விலகி இருப்பது ஒரு நாள் உன் அழிவிற்கு வழிவகுக்கும். கம்யூனிஸ்ட் அயோக்கியர்கள் ஒரு நாளிரவு உன் வீடு தேடி வருவார்கள். உன் கழுத்தையும் உன் மனைவி மக்கள் கழுத்தையும் அறுப்பார்கள். இறை நம்பிக்கையாளர்களிடமிருந்து விலகி நின்றதற்கு அப்பொழுது வருத்தப்படுவாய்.’’

இவையே சுடர்மிண்டோவின் முகத்திற்கு முன்னால் வாழ்த்து சொல்லும் அக்கம் பக்கத்தவர்களின் மௌனத்தில் உறைந்திருக்கும் கடுஞ்சொற்கள், மரியாதையாக தலைவணங்கும் (மாணவர்களின்) பெற்றோரின் மௌனத்தில் மறைந்திருக்கும் சுடு சொற்கள். அவனைப் பொறுத்தவரை அம் மௌனங்கள் அனைத்திலும் கொடியவை. செரயு ஆற்றைக் காட்டிலும் ஆழமானவை. அகலமானவை. அவனது தாத்தாவின் கல்லறையைப் போல கனமானவை.

1944ல் அம்பாவும், பின்னர் இரண்டு வருடம் கழித்து இரட்டை பெண் குழந்தைகள் பிறந்ததும் சுடர் மிண்டோவின் வாழ்க்கை வேறுவிதமாக அமைந்துவிட்டது. அந்தக் காலத்தில் பெரும்பாலானோர் சுடர்மிண்டோவைப் போலவே சிந்தித்தார்கள். அவர்கள், இறையாளர்கள் மற்றும் இறை போதனையாளர்களின் முகமற்ற உருவமற்ற கடவுளை நினைத்து தங்கள் தூக்கத்தைத் தொலைத்துவிடவில்லை. இரண்டாம் உலகப்போர், டச்சு கிழக்கிந்தியர்களின் வீழ்ச்சி, ஜப்பானியர்களின் வருகை, தோல்வி, புத்துணர்வு பெற்ற விடுதலைப் போர், டச்சு நாட்டின் அடக்குமுறை, ஆக்கிரமிப்பிற்கு எதிரான போர், சிலரின் கலகம் என்று வாழ்க்கை விரைவாகவும் சக்தியாகவும் மாறிக் கொண்டிருந்த போது எப்படி கடவுளை நினைத்துக் கொண்டு தூக்கத்தை இழப்பது?

இம்மாற்றங்களுக்கு ஊடே ஆழ்ந்த அமைதியோடும், உறுதியான நம்பிக்கையோடும் சுடர்மிண்டோவால் வாழ முடிந்தது. அதற்குக் காரணம் தொன்று தொட்டுத் தொடரும் பாரம்பரிய ஞானத்திற்கு அவன் தன்னை ஆட்படுத்திக் கொண்டதால்தான். அந்நியர் ஆட்சி வரும் என்று தீர்க்கதரிசனமாக சொன்ன கவிதைகளோடு நூற்றாண்டுகளாக ஜாவானியர்கள் வாழ்ந்தார்கள். அந்நிய எதிரிகளை அல்லா வீழ்த்துவார் என்று உலமாக்கள் வாய்கிழிய கூக்குரலிடலாம். ஆனால் உலமாக்கள் ஜாவாவிற்கு வருவதற்கு முன்பாகவே அவர்கள் வருவார்கள் என்பதை ஜாவானிய மக்கள் அறிந்திருந்தனர். “ஜாவானிய மக்களை மூன்று நூற்றாண்டுகள் வெள்ளையர்கள் ஆள்வார்கள், சோளக் கதிரின் வாழ்வையொத்த காலத்திற்கு (சுமார் 90 - 200 நாட்கள்) மஞ்சள் நிற குள்ளர்கள் ஆள்வார்கள். பின்னர் நீதி நேர்மைமிக்க அரசரின் ஆட்சி மீண்டும் வரும் “என்று வேதாத்மா சொன்னது. அனைத்து மக்களுக்கும் கடவுள் எல்லாமாகவும் இருக்கலாம். ஆனால் ஜாவானியர்களைப் பொறுத்தமட்டில் தங்கள் பூமியிலிருந்து அந்நியர்கள் இறுதியில் விரட்டப்படுவார்கள் என்ற ஒற்றை நம்பிக்கை அவர்கள் அனைவரையும் ஒருங்கிணைத்தது.

அவ்வாறே அந்நியர்கள் விரட்டப்பட்டனர். அதுபோல மாற்றங்களையும் புதிய புதிய தொடக்கங்களையும் கொண்டு வந்த பல யுகங்கள் ஒன்றன் பின் ஒன்றாக வந்தன, சென்றன.

மூன்று பெண் குழந்தைகளின் தந்தையாக இருப்பதற்கான மனநிலையை சுடர்மிண்டோவிற்குக் கடவுளும் வழங்கவில்லை. சூழ்ச்சிகள் நிறைந்த பழைய ஜவானிய கவிதைகளும் தரவில்லை

அல்லது பெருந்தன்மை மிக்கதீர்க்கதரிசனங்களும் கொடுக்கவில்லை. சுடர்மிண்டோ வயிற்றுக்காக கற்பித்தான் என்றாலும், அவன் பள்ளியில் தன் மாணவர்கட்குக் கற்றுக் கொடுத்தது வேறு. தன் குழந்தைகளுக்குக் கற்றுக் கொடுத்தது வேறு. தன் மகளுக்கு அவன் கற்றுத்தந்தவை கோட்பாடுகளல்ல, அறிவியல் அல்ல, பூகோளமல்ல. மாறாக நாட்டுப்புறக் கதைகள், இந்தோனேசிய பொம்மலாட்டக் கலையான 'வயங்' சொன்ன கதைகள், சிறப்புமிக்க இந்தியக் காவியங்களில் சொல்லப்பட்ட கதைகள். இக்கதைகள் யாவும் அவர்களின் வாழ்வோடும், அவர்களின் சுற்றத்தாரின் வாழ்வோடும் கலந்து நிற்பவை.

மகாபாரத காவியத்தில் 'அம்பா'விற்கு நடந்தது என்னவென்று தெரிந்திருந்தும் சுடர்மிண்டோ தன் முதல் குழந்தைக்கு அம்பா என்று பெயரிட்டது, குதர்க்கமின்றி வேறொன்றுமில்லை.

"முற்றிலும் தோல்வியுற்ற ஒரு பெண்ணின் பெயரை நம் முதல் குழந்தைக்கு வைப்பதை குரூரம் என்று மக்கள் சொல்லமாட்டார்களா? தெரிந்தும் தன் மகளை மோசமான விதி நோக்கி எந்த தகப்பனாவது தள்ளுவானா?" என்றெல்லாம் சுடர்மிண்டோவின் மனைவி பல ஆண்டுகள் புலம்பினாள்.

அம்பா என்ற பெயர் தன் முதல் குழந்தையை, அப்படி என்ன செய்துவிடும் என்று சோதிப்பதற்கு தந்தை என்ற உரிமையை சுடர்மிண்டோ நிலை நாட்ட வேண்டியிருந்தது. தன் முதல் குழந்தைக்கு அப்படி ஒரு பெயரை வைத்தபோது, தனக்கு அடுத்து இரட்டைப் பெண் குழந்தைகள் பிறக்கும் என்றோ, அதன் காரணமாக அக்குழந்தைகளுக்கும் மகாபாரதப் பெயர்களையே வைக்க வேண்டி வருமென்றோ சுடர்மிண்டோ கனவிலும் நினைக்கவில்லை.

'அம்பா' என்ற பெயரை அவன் தேர்வு செய்ததற்கு பல காரணங்களுண்டு. முதலாவதாக எந்த ஒரு மனிதனுக்கும் தன் ஞானத்தின் மீது நம்பிக்கை வைப்பதற்கு உரிமை உண்டு. அடுத்து, அம்பா என்ற பெயரின் உள்ளார்ந்த வலு மீது அவனுக்கு ஒரு பிடித்தம் இருந்தது. மேலும், காவியங்களும் பொம்மலாட்ட கலைஞர்களும் புறந்தள்ளும் கதாபாத்திரங்களை நேசிக்கிற பலவீனம் (பலம்?) அவனிடமிருந்தது.

தன் மகள்களுக்கு மகாபாரதக்கதைகளை சொல்கிறபோதெல்லாம், சுடர்மிண்டோ "அம்பாவின் வெற்றி பின்னர் வருகிறது என்று நீங்கள் அறிவீர்கள். அம்பிகையும் அம்பாலிகையும் மன்னர்களைப்

பெற்றெடுக்கலாம். ஆனால் ஒரு மாபெரும் போரை முடிவிற்குக் கொண்டு வருவதற்கு அம்பாவால் மட்டுமே இயலும்'' என்று சொல்வான்.

'கண்ணே அம்பா! எந்த ஒரு பெண்ணும் தன் பெயர் சுமக்கிற பழைமைகளை ஏற்றுக்கொள்ளக்கூடாது.. அதிலும் குறிப்பாக அது விரிக்கிற வலையில் வீழ்ந்துவிடக் கூடாது என்பதை நீ அறிவாய்'' என்று அவன் அம்பாவுடன் தனித்திருக்கும் பொழுது சொல்வான். தன் பெயர் குறித்த பழைய கணிப்புகளைப் பொய்களாக்கி, தன் பெயருக்கு புதுப்பொலிவும் புதுப்பொருளும் ஏற்படுத்த வேண்டியது அம்பாவின் விதியாயிற்று.

தங்கள் தந்தை தங்களிடம் என்ன எதிர் பார்க்கிறார் என்றும், தங்கள் பெயர்கள் சிறப்புப் பெறுவதற்கு எப்படி நடந்து கொள்ள வேண்டுமென்றும், சுடர்மிண்டோவின் குழந்தைகள் மூவரும் அறிந்திருந்தார்கள். பழமையை புதுமையாக வார்த்தெடுப்பதே சிறப்பு என்பதையும் அவர்கள் உள்ளுணர்வோடு உணர்ந்திருந்தார்கள். எனினும் சுடர்மிண்டோவிற்கு தன் மகள்களிடம், குறிப்பாக மூத்த மகளிடம் சற்று பயமிருந்தது.

அம்பா அவனை முழுவதுமாக கவர்ந்து விடுவதை அவன் அறிந்திருந்தான்.

செந்தினி புத்தகம் மீதான விவாதத்திற்குப் பின்னர், அவளின் தந்தை அவளை மிக நெருக்கமாக கவனிக்கத் தொடங்கியிருப்பதை அம்பா அறிந்திருந்தாள்.

அவ்வூரின் தெற்கேயிருந்த ஓர் ஏரிக்கு நீண்ட நடைப்பயிற்சிக்காக அவளை அழைத்துச் செல்லத் தொடங்கினான் சுடர்மிண்டோ. பெயரில்லாத அந்த ஏரிதான் ஊரின் எல்லாவற்றிற்குமான தொடக்கம் என்பது உள்ளூர் நம்பிக்கை. வீட்டிலிருந்து கொண்டு வரும் ஒரு பாயை படித்துறையில் விரித்துத் தந்தையும் மகளும் அமர்ந்து கொள்வார்கள். பனைவெல்லப் பாகில் ஊறிய மரவள்ளிக்கிழங்குத் துண்டுகளை கொறித்துக் கொண்டு நீர் அருந்துவார்கள்.

ஏரிக்குள் மரவள்ளிக்கிழங்குத் துண்டுகளை வீசிவிட்டு அவை ஒன்றுபோல் காட்சியளிக்கும் அழகை அம்பா ரசித்துக் கொண்டிருப்பாள். அதனை சுகர்மிண்டோ கவனித்துக் கொண்டிருப்பான்.

தான் எல்லைக் கோட்டை மீறிவிடுவோமோ என்று அடிக்கடி அவன் நினைப்பான். பல நேரங்களில் கத்திமேல் நடப்பது போல் உணர்வான். அம்பா வீட்டில் ஒருபோதும் சொல்லாத எண்ணங்களையும் உணர்வுகளையும் ஏரிக்கரையருகே பகிர்ந்து கொள்வதற்கு அவன் தொடங்கினான்.

'ஆக நீண்ட பயணம் செய்து நம்மை அறிந்த இடத்தை அடைவது என்பது இதுதான் போலும்' என்று அதேசமயம் அம்பா எண்ணுவாள்.

அம்பாவும் அவளின் தந்தையும் ஏரிக்கரையிலிருந்து, மங்குஸ்தான் மற்றும் சில பழங்களைத் தின்றுகொண்டிருந்தனர்.

"பாக் கீ அமங்ரோகோவும் அவன் மனைவியும் தங்கள் குடும்பத்தினரை அவர்கள் இறந்தபின் சந்திப்பதாக செந்தினி புத்தகத்தில் சொல்லப்பட்டுள்ளது. அது எப்படி சாத்தியம்? இறந்தவர்களும் உயிரோடு உள்ளவர்களும் ஒருவருக்கொருவர் எப்படி பேசிக் கொள்வார்கள்?

"ம்... ம்..." தான் இந்த வார்த்தையை கூடுதலாக சொல்லத் தொடங்கிவிட்டதை அவன் உணர்ந்தான்.

"உனக்கு பேய் பிசாசு மீது நம்பிக்கை உள்ளதா?"

அம்பா உடனடியாக பதில் சொல்லவில்லை.

"அது சரி! உனக்குத் தெரியுமா?' என்று அம்பா நேடியாக சொல்லாவிட்டாலும், சொல்லாமல் இருக்கவும் இல்லை. "நாள்தோறும் பள்ளியில் யாரேனும் ஒரு தோழி நான் பேயை அங்கு பார்த்தேன், இங்கு பார்த்தேன் என்று சொல்வதுண்டு. 'இறந்துபோன ஒரு பாட்டி இரவு நேரத்தில் தோன்றி தன்னைப் பற்றிய கதைகளை சொல்வாள். ஒரு வீட்டின் ஒரு மூலை 'மரணித்துவிட்ட சகோதரனின் மூலை' என்றாகி விடும். அம்மூலையிலுள்ள இறந்துபோன சகோதரனின் உணர்வே வீட்டின் பொதுவான உணர்வாக அமையும். சிறுவனை ஆபத்திலிருந்து காப்பாற்றுகிற நட்பு ஆவி அண்மையில் ஒரு குடும்பத்தைக் கொலை செய்த கொலையாளியை அம்பலப்படுத்தும்.

அம்பா ஏன் பார்வையைத் தாழ்த்திக்கொண்டாள்? சுடர்மிண்டோவின் உள்ளுக்குள் ஏதோ செய்தது. அம்பாவிற்கு தெரிந்த பாணியில், பிடித்தவாறு அவன் பேசத் தொடங்கினான்.

"அம்பா! நானறிந்த உலகில் இறந்தவர்களின் ஆவி உறங்குவதில்லை என்பதைத் தெரிந்து கொள். உயிரோடு

இருப்பவர்கள் இருக்கும் அதே இடத்தில் ஆவிகளும் உள்ளன. மறுபிறவி என்பது புத்த மதத்திலும் இந்து மதத்திலும் உண்டு. ஆனால் இஸ்லாமில் அதற்கு இடமில்லை என்பதை நினைவில் கொள். எனினும் ஜாவாவில் நாம் இரண்டோடும் வாழ்கிறோம். நாம் இரண்டாகவும் இருப்பதால்தான், நாம் ஜாவானியர்கள்.''

இதற்கிடையில், அவர்களிருவருக்கும் அப்பால், அவர்களின் குடும்ப விவகாரங்களுக்கு வெளியே காலம் மாறிக் கொண்டிருந்தது. மிகப் பெரிய மாற்றம் நிகழ்ந்து கொண்டிருந்தது.

1955ல் அம்மாற்றம் தொடங்கியது. புதிய இந்தோனேசியக் குடியரசின் முதல் பொதுத் தேர்தல் நடைபெற்ற வருடம் அது. குதர்க்கமும், வன்மமும் நிறைந்த சூழல். சுடர்மிண்டோவோடு உடன் பணியாற்றும் ஆசிரியர்கள் மத்தியில், அவன் ஏற்றுக்கொள்ள முடியாத அரசியல் வளர்ந்து வந்தது. அத்தகைய அரசியலில் அவனைப் போன்ற மிதவாதிகளுக்கு இடமில்லை.

எனவே, நாள்தோறும் மன உளைச்சலோடும், களைப்போடும் பணி முடித்து வீடு திரும்புவான்.

எந்தச் சின்னம் எந்தக் கட்சிக்குரியது, ஒவ்வொரு சின்னமும் எதைக் குறிப்பிடுகிறது. எது நல்லது எது கெட்டது என்று மக்கள் நினைவில் வைத்துக்கொள்ள முடியாத அளவிற்கு சின்னங்கள் அப்போது பெருகிவிட்டன. எனினும் ஏதேனும் ஒரு சின்னத்தை, அதுதான் சிறந்தது என்ற எண்ணத்தில் மக்கள் தேர்வு செய்தனர். ஒரேவிதமான அரசியல் சிந்தனையையும், ஒரே கட்சியையும் சாராததன் காரணமாக சுற்றமும் நட்பும் ஒருவரிடமிருந்து ஒருவர் விலகியே இருந்தனர். ஒருவருக்கு ஒருவர் எதிரும் புதிருமாக இருந்தனர்.

ஆக, மக்கள் தங்கு தடையின்றி நட்புறவு கொள்வதை விடுத்து வீட்டிற்குள் முடங்கத் தொடங்கினர்.

இவை ஒரு புறம் இருந்தாலும், தன் அரசியல் சிந்தனை மீது சுடர்மிண்டோ கர்வம் கொண்டிருந்தான். ஆனால் தேசியவாத கட்சிக்கு வாக்களிக்க வேண்டுமென்ற அவன் வேண்டுகோளை அவன் மனைவி ஏற்க மறுத்துவிட்டாள்.

சுடர்மிண்டோ தேசம் சிதறுண்டு போகுமென்று தன் மனைவியை எச்சரித்தான். தேசம் குறித்து கனவு காண்பது வேறு, அந்த தேசத்தில் வாழ்வதென்பது வேறு என்றும் சொன்னான். சுதந்திரமாக

இருப்பதற்குரிய விலையைக் கொடுத்தாக வேண்டும் என்று வாதிட்டான்.

ஆனால் அம்மாவோ ஏதும் அறியாதவள் போல நடித்தாலும் அவள் ஏதுமறியாதவள் அல்ல. தன்னுடைய கணவனின் உணர்வுகளும் தன்னுடைய உணர்வுகளும் வேறுபட்டவை என்பதை அவள் புரிந்திருந்தாள் என்பதை அம்பா அறிவாள். தன்னுடைய கணவனோடு தனக்கு திருமணம் ஆன நாள் முதல், சுய சிந்தனை என்ற விழுமியம் கொள்வதற்கு அவள் வெகுகாலம் பொறுமையாகக் காத்திருக்க வேண்டி இருந்தது. அதிலிருந்து ஒருபோதும் அவள் பிறழ்ந்ததில்லை. ஆனால் இப்போது, தனக்கென்று ஓர் அரசியலை தெரிவு செய்யும் உரிமையைப் பெற்றுவிட்டதாக உணர்ந்தாள். உணர்ந்ததோடு நின்றுவிடாது தன்னுரிமையை நிலை நாட்டவும் செய்தாள்.

பொதுத் தேர்தல் முடிந்து சிலவாரங்கள் கழித்து ஒரு நாள் சுடர்மிண்டோ தன் மனைவி நேரம் கழித்து வீட்டிற்கு வருவதைக் கண்டான். அவளது கூடையிலிருந்த காய்கறிகள் வாடியிருந்தன.

"என்ன நடந்தது? நீ இவ்வளவு நேரம் எங்கிருந்தாய்?'' என்று கேட்டான் சுடர்மிண்டோ.

நுனியெக்கின் (அம்பாவின்தாய்) முகத்தில் ஒரு மாற்றத்தை அம்பாவால் கூட காணமுடிந்தது. நுனியெக்கின் முகம் ஒளிர்ந்து கொண்டிருந்தது. காலம் தாழ்த்திவந்ததற்குக் கூட அவள் மன்னிப்புக் கேட்கவில்லை.

சுடர்மிண்டோ அவளைக் கடிந்து கொள்வதற்கு வாய்ப்புக் கொடுக்காமல்,

"கெர்டோசொநோவில் நம்ம வீட்டிற்கு அடுத்த வீட்டில் இருந்தவரை நினைவிருக்கிறதா? அவனது அத்தைகூட நுரையீரல் நோய்வாய்ப்பட்டு இறந்துபோனாளே நினைவுள்ளதா?'' என்று கேட்டாள்.

"யாரைச் சொல்கிறாய், ஹர்டோயோவா?''

"ஆமாம்.. இப்போதுதான் நகர அரங்கத்தில் ஒரு கூட்டத்தில் அவன் பேசிக்கொண்டிருந்ததைப் பார்த்தேன். அருமையாகப் பேசினான். பெண்கள் பற்றியும் பெண்கள் இயக்கம் பற்றியும் பேசினான். அவன் பேசி முடித்ததும் அனைவரும் அவனைப் பாராட்டினர்."

சுடர்மிண்டோ பதற்றத்துடன் காணப்பட்டான்.

"அவன் எப்போதும் நன்றாக பேசுவான். அவன் அந்த இடத்தில் மாதர் இயக்கம் பற்றி பேசியதில் வியப்பில்லை. ஏனெனில் அந்த இடம் ஜெர்வானி நிறைந்த இடம். இந்தோனேசிய மாதர் இயக்கம் என்பதன் சுருக்கமே ஜெர்வானி. அவ்வமைப்பு இந்தோனேசிய கம்யூனிஸ்ட் கட்சியுடன் தொடர்புடையது. அக்கட்சி அனைவரும் வியக்கும் வண்ணம் பொதுத் தேர்தலில் நான்காவது இடத்தைப் பிடித்தது. குறைவான காலத்தில் அக்கட்சி நிறைய அனுதாபிகளை வென்றுள்ளது.''

"இருக்கலாம். மக்களின் தேவையை அவன் அறிந்திருக்கிறான்'' என்றாள் நுனியெக்.

"நமது குடியரசுத் தலைவர் சுகர்னோ சொன்னதுபோல நமது தேசத்தின் தேவை ஒற்றுமை" - இது சுடர்மிண்டோவின் எதிர்வாதம்.

"சுகர்னோ ஒரு புரட்சியாளன் என்பதால் அப்படித்தான் சொல்வார். ஆனால் தேசியவாத கட்சியில் புரட்சிகர குணம் எங்கே உள்ளது? ஒற்றுமை என்பது நல்லதுதான். ஆனால் ஒற்றுமை மட்டும் புரட்சிக்கு வழிவகுக்காது.''

"மட்டரகமான வெற்று ஆரவாரத்தின் ஆற்றலில் நீ எளிதாக மயங்கிப்போனாய். அப்படிப் பேசுவோரில் ஹர்டோயோ மிகச் சிறந்தவனுமில்லை. நீயே அவன் உரையைக் கேட்டாயா?''

அம்பா தன் அன்னை பின்வாங்குவதைக் கவனித்தாள். எப்பொழுது வாதத்தை நிறுத்திக் கொள்வது, தன் கணவனின் குரல் உயர்கிறபோது எப்போது அவன் பேச்சுக்குக் கட்டுப்படுவது என்பதை நுனியெக் நன்கு அறிவாள். தாம்பத்தியத்தில் ஒருவர் தன் பயணம் குறித்து உணர்ந்திருக்க வேண்டுமென்பதையும் அவள் அறிவாள். உங்கள் கணவருக்கும் உங்களுக்கும் இடையில் நல்ல உறவு உள்ளதாக நீங்கள் எண்ணிக் கொண்டிருக்கும் பொழுது நிலைமை மெல்ல சற்று மாறிவிடும். அவள் சமையலறைக்குச் சென்று வாடி வதங்கிப் போன காய்கறிகளை வைக்கும் பொழுது அவள் கணவன் மீது அவளுக்கு ஏற்பட்ட வருத்தம் தெளிவாகத் தெரிந்தது.

"ஒற்றுமை என்ற கொள்கை தேசியவாதக் கட்சிக்கு அப்படி ஒன்றும் பெரிதாக சாதித்துவிடவில்லை. அண்மையில் அக்கட்சி

இரண்டாக உடைந்துவிடவில்லையா? ஒரு பிரிவு கோழி இறகுப் பேனாவை சின்னமாகப் பெற்றது. மற்றொன்றிற்கு மண்வாரி சின்னமாயிற்று. இது முட்டாள்தனமாக இல்லையா?'' தன் மகளின் காதிற்குள் இவ்வாறு முணுமுணுத்தாள் நுனியெக்.

சில வாரங்களுக்கு முன்னர் அம்பாவின் தந்தை தன் வீட்டுச் சுவர்களை 'ஒரு முக்கோணத்திற்குள் எருதுவின் தலை உள்ளது' போன்ற ஓவியங்களால் அழகுபடுத்தினான். அதையே பலமுறை புதுப்பித்தான். எத்தனை முறை என்பதை அம்பா எண்ண முடியவில்லை. சுடர்மிண்டோ தன் மனைவியிடம் அழுத்தமாகச் சொன்னான். "நாம் சரியாகத் தேர்வு செய்ய வேண்டும். எருதின் தலை தேசியவாத கட்சியை, சுகர்னோவைக் குறிக்கும்.''

"அரிவாள் கத்தியலுக்கு என்ன? கம்யூனிஸ்ட் கட்சி ஏன் கூடாது'' என்று எதிர்க்கேள்வி கேட்டாள், அம்பாவின் தாய்.

உடனே கண்கள் சுழல, போலி வியப்பில் புருவங்கள் வில்லென வளைய, சுடர்மிண்டோ வாயால் கேலிச் சித்திரம் வரையத் தொடங்கினான். "என் அன்பே! அரிவாள் கத்தியல் இந்த இரண்டையும் பார். சுத்தியல் உழைப்பாளிகளின் கருவி. உண்மை. அதில் எந்த தவறும் இல்லை. நாம் உழைக்கும் வர்க்கம் பற்றி பேசுகிறோம், இல்லையா? நாம் அவர்களுக்குத் தான் வாக்களிக்கிறோம். ஏனெனில் அவர்கள்தான் உண்மையான புரட்சிகாரர்கள், அவர்களுக்காக உயிரை சிந்தவும் சித்தமாகவுள்ளோம், அப்படித்தானே! பின் நமக்கு ஏன் அரிவாள்? அரிவாள் கொண்டு ஒரு விவசாயி நெல் அறுக்கலாம் அல்லது ஒரு மரக்கிளையை வெட்டலாம். ஆனால் அரிவாளைவிட மண்வாரி கூடுதலாக பலவழிகளில் பயன்படுகிறது. எனவே, அரிவாளுக்குப் பதிலாக மண்வாரிதான் இருக்க வேண்டும். ஆக கம்யூனிஸ்ட் கட்சியின் சின்னத்தில் கூட குழப்பம் உள்ளது. சரியான சின்னம் கூட இல்லாத கம்யூனிஸ்ட் கட்சிக்கு நாம் வாக்களிக்க வேண்டுமா?''

இத்தருணத்தில் அம்பாவின் அம்மா சட்டென்று அமைதியாக, யதார்த்தமாக விலகுவது போல விவாதத்தை நிறுத்திக் கொண்டாள். இதற்கு மேல் விவாதம் வளருமானால் குழந்தைகள் முன்னால் தன் கௌரவத்திற்கு பங்கம் வருமென்று அவளுக்குத் தெரியும். புன் முறுவலோடு அவள் அமைதியாக, சுடர்மிண்டோ பெரிய மனதோடும் பொறுமையோடும் விவாதத்திற்கு முற்றுப்புள்ளி

வைத்தான். அறிவுமிக்க ஆண்கள் தங்கள் மனைவிகளிடம் இப்படித்தான் சமாதானமாகி விடுவார்கள்.

தன் அம்மாவிடம் விரக்தி வளர்ந்து வருவதை அம்பா அறிந்திருந்தாள். சுடர்மிண்டோ பல ஆண்டுகளாக தன் மனைவியிடம் அதிக அக்கறை காட்டுவதில்லை. இது அவளை வாட்டத் தொடங்கியது. அவள் அம்மாவின் மனக்குமுறல் சுவையற்ற சம்பல், உப்பு கூடிய சோயா உணவு, துவைத்த துணியில் விளக்க முடியாத கறைகள் என்று பல வடிவங்களில் வெளிப்படத் துவங்கின. தன் அப்பா மீது அவளுக்கிருந்த கூடுதலான அபிமானம், தன் அம்மாவை பின்பற்றாமல் தான் தானாகவே இருக்க வேண்டுமென்ற உறுதிப்பாடு இவ்விரண்டும் அம்பாவைப் பற்றிக்கொண்டன.

ஆனாலும் அன்று அம்மாவிற்காக அவள் வருத்தப்பட்டாள். "அம்மா! அப்பாவின் அனுபவம் அவரை அப்படி பேச வைக்கிறது. பல வருடங்களுக்கு முன்னால், அந்தக் காலத்தில் அவர் சொல்வது சரியாக இருக்கலாம். மேலை நாடுகளில், நாம் இங்கு கை கத்தியைப் பயன்படுத்துவது போல அரிவாளை தானியங்களை வெட்டப் பயன்படுத்துவார்கள். என்று நானும் படித்திருக்கிறேன்'' என்று அம்பா தன் அம்மாவிடம் சொன்னாள்.

"அரசியல் என்பது சரியானவற்றிற்கானதல்ல. தவறானவற்றை சரியாகச் செய்வது என்று பின்னாளில் அம்பா தெரிந்து கொண்டாள். அவள் அப்பா விருப்பத்தோடு கூறியவற்றை பின்னர் நினைவுகூர்ந்தாள். நம் தேசத்தின் தீவுகள் ஓராயிரம் தத்துப்பிள்ளைகள் தாயின் மடி நோக்கி வருவதுபோல தேசத்தை நாடுகின்றன. பிரம்மாண்ட முலைக் காம்புகள் என்று நான் அழைக்கும் நம் தேசம் அத்தீவுகளுக்கு முடிவில்லாமல் வழங்கிக்கொண்டே இருக்க வேண்டும்' என்று அவள் அப்பா சொல்வதுண்டு.

"நாடு விடுதலை பெற்று 10 ஆண்டுகளுக்குப் பின்னர் 1955ல் நடந்த பொதுத் தேர்தல் குழப்பத்தில், அந்த ஆயிரம் தத்துப்பிள்ளைகளும் ஒன்றிணைந்து, சத்தை உறிஞ்சும் நான்கு குழந்தைகளாகிவிட்டன. தெரிவு செய்யப்பட்ட அந்த நான்கும் மிகப் பெரியவை. *PNI* என்றறியப்பட்ட இந்தோனேசிய தேசியவாத கட்சியான முதல் மகனிடமும், மசையுமி அல்லது இந்தோனேசிய இஸ்லாமிய சங்கங்களின் குழு என்ற இரண்டாவது மகளிடமும் *NU*

என்றழைக்கப்படும் நகத்லதுல் உலாமா இஸ்லாமிய கட்சி என்ற மூன்றாவது மகனிடமும் 'நீங்கள் மூன்று பேரும் மேஜையின் வலது பக்கம் செல்லுங்கள்' என்று பிரம்மாண்ட முலைக்காம்புகள் (நம் தேசத்தாய்) சொன்னாள். *PKI* என்று பொதுவாக அறியப்பட்ட இந்தோனேசிய கம்யூனிஸ்ட் கட்சி என்ற நான்காவது மகளிடம் மேஜையின் இடதுபுறத்தில் தொடர்ந்து இருப்பாயாக என்றாள்.'' பின்னர், தந்தையும் குடியரசுத் தலைவருமான சுகர்னோ "பெரிய உணவு மேஜையில் அமர்ந்துள்ள நாமனைவரும் ஒரே குடும்பம்" என்று பெருமையாகச் சொன்னார். இவ்வாறு அவள் தந்தை சொன்னதை அம்பா நினைத்துப் பார்த்தாள்.

எனினும் உண்மையில் அந்நான்கு பேரையும் கொள்ளும் அளவிற்கு அம்மேஜை பெரியதல்ல. மேலும் வேறுபட்ட பேராசைமிக்க அம்மகன்களிடம் ஒற்றுமையாக இருப்பதற்கான மனநிலையுமில்லை.

பல்வேறுபட்ட, பரந்த, மென்மையான, சட்டைகள் உள்ள அரசியலமைப்பு கொண்டதாக நம் தேசத்தாய் உள்ள போது ஒற்றுமைக்கான சூழல் இல்லவே இல்லை.

அவள் தந்தை விவரிக்க முயன்ற இந்தோனேசிய அரசியல் கட்சி அமைப்பிற்குக் குடும்பம் என்ற உவமை மேலும் மேலும் பொருத்த மற்றதாகி வருவதாகத் தான் எண்ணியதை, அம்பா நினைவுகூர்ந்தாள்.

இதற்கிடையில், நாலாவது உறிஞ்சியானது இந்தோனேசிய கம்யூனிஸ்ட் கட்சி ஒரு வருட காலத்திற்குள், யாவரும் வியக்கும் வண்ணம், 30 லட்சம் உறுப்பினர்களைக் கொண்டதாக பெரு வளர்ச்சி பெற்றது. இதைக் கண்ட மற்ற மூன்று மக்களும் 'நம்மை விட நம் உடன்பிறப்பு மட்டும் எப்படி முக்கியத்துவம் பெற முடியும்? இது சாத்தியமில்லை'' என்று கூக்குரலிட்டன.

பிரம்மாண்ட முலைக்காம்புகளை இறுகப் பற்றி உறிஞ்சும் பசித்த வாய்கள் தாயைச் சார்ந்தும், ஒட்டியும் இருக்கிறபோது எதுவும் சாத்தியம் என்று அம்பா புரிந்து கொண்டாள். எல்லாவற்றிற்கும் மேலாக, தேசத்தாய் என்பது ஒரு கருத்துருவாக்கம் தானே!

5

சால்வா

காலம் கடந்து சென்றது. 1950கள் 60களாயின. அம்பாவின் இரட்டைத் தங்கைகள் அவரவர் வழியில் அழகு தேவதைகளாக வளர்ந்து கொண்டிருந்தனர். அம்பாவும் மாறிப்போனாள். அவளின் பதின்ம வயதில் அவளது அழகை சற்றுக் குறைத்துக் காட்டிய அம்சங்கள் குறிப்பிடத்தக்க வகையில் கூடுதல் அழகாக மலர்ந்தன. கவரும் கண்கள், வில்லென வளையும் புருவங்கள், மென்மையான உருண்ட மூக்கு, தேவைக்கேற்ப சுழிக்கவும், அகன்ற புன்முறுவல் பூக்கவும் செய்யும் வாய் என்று அவள் முகமே தனியழகுதான். அவள் அப்படி ஒன்றும் உயரமானவள் இல்லைதான், ஆனால் தானிருக்கும் இடத்தை சூடேற்றும் கட்டுடல் கொண்டவள் அம்பா. குனிந்த பார்வை, மெல்லிய குரல், இளநகை இவற்றை பெண்களின் அம்சங்களாகப் பார்த்து ஜாவா மக்கள் பழகியிருந்தனர். இவற்றிற்கு எதிர்மறையாக இருந்த அம்பாவிடம் எப்படி நடந்து கொள்வது என்று அம்மக்களுக்கு பிடிபடவில்லை.

அம்பா ரோஜா மலரில்லை. ஆனால் அவ்வாறில்லாததுதான் தனக்கு மகிழ்ச்சி என்று எப்போதும் அவள் அறிந்திருந்தாள்.

அம்பா அறியாத ஒன்றிருந்தது.

ஒரு மாதத்திற்கு முன்பு அவள் பெற்றோர்கள் சால்வானி முனிரைச் சந்தித்தனர். பார்த்தவுடன் அவனை அவர்களுக்குப் பிடித்துப் போயிற்று. அவன் மிக நல்ல மருமகனாகவே இருப்பான் என்று அவர்களுக்குப் பட்டது. சீராக அமைந்திருந்த உதடுகளுக்கு மேல் மெல்லிய மீசையோடு பார்ப்பதற்கு நன்றாக இருந்த 22 வயது சால்வாவிடம் அவர்களைக் கவர்வதற்கு ஏதோ ஒன்றிருந்தது.

அவன் பெற்றோர்கள் இருவரும் இஸ்லாமின் இரு முனைகளைச் சார்ந்தவர்களாக இருந்தனர். சிறிய மரப் பொருட்கள் கடை வைத்திருந்த அவன் அப்பா முகம்மதியா பிரிவின் உள்ளூர்த்

தலைவர். அவன் அம்மா ஒரு கியாப்பின் (மதத் தலைவர்) மகள், அவள் நக்த்லதுல் உலமா அமைப்பின் (NU) உள்ளூர் தலைவராக இருந்தாள்.

எப்போதும், வீட்டிலும், பொதுவெளியிலும் மதங்குறித்தும் அரசியல் குறித்தும் பெற்றோர்களிருவரும் சண்டையிட்டுக் கொண்டார்கள். வீடும், நகரமும் விரைவில் சால்வாவிற்கு நரகமாகிவிட்டன. இவர்களின் சண்டையையோ அல்லது அவர்களிடம் பிரிந்துவிடுங்கள் என்று பிறர் சொல்வதையோ கவனிப்பதில்தான் சால்வாவின் சிறுவயதின் பெரும் பொழுது கழிந்தது. உள்ளூர் மசூதியில் தினசரி தொழுகையில் தலைமை தாங்கும் இமாம் வேறொரு பிரிவைச் சார்ந்தவர் என்று யாரேனும் சொன்னால் போதும், சால்வாவையும் அவன் சகோதரர்களையும் அவர்களின் அப்பா உடனே வீடு திரும்பி, வீட்டிலேயே தொழுமாறு ஆணையிடுவார். வீட்டிற்கு வந்தால் அங்கு அம்மாவின் சினம் அவர்களை எதிர்கொள்ளும். இமாம், (நான் தொழத் தொடங்குகிறேன்') என்று உழலி சொல்லாத போது அது எப்படி தொழுகையாகும்'' என்று அவன் அம்மா வினவ, எதிர்வினையாக அவன் அப்பா அம்மாவோடு பேசுவதை சில நாட்கள் நிறுத்திவிடுவார்.

சால்வாவின் தந்தை கோபத்தில் தன் மனைவியை அடித்துவிடவில்லை. (அதற்காக சால்வா நன்றி சொல்ல வேண்டும் என்பது வேறு கதை). எனினும் "ஆணும் பெண்ணும் மாறுபட்ட கருத்து கொள்ளலாம். ஆனால் ஆணின் கருத்தே செல்லும்'' என்ற செய்தியை அவன் நடவடிக்கை தெளிவாக எடுத்துச் சொன்னது. சால்வா மூத்த பையன் என்ற முறையில் குடும்பத்தில் குழப்பம் வேண்டாமென்ற எண்ணத்தில் இதை கண்டும் காணாதது போல் இருந்துவிடுவான். சில நேரங்களில் மனசாட்சி உறுத்த அமைதியிழந்தவன் போல் உணர்வான். ஆனால் எதற்காக மனசாட்சி உறுத்துகிறது என்பதை அவன் அறிந்திடவில்லை.

நாள் செல்லச் செல்ல சால்வா கவலைப்படுவதை நிறுத்திக் கொண்டான். அவன் தெரிந்து கொள்ள வேண்டியது இதுதான். எது சரி எது தவறு என்பது போன்ற முக்கியமான விஷயங்களில் கடவுள் ஏன் குழப்பத்தை உண்டு பண்ண வேண்டும்? அல்லது சரி, தவறு என்பவை முக்கியமானவை இல்லையா? அல்லது எது சரி எது தவறு என்பதை சரியாகக் கொண்டு கொள்வது முக்கியமற்றதா?''

அவன் ஒரு நாள் தன் அன்னையிடம், "என்றேனும் அப்பா உன்னை அடித்திருக்கிறாரா?'' என்று கேட்டான்.

"ஏன் இல்லை?''

"நான் ஒருபோதும் பார்த்ததில்லையே.''

"நீயும் உன் சகோதரர்களும் பார்க்காதவாறு நான் பார்த்துக் கொள்வேன்.''

பல கேள்விகள் அவன் தலைக்குள் கனன்று கொண்டிருந்தன. அக்கேள்விகளை அவனுக்குள் விதைத்தது யார் என்று அவன் வியந்து கொண்டிருந்தான். வெறுப்புப் பேச்சுகளும் விஷயம் நிறைந்த போதனைகளும் எழுப்பிய கோபாவேசங்களுக்கும், புகைச்சலுக்கும் மத்தியில் அவனால் சிந்திக்க இயலவில்லை. அவன் பெற்றோரைப் பற்றி கேட்கவே வேண்டாம். அவர்கள் தங்களின் முகத்திரைகளுக்குப் பின்னால் ஒளிந்து கொண்டார்கள். மதபோதனைகள் வழங்காத பிற நேரங்களில் மதத் தலைவர்களின் குரல்களில் மதுவின் நெடி வீசியது.

அந்த 'இளம் சிவப்புப் பெண்ணை நினைக்கத் தொடங்கியவுடன் அவன் கேள்வி கேட்பதைக் குறைத்துக் கொள்கிறான்.

அந்த பெண் எப்போதும் இளஞ்சிவப்பில் இந்தோனேசிய பாரம்பரிய ஆடையை அணிபவள். இளஞ்சிவப்புக் கன்னங்கள் கொண்டவள். பக்கத்துக் கிராமங்களைச் சார்ந்த ஆண்கள் பலரோடு மஞ்சத்தைப் பகிர்ந்ததாகச் சொல்லப்படுபவள். அவள் சால்வாவை விட 10 வயது மூத்தவள். அவள் நகரின் வெளியே பாரங் சந்திப்பில் சால்வாவின் அருகில் நின்று கொண்டாள். சட்டென்று திரும்பி சால்வாவின் காதில் "துணிவிருந்தால் என் பின்புறத்தில் கிள்ளு பார்ப்போம்'' என்று கிசுகிசுத்தாள். அவளை நினைப்பதோடு அல்லாமல் மீண்டும் அவளைக் காண வேண்டும் என்று அடங்காத ஆசையும் எழுந்தது. குறிப்பாக முதன்முதலாக சந்தித்த போதே "இங்கே என் பின்புறத்தைத் தொடு, நான் உன்னை ஆண்மகனாக்குகிறேன்'' என்று முணுமுணுத்தவாறு அவளின் பின்னழகின் வளைவையும் மென்மையையும் உணர அவள் ஆணையிட்ட பிறகு தோன்றிய விருப்பம் விநோதமானது. ஏனெனில் அவனிடம் அவள் குறித்து, பின்னெழிலைத் தொடு பார்ப்போம் என்று சொன்னது குறித்து, என்றேனும் அவளின்

பின்புறத்தை தொட வேண்டி வருமோ என்பது குறித்து அவனிடம் அச்சமும் இருந்தது. அவள் முகத்தின் ஒளி, கவர்ச்சி, சக்தி அவனை ஈர்த்தது.

இவை யாவும் அவன் நண்பர்களின் பார்வையில் படாமல் நடந்தன. பெயர் வைக்கும் விழா ஒன்று அவர்கள் ஊரில் நடப்பது வழக்கம். அப்போது, அவன் அப்பா பயனற்று ஊர் சுற்றும் தன் சக பணியாளர்களைத் திட்டித் தீர்க்கத் தொடங்குவதற்கு முன், சால்வா வீட்டிலிருந்து நழுவி நண்பர்களோடு இணைந்து கொள்வான். விழாவில் கவர்ச்சி ஆட்டமிடும் நடனக்காரியின் பின்புறத்தில் கிள்ளிவிட்டு வெற்றிக் கூச்சலிட்டுக் கொண்டு அவன் நண்பர்கள் ஒருவரையொருவர் தள்ளிக் கொண்டு கும்மாளமிடுவதை சால்வா கவனித்துக்கொண்டிருப்பான். தன்னை அவமானப்படுத்துவோரைப் பாராட்டுவது போல அவர்களை தாக்கி அந்நடனக்காரி அவனுக்கு எவ்வித மகிழ்ச்சியையும் தந்திடவில்லை. தங்களின் இழி செயலை நியாயப்படுத்தும் நண்பர்களின் வாதங்களும் மகிழ்ச்சியைத் தரவில்லை. பூமிக்கு வந்து நல்ல விளைச்சலைத் தர வேண்டுமென்று அரிசி அம்மனை *(Goodness of Rice)* வேண்டுகிற சடங்குகளின் போது இவ்வாறு செய்ய வேண்டுமென்ற நண்பர்களின் விளக்கங்களும் சால்வாவிற்கு மகிழ்ச்சியளிக்கவில்லை.

"தெரிந்து கொள் நண்பா! இவ்வாறு கிள்ளுவது நம் கலாச்சாரத்தின் ஓரங்கம்'' என்று யாரேனும் ஒருவன் இறைவழிபாட்டோடு கூறுவதை தவறாக எடுத்துக் கொள்ளவில்லை. ஆனால் சால்வாவிற்கு "நாம் அல்லாவைத் தவிர வேறு கடவுளில்லை என்று சொல்கிறோம். ஆனால் கண்ணுக்குத் தெரியாத கைகள் கொண்டு பிற தெய்வங்கள் இப்பூமியை ஆள்கின்றன என்பது நம் ஆழ்மனதிற்குத் தெரியும்'' என்று சொல்வது போல கேட்கும்.

ஆக, சால்வா அமைதியாக இருந்துவிடுவான். இதை எல்லாம் மாற்றுவதற்கான முயற்சி எடுத்து என்ன பயன்? அவன் புதிய மனசாட்சியை தனக்குத்தானே பெற வேண்டுமா?

அவனுக்கு 16 வயது நிரம்புவதற்கு ஒரு வாரத்திற்கு முன்னால், ஒருநாள் தன் பொருட்களை எடுத்துக் கொண்டு வீட்டைவிட்டு வெளியேறினான். தானே முயன்று கல்வி பெறுவது என்று முடிவெடுத்தான் சால்வா.

சால்வா யோக்யாகர்ட்டா வந்திறங்கியவுடன் நேராகச் சென்று ஜோஹரி வீட்டுக் கதவைத் தட்டினான். ஜோஹரி சால்வாவின் நெருங்கிய நண்பன் சைபுல்லின் சகோதரன் 27 வயதான ஜோஹரி கார் பழுதுநீக்கும் பணிமனை ஒன்றை வெற்றிகரமாக நடத்தி வந்தான். அதன் மூலம் நிலையான வருமானம் பெற்று வந்தான். சொந்தத்தில் ஒரு மோட்டார் சைக்கிளும் வைத்திருந்தான். அதனால் சுற்று வட்டாரத்திலுள்ள இளம் பெண்கள் மற்றும் அவர்களின் தாய்மார்கள் மத்தியில் ஜோஹரி மீது மரியாதை இருந்தது. அவனது தயாளகுணமும் அவனுக்கு மரியாதையை பெற்றுத் தந்தது. அவன் கடனாகக் கொடுத்த எதனையும் திருப்பிக் கேட்டதில்லை. அது அவனது இயல்பாகவே இருந்தது. கொடுத்ததைப் பற்றி மறுசிந்தனை அவனிடம் இருந்ததில்லை.

ஜோஹரி தனது வீட்டின் பின்புறத்திலிருந்த ஓர் அறையை சால்வா தங்குவதற்கு கொடுத்துவிட்டு “நீ என் தம்பியின் நண்பன். இந்த அறைக்கு நீ வாடகை எதுவும் தர வேண்டாம்” என்று சொல்லிவிட்டான்.

தன்னிடம் அன்பாக நடந்து கொண்ட ஒவ்வொருவருக்கும் ஏதேனும் கைமாறு செய்ய வேண்டும் என்பதை தனது லட்சியமாக சால்வாக உறுதிபூண்டான். ஜோஹரி, சைபுல், தான் வீட்டைவிட்டு வெளியேறும் பொழுது தனக்கு சிரமம் ஏதும் தராத பெற்றோர் ஆகியோருக்கு, நன்றாகப் படித்து, பொறுப்போடு வாழ்ந்து, உழைப்பு, உழைப்பு, உழைப்பு என்று கடினமாக உழைத்து, நன்றிக்கடன் செலுத்த வேண்டுமென சபதம் எடுத்துக் கொண்டான்.

ஓர் ஆசிரியராக வேண்டுமென்று சால்வா விரும்பினான்.

அம்பாவின் பெற்றோரைப் பொறுத்தவரை 1962ம் ஆண்டு, ஒரு சிறந்த ஆண்டு, மாற்றத்திற்கான ஆண்டு, அதிர்ஷ்டமான ஆண்டு.

திடீரென, சுடர்மிண்டோ கல்வி ஆய்வாளராக பதவி உயர்வு பெற்றான். காலனிய கல்வி அமைப்பில் கல்வி ஆய்வாளர் என்பது மதிப்புமிக்க ஒரு பதவி.

சுடர்மிண்டோ தன் வாழ்நாளில் முதன்முறையாக தனக்கென்றிருந்த உலகத்திற்கு அப்பால் ஆசைப் பட்டான்.

"ஒரு கல்விப் புலத்தின் உட்புறத்தை நான் ஒருபோதும் பார்த்ததில்லை. யோக்யாகர்ட்டாவிற்கு செல்ல விரும்புகிறேன்'' என்று தன் மனைவியிடம் ஆவல் ததும்ப சொன்னான் சுடர்மிண்டோ.

நுனியெக் தன் கணவனை ஏறிட்டுப் பார்த்தாள். சமீப காலமாக தன் கணவன் எவ்வித ஆவலுமில்லாமல் விரக்தியுடன் இருந்ததன் காரணத்தை அவளால் புரிந்து கொள்ள முடியவில்லை.

அவளை நேருக்கு நேர் பார்க்காமல் அவன் சொன்னான். "நாமிருவரும் யோக்யாகர்ட்டாவிற்கு இணைந்து செல்லலாம். கட்ஜா மாதா பல்கலைக்கழகத்திற்கு செல்லலாம். அங்குள்ள ஆசிரியர் பயிற்சி மற்றும் கற்பிக்கும் கலைத் துறை அசரவைக்கும்." ஒவ்வொரு வார்த்தையையும் மெல்ல, கவனமாக, அவை ஏதோ தனது ரகசிய உலகத்தைச் சார்ந்தவை போல உச்சரித்தான். சுடர்மிண்டோ.

"அதிலென்ன சந்தேகம், ஆனால் நம்மிடம் பணம் இல்லையே' என்று அக்கறையோடு நுனியெக் சொன்னாள்.

செலவு செய்ய போதிய வசதி இல்லையென்றாலும், யோக்யாகர்ட்டாவிற்கு செல்லும் வாய்ப்பை நுனியெக்கால் எப்படி மறுக்க முடியும்? நகரங்களின் நகரமான அந்நகருக்கு அவள் இருமுறை சென்றிருக்கிறாள்.

கோட்டாஜெட் செல்வதற்கு, 'கல்லறைகளின் களஞ்சியம்' என்ற நூலை எழுதிய சிறந்த அரசனின் கல்லறை உள்ள இமோசிரியில் தொழுவதற்கு, சுல்தான் அகங்கின் கல்லறையை நோக்கி அடிமேல் அடி வைத்து நடப்பதற்கு இதற்கெல்லாம் செலவு செய்ய அவளிடம் என்ன இருந்தது? அவர்களிடம் பணம் இல்லை.

அனைத்துக் கனவுகளும் கற்பனைக் கதைகளாக நின்றுவிடுவதில்லை. குறிப்பாக 1962ல் சுடர்மிண்டோவிற்கும் நுனியெக்கிற்கும் சில கனவுகள் நடந்தேறின.

அவர்களிருவரும் தங்களின் யோக்யா கர்ட்டாவிற்கு செல்லும் கனவைக் கைவிட்டு 5 நாட்கள் கழிந்த பின்னர், ஒரு கடிதம் வந்தது. கத்ஜா மாதா பல்கலைக்கழகத்தின் ஆசிரியர் பயிற்சி மற்றும் கற்பிக்கும் கலைத் துறையிலிருந்து அக்கடிதம் வந்தது.

சுடர்மிண்டோவின் பார்வையில் அக்கடிதத்திலிருந்து எழுத்துகள் களி நடனம் புரிந்தன.

"செப்டம்பர் மாதம் 17ம் தேதி காலை 11 மணிக்கு நடைபெறவுள்ள ஆசிரியர்கள் கூட்டத்தில் கலந்து கொள்ள எங்கள் வளாகத்திற்கு நீங்கள் வர இயலுமா?''

"தங்களைப் போன்ற மதிப்புமிக்க, அனுபவமிக்க ஆசிரியர்கள் எங்களுக்குத் தேவை.. அடுத்த ஆண்டு 120 பட்டதாரிகளையும், சில முதுகலைப் பட்டதாரிகளையும் அடைவதற்குத் திட்டமிடுகிறோம். மேலும் கலைத்திட்டத்தை மறு ஆய்வு செய்ய வேண்டியுள்ளது. உங்களது ஆலோசனைகளை வரவேற்கிறோம்.. மதிப்பூதியம் என்ற வகையில் உங்களுக்கு அதிகமாக தர இயலாது. ஆனால் தாங்கள் யோகியாகர்ட்டா வந்து செல்வதற்கான வழிச்செலவையும், பல்கலைக்கழகத்தில் தாங்கள் தங்குவதற்கான செலவையும் மகிழ்வோடு ஏற்றுக்கொள்கிறோம். தங்கள் மனைவியும் தங்களோடு வருகிறார்களா என்பது குறித்தும் எங்களுக்குத் தெரிவியுங்கள்..''

ஒரு வாரத்திற்குப் பின்னர், சுடர்மிண்டோவும் அவன் மனைவியும் யோக்யாகர்ட்டா செல்லும் பஸ்ஸில் அமர்ந்திருந்தனர். பல்கலைக்கழக கூட்டத்திற்கு ஒரு நாள் முன்னராகவே அவர்கள் யோக்யாகர்ட்டா வந்தடைந்தனர். அவர்களின் 13 ஆண்டு திருமண வாழ்க்கை அறிந்திராத 'தேன்நிலவு' என்பதன் பொருளை உணர்ந்து கொள்வதில் அந்த ஒரு நாளின் பெரும் பொழுதைக் கழித்தனர்.

இரண்டாம் நாள் அவர்கள் பல்கலைக்கழக முற்றம் ஒன்றில் நின்றுகொண்டிருந்தனர். அந்த முற்றத்திற்கருகே, மலர்ப் படுக்கையின் பின்னணியில், 'ஆசிரியர் பயிற்சி மற்றும் கற்பித்தல் கலைத் துறை, கத்ஜா மாதா பல்கலைக்கழகம் என்ற பெயர்ப் பலகை காணப்பட்டது.

கூட்டம் தொடங்குவதற்கு 12 மணி நேரத்திற்கு முன்பாக, காலை 9.30 மணிக்கு அவர்கள் பல்கலைக்கழகத்திற்கு வந்துவிட்டனர்.

அவர்களைச் சுற்றி இருந்தவர்களை மௌனமாகக் கவனித்துக்கொண்டிருந்தனர். மாணவர்கள், ஆசிரியர்கள், இவர்களைப் போன்ற பார்வையாளர்கள் என்று அங்கிருந்த மக்கள், பல்கலைக்கழக முற்றங்களில் நடந்தவாறும், அமரும் இருக்கையில்

அமர்ந்தவாறும், தங்களிடமிருந்த தாள்கள் மீது ஆழ்ந்த கவனத்தோடும் இருப்பதை சுடர்மிண்டோவும், அவன் மனைவியும் கண்டனர். அந்த வளாகத்தில் இருந்த ஒவ்வொருவரும் பேசிக் கொண்டும், தங்கள் எண்ண ஓட்டங்களை வெளிப்படுத்திக் கொண்டும், பகிர்ந்து கொண்டும், சுடர்மிண்டோ தம்பதிகளைப் போலில்லாமல் உயிரோட்டத்துடன் இயங்கிக் கொண்டிருந்தனர். அங்கிருந்த சூழல் மின்னேற்றம் பெற்றதுபோல் பரபரப்பாக இருந்தது. அங்கிருந்தோரின் சலசலவென்ற பேச்சிரைச்சல் பரபரப்பை மிகைப்படுத்த, அவர்கள் ஒவ்வொருவரும் சுடர்மிண்டோ இணைவு மேம்பட்ட அச்சூழலுக்கு அப்பாற்பட்டவர்கள் என்பதை நினைவுறுத்தினர்.

'வேறென்ன செய்வது' என்று அறியாது அவர்களிருவரும், எவர் கவனத்தையும் ஈர்த்துவிடாமல் கவனமாக வளாகத்திலுள் சுற்றித் திரிந்தனர். அவர்கள் பல கதவுகளைக் கண்டனர். இருண்ட வைப்பறைக் கதவுகள், சிறுநீர் நெடியும், விலை குறைந்த பூச்சிக் கொல்லி நெடியும் வீசுகிற காப்பறைக் கதவுகள், அழுகிய பருப்புகளின் மணம் வீசும் வகுப்பறைக் கதவுகள் என்று கதவுகள் ஒவ்வொன்றும் அவற்றிற்குப் பின்னே இருந்த அறைகள் பற்றி கவிதை பாடின. வகுப்பறைச் சுவர்கள் ஈரப்பதத்துடன் இருந்தன. இங்குமங்குமாகத் தொங்கவிடப்பட்ட, பழம் பெருமை பேசும் நினைவுப் பரிசுகளின் மஞ்சள் ஒளியில் அச்சுவர்கள் குளித்துக் கொண்டிருந்தன. பலமற்ற குறைந்த விலை மரத்தாலான எழுது பலகைகள் ஒவ்வொரு வகுப்பறையையும் அடைத்து நின்றன. நூலகத்தில், துண்டுத் தாள் குப்பைகளும், வீசி எறியப்பட்ட நொறுக்குத்தீனி உறைகளும் எங்கும் சிதறிக்கிடந்தன. வண்ணமிழந்த ஜன்னல்களில் சிலந்திகளும் ஒட்டடைகளும் வாசம் செய்தன. எழுது பலகைகளை, அடையாளம் தெரியாத மிருகங்கள் ஒன்றையொன்று விரட்டுவது போன்ற 'ஓவியங்கள்' அலங்கரித்தன.

"நாம் ஏன் தாழ்வாக, உணர வேண்டும்? என் கணவர் நடத்தும் பள்ளி இந்த பல்லைக்கழகத்தைவிட சுத்தமாகவும், சீராகவும் உள்ளது. ஏன் என் கணவரின் முகம் களையிழந்து போனது? கடிப்புராவில் மதிப்போடும் மரியாதையோடும் உள்ள என் கணவர் அதற்கு மாறாக இங்கு ஏன் சட்டென்று முதுமை எய்தியவராக, தளர்ந்தவராக, பொருத்தமற்றவராக போனதேன்?'' நுனியெக் தனக்குள் இவ்வாறு எண்ணிக் கொண்டாள்.

தனது கவனத்தை வேறெங்காவது செலுத்த அவள் முயற்சித்தாள். மேலா? கீழா? இருபக்கமுமா? தொலைதூரத்திலா. கவனத்தை எங்கே செலுத்துவது? அவள் கணவன் நம்பிக்கை மிகுந்த உடல்தோற்றத்தைக் காட்ட பகீரத முயற்சியில் ஈடுபட்டுக்கொண்டிருந்ததால் விளக்க இயலாத கோபம் பெரும் வீச்சோடு அவளிடம் எழுந்தது.

"மூக்குக் கண்ணாடியை கையில் வைத்துக் கொண்டு தடுமாறுவதை அவன் எப்போது நிறுத்தப் போகிறான்?''

அவன் கையிலிருக்கும் கண்ணாடியை பிடுங்கித் தூர எறிய வேண்டுமென்ற ஆவேசம் அவளுக்குள் எழுந்தது. வீட்டிற்குப் போக வேண்டுமென்று தோன்றியது.

"11.30 மணி கூட்டத்திற்கு நம்மை வரச் சொல்லி இருக்கிறார்கள். இல்லையா'' என்று கிசுகிசுத்தான்.

"ஆமாம்! ஆனால் அவ்வளவு கறாராக இருக்க வேண்டிய அவசியமில்லை'' சில நாட்களாக தன் சட்டைப் பையில் வைத்திருந்த அந்த கசங்கிய தாளை எடுத்து மீண்டும் பார்த்தான். அதில் 'இரண்டாம் தளம் அறை B-3,' என்று எழுதப்பட்டிருந்தது.

"நீங்கள் அலுவலகத்தில் விசாரிக்க வேண்டும்.'

"அதுவும் சரிதான். நீ இங்கேயே இரு அல்லது அந்த மரத்தடியில் இரு. நான் சென்று விசாரித்துவிட்டு வருகிறேன்.'' என்று சொன்ன -சுடர்மிண்டோ பெருமூச்சு விட்டான்.

நுனியெக் தன் கணவன் சொன்னதுபோல மரத்தடியில் இருந்த மர இருக்கையில் அமர்ந்தாள். அவள் கணவன் இரண்டு நிமிடம் தயங்கிவிட்டு அலுவலக கட்டிடத்திற்குள் நுழைவதைக் கவனித்தாள். அவனைப் பற்றி, தங்களைத் தாங்களே தாழ்வாக எண்ண வைத்த யோக்யாகர்ட்டாவைப் பற்றி சிந்திப்பதைத் தவிர்க்க முயற்சித்தாள். அருகிலிருந்த ஓர் உணவகத்தைப் பார்த்தாள். குளிர்பானம் வாங்கினாள். குளிர்பானத்தில் இருந்த ஐஸ் கட்டிகளோடு, குளிர்ந்த மெல்லிய காற்று வீசியது.

சட்டென்று நுனியெக்கின் கவலை ஓரளவு நீங்கியது. அங்கிருந்த கட்டிடங்கள், முகங்கள் யாவையும் அவளுக்கு ஏற்கனவே பழகியவை போல தோன்றின. அவள் குளிர்பானம் வாங்கிய அதே கடையில் அதே குளிர்பானத்தை ஒரு மாணவி வாங்கினாள்.

தெளிவான அழகான முகம் கொண்ட அப்பெண்ணைப் பார்த்ததும் நுனியெக்கிற்கு அம்பாவின் நினைவு வந்தது. அம்பா சற்று கடினமானவள்; ஆனால் அன்பானவள். நுனியெக்கின் கண்களில் ஈரம் இருந்தது.

பின்னர் அவளை நோக்கி யாரோ வருவதை உணர்ந்தாள். கருப்புப் பேண்ட்டும், வெள்ளை சட்டையும் நேர்த்தியாக அணிந்திருந்த ஓர் இளைஞன் அவளருகே வந்தான். சுடர்மிண்டோவைப் போலன்றி சற்று உயரமாக கம்பீரமாக இருந்த அவன் நுனியெக் அமர்ந்திருந்த இருக்கையை நோக்கி வந்தவன், அவளை நோக்கித் தலையசைத்தது போல் தோன்றியது.

அவன் வசதியாக அமர்ந்திட அவள் அந்த இருக்கையை விட்டெழுந்தாள்.

"தயவு செய்து அமருங்கள். நான் உங்களை அச்சுறுத்த விரும்பவில்லை' என்று கனிவாக குனிந்து கேட்ட அந்த இளைஞன்.

"நான் ஏதேனும் உதவி செய்ய வேண்டுமா? யாருக்காகவாவது காத்திருக்கிறீர்களா?' என்று மேலும் கேட்டான்.

'நான் இப்பகுதியைச் சேர்ந்தவளில்லை என்பது தெளிவாகத் தெரிகிறது போலும்!' என்று அவள் வியந்தாள்.

அவளருகில் அமரலாமா என்றந்த இளைஞன் கேட்டபோது "தாராளமாக' என்றாள் நுனியெக்.

சற்று அருகில் வந்தபோது அவன் மேலும் அமைதியானவனாக, நல்லவனாக, நம்பிக்கையுள்ளவனாக, அழகானவனாக தோன்றினான். எனினும் அவனிடம் தெரிந்த 'தனிமை' அல்லது ஆழ்ந்த அமைதி அவளின் ஆவலைத் தூண்டியது.

"நீங்கள் இந்த ஊரைச் சேர்ந்தவர்களில்லை என நினைக்கிறேன்'' என்று கனிவாகச் சொன்னான் அந்த இளைஞன்.

"ஆமாம்! நாங்கள் கில்டனுக்கருகிலுள்ள கடிப்புரா என்ற சிறிய ஊரைச் சேர்ந்தவர்கள்''

"எனக்கு அந்த ஊரைத் தெரியும்'' அவனது புன்னகையில் சாந்தமும் நேசமும் தெரிந்தது.

"எனது கணவர் அங்குள்ள ஒரு பள்ளியின் முதல்வராக இருந்தார். கல்வி ஆய்வாளராக உள்ளார். புதிய கலைத்திட்டம் குறித்து ஆசிரியர்

பயிற்சி மற்றும் கற்பித்தல் துறையில் நடக்கவுள்ள ஆசிரியர்கள் கூட்டத்திற்கு அழைக்கப்பட்டுள்ளார்." தான் ஒரு தாயின் பரிவோடு பேசுவதுபோல் அவளுக்குப்பட்டது. தன்னை விரும்ப வேண்டும் என்ற ஆவல் அதில் தொக்கி நின்றது.

"என் கணவர், கூட்டம் நடக்குமிடம் அறிந்து வர, இப்போதுதான் கட்டிடத்தினுள் சென்றுள்ளார்.''

"நான் இங்கு உதவி விரிவுரையாளனாக உள்ளேன். என்னால் உங்களுக்கு உதவ முடியும். என் பெயர் சால்வனி முனிர். என்னை சால்வா என்றே அழைக்கலாம்."

சால்வா. சல்வா? அவனது உதடுகளின் அமைப்போ வடிவமோ ஏதோ ஒன்று கவர்ச்சியாக இருந்தது. அவனது புன்னகை அவள் கண்களுக்கு ஏதோ ஒரு ஈர்ப்பைத் தந்தது. திருமணம் குறித்த கனவு காணும் இளம் பெண்ணாகவும், பள்ளியில் படிக்கும் பெண்ணாகவும் இருந்தால் எப்படி இருக்கும் என்று சிந்திக்க வைத்து ஒரு கணம் தடுமாற்றத்தைத் தந்த புன்னகை அது. அப்புன்னகையில் அதையும் தாண்டி வேறேதோ முக்கியமானது இருந்தது. அது என்ன?

'கூட்டம் நடக்குமிடம் எனக்குத் தெரியும்' என்று அந்த இடம் நோக்கி நகர்ந்தவாறு அந்த இளைஞன் சொன்னது நுனியெக் காதில் அரைகுறையாகவே விழுந்தது. "நாம் உங்கள் கணவரை அங்கு காணலாம். இங்கே வெப்பமாக உள்ளது. உங்களையும் எங்களோடு உள்ளே அமர அனுமதிப்பார்கள்.''

ஒரு வழியாக, அவர்கள் நிர்வாக அலுவலகக் கட்டிடத்தின் முற்றத்தில் சுடர்மிண்டோ இருப்பதைப் பார்த்தார்கள். சுடர்மிண்டோவிடம் தன்னை அறிமுகப்படுத்திக் கொண்டு கைகுலுக்கினான் சால்வா. நுனியெக் தன் கணவனிடம் ஒரு மாற்றத்தைக் கண்டாள். நிமிர்ந்து நின்ற அவன் குரலில் உறுதியும் தெளிவும் தெரிந்தது. இந்த தெளிவும் உறுதியும்தான் ஊரிலிருந்த அரைகுறை பயிற்சி பெற்ற போலி ஆசிரியர்களிடமிருந்து அவனை வேறுபடுத்திக் காட்டின. காற்றுப்போன பலூனாக அவன் காட்சியளிக்கவில்லை.

நீண்ட நடைக்குப் பின்னர் அவர்கள் மூவரும் கூட்ட அறைக்கு வந்து சேர்ந்தனர். அந்த அறையின் நான்கில் மூன்று பங்கு நிறைந்துவிட்டது. தன் கணவனிடம் சிறிய தயக்கம் மீண்டும்

வருவதைக் கண்ட நுனியெக் அவனை அறைக்குள் தள்ளினாள். அவளின் முயற்சிக்கு உறுதுணையாக இருப்பதுபோல, சால்வா சுடர்மிண்டோவோடு நெருக்கமாக நிமிர்ந்து நடைபோட்டான். அந்த தருணம் ஒன்றை உணர்த்தியது. ஒருவரின் எதிர்கால மருமகன் அவர் வாழ்வின் இரண்டாவது அத்தியாயம், புதிய அத்தியாயமும் கூட.

அந்த அறையின் திறந்த கதவிற்கருகில் ஓர் இருக்கையில், நுனியெக் அமர்ந்து கொண்டாள். அவளுக்கு அப்போது சற்று நிம்மதியாக இருந்தது. அவள் பொறுமையாக இருக்கத் தயாரானாள். பொறுத்துத்தான் போக வேண்டுமென்றால், எப்போதும் பொறுமையாக இருக்கத் தயாராக இருந்தனர்.

விரைவில், அவ்வறையில் ஒலித்த கவலைகள் அவள் காதுகளை நிறைத்தன. விவசாயத் தொழிலாளர்களின் குழந்தைகள் வகுப்புகளுக்கு வராமலிருப்பது, பதவி உயர்வு கிடைக்காத ஆசிரியர்கள், புத்தகங்கள் மறுக்கப்படும் பள்ளிகள், கிராமப்புற இளைஞர்கள் சீருடையில் வகுப்புகளுக்கு வராமல் ஏதோ போருக்குச் செல்வதுபோல் அணிவகுப்புச் செய்வது, வீழ்ந்து போன அறுவடைகள், சந்தையிலிருந்து காணாமல் சென்று விடும் உணவு தானியங்கள், மாறிவரும் உலகம் என்று அங்கு பேசப்பட்ட கவலைகள் பலரகம்.

எனினும் எனினும் என்ற வார்த்தை கூட்ட அரங்கில் தொடர்ந்து ஒலிப்பதை அவள் கேட்டாள். "எனினும் நாம் புரட்சியின் குழந்தைகள். புரட்சிக்கு நாம் நன்றியுள்ளவர்களாக இருக்க வேண்டும். சுகர்னோவிற்கும் நாம் எப்போதும் விசுவாசமாக இருக்க வேண்டும். தேசியம் - மதம் - கம்யூனிஸம் இந்த மூன்று புனித சக்திகளுக்கு நாம் கட்டுப்பாடுடையவர்களாக இருக்க வேண்டும். இந்த ஒற்றை அச்சில்தான் நமது வரலாறு திருப்புமுனை கண்டது. புரட்சியின் எதிரிகளுக்கு நாம் பணிந்து விடக்கூடாது ஏகாதிபத்தியம் இழைத்த கொடுமைகளை நாம் மறந்துவிட முடியாது. எவ்வித தடையுமின்றி இடையூறின்றி புரட்சிகள் தொடர வேண்டும்.''

இவற்றையெல்லாம் கேட்டு நுனியெக் அயர்ந்து போனாள். மதியம் நெருங்கிவிட்டது. அவள் எழுந்து அந்த பிரம்மாண்ட மரத்தடியிலிருந்த இருக்கைக்குச் சென்றாள். மற்றுமொரு ஜில்லென்ற குளிர்பானம் வாங்கினாள்.

20 நிமிடங்கள் கழித்து, மதிய உணவருந்த சிற்றுண்டிச் சாலைக்குச் சென்றாள். கணவனுக்கு முன்னரே உணவருந்துவதற்கு அவள் முதல்முறையாக வருத்தப்படவில்லை. விடுதியில் கிடைத்த உணவு வகைகள் ஒவ்வொன்றிலும் இரண்டிரண்டு வாங்கினாள், அவள் மட்டும் உண்ணுவதற்காகத் தான்.

சால்வானிமுனிர் பற்றி முதன்முறையாக கேள்விப்பட்டபொழுது அவள்காட்டிய அமைதியை எண்ணி பிற்பாடு அம்பாதிடுக்கிட்டாள்.

அம்பாவின் பெற்றோர்கள் சமயமறிந்து நடக்கக் கூடியவர்கள். ரகசியத்தை எவ்வாறு காப்பாற்ற வேண்டுமென்பதை எவரையும் விட நன்கறிந்தவர்கள். ஒரு செடி பூத்து நம்பிக்கையைத் தரும்வரை அதனை எவருடைய தீக்கண்ணிலும் படாமல் நட்டு நீரூற்றி வளர்க்கத் தெரிந்தவர்கள். தங்களது மூத்த பெண்ணைப் பற்றி அவர்கள் நன்றாக அறிந்திருந்தார்கள். அவளது கோபதாபங்களை எப்படிச் சந்திப்பது என்று தெரிந்திருப்பார்கள்.

எனவே, சால்வானி குறித்து அம்பாவிடம் பேசுவதற்கான தக்க சமயத்திற்காகக் காத்திருந்தார்கள். அம்பாவின் தேர்வுகள் முடியும்வரை ஓராண்டு காத்திருக்க முடிவு செய்தார்கள். அதற்குள் அம்பாவிற்கு *18* வயது நிறைவடைந்திருக்கும். அவள் தங்கைகளுக்கு வயது பதினாறாகிவிடும். அதுவே சரியான வயது, சரியான நேரம் என்று எண்ணினார்கள்.

சால்வானி நல்ல மருமகனாக இருப்பான் என்று எண்ணினாலும் சுடர்மிண்டோவிற்கு அம்பாவின் எதிர்காலம் குறித்து அச்சமிருந்தது. அம்பா மேற்படிப்பிற்கு பல்கலைக்கழகம் செல்ல விரும்புவாள் என்று மற்றவர்களைப் போல அவனும் அறிந்திருக்கவில்லை. அது குறித்து தன் மனைவியிடம் ஒருபோதும் பேசியதில்லை என்றாலும் தன் மகளின் ஆசைக்கு குறுக்கே நிற்கும் கடைசி ஆளாகவே சுடர்மிண்டோ இருந்தான். சால்வானியும் வானத்தில் இருந்து குதித்து விடவில்லை என்பதும் அவனுக்குத் தெரியும். நல்ல எதிர்காலம் உள்ள தனக்கு வெறும் இல்லத்தரசியாக மட்டும் இருக்கக்கூடிய சிறிய கிராமத்துப் பெண்ணை சால்வானி ஏற்றுக் கொள்ள மாட்டான் என்று அவனுக்குப் பட்டது. உலகம் தெரிந்த, ஆவலைத்தூண்டும் பல பெண்களோடு சால்வானி பழகியிருப்பான் என்பதையும் அவன் உணர்ந்திருந்தான்.

அம்பாவைப் பொருத்தவரை மறு பேச்சிற்கே இடமில்லை. அவள் பல்கலைக்கழகம் செல்வதில் உறுதியுடன் இருந்தாள்.

ஆனால் அங்கே ஓர் அம்மாவின் உள்ளமும் இருக்கிறது.

ஒருநாள் மதியம் யாரோ ஒருவன் அன்போடு அளித்த ஆட்டுக்கறியை சுடர்மிண்டோ வீட்டிற்கு எடுத்து வந்தார். பரவசமிகுதியில் தானே அதனை சமையலறைக்கு எடுத்துச்சென்று அம்பாவை அழைத்து அக்கறியை சமைக்கச் சொன்னார். (நுனியெக்கிற்கு ஆட்டுக்கறியின் வாசம் ஏற்புடையதல்ல என்பதால் அம்பாவை சமைக்கச் சொன்னதாக, பின்னர் விளக்கமளித்தார், சுடர்மிண்டோ). விரைவில் சமையலறையில் காற்றில் பூண்டு, இஞ்சி, மிளகாய் வத்தல், மஞ்சள், எலுமிச்சை, ஏலக்காய், கிராம்பு கருப்பு மற்றும் தேங்காய்ப்பால் என்று பலவற்றின் மணங்கள் கமழ்ந்தன. அக்காற்றில், சுடர்மிண்டோவின் நம்பிக்கைகளும், ரகசியங்களும், சதிகளும் மணம் வீசின என்பது நுனியெக்கின் கணிப்பு. எனவே, தன் எதிர்ப்பை வெளிப்படுத்தும் வகையில் சட்டென்று சமையலறையிலிருந்து வெளியேறி தன் படுக்கையறைக்குள் சென்று கதவையடைத்துக் கொண்டான். விரக்தியடைந்த சுடர்மிண்டோ வேறுவழியின்றி ஜன்னல் வழியாக அந்த அறைக்குள் நுழைந்தான். (ஆட்டுக்கறி அடுப்பில் கொதித்துக் கொண்டிருந்தது என்பது வேறு கதை.)

"என் மூளை வெடித்துவிடக்கூடும். இனிமேலும் என்னால் பொறுத்துக் கொள்ள இயலாது. நீங்கள் என்னை அழிக்க முயல்கிறீர்கள். என்னிடமிருந்து எல்லாவற்றையும் பிடுங்க முயற்சிக்கிறீர்கள். சமையலறை உட்பட, வாழ்க்கைதரும் கொடைகளிடம் நன்றியோடு இருக்க வேண்டுமென்று உங்கள் மகள்களுக்கு நீங்கள் சொல்லிக் கொடுக்கவில்லை. உங்கள் மூத்த மகள் மகிழ்ச்சியை இழந்துவிடும் ஆபத்து உள்ளது.

எதிர்த்துப் பேசுவதில் எந்த பயனுமில்லை என்று சுடர்மிண்டோ அறிந்திருந்தான். எனவே, தன் மனைவியில் நெற்றியில் கைவைத்து அவளை அமைதிப்படுத்தினான். அவளை மென்மையாக அறையை விட்டு வெளியே அழைத்து வந்தான். அம்பாவை அழைத்தான். இருக்கையில் அமர வைத்தான். அவனும் நுனியெக்கும் சால்வானியைப் பற்றி அம்பாவிடம் எடுத்துரைத்தார்கள்.

"அவனைச் சந்தித்ததில் எனக்கு மட்டற்ற மகிழ்ச்சி. என் வாழ்நாளில் இன்றுவரை நானும், ஏன் எங்கள் வாழ்நாளில்

நாங்களிருவரும் இதுநாள் வரை அத்தகைய மகிழ்ச்சியைப் பெற்றதில்லை' என்றாள், நுனியெக்.

அக்கணத்தில் அம்பாவிடம் விநோதமான, வியக்க வைக்கும் அமைதி குடிகொண்டது. சினந்து எழாமல், நேர்மையாக பரந்த புன்னகையை தவறவிட்டாள். "நல்லது. மெத்த மகிழ்ச்சி'' என்று சொல்லிவிட்டு அம்பா மீண்டும் புத்தகத்திற்குள் மூழ்கிப்போனாள்.

(அன்றைய நிகழ்வு எவ்விதப் பிரச்சினையும் இல்லாமல் நடந்தேறும் என்று எவரும் எதிர்பார்க்கவில்லை. அடுத்த சில நாட்களுக்கு அம்பாவின் பெற்றோர்கள் அம்பாவை தனித்தே இருக்கவிட்டனர். தன் தவறை உணர்ந்து நுனியெக் தன் வாயைப் பூட்டிக்கொண்டாள். தன் தவறை ஈடுசெய்வதுபோல, அம்பாவை சமையல் வேலையிலிருந்து விடுவித்தாள்.

இது இரட்டையர்களுக்கு மகிழ்ச்சியளிக்கவில்லை. அவர்கள் மூவரில் அம்பாதான் சுவையாகச் சமைக்கத் தெரிந்தவள். அவளோடு தங்களை ஒப்பிடுவதை அவர்கள் வெறுத்தார்கள். தான் விரும்பியவற்றையெல்லாம் அம்பா மட்டும் எப்படி பெற்றுவிடுகிறாள். பல்கலைக்கழக கல்வி, படித்த, அழகான கெட்டிக்கார, (பணக்கார அல்லது பணக்காரனாகக் கூடிய) அன்பும் சிறப்பும்மிக்க ஒரு கணவன் என்று அவள் விருப்பமெல்லாம் நிறைவேறிவிடுகிறது.

நுனியெக்கிற்குத் திடீரென அம்பா மீது பாசம் கூடியதற்கான காரணத்தை அந்த இரட்டைச் சகோதரிகள் அறியமாட்டார்கள். சால்வானியைச் சந்தித்ததால் பாசம் கூடிவிடவில்லை. முன்பு விவசாயி, மண் அள்ளி, அரிவாள், கத்தியல் பிரச்சினையில் வெற்றி பெற வேண்டுமென்று சுடர்மிண்டோ வரட்டுத்தனமாக வாதம் செய்தபோது அம்பா தன் அம்மாவின் பக்கம் நின்றாள். இதுவே கூடுதல் பாசம் பொங்கியதற்கான காரணம்.

அம்பா, தன்னைச் சுற்றி எழுகிற உணர்வுகளால் தனக்குள்ளேயே நெகிழ்ந்து போனாள். அவள் அம்மா திடீரென அவளை விழுந்து விழுந்து கவனிக்கத் தொடங்கினாள். அவள் மிகவும் நேசித்த அவள் பாட்டி பற்றிய கதைகளை நிறைய சொல்லத் தொடங்கினாள்.

உதாரணத்திற்கு ஒரு கதை.

"உன் பாட்டி சாதாரண சமையல் கலைஞரல்ல. ஒரு பள்ளி முதல்வராக இருந்த உன் தாத்தாவைத் திருமணம் செய்து

கொள்வதற்கு முன்பு சுரகரட்டா அரசவையின் தலைமை சமையல் பணியாளராக இருந்தவர், உன் பாட்டி. வாழ்க்கையில் பல பிரச்சினைகள் வந்தபோதும் அவள் கலங்கியதில்லை. அவளிடம் அனுமதி பெறாமல் உன் தாத்தா இரண்டாம் திருமணம் செய்து கொண்டார். அவ்வாறு நேருகிறபோது எவரானாலும் நொறுங்கிப் போவர்.

ஆனால் உன் பாட்டி ஒரு போராளி. சுயமரியாதையை ஒருபோதும் இழக்கமாட்டார். மரியாதைக் குறைவாக தன்னை யாரும் நடத்துவதை ஏற்றுக்கொள்ள மாட்டாள். அத்தகைய சவால்களை, தனக்கு நன்கு தெரிந்தவற்றை நேர்த்தியாகச் செய்வதன் மூலம் எதிர்கொள்வாள். "சமையல் கலைஞர்களான நாங்கள் அறிவாற்றல் மிக்கவர்கள், எங்களுக்கு எல்லாவற்றின் மீதும் கருத்துண்டு. ஏனெனில் சுவையென்றும் சமையலறை கைப்பக்குவம் என்றும் நாமறிந்தவை அடிப்படையில் துணிவுதான். ஒவ்வொரு வகையான பசிக்கும், ஒவ்வொருவர் சுவைக்கும் தக்கவாறு, எந்த ஊரிலும், எந்த சூழ்நிலையிலும், எந்த நொடியிலும் உணவுப் பதார்த்தத்தில் எவ்வளவு பூண்டு போட வேண்டும், எத்தனை மிளகாய், எவ்வாறு உப்பும் மிளகும் சேர்க்க வேண்டுமென்று முடிவு செய்ய ஒரு வகைத் துணிவும் கைப்பக்குவமும், அனுபவமும் தேவை என்பதே சமையல் இரசவாதத்தின் முன் நிபந்தனையாகும்.'' என்று என்னிடம் பலமுறை சொல்லியிருக்கிறாள்.

உன் பாட்டி ஓர் அறிவியலாளரும் கூட. அவள் சொல்வாள். "சமைப்பது என்பது வெறும் நுண் திறனல்ல. ஒரு சமையல் கலைஞருக்கு பௌதீகம் குறித்த அடிப்படை அறிவு தேவை. அவர் "சமையல் என்பது திருமணம் போன்றது. காத்திருக்கக் கற்றுக் கொள்வது, அழுக்கேறிய நீரில் கைநனைக்காமலிருக்கக் கற்றுக் கொள்வது'' என்ற தத்துவத்தைப் புரிந்து கொண்ட தத்துவஞானி.''

அம்பா தன் பாட்டிக்கு, மிகவும் பிடித்த பேத்தி என்பதால் தனக்கு மட்டும் அவர் கற்றுக் கொடுத்த தந்திரங்களை நினைவு கூர்ந்தாள். இஞ்சி, மஞ்சள் ஆகியவற்றை பூந்தொட்டியிலிட்டு நாள்தோறும் ஒரு செடிக்கு நீர் ஊற்றுவதைப்போல நீர் ஊற்றி வந்தால், இஞ்சியும் மஞ்சளும் விளையும் என்ற தந்திரம். வாழைக்காயை பொரிக்கப் பயன்படுத்திய எண்ணெயில் நீர் ஊற்றினால் போதும், வாழைக்காயின் தோல் நீங்கி விடும் என்ற தந்திரம், லோடெ

அல்லது ஓபர் போன்ற பாரம்பரியத் தொடுகறிகளுக்கு பாதி முற்றிய தேங்காய், மீன் அல்லது காய்கறிகளாலான பொடொக் அல்லது உரம் போன்ற தொடுகறிகளுக்கு இளம் தேங்காய், பானமோ அல்லது கேக்கோ தயாரிக்க, துருவுவதற்கு மென்மையான மிக மிக இளம் தேங்காய் என்று எப்போது எந்த தேங்காயைப் பயன்படுத்துவது என்ற பக்குவம் என்று அந்த தந்திரங்களின் பட்டியல் நீளும்.

அம்பாவின் பாட்டி சொல்லிக் கொடுத்த மற்றொரு தந்திரமும் உண்டு. ஒவ்வொரு பெண்ணும் தனக்கென்று சில ரகசியங்களை வைத்துக் கொள்ள வேண்டும். இவ்வாறு எளிதாகவும் நம்பிக்கையோடும் பாதுகாக்கப்படும் ரகசியங்கள்தான் தன்னைத் திருமணம் என்ற தளையிலிருந்து விடுவிக்கும் என்று அம்பா நம்பினாள்.

அம்பாவின் பெற்றோர்கள் சால்வானி முனிர் பற்றி அவளிடம் கூறிய பொழுது எழுந்த சிரிப்பை அவள் அடக்கிக் கொண்டாள்.

அவளுடைய வாழ்வில் சால்வானின் பெயர் ஏன் நுழைந்துள்ளது என்பதை முதலில் அவள் அறியவில்லை. அவள் பெயர் கொண்ட புராணம் பற்றி, அப்புராணத்தில் எந்தப் பகுதியில் அவளும் அவள் தங்கைகளும் வருகிறார்கள் என்பதையும் அவள் நன்கறிந்திருந்தாள். அம்பா என்று அவள் பெயருள்ளபோது, அவள் எப்படி அப்புராணம் பற்றி அறியாதிருப்பாள். ‘இளவரசி அம்பாவிற்கு மன்னன் சால்வாவோடு திருமணம் நிச்சயமாகிறது. அவளையும் அவள் தங்கைகளையும் மாவீரன் பீஷ்மா கவர்ந்து செல்கிறான். தன்னைக் கவர்ந்தவன் மீதே அம்பா காதல் கொள்கிறாள்’ என்று சொல்கிற புராணத்தின் பகுதி நகைப்பிற்குரியது. தனக்கு அவமானம் தந்துவிட்டாள் என்று சொல்லி சால்வா நோயுற்ற பசுவை ஒதுக்குவது போல அம்பாவை நிராகரித்தான். அம்பா அவனை நேசிப்பதைவிட கூடுதலாக தன் கடமையை முட்டாள்தனத்தின் உச்சமான பிரம்மச்சரியத்தை நேசிப்பதாகச் சொல்லி பீஷ்மாவும் அவளை ஏற்க மறுத்துவிட்டான்.

பலரைக் காட்டிலும் கூடுதலாக அம்பா பல மகாபாரதக் கதைகளைப் போற்றினாள். ஆனால் அவளால் ஏற்றுக்கொள்ள முடியாத பல பகுதிகள் மகாபாரதத்தில் இருந்தன. ஒரு மிருகத்தின்

வாழ்வை விட ஒரு பெண்ணின் வாழ்வு மலிவானது என்று மகாபாரதம் சொல்வதை யாவரும் அறிந்திருந்தனர். அனால் இளவரசி அம்பாவின் கதை மிகைப்படுத்தப்பட்ட ஒன்றல்லவா? அவள் ஓர் அரக்கி போல சித்தரிக்கப்பட்டாள், இல்லையா? அவளின் நாடி, நரம்பு குருதி, மூளை, நெஞ்சம் என்று எங்கும் பழி வாங்கும் வெறியோடு எஞ்சிய வாழ்நாள் முழுவதும் அவள் வாழ்ந்ததாக புராணம் சொல்கிறதே. பழிவாங்கும் உணர்வென்ன புற்றுநோயா?

அவள் அப்பாவிடம் அவருக்கென்று திட்டம் இருந்தது. எல்லோரையும் போல அவருக்கும் சுயநலமிருந்தது. ஆனாலும், அம்பாவின் பெயரில் வெவ்வேறு வெளிச்சத்தை காண முடிந்தது. அம்பா நெஞ்சுறுதி கொண்ட வலிமையான பெண், தனித்துவம் கொண்ட பெண், அவளை நிராகரித்த சால்வா பீஷ்மா ஆகிய இருவரையும், தன் வாழ்க்கைக் குறிக்கோளை தான் அடைவதற்கான படிக்கற்களாகப் பார்த்த பெண், நல்ல மனிதர்களை ஆண்மைமிக்கவர்களாக்கும் உந்து சக்தி அவள்.

அந்த இளைஞனின் பெயர், சரியாகச் சொல்வதென்றால் சால்வா அல்ல, உண்மையில் அவன் பெயர் சால்வானி என்று சொல்லி நுனியெக் தன் மகளிடம் புராணத்திற்கும் வாழ்க்கைக்குமான தொடர்பு நேர்மறையாகவே இருக்கும் என்று விளக்கினாள். காலந்தாழ்த்தாது நுனியெக் அப்பாவித்தனமாக சொன்ன விளக்கம், சட்டென்று அம்பாவின் சினத்தையும் மீறி சிரிப்பைத் தந்தாலும், அவளை நெகிழ வைத்தது. அதிலும் குறிப்பாக, அம்பாவின் அம்மா, மகாபாரதக் கதை வெறும் கற்பனை என்றும், கட்டுக்கதை என்றும் சொன்னபோது அவள் மேலும் நெகிழ்ந்து போனாள். நல்ல கதையின் நிமித்தம் கடவுள் நம்பிக்கைகளை வளர்த்துள்ளாரா?

நுனியெக் அத்தோடு நின்றுவிடவில்லை.

"நீ பீஷ்மாவை எங்கேனும் கண்டதுண்டா? இல்லை, கண்டிருக்க முடியாது. ஏன்? ஏன் தெரியுமா? ஏனெனில் பீஷ்மா என்று எவருமில்லை. நிஜ வாழ்கையில் பீஷ்மா எப்படி வரமுடியும்? ஆனால், அந்த இளைஞன் வானியோடு நீ நல்ல வாழ்க்கை. ஒரு லட்சிய வாழ்க்கை வாழலாம். ஒரு பெண்ணுக்கு வேறு என்ன வேண்டும்? மனிதர்களுள் சிறந்தவனின் அன்பிற்குரியவளாக, காதல் தேவதையாக வாழ்வதைத் தானே ஒவ்வொரு பெண்ணும் விரும்புவர்?'' என்று நுனியெக் அம்பாவிடம் மேலும் விளக்கினாள்.

ஆனால் அம்பா தன் அம்மாவிடம் புத்திசாலித்தனமாக இருந்தாக வேண்டும். அவளை சால்வானிக்கு அறிமுகம் செய்ய நினைக்கும் அவள் பெற்றோரின் திட்டத்தை நிராகரிக்கக் கூடாது. மகிழ்ச்சியாக இருப்பதுபோல் வெளியில் காட்டிக் கொண்டு அவர்கள் திட்டத்திற்கு சரியென்று சொல்ல வேண்டும். அவள் அம்மா பல வருடங்கள் செய்ததுபோல, இந்த திருமணத்திலிருந்து தப்பித்துக் கொள்வதற்கு மனதிற்குள் திட்டமிட வேண்டும். தப்புவது வெறும் கனவாக நின்றுவிடக்கூடாது.

தவிரவும், பெற்றோரின் பேச்சை மீறுவதற்கு அவளுக்கு ஒரு காரணமிருந்தது. நேரம் வருகிறபோது திருமணத்திலிருந்து விடுபட அவளுக்கு ஒரு காரணம் இருந்தாக வேண்டும். ஏனெனில் அதுவே அவளின் விதியாக இருந்தது. பீஷ்மா உண்டோ இல்லையோ, எப்படியாயினும் அவள் வாழ்க்கை சால்வாவுடனோ அல்லது வேறு எவனோடுமோ நின்றுவிட முடியாது.

அவளை அடைய நினைப்பவன் ஆருடத்தின் விதிகளுக்கு அப்பாற்பட்டவனாக இருந்தாலும், அவனும் அடையத் தகுதியானவன் என்பதை நிரூபிக்க வேண்டும். அவளை அடைந்திடும் தகுதி அவனுக்கிருக்க வாய்ப்பில்லை. அவளை அறியாதவனுக்கு அவளை அடையத் தகுதியில்லை.

அம்பாவின் தேர்வுகள் தொடங்கி மூன்றாம் நாள், சுடர்மிண்டோ நோயுற்றான். பணிக்குச் செல்லாமல் வீட்டிலேயே நாள் முழுவதும் தூங்கிக் கொண்டிருந்தான், தலைச் சுற்றலோடு மதியம் எழுந்தவன், படுக்கைக்கருகில் மேஜை மேலிருந்த நீரை எடுத்து, தொண்டையை நனைத்துவிட்டு, கண்கள் திறந்தபடி மீண்டும் படுக்கையில் படுத்துக் கொண்டான்.

யாரோ அருகில் வருவதை உணர்ந்து, கண் திறந்து பார்த்தான். அருகில் அவன் மனைவி, அன்பான மனைவியைக் கண்டான். மற்ற கலக்கங்களுக்கு மத்தியில் உள்ளம் பொங்க, மனைவியை நெருங்கினான். ஆனால் அவள் முகத்தில் கவலை தெரிந்தது. கடந்த சில நாட்களாக வீட்டின் அமைதியைக் கெடுத்து வந்த கவலை அவள் முகத்தில் படர்ந்திருந்தது. நோயின் காரணமாக படுக்கையில் விழுந்த சுடர் மிண்டோவும் இம்முறை அக்கவலையிலிருந்து விடுபட முடியவில்லை. திருமணமாகாதவள், குடும்ப அவமானம்,

மூளையற்றவள் ஆகிய வார்த்தைகள் தெளிவில்லாமல் அவன் காதில் விழுவதுபோல் உணர்ந்தான்.

"அம்பா நம்மிடம் அப்படி நடந்துகொள்ளக்கூடாது.''

"நுனியெக்! புரிந்துகொள், அவள் நம் வழிக்கு வருவாள்' என்று மெல்லச் சொன்னான் சுடர்மிண்டோ.

"நான் திருமணத்தைப் பற்றிப் பேசவில்லை. பல்கலைக்கழகம் போக வேண்டுமென்ற அவளின் விருப்பத்தைச் சொல்கிறேன். அவளின் இனிய இசைவிற்குப் பின்னால், ஏதோ ஒரு திட்டம் அவளிடமுள்ளதை நாமிருவரும் அறிவோம். நாம் என்ன செய்வது? அவள் விரும்புவதையெல்லாம் எப்போதும் அவள் பெற முடியாது.''

'சுடர்மிண்டோ பெருமூச்சுவிட்டான்.'' அம்பா ஒரு தெளிவான பெண். பல்கலைக் கழகம் போவது நல்லதுதான் என்று நினைக்கவில்லையா?''

"நான் அதை மட்டும் சொல்லவில்லை'' என்று விரக்தியோடு சொன்ன நுனியெக் மேலும் தொடர்ந்தாள்.

"எனக்கு ஏதோ தப்பாகப்படுகிறது. அவள் கண்களில் அதனை என்னால் காணமுடிகிறது. தன்னைக் குறித்து அவளிடம் முரட்டுப் பிடிவாதம் இருப்பதை வேறு எவரையும் விட நீங்கள் நன்கறிவீர்கள். அதிலும் குறிப்பாக, தான் விரும்புபவை குறித்தும், சிலவற்றின் மீதான தன் நம்பிக்கைகள் குறித்தும் இரண்டாம் சிந்தனைக்கு இடமில்லை என்றும் நடுநிலை என்பதில்லை என்றும் அவளிடம் முரட்டுத்தனம் உள்ளது. வேறு எவராலும் முடியாதது போலவும் அவள் மட்டும்தான் வித்தியாசமாக சிந்திக்க முடியும் என்ற கர்வம் அவளிடமுண்டு. வாழ்க்கை என்பது கறுப்போ வெண்மையோ இல்லை இர்ண்டிற்குமிடையிலான புரியாத ஒன்று' என்று கிறுக்குத்தனமாக என்னிடம் சொன்னார்.''

அது முக்கியமான தருணம் என்பது சுடர்மிண்டோவிற்குத் தெரிந்தது. மௌனத்திற்கான முக்கியமான தருணமாக அது இருந்தது. அவன் மனைவி ஒவ்வொன்றையும் சரியாக புரிந்து கொள்வாள். இப்போது சரியாக புரிந்து கொண்டாள் என்பதை அங்கீகரிப்பதற்கான மௌனம்.

"அவ்வளவுதான் கண்ணா''

எதையும் புரிந்துகொள்ள இயலாத, குறிப்பாக, மாறிவரும் உலகத்தையும், அம்மாற்றத்தின் வேகத்தையும் புரிந்துகொள்ள முடியாத முட்டாள் என்று என்னை அவள் நினைக்கிறாள்.

"இன்றைய காலத்தில் இப்படித்தான் நடக்க வேண்டும்' என்று தொடர்ந்து சொன்னாள்.

"நான் ஏதோ வேறுயுகத்தில், வேறு காலத்தில் வாழ்வது போல அவள் சொன்னது இருந்தது. அம்பா பைத்தியமில்லை. சற்று வித்தியாசமானவள்தான் என்பதைப் புரிந்து கொள்ள முடியாத முட்டாளா நான்? என்றாவது ஒருநாள் அவள் முட்டாள்தனமாக நடப்பாள் என்பதை புரிந்து கொள்ள இயலாத அளவிற்கு நான் மூடனாக இருக்கிறேனா?" சுடர்மிண்டோ மீண்டும் பெருமூச்சு எய்தினான்.

பல்கலைக்கழகம் போக விரும்புவது, திருமணம் வேண்டாம் என்பது என்று இறுதியில் அவள் செய்கை எப்போதும் அதிரடியாக இருக்கும். அவளால் குடும்பத்திற்கு பெரும் அவமானம் காத்திருக்கிறது. அதுதான் என் கவலை, அச்சம். அவளை நினைத்து நான் அஞ்சுகிறேன்.

சுடர்மிண்டோ படுக்கையில் எழுந்து அமர்ந்து கொண்டான். "அன்பே! தயவு செய்து ஒரு பிரச்சினையிலிருந்து இன்னொன்றுக்குத் தாவாதே. பல்கலைக்கழகம் குறித்து மட்டும் பேசுவோம். அதற்கு ஒரு மதிப்பிருக்கிறது என்று நினைக்கிறேன். நீ என்ன நினைக்கிறாய்? தவிரவும், உலகத்தில் எதுவும் எளிதாகக் கிடைத்துவிடாது. உண்மையில் இவ்வுலகம் தெளிவற்றது. அவளால் முடிந்த அளவு பல்கலைக்கழகக் கல்வி பெற வேண்டும். எது சரி எது தவறு என்று சரியாக முடிவு செய்வதற்குரிய ஆற்றலை கல்வி தரும்"

"ஆனால் பல்கலைக்கழகக் கல்வி வாழ்கைக்கான ஞானம் தராது என்பதை நாமிருவரும் அறிவோம். அத்தகைய உணர்வை பல்கலைக்கழகம் வழங்காது. நங்கூரமாக நிதானமாக இயல்புடைய மனிதன்தான் அவளுக்கு அதை தர இயலும். தனக்குத் தானே சற்று விலகி நிற்க, உதவ முடியும். தீமைகளைத் தடுக்க உதவும்."

"தீமையைப் பற்றி பேசுவது நமக்குத்தீமையையே வரவழைக்கும். நாம் மேற்கொண்டு பேச வேண்டாம்'' என்று தன் மனைவி சொன்ன நங்கூரமாக, நிதானமான மனிதனின் பாணியில் உறுதிபடச் சொன்னான் சுடர்மிண்டோ.

அழுத்தத்தில் கழுத்து நரம்புகள் புடைக்க, பொறுமையிழந்து இதுதான் முடிவென்று அவள் கணவன் குறிப்பால் உணர்த்தியதை நுனியெக் வருத்தத்தோடு புரிந்து கொண்டாள். இதோடு நிறுத்திக் கொள்ள வேண்டும் என்று அறிந்திருந்தாள்.

எனினும் நடுங்கும் குரலில் அவள் தன் இறுதி முயற்சியைத் தொடங்கினான்.

"அந்த வரன் நம் மகளுக்காக நீண்ட நாள் காத்திருக்க மாட்டான். அவன் அம்பாவை இன்னும் சந்திக்கவே இல்லை. அவர்களிருவரும் சந்திப்பதற்கு நாம் ஏற்பாடு செய்ய வேண்டும். நீங்கள் என்ன நினைக்கிறீங்கள்?''

ஒரு சிறிய மௌனத்திற்குப் பிறகு, சுடர்மிண்டோ சொன்னான்.

"நீ சொல்வது வேடிக்கையாக உள்ளது. பார்த்தவுடன், அவர்கள் இருவரும் பாய்ந்து ஒருவரையொருவர் காதலித்து விடுவார்களா என்ன? ஒருவரையொருவர் விரும்பா விட்டால் என்ன செய்வாய்?''

அவன் சொல்வது கேட்காதது போல் நுனியெக் இருந்துவிட்டாள்.

"நீ சொன்னதுபோல அவனை நாம் சால்வானி என்றே அழைப்போம். அதன் மூலம் (மோசமான) விதியை நாம் தவிர்ப்போம். நீதான் எப்போதும் அவளிடம், உன் பெயரைக் கண்டு நீ மனந்தளர வேண்டாம்' என்று சொல்வாய்.

நுனியெக் எழுந்து கொண்டாள்.

"நான் கஞ்சி கொண்டு வருகிறேன். உங்களைக் காயப்படுத்த வேண்டுமென்று நான் நினைக்கவில்லை. மன்னிக்கவும், சூடான இஞ்சி சேர்ந்த கஞ்சி எப்போதும் உடம்புக்கு நல்லது.''

அறையை விட்டு நீங்கும் முன், நுனிடெக் பீரோவின் மேலிருந்த கண்ணாடி முன்பு போகிறபோக்கில் சற்று நின்று தன் கூந்தலை சரி செய்து கொண்டாள். சுடர்மிண்டோ அவளைக் கவனித்தான். கொண்டையாக, அள்ளிச் செருகிய கூந்தல், நீண்ட கழுத்து. அவள் முதுகு. மெல்லிய இடை இறுகிக் கட்டிய சேலைக்குள் உருண்டு நீண்ட பின்னெழில், மூன்று பெண் குழந்தைகளைப் பெற்ற பின்னரும் சுருக்கம் எதுவும் விழாத இளமை ததும்பும் அழகு முகம், அதிரவைக்கும், தளராத அவளின் பின்புறம், கர்வம் கொண்ட இடுப்போடு சேர்வதிலுள்ள கவித்துவம், அனைத்தும் அவன்

உணர்ச்சியைத் தூண்டின. அவன் ஆண்மை வீறுகொண்டு எழுவதை அவன் உணர்ந்தான். உள்ளம் படபடக்க, 'அருகே வா' என்று தன் ஆசை மனைவியை அருகில் அழைத்தான் சுடர்மிண்டோ.

அலை அலையாய் எழுகிற காதல் பார்வைகளின் வரலாறே, புணர்தலின் வரலாறாகிறது. அத்தகைய காதல் பார்வைகளை நினைவில் ஏந்துவதும், அவற்றை இதுபோன்ற தருணங்களில் கட்டவிழ்ப்பதும் எப்படி என்று சொல்லித் தருவதுதான் திருமணம்.

"அவர்கள் இருவரும் இன்னும் சந்திக்கவில்லை. அவர்கள் சந்திக்கட்டும். நீ என்ன நினைக்கிறாய்?''

சால்வாவோடான சந்திப்பு நடைபெறாது என்றே அம்பா எண்ணியிருந்தாள். ஆனால் அவளின் கணிப்பிற்கு மாறாக சால்வாவை அவள், அவளது தேர்வுகள் முடிந்த பின்னர் வரும் முதல் ஞாயிற்றுக்கிழமை அன்று சந்திப்பது என்று முடிவானது. வார நாட்கள் அனைத்தும் பள்ளிக்கு என்றானதால், முக்கியமான விருந்தினர்களைச் சந்திக்க ஞாயிற்றுக்கிழமை மட்டுமே சாத்தியமாக இருந்தது. சுடர்மிண்டோ சால்வாவுடன் மின்னஞ்சல் மூலம் எப்போதும் தொடர்பில் இருந்தான். அதனால், ஒரு வார ஆசிரியர் பயிற்சி வகுப்பிற்கு கிழக்கு ஜாவாவிலுள்ள சூரியபாபா நகரத்திற்கு கடிப்புரா வழியாக சால்வா செல்ல வேண்டியிருந்ததை அவன் அறிந்து கொண்டான்.

'ஆக, அந்தத் தருணம் வந்துவிட்டது' என்று அம்பா புரிந்து கொண்டாள். அந்த சந்திப்பின் போது அவள் இனிமையாகவும் இசைவோடும் நடந்து கொள்ள வேண்டும். சந்திப்பு முடியும் முன்பு அவள் அவசரப்பட்டுவிடக்கூடாது. சந்திப்பு முடியும் முன்பு அவள் அதிகம் பேசக்கூடாது. பெண்ணுரிமை குறித்து கோபமாகவோ, அதிர்ந்தோ பேசிவிடக்கூடாது. *T*.வடிவ அங்கியும் அதற்கு மேலணியும் வெண்ணெய் பழ நிற சட்டையும் கொண்டிருக்கும் அவளின் சிறிய மார்பகங்களும், நீலநிற பூனை விழிகளில் காட்டும் குறிப்பும் அவளது வயதின் முதிர்வைப் பறைசாற்றும் என்றெல்லாம் அம்பாவின் சிந்தனை சிறகு விரித்தது. அவ்வாறே நடக்கவும் செய்தது. அவளறையிலிருந்து அம்பா வெளிவந்தபோது, அவள் அப்பாவின் மூச்சு ஒரு கணம் நின்று விட்டதை கண்டாள். 'என் மகளின் வாழ்வில் இதுநாள் வரையிலுள்ள ஒரே ஆண்மகன்

நான்தான். என்னே என் அதிர்ஷ்டம்' என்று சுடர்மிண்டோவின் மூளைக்குள் தோன்றிய எண்ணங்களை அவளால் யூகிக்க முடிந்தது.

ஆனால் அன்று காலை நடந்தது என்னவோ வேறு, அவள் திட்டம் தவிடுபொடியானது. வாழ்வில் முதன்முறையாக அவள் கணிப்புத் தவறானது. மகிழ்வைத் தந்த தவறாகவே அது இருந்தது.

சால்வா அவள் எதிர்பார்த்தது போலில்லை. அவள் அம்மாவின் வர்ணனைக்கு ஏற்ப அவன் தோற்றமிருந்தது. நேர்மையான கண்கள், சற்று கூச்ச சுபாவம், கவனம், பணிவு, நிதானம், முழுமை, கவனம், அடக்கமான அறிவும் அமைதியான நம்பிக்கையும் தந்த பலம், கவனம், கவனம். மேலும் வேறு ஏதோ ஒன்று காணப்பட்டது. பொது நலம் பேணும் ஒருவித பாங்கு, முகமெங்கும் தெரிந்தது. பிறரை மகிழ்விப்பதால் மகிழ்வடையும் ஒரு மனிதனாக அவன் காணப்பட்டான். ஆவல் எழுகிறதல்லவா?

அவனது கட்டுடலுக்கு ஏற்றாற்போல, சால்வா சுருக்கமாக பேசுகிற இனிமையான பண்பாளனாக இருந்தான். அவன் ஒரு பரிசுப் பொருளைக் கொண்டு வந்திருந்தான். அது ஒரு கேக். ஆகா ஓகோ என்றில்லாவிட்டாலும், மிகச் சாதாரணமானதாகவும் அந்த கேக் இருந்திடவில்லை. யோக்யாகர்ட்டாவில் உள்ள ஒரு சீனக் குடும்பம் நடத்தி வந்த பிரபலமான பேக்கரி ஒன்றில் செய்யப்பட்ட அந்த கேக், அழகான சிறந்த அரக்குப் பெட்டியில் வைக்கப்பட்டிருந்தது. அவர்கள் வீட்டிற்கு அவனை அழைத்தமைக்கு பெரிதும் நன்றி பாராட்டுவதுபோல நடந்து கொண்டான். ஆவல் ததும்பும் அவனின் நடவடிக்கை அம்பாவின் பெற்றோரை நெகிழ வைத்தது. அப்பழுக்கற்ற நடத்தையுடைய, பெரிய நகரமொன்றில் சிறப்பான எதிர்காலமுள்ள ஓர் இளைஞன் சிறிய ஊரிலுள்ள அவர்களின் சிறிய வீட்டிற்கு வந்ததை எண்ணி மருகிப் போனார்கள்.

அடர் பிரவுன் நிறத்தில் பேண்ட்டும், வெள்ளை அரைக்கைச் சட்டையும் அணிந்திருந்த சால்வா, அம்பாவின் வீட்டிலிருந்த நாற்காலிகளில் மிக நல்ல நாற்காலியில் அமர்ந்தான். தோட்டத்தைப் பார்க்கும் வண்ணம் அந்நாற்காலி இருந்தது. நாள்தோறும் சூரிய ஒளியில் சைக்கிள் ஓட்டும் பயிற்சியின் காரணமாக, கருமையாக இல்லாமல், தாமிர வண்ணம் கொண்ட அவனது கைத் தசைகள் இறுகிப் போயிருந்தன. பதட்டத்தையும் மீறி அவன் பார்வையில் ஓர் இனிமை இருந்தது.

சால்வா அங்கிருக்கும் வரையில் அம்பா அவனது உடல்மொழியைத் தொடர்ந்து கவனித்து வந்தாள். அம்பா இருக்கையிலிருந்து எழுந்ததை, வேண்டுமென்றே மெதுவாக அவன் முன் அழகாக முழங்காலிட்டதை, யாவற்றையும் வரிசைக்கிரமமாகச் செய்ததை என்று அம்பாவின் ஒவ்வொரு அசைவையும் சால்வா ஓரக் கண்ணால் கவனித்து வந்ததை அம்பா அறிவாள். அம்பா முதலில் அவனது கோப்பையில் தேநீரை ஊற்றினாள். பின்னர் அவள் அப்பாவின் கோப்பையில், அடுத்து அவள் அம்மாவின் கோப்பையில் என்று சரியான வரிசையில் தேநீர் ஊற்றினாள். அவளின் இரட்டைச் சகோதரிகளின் பேரானந்தத்தை அம்பா வியப்புடன் கவனித்தாள். வைத்த கண் வாங்காமல் அவர்களிருவரும் சால்வாவை பார்வையில் விழுங்கினர். அவள் தான் அவர்கள் வாழ்வில் நுழைந்த முதல் மாப்பிள்ளை. ஓர் ஓவியத்தை ரசிப்பது போல அவர்கள் அவன் அழகைப் பருகினர். அதற்கு அனுமதித்தவாறு அந்த நாற்காலியில் அமர்ந்திருந்த முதல் மனிதனும் அவனே! எதற்காக? அவன் நோக்கம் என்ன? அவர்களின் மூத்த சகோதரியோடு தனித்திருக்கவா? அவர்களால் நம்பமுடியவில்லை.

அதைவிட நம்பமுடியாத வேறொன்று நடந்தது. அவர்களுக்குத் தெரியும், அவன் பார்த்த இளம் பெண்களிலேயே மிகவும் அழகான 16 வயது இளம் நங்கைகள் அவர்களாகத்தான் இருக்க முடியும் என்று. எனினும் அவர்கள் அழகில் மயங்கிவிடவில்லை. இதைக் கண்ணுற்ற அம்பாவிற்கு, சால்வா அவளழகில் வீழ்ந்துவிட்டான் என்று புரிந்தது. ஆம்! அவள் மற்ற பெண்களிடமிருந்து வேறுபட்டவள். அவனிடமிருந்தும் வேறுபட்டவள். சால்வா போன்றவர்களுக்கு அவர்களைப் போலில்லாதவர்களை நிரம்பவும் பிடிக்கும் என்று அம்பா புரிந்து கொண்டாள்.

சுடர்மிண்டோவும் தன்னுடைய சிந்தனையில் மூழ்கிப் போனான். கடிப்புராவில் ஆசிரியர் பணியாற்றலாமே என்று சால்வாவிடம் சொல்ல முதலில் நினைத்தான். திறமையும் உறுதியும் மிக்க சால்வா போன்ற இளைஞர்களின் கனவு நனவாக நகரமே சிறந்தது என்று புரிந்துகொண்டு தான் சொல்ல நினைத்ததை சொல்லாமல் தன்னை சட்டென்று கட்டுப்படுத்திக் கொண்டான். மேலும் நவீன உணர்வுகளுக்கு தான் அப்பாற்பட்டவன் என்று காட்டிக்கொள்ள அவன் விரும்பவில்லை.

'அம்பாவைப் பார்த்து தலையாட்டிக் கொண்டு, தன் மனைவியின் பார்வையைத் தவிர்த்தவாறு, "எங்கள் மூத்த மகள் இப்போது தேர்வுகள் எழுதி முடித்து விட்டாள். மேற்கொண்டு பல்கலைக்கழகம் சென்று படிக்க விரும்புகிறாள்'' என்றான் சுடர்மிண்டோ.

அம்பா புன்னகை பூத்தாள். அது வேண்டுகோள் சுமந்த புன்னகை. இந்த நாடகம் எவ்வளவு ரம்மியமாக இருக்கிறது. அவள் அப்பா கூர்ந்து கவனித்திருப்பானேயானால், சால்வா மீது அழுத்தம் ஏற்படுத்தும் முயற்சியிலான ஆர்வம் சற்றுக் குறைவாக இருந்திருக்குமானால், அம்பாவின் புன்னகையின் இழையோடிய எள்ளலலைக் கவனித்திருப்பான்.

"உங்கள் மூத்த மகள் எவ்வளவு கவனமுடனும், கடினமாகவும் படிப்பாள் என்று என்னிடம் சொல்லியுள்ளீர்கள்'' என்று புன்முறுவலோடு சொல்லிவிட்டு, சால்வா அம்பாவை நேரடியாக பார்த்தவாறு, "எந்த பல்கலைக்கழகத்தில் மனு செய்யப் போகிறாய்?- எந்த துறையில்?'' என்று வினவினான்.

"நான் இன்னும் முடிவு செய்யவில்லை.''

சால்வா பேசிய விதம், கவனம், கடினம் என்ற பதங்களை, அவன் பயன்படுத்திய விதம், 'உங்கள் மூத்த மகள்' என்று அவளை அவன் குறிப்பிட்ட பாங்கு, பேசுகிறபோது சாப்பிடுவதைத் தவிர்த்தது, யாவும் சற்று மிகையாகப் பட்டது, பழமையின் மணம் வீசியது.

'எழுதுவதும் படிப்பதும் எனக்கு நிரம்பப் பிடிக்கும். இப்போது மொழிப் பிரிவில் உள்ளேன். அதிர்ஷ்டம் இருந்தால் கட்ஜா மாதா பல்கலைக்கழகத்தில் ஆங்கில இலக்கியம் பயில வேண்டும்' என்றாள் அம்பா.

"அங்கு ஆங்கில இலக்கியத்துறையில் சிறந்த ஆசிரியர்கள் உள்ளனர் என்று நம்புகிறேன். நீ அங்கு சேரும் பொழுது நான் அங்கு இருப்பேன் என்று எதிர்பார்க்கிறேன்.'' அவன் கையிலிருந்த தின்பண்டம் உலர்ந்து போனது.

அவர்கள் பல்கலைக்கழகம் குறித்து பேசுகிறபோது, அம்பாவின் அம்மா முதலில் பயந்துபோனாள். ஆனால் அவர்களிருவரும் திருமணம் செய்து கொண்டு ஒரே பல்கலைக்கழகத்தில் பணிபுரிவார்கள் என்ற அவளின் கற்பனையும், அதிலிருந்த மதிப்பும் அவளச்சத்தைப் போக்கின.

"என்ன படிக்க விரும்புவாய்? எது குறித்து எழுதுவாய் என்று என்னிடம் ஏன் சால்வா கேட்கவில்லை'' என்று இதற்கிடையில் அம்பா சிந்தித்து கொண்டிருந்தாள்.

"நீங்கள் அங்கு பணிபுரிவீர்கள் என்றால், எனக்குப் பாதுகாப்பாக இருக்கும்' என்று ஒப்புக்காக அல்ல, ஓரளவு உண்மையாகவும் சொன்னாள்.

அன்று மதியம் அவ்வாறே கழிந்தது. ஒரே விதமான விழுமியங்களையும் எதிர்பார்ப்புகளையும் உணர்த்துகிற பாரம்பரியமான பாதுகாப்பான இளம் வயது கதைகளால் பொழுது கழிந்தது. அர்த்தமற்ற சிரிப்புகளும் பழமையான அடக்கமும் அரங்கேறின.

அவனது பல்கலைக்கழக நாட்கள் எவ்வளவு முக்கியமானவை என்று அதுவரை அவன் சந்தித்த எவரும் அவனிடம் கேட்டதில்லை என்று சால்வாவும் அம்பாவும் ஒருவரையொருவர் நன்கு புரிந்து கொண்டபிறகு சால்வா, அம்பாவிடம் சொன்னான்.

'கல்வியின் உண்மையான மதிப்பையும், அது நம்மை எப்படி செம்மைப்படுத்துகிறது என்பதையும் உன் குடும்பத்தினர் தெரிந்துள்ளனர். கல்வி அடக்கம் மற்றும் நுட்பத்தின் குறியீடாக உள்ளது'' என்றான் சால்வா.

பின்னர் அம்பாவிடம் சுரபயாவிற்குச் செல்வதாகத் தான் சொன்னதும், கடிப்புராவிற்கு வந்ததற்குத் தான் சொன்ன காரணமும் உண்மையல்ல என்பதை ஒத்துக் கொண்டான். அவன் ஆசிரியர் பயிற்சிக்கு செல்லவில்லை. சுரபயாவிற்குக் கூட செல்லவில்லை. உண்மையில் கிழக்கு ஜாவாவிலுள்ள பிலிட்டர் என்ற கிராமத்திற்கு செல்லவிருந்தான். அங்கு ஓர் '*PGR*' நான் வாக்சென்ட்ரல் ஆசிரியர் இயக்கத்தில் உறுப்பினராக இருந்த ஓராசிரியனை அவனின் நண்பனைக் காண செல்லவிருந்தான்.

அவனது நண்பன் அண்மைக்காலத்தில் திருமணமானவன். அவன் மனைவி ஜெர்வானி என்ற இடதுசாரி மாதர் அமைப்பின் தீவிர உறுப்பினர். கர்ப்பமுற்றிருந்த தன் மனைவியையும் பிறக்கவிருந்த தன் குழந்தையையும் யோக்யாகரட்டாவிற்கு அழைத்துச் செல்ல அந்நண்பன் விரும்பினான். அவர்களிருந்த கிராமம் பாதுகாப்பற்றதாகி விட்டது. *BTI* என்றறியப்பட்ட

கம்யூனிஸ்ட் கட்சியில் இணைவு பெற்ற விவசாய முன்னணிக்கும் இஸ்லாமிய வாழ்விடப் பள்ளியினருக்குமிடையில் நிலத்திற்கான சண்டை நடைபெறும் செய்திகள் நாள்தோறும் வந்தவண்ணம் இருந்தன. "வாய் பிளந்து நிற்கும் முதலையென, துப்பாக்கி மேல் சாய்ந்தவாறு ஒவ்வொரு கட்சிக் கூட்டத்தையும் இராணுவத்தினர் கண்காணிப்பதாக என் நண்பன் சொன்னான். அச்சிப்பாய்கள் உன் வயதை ஒத்தவர்கள், அம்பா" என்று சொன்ன சால்வா தன் உறவினர் ஒருவனைப் பற்றி சொல்லத் தொடங்கினான். அவ்வுறவினன் தேசிய கட்சி இளைஞர்களால் வீதிக்கு இழுத்துச் செல்லப்பட்டு கத்தியால் குத்தப்பட்டு குடல் சரிய இறந்து போனான்.

சால்வா அம்பாவிடம் மேலும் சொன்னான். "நான் பாதுகாப்பாக உணரும் வண்ணம் உன்னிடம் ஏதோ ஒன்றுள்ளது. அந்த உணர்விற்குக் காரணம் விசுவாசியான நீ ரகசியங்களைக் காப்பாற்றுவாய் என்பதாலல்ல, ஏனெனில் உன் மனதில் ஓடும் எண்ணங்களை, நீ என்ன பேசிக் கொண்டிருக்கிறாய் என்பதை பாதி நேரம் நானறியேன். ஆனால் ஒன்றை மட்டும் அறிவேன். நான் பாதுகாப்பாக உணரும் வண்ணம் என்னிடம் பேசிய உனது மென்மைமிக்க இதழ்களை, நம்பமுடியாத அழகு மிக்க உன் கண்களைக் கொண்ட பெண்ணாகவும், குழந்தையாகவும் உள்ள உன்னிடம் ஏதோ ஒன்று உள்ளதை நானறிவேன். அதற்கு ஒரு உண்மையான காரணமுண்டு. உன்னையும், உன் குடும்பத்தையும் சந்திக்கும் முன் மூன்றாண்டுகளாக என் வாழ்க்கை என்பது என் வீட்டிற்கு பணம் அனுப்புவதாக மட்டுமே இருந்தது. நன்றி என்ற வார்த்தை கூட அப்பாவிடமிருந்து வந்ததில்லை. அம்மா எப்போதேனும் பணம் வந்ததாக சொல்வாள். நான் வீட்டிற்கு மூத்த பிள்ளை என்பதால் இவையாவற்றையும் பொறுத்துக் கொண்டேன். அவர்கள் மோசமானவர்கள் இல்லை. நல்லவர்கள்தான். அவர்களது வாழ்நிலை அவர்களை அவ்வாறு நடக்க வைத்தது. அவர்களின் விழுமியங்களைக் காட்டிலும் ஆழமான விழுமியங்களை நீ எனக்குக் காட்டியிருக்கிறாய். உனது விழுமியங்களும் எனது விழுமியங்களும் வேறுவேறல்ல. நாம் சந்தித்த முதல் நாளில் நான் உடன் இருப்பதை நீ பாதுகாப்பாக உணர்வதாகச் சொன்னதும், என்னால் எவராவது பயன் பெறுவார் என்றதும் எனக்கு மகிழ்ச்சியைத் தந்தது. உண்மையில் நீ என்னுடன் இருப்பதை எனக்குப் பாதுகாப்பாக நான் உணர்கிறேன்.

சால்வா, சால்வா முனிர் இந்த பெயரை கேட்கும் பொழுதும், இப்பெயர் பற்றி சிந்திக்கும் பொழுதும் அவள் மூளை மயங்கிவிடுவது போல் தோன்றியது. தொடக்கத்தில் சால்வாவிற்கும் அவளுக்கும் திருமணம் என்பது பூவா தலையா விளையாட்டாகத் தோன்றியது. ஆனால் தோதான நேரத்தில் திருமணம் நடக்கும் என்று உறுதியான போது அவளது பல்கலைக்கழக கல்வியின் இரண்டாமாண்டின் போது பயம் அவளைப் பற்றிக்கொண்டது. இப்பிரச்சினையிலிருந்து எப்படி வெளி வருவது? திருமணத்திற்குச் சம்மதம் சொல்வதா, வேண்டாம் என்று மறுப்பதா? இரண்டுமற்ற மூன்றாவது பதில் ஏதேனும் உள்ளதா என்றெல்லாம் அம்பா பலவாறு குழம்பிப் போனாள்.

இதற்கிடையில் அம்பா சால்வாவோடு இயல்பாக பழகத் தொடங்கிய பிறகு ஒருநாள் சால்வா -

"நாம் ஒருவருக்கொருவர் கடிதம் எழுதுவோமா?'' என்று மெல்லக் கேட்டான். அம்பா உடனடியாக பதிலேதும் சொல்லவில்லை. சால்வா மீண்டும் மீண்டும் அதே கேள்வியைக் கேட்க, அவன் நச்சரிப்பிலிருந்து விடுபடும் எண்ணத்தில் "சரி'' என்றாள் அம்பா.

சால்வா உண்மையில் அழகானவன்தான். அவனது நெற்றி அழகானது மட்டுமல்ல, 'சிறு வயதில் தொட்டிலிலிருந்து தவழ்ந்து' முதுமை எதிர்ப்பு மருந்து நிறைந்த பாத்திரத்தில் விழுந்து விட்டான் போலும்' என்று நினைக்க வைக்கும் சுருக்கமற்ற நெற்றியுமாகும். எல்லாவற்றிலும் மேலாக, எந்த நேரத்தில் என்ன பேச வேண்டும் என்று தெரிந்து வைத்திருந்த அவனின் நேர்த்தி அவளை மிகவும் கவர்ந்தது. அவன் மனிதர்களோடு இயல்பாக பழகுகிற தன்மையும், சூழ்நிலைக்கேற்ப நடந்து கொள்ளும் அவனின் பாங்கும் அவளுக்கு மிகவும் பிடித்திருந்தது. அதுமட்டுமல்ல,

"சிலரால் மட்டும் 12 மணி நேரத்திற்கு மேல் எவ்வாறு உண்ணாமல் இருக்க முடிகிறது தெரியுமா? முனிவர்களால் உடலுறவு குறித்த சிந்தனையற்று எப்படி வாழ முடிகிறது தெரியுமா? என்று மூளையைப் பிழிகிற கேள்விகளைக் கேட்டு உடல் எதை சிந்திக்க வேண்டும். எதை விரும்ப வேண்டும்' என்று உள்ளமே தீர்மானிக்கிறது' என்பதை நம்பவைக்கிற அவன் பாணியும் அவளுக்குப் பிடித்திருந்தது.

அவன் சொல்வது சரிதான். 'உன்னை எந்த சிமிழுக்குள்ளும் சிறை வைக்க முடியாது' உன்னை கட்டிப் போட முடியாது' என்று அம்பாவின் காதுக்குள் எப்போதும் ஒலித்துக் கொண்டிருப்பதை வேறெப்படி விளக்க முடியும்-?

என்னதான் மனவுறுதி கொண்டிருந்தாலும், பெண்கள், பெண்கள்தான். நாளாக, நாளாக, சால்வாவின் கடிதங்களை அம்பா எதிர்பார்க்கலானாள். பல்கலைக்கழக வாழ்க்கையைப் பற்றி சால்வா எழுதியதை ரசித்தாள். தான் சந்திக்கிற ஒவ்வொன்றையும் தன் மனவுறுதி மூலம் தனக்குச் சாதகமாக மாற்றிக் கொள்வதற்கு அவன் பெற்ற தடையற்ற பக்குவத்தை ரசித்தாள். தன்னலமற்று, பொறுமையோடு அவள் மேல் அவன் காட்டுகிற கரிசனத்தை ரசித்தாள். அவர்கள் பழகத் தொடங்கி ஆறு மாதம் சென்ற பிறகு, "திருமணம் இப்போது வேண்டாம்" என்று அம்பா மீண்டும் சொன்னபோது, "அதுதான் உன் விருப்பம் என்றால், காத்திருப்போம். உன் படிப்பு முடியும் வரை காத்திருப்போம்" என்று சால்வா கடிதம் எழுதினான். எல்லாவற்றையும் விட எப்படி எழுத வேண்டும் என்று தெரிந்து வைத்திருப்பதை எண்ணி மிகவும் மகிழ்ந்தாள்.

அவள் படித்த பழைய புத்தகங்கள் பேசிய காதலன்றி வேறெந்த காதலையும் அவள் அறிந்திடவில்லை. சால்வா கண்ணியமானவன், நம்பகமானவன், பழைய புத்தகங்கள் கொடூரமான, துன்பம் தரும் காதலையே பேசின. மரணத்தின் காதல் இல்லை. எனவே, துயரமிக்கதாக இருப்பினும் வாழ்வே மரணத்தைக் காட்டிலும் சிறந்தவை என்றும் அப்புத்தகங்கள் பேசின. பொறுமைமிக்க, எந்த எதிர்ப்புமற்ற காதலை அவை ஒருபோதும் சொன்னதில்லை காமத்தால் உயிர் பெறும் காதலையே அவை பேசின. எப்போதும் உடனடிக் கவர்ச்சியின் தேவையை அவை முன்வைத்தன. உதட்டில் முத்தமிடும் பொழுது எப்படிப்பட்ட உணர்வு இருக்கும் என்பதை அவள் எப்படி அறிவாள்? எது சிறந்த காதல் என்பதை அவள் எப்படி அறிவது? அவற்றை அறிந்து கொள்ள சால்வாவை திருமணம் செய்துகொள்ளும்வரை காத்திருக்க வேண்டுமா?

அது சரி, சால்வா எதற்காகக் காத்திருக்கிறான்? அந்த அனுபவத்தை அவளுக்கு அவன் முன் கூட்டியே தரக்கூடாதா என்ன? ஆசை, அடுத்தவரின் சம்மதத்திற்கு காத்திருக்காதல்லவா?

எனினும் அவர்களிருவரும் அப்படியெல்லாம் ஒரு நாளும் வரம்பு மீறியதில்லை. ஒருநாள் இரவு திரையரங்கில் கன்னத்தோடு

கன்னம் வைத்து, முத்தமிட்டதோடு சரி. அவன் காதல் பற்றி பேசுகிற போது, அவள் ஓர் உன்னத நிலையிலிருப்பது போல் தோன்றும்.

அவளது சிந்தனையில் துளிர்விடுகிற அந்த ஆசை அவளை முழுவதும் ஆக்கிரமித்து விடவில்லை. செந்தினியின் நூல் என்ற புத்தகம் "அத்தகைய ஆசை சாதாரண நாட்டுப்புற மக்களை குதிரை வேகத்தில் பாயத் தூண்டுகின்றது'' என்று சொல்கிறது. ஆனால் அம்பாவின் தேகத்தில் மோகத் தீ ஏதும் மூண்டுவிடவில்லை. அவனைப் பொறுத்தவரை அது போதும் என்றே இருந்தது. சிற்றின்ப அனுபவம் பற்றிய அறியாமை அவளுக்கு மகிழ்வையும் நிதானத்தையும் தந்தது. ஏனெனில் சால்வாவின் முன்னால் ஆடையின்றி இருப்பதை அவளால் கற்பனை கூட செய்ய இயலவில்லை.

மேலும் 6 மாத காலம் ஓடியது. அப்போது, 1963ம் வருடம் அம்பாவிற்கு பத்தொன்பது வயது, அவள் கத்ஜா மாதா பல்கலைக்கழக ஆங்கில இலக்கியத் துறை மாணவி. அவள் நினைத்ததை சாதித்து விட்டாள். அவளின் இரட்டைத் தங்கைகள் அவள் மீது அன்பும் வெறுப்பும் கொண்டிருந்தனர். அவளது பெற்றோர் நாள்தோறும் இரவுப் பிரார்த்தனையில் இவளுக்காக கூடுதல் 5 நிமிடம் ஒதுக்கினர். உணவருந்துகிற போது அம்பாவும் அவர்களோடு இருப்பதுபோல் பேசிக் கொள்வார்கள்.

அம்பாவைப் பொறுத்தவரை முன்னெப்போதும் இல்லாத அளவிற்கு உயிர்ப்போடு இருப்பதுபோல் உணர்ந்தாள். யோக்யாகரட்டா, பல்கலைக்கழக வாழ்க்கை மற்றும் இலக்கியம் யாவும், அவள் நினைத்தது போல, அவளுக்கு மிகவும் பிடித்துப் போயிற்று. வேத ஆய்வியல், தெளிவின்மை மற்றும் இலக்கியக் கோட்பாடுகள் ஆகியவற்றின் மீது காதல் கொண்டாள். தன் குடும்பம் முழுவதையும் நேசித்தாள். அவளை நன்கு புரிந்து கொண்ட அப்பா, இறுதியில் அவளுக்காக விட்டுக்கொடுத்த அம்மா, அவளுக்குக் கிடைக்கிற உலக அனுபவம் பற்றி அறிய இயலாத, சிறுபிள்ளைத்தனமான இனிய தங்கைகள் என்று யாவரையும் மிகவும் நேசித்தாள்.

சிலர் மகிழ்ச்சியாக வாழ்கிறார்கள். சிலர் வாழ்க்கையில் மகிழ்ச்சி இல்லை. ஏன்? மகிழ்வாக இல்லாதபோது உன் வாழ்க்கையை நீ எப்படி பொருள் உள்ளதாக ஆக்க முடியும்? துயரம் வாழ்க்கைக்கு

பொருள்தருகிறதா? துயரமென்றால் என்ன? ஏதுமற்றதாக உணர்வதா துயரம்? ஏதுமற்ற உணர்வு எப்போது வலியாக மாறுகிறது? வலியே பெரும் படைப்புகளுக்கு வித்தாகிறது என்பதன் பொருள் என்ன? இந்தக் கேள்விகளுக்கெல்லாம் இலக்கிய வாசிப்பு விடைதரும் என்று அம்பா நம்பினாள்.

ஆனால் தேடல் என்பது ஒரு வாழ்வியல் நடைமுறை. அம்பா எதிர்பார்த்த அளவிற்கு வலுவான புதிராக வாழ்க்கை அதுவரை அமைந்திடவில்லை.

தன் வாழ்க்கை மகிழ்ச்சி நிறைந்ததாக இல்லை என்று அம்பா உணரவில்லை. இதுதான் பிரச்சினை. வயதான அத்தையோடும் மாமாவோடும் வாழப்போவதை நினைத்து அம்பாவிற்கு முதலில் தயக்கமிருந்தது. ஆனால் அது சுதந்திரமிக்க வாழ்வாக அமைந்துவிட்டது. புரொன்டோசுமன் என்ற நகர்ப்புறத்திற்கருகில், முக்கிய சாலைக்கு அண்மையில், 28 மெனுகன் என்ற இடத்தில் அவர்கள் வீடு இருந்தது. எளிமையான, ஆனால் பெரிய, சுத்தமான வீடு, புகைபிடிக்கக்கூடாது. இரவு நேரம் கழித்து வரக்கூடாது என்பதைத் தவிர வேறெந்த நிபந்தனையும் அங்கில்லை. மாமாவும் அத்தையும் அவளிடம் எதைப் பற்றியும் அவள் படிப்புப் பற்றி, வீட்டிற்கு வருவது போவது குறித்து, அவள் அரசியல் நிலைபாடு குறித்து, ஏன் சால்வா குறித்தும் ஏதும் கேள்வி கேட்டதில்லை. சால்வா குறித்து ஏதும் கேட்காததற்கு, அவன் பெரியவர்களிடம் பெற்று விடுகிற நன்மதிப்பே காரணமாக இருக்கலாம்.

இரு வார இறுதி தோறும் அம்பாவும் சால்வாவும் ஒன்றாக ஊர் சுற்றினார்கள். சனிக்கிழமைகளில் திரைப்படத்திற்குப் போய்விட்டு தெருவோர உணவகத்தில் அவர்களது விருப்ப உணவை உண்பது வழக்கமாகிப் போனது. சில சமயம் துகு இரயில் நிலையமருகிலுள்ள சீனப்பெண்மணி திருமதி லியம் நடத்தும் உணவகத்தில் வறுத்த நூடுல்ஸ் மற்றும் மீன் சாப்பிடுவதுண்டு. ஞாயிற்றுக்கிழமைகளில் வேர்க்கடலைக் குழம்பில் ஊறிய காய்கறிகள் மற்றும் பாரம்பரிய கேக்குகள் சாப்பிட அவளை சால்வா பெரிங்கார்ஜோ சந்தைக்கு அழைத்துச் செல்வான்.

நல்ல தம்பதிகளின் நல்ல பொழுதுபோக்கு என்று எவரும் சொல்லக்கூடும்.

சில சமயங்களில் வயதான சீனத்தம்பதியினர் நடத்தும் 'டோகோ டிஜோயென்' என்ற ரொட்டிக் கடைக்குச் சென்று அம்பாவின் அத்தை மாமாவிற்கு ரொட்டியும் பிஸ்கட்டுகளும் வாங்கினார்கள். கடை உரிமையாளரின் மனைவி நயாடிஜோயென் சால்வாவிடம் விருப்பத்தோடு பேசுவாள். நூறு வயது மதிக்கத்தக்க அவள் அப்படி பேசுகிறபொழுது, வெட்கத்தில் அவள் முகம் சிவப்பதை அம்பா ரசித்திருப்பாள். ஏனென்னில் அந்த 'நாணம்' அம்பா அறிந்திராத ஒன்று. பேருந்து கால அட்டவணையை ஒப்பிப்பதுபோல, அந்த பெண்மணி தான்படுகிற உடல் வலிகளையும் வேதனைகளையும் பகிர்ந்து கொள்வாள். சால்வா ஏதேனும் மருந்து சொன்னால், ஆவேசமாக தலையை ஆட்டியவாறு,

"இளமையும், அழகும் கொண்ட உங்களுக்கு வலி வேதனை பற்றி என்ன தெரியும்? எனக்கு என்ன பிரச்சினை என்பதும் நானறிவேன், அதற்குத் தீர்வில்லை என்பதையும் நானறிவேன். அதற்காக என்னை வேலை செய்யாமல் இருக்கச் சொல்கிறீர்களா? அதையெல்லாம் உங்களிடம் புலம்புவதாக நினைக்கிறீர்களா?''என்று பொரிந்து தள்ளுவார், அக்கிழவி.

அதே மூதாட்டி அவர்களிடம் 1959ல் தன் இரு குழந்தைகளுடனும் கணவனோடும், அந்த நகரத்திற்கு வந்ததாகச் சொன்னாள். "நாங்கள் அரசின் முட்டாள்தனமான ஆணையால் பாதிக்கப்பட்டவர்கள். சீன தேசத்து சிறு வியாபாரிகள் கிராமப்புறத்தைவிட்டு வெளியேற வேண்டும் என்றறிவித்தது, அந்த அரசாணை.'' நகர்ப்புறத்தைவிட, நாங்கள் கிராமப் புறத்தையே மிகவும் விரும்புகிறோம். நகர்ப்புறத்தைக் காட்டிலும் கிராமப்புறத்தில் நாங்கள் செய்யும் உணவுகளை மிகவும் விரும்புவார்கள். பலவகையான உணவுகளுக்கான வாய்ப்பு நகரப்புறத்தில் உண்டு எனவே, நகர்ப்புறத்தில் உணவுப் பழக்கம் கெட்டுப் போய் விட்டது.''

ஒரு நிமிடம், சுவரில் தொங்கிக் கொண்டிருந்த குடும்ப போட்டோவின் மீது மின்னலென பட்டு அவள் திரும்பியதும், மீண்டும் தன் பேச்சைத் தொடர்ந்தாள், அம்முதியவள்.

"நான் இவ்வாறு பேசுவது என் கணவருக்குப் பிடிக்காது. 'மந்திரக் கோலும் படிகமும் வைத்துக் கூட இவ்வுலகை நம் விருப்பத்திற்கு மாற்ற முடியாது' என்று என் கணவர் அடிக்கடி சொல்வார். 'இன்று உலகை பீரங்கிகளும் துப்பாக்கிகளுமே ஆள்கின்றன. நம் நிலைமை

இதைவிட மோசமாகி இருக்கலாம். சிமாகியில் நமது சகோதரர்களுக்கு நடந்தது போல, நாமும் பன்றிகளைப் போல சுடப்பட்டிருக்கலாம் அல்லது ஆட்டு மந்தைககளைப் போல லாரிகளில் திணிக்கப்பட்டிருக்கலாம்'' என்று என் கணவர் எப்போதும் சொல்வார்.

இதனால்தான் டிஜோயென் தம்பதியினர் கம்யூனிஸ்ட் ஆனார்கள் போலும் என்று அம்பா கருதினாள். சீனர்களை நகரத்திற்கு இடமாற்றம் செய்த அரசின் நிலைப்பாட்டை கம்யூனிஸ்ட் கட்சி வலுவாக எதிர்த்ததை அம்பா அறிந்திருந்தாள். நீரில் மூழ்குபவன் கிடைக்கிற துடுப்பைப் பற்றிக் கொள்வான் என்பதும் அவள் அறிந்த ஒன்று. அம்முதியவர்களுக்கு ஆறுதல் சொல்வதற்கு அம்பா முனைவதற்குள் சால்வா பேச்சை திசைமாற்றினான்.

அரசியல் குறித்த உரையாடல் என்றால் எப்போதும் சால்வா தடுமாறிப் போவதை அம்பா கவனித்து வந்தாள். அப்படியே அரசியல் பற்றி பேச நேர்ந்தாலும், அதை உரிமையோடு செய்யாமல் ஏதோ கடனுக்கென்று பேசினான். அவனைப் பொறுத்தவரை அரசியல் என்பது தகவல் அமைப்பு, நாட்டுப்புறவியலைப் போல அல்லது உயிரியலைப் போல வாழ்வில் சிறிதளவு தெரிந்து கொள்ள வேண்டிய ஒன்று, அவ்வளவுதான். அந்த மூதாட்டியிடம் ஆறுதலாக ஏதும் பேசாமல், சால்வா அவள் கை மீது தன் கையை வைத்ததோடு நிறுத்திக் கொண்டது, அம்பாவிற்கு வியப்பைத் தந்தது. கையைப் பற்றிக் கொண்டால் அம்முதியவர்கள் பட்ட துயர் நீங்கிவிடுமா? அதற்குப் பின்னர் அம்பாவை அவள் வீட்டிற்கு அழைத்துச் செல்கையில் "ஆக அவர்கள் சீனர்கள். அதுதான் அவர்கள் தவறா?'' என்று புருவம் உயர்த்தி அதிர்ச்சியுற்றதுபோல் கேட்டு, மீண்டும் அம்பாவை வியப்பிலாழ்த்தினான், சால்வா.

அன்றிரவு அம்பாவால் தூங்க முடியவில்லை. படுக்கையில் புரண்டு புரண்டு படுத்தவள் நீண்ட நேரம் கழித்து ஒன்றை உணர்ந்து கொண்டாள். அம்பாவின் கேள்வியோ அல்லது அதனைஅவன் அதிர்ச்சியோடு கேட்ட விதமோ அவளைப் பாதிக்கவில்லை. ஆனால் சால்வாவிடம் எந்த விதமான கோபமும் எழாததே அவளை மிகவும் பாதித்தது.

எனினும் ஏதும் செய்யமுடியாமல், அம்பா அமைதியாக தன் வாழ்க்கையைத் தொடர்ந்தாள். அதற்குக் காரணம் அவள்

கொண்டிருந்த ஒருவித மனநிறைவுதான். சிறு சிறு விஷயங்களில் அவளுக்குக் கிடைத்த மகிழ்ச்சியே அத்தகைய மனநிறைவைத் தந்தது. அம்பா இருவாரங்கள் தோறும் அல்லது அதற்கு மேலும் சால்வாவை சந்தித்தது, அறிமுகம் இல்லாதவர்களின் நெஞ்சங்களைக்கூட எவ்வித முயற்சியுமின்றி சால்வாவால் தொட முடிந்ததை கண்கூடாகக் கண்டது ஆகிய சிறு சிறு விஷயங்கள் மகிழ்வை தந்தது என்பது உண்மைதான்.

ஆனால் காதல் என்று வருகிற போது அவர்களுக்குள் பெரிதாக எதுவும் நிகழ்ந்துவிடவில்லை. சில நேரங்களில் அவனிடமிருந்து விலகிக் கூட இருந்தாள். மொத்தத்தில் தான் விரும்புவது, அது எதுவாக இருந்தாலும், தனக்குக்கிடைக்கிறது என்பதை உணர்ந்தாள். சால்வாவைப் பார்க்க வேண்டும் என்ற விருப்பமும் இருந்தது, அதே சமயம் அவனைப் பார்க்காவிட்டால் மனம் வருந்தியதுமில்லை. அவனது குறைகள் எரிச்சலைத் தந்தன. அதே சமயம் புறந்தள்ளத்தக்க ஒருவகை கீழான மாண்புகள் என்று அவற்றை நியாயப்படுத்தும் முயற்சியும் அவளிடமிருந்தது.

ஆக, புரியாத புதிரான காதலியின் மனோநிலையில் அவளிருந்தாள்.

1964-ம் ஆண்டின் நடுவில், சூரியபயா நகரத்திலிருந்த ஏர்லக்கா பல்கலைக்கழகத்தில் ஆசிரியர் பயிற்சித்துறையின் தலைவராக சால்வா நியமிக்கப்பட்டான். ஓராண்டிற்கான ஒப்பந்தம் அது. அந்த பல்கலைக்கழகத்திலிருந்த சால்வாவின் நண்பன் ஒருவன்'' "நண்பா நீ இயல்பாகவே தலைமைப் பண்புடையவன். இங்கு எல்லாமும் குழப்பமாக உள்ள சூழலில், பாறை போன்ற ஓர் ஆள் எங்களுக்குத் தேவை'' என்று கடிதம் எழுதினான்.

"பாறை என்று நீ என்ன சொல்கிறாய்?'' என்று பதில் கடிதம் எழுதினான்.

"கூச்சல் போடாத, அதிர்ந்து பேசாத, எந்த சூழ்நிலையிலும் நிதானமுள்ள ஒருவன்'' - இது நண்பன் மீண்டும் எழுதிய விளக்கம்.

இந்த புதிய நியமனம் தவிர்க்கமுடியாத மற்றொரு பிரச்சினையைத் தந்தது.

தன் கண்களைத் தாழ்த்திக் கொண்டு, நம்பிக்கையற்ற வெட்கத்தோடு சால்வா அம்பாவிடம் சொன்னான்.

"நாம் திருமணம் செய்து கொள்வது பற்றி சிந்திக்க வேண்டும்.'' அம்பா மூச்சை இழுத்துப் பிடித்தவாறு, அவன் பேச்சை முடிப்பதற்குக் காத்திருந்தாள்.

பதற்றமில்லாமல் பேசுவதற்கான முயற்சியோடு சால்வா தொடர்ந்தான்.

"நான் அடிக்கடி வர முடியாது. சூர்யபயாவிலிருந்து யோக்யகரட்டாவிற்கு வந்து செல்வது எளிதல்ல. பணமும் இல்லை. பாதுகாப்பும் இல்லை. மத்திய ஜாவாவையும் கிழக்கு ஜாவாவையும் இணைக்கிற சாலையெங்கும் உள்ள மின் கம்பங்கள் "விவசாயிக்கே நிலம்'' என்று சொல்லும் பதாகைகளால் மூடப்பட்டுள்ளதை நீ கேள்விப்பட்டிருப்பாய். எங்கும் நிலத்திற்கான போராட்டம் மூண்டுள்ளது. மேலும், என்னைத் திருமணம் செய்து கொள்ளாமல் என்னைப் பார்க்க வருவது என்பது நடவாத செயல். உன்னைத் தனியாக பயணம் செய்ய நானும் அனுமதியேன்.''

அம்பாவின் உள்ளம் 'நிதானம்' என்று எச்சரித்தது.

'சால்வா என்ன ராக்கெட் அறிவியலையா விளக்கிக் கொண்டிருக்கிறான்? புரிந்தது என்று சொல்லி விடுவோம்' என்று அம்பா எண்ணிக் கொண்டாள். புரியாத போதும், புரிந்து கொள்ள விரும்பாத போதும்கூட புரிகிறது' என்று சொல்வது எப்போதும் பாதுகாப்பானது.

'எனக்குப் புரிகிறது' என்ற அம்பா, மேலும் சொன்னாள். "ஆனால் உனது தேவை வேறு, எனது தேவை வேறு. விருப்பம் ஒன்றாக இருந்தாலும் தேவை வேறுபடுகிறது. உன் தொழிலில் நீ முன்னேற சூர்ய பயா வாய்ப்பு உனக்குத் தேவைப்படும். எனது பெற்றோர்களின் தியானத்தை நியாயப்படுத்த பட்டப் படிப்பை நல்ல படியாக முடிப்பது, எனக்குத் தேவைப்படுகிறது.''

நொறுங்கியவன் போல் சால்வா காணப்பட்டான்.

"நீ திருமணத்திற்குத் தயாராக இல்லை என்பதை நானறிவேன். ஆனால் நான் உன்னை இழக்க விரும்பவில்லை.''

"அப்படியென்றால் இடைவெளி பாதுகாப்பானது'' என்றாள், அம்பா அழுத்தமாக.

அவள் சொல்வதன் பொருளைப் புரிந்து கொண்ட சால்வா ஒரு நிமிடம் தயங்கிவிட்டு,

"விசித்திரமான பெண் நீ. அது சரி, இதெல்லாம் உனக்கு எப்படித் தெரிந்தது'' என்று கேட்டுக் கொண்டே சட்டென்று எட்டி அவள் மூக்கைச் செல்லமாகக் கிள்ளினான்.

புன்னகைத்த அம்பாவின் சிந்தை சிறகு விரித்தது.

'உன்னிடம் எப்படி சொல்வேன். சால்வா? உன்னைப் பொறுத்தவரை அருகிலிருப்பதற்கும் தொலைவிலிருப்பதற்கும் எந்த வேறுபாடுமில்லை. ஏனெனில் நீ உடலில் சிந்திப்பது இல்லை, மூளையால் மட்டும் சிந்திப்பவன், நீ''

சோகம் கவ்விக் கொள்ள, விரைந்து ஆறிக் கொண்டிருந்த சூப்பை பருகாமல் இடிந்துபோய் அமர்ந்திருந்த சால்வாவின் மூச்சில் கூட விரக்தியின் சூடு வெளிப்பட்டது. இது நல்லதற்கல்ல என்று கருதிய அம்பா தன்னைத் திடப்படுத்திக் கொண்டு சால்வாவை தேற்றினாள். "சால்வா! எனக்கு உன் மீது எந்த வெறுப்பும் இல்லை, இந்தப் பிரிவு சந்தர்ப்பவசத்தால் ஏற்பட்டுள்ளது' என்று ஆறுதல் சொன்னாள்.

ஆனால் சால்வா சமாதானம் அடையவில்லை.

"நன்றாக யோசித்துப் பார் சால்வா. ஒரு வருடம் ஒரே வருடம். பறந்து போகும். அதற்குள் நல்லதற்கான மாற்றம் நடக்கும். சூர்யபயாவில் உன் பணி முடிந்து நீ மேலும் தகுதி பெற்றவனாகி, இவ்வுலக சவால்களைச் சந்திக்க இயலும். அதனால் எனக்கும் தானே பயன். இது தயாரிப்புக்கான காலம். திருமணத்திற்கு முன்பு அப்படிப்பட்ட தயாரிப்பு தேவைப்படுகிறது.'' என்று அவனுக்கும் தனக்குமாகப் பேசினாள், அம்பா.

மேலும் அழுத்தமாகத் தன் பேச்சைத் தொடர்ந்தாள். "பிரிவதற்காகத் திருமணமா? அதில் ஏதும் பொருள் உள்ளதா சால்வா? எவ்வளவு நாள் பிரிவு? யார் கண்டது?'' என்று சொன்னவள். உலகச் 'சுவர்கள் தோறும்' ஏழு கிராமப் பேய்களின் குருதி ஓவியங்கள், இரவெல்லாம் கவலை தரும் முரசொலி, எங்கெங்கும் தோன்றுகிற அனாமதேய பிணங்கள்' என்று நீயே சொன்னாயே என்று அவன் வார்த்தையிலேயே அன்றைய சூழலை நினைவூட்டிவிட்டு, "சொல்! இந்தச் சூழலில் எவரேனும் திருமணம் குறித்து சிந்திக்க முடியுமா?'' என்று வினவினாள்.

சால்வா எதையும் சரியாக சிந்திக்கும் இதயம் கொண்டவன்; "ஆம் அம்பா! நீ சொல்வது சரிதான். திருமணம் குறித்து இப்போது சிந்திப்பது முறையல்ல.''

கையோடு, அம்பா ஊருக்கு கடிதம் எழுதி நடந்தவற்றைத் தெரியப்படுத்தினாள். அவள் பயந்தவாறே நடந்தது. அவள் அப்பா கடிப்புராவிலிருந்து அவளை அழைத்து, "உன் அன்னை இரண்டு நாட்களாக அன்ன ஆகாரமின்றி இருக்கிறாள். தயவுசெய்து வீட்டிற்கு வரவும்'' என்று சொன்னார்.

"பிரம்பனில் வன்முறை வெடித்துள்ளது என்று இன்று காலை செய்தியில் கேட்டேன். நீ தனியாக வீட்டிற்குச் செல்ல முடியாது'' என்று தன் இயல்பிற்கு மாறாக சற்றுக் கண்டிப்போடு சொன்னான் சால்வா.

அம்பா பிரம்பனன் கிராமம் பற்றி அறிவாள். அங்கு 9ம் நூற்றாண்டைச்சேர்ந்த பெருமை மிகு இந்துக் கோவில் ஒன்றிருந்தது. கடிப்புராவிற்கு வெகு அருகிலுள்ள பெரிய நகரமான கிளாடென்னிற்கு அண்மையில் அக்கிராமம் இருந்தது. அங்கு தான் மற்றொரு வன்முறைச் சம்பவம் வெடித்திருந்தது.

"ஆனால் பிரம்பன், கடிப்புராவிலிருந்து வெகு தொலைவில் அல்லவா உள்ளது' என்றாள் அம்பா.

"இருக்கலாம். இருபது முப்பது பேரல்ல, நூறு பேர்கள் காயமடைந்துள்ள வன்முறையைப் பற்றி நாம் பார்க்க வேண்டியுள்ளது. உன்னைத் தனியாக இந்த சூழலில் நான் அனுப்பினால் உன் பெற்றோர்கள் என் தலையைச் சீவி விடுவார்கள்.''

அம்பாவிற்கு வீட்டிற்குச் செல்வதில் முதலில் தயக்கமிருந்தது. அவளுக்கு முடிக்க வேண்டிய பல பணிகள் இருந்தன. பல்கலைக்கழக வளாகத்திற்கு அருகில் இருப்பதுதான். அவள் வேலைக்கு உகந்தது. அப்படியே வீட்டிற்குச் செல்வதாக இருந்தாலும், அவள் சால்வாவோடு அங்கு செல்ல விரும்பவில்லை. சால்வாவோடு வீட்டிற்கு சென்றால், அவளுக்கு பலவீனமான சூழல் உருவாகும் என்று கருதினாள். சால்வாவைப் பார்த்தவுடன் அவள் அம்மா அழுதுவிடுவாள் என்று நினைத்தாள். எனினும் பிரம்பன் கலவரம் பற்றி சால்வா விவரித்த விதம் அம்பாவிடம் பயத்தைத் தோற்றுவித்தது.

எல்லாக் கலவரங்களும் சிறிய பிரச்சினையில் தொடங்குவது போலத்தான் அக்கிராமத்தின் சமீபத்திய வன்முறையும் வெடித்திருந்தது. சாரென் என்ற ஒரு குக்கிராமத்தில் நில ஆக்கிரமிப்பு குறித்து ஒரு சிறிய பிரச்சினை எழுந்தது. ஆனால் விரைவில் விவசாய

முன்னணி மற்றும் கம்யூனிஸ்ட் கட்சியின் இளைஞர் அணி இணைந்த கூட்டணிக்கும் பிடிவாதமாக இருந்த ஒரு குத்தகை விவசாயிகளின் குருக்களுக்கும் இடையிலான பிரச்சினையாக உருவெடுத்தது. வழக்கம் போல இரு சாராரும் தங்கள் பக்கமே நியாயம் உள்ளதாக கருதினர். நிலம் இரண்டாவது முறை ஏலத்திற்கு வரும்பொழுது குத்தகை உரிமையை வென்ற தங்களுக்கு அரசு பாதுகாப்போடு விவசாயம் செய்ய உரிமையுள்ளதாக குத்தகை விவசாயிகள் நினைத்தனர். விவசாய முன்னணியும் இளைஞர் அணியும்'' இல்லை இந்த நிலத்தில் உங்களுக்கு எந்த உரிமையுமில்லை; நிலத்தை விட்டு வெளியேறு'' என்றனர்.

சால்வாவின் ஆசிரிய நண்பன் ஒருவன் தான் சாரெண் கிராமத்தில் நேரில் பார்த்தவற்றை சால்வாவிற்கு விரிவாக ஒரு கடிதத்தில் எழுதினான். அக்கடிதத்தின் சில பகுதிகளை சால்வா, அம்பாவிடம் படித்துக் காட்டினான்.

'விவசாய முன்னணியின் தலைவன் கருகருவென்றிருந்தான். அவன் உரக்கப் பேசியபோது, அவன் குரல் கத்தி கொண்டு காற்றைக் கிழிப்பதுபோல, இருந்தது. அவனது பல் ஈறுகள் கருத்த மேனிக்கு எதிரிடையாக இரத்தச் சிவப்பாக இருந்தன. பிரச்சினை தொடங்கிய சிறிது நேரத்தில் கூட்டம் கூடத் தொடங்கிவிட்டது. காவல்துறை, உள்ளூர் பாதுகாப்பு அலுவலர், தேசியவாத கட்சி இளைஞர் அணி யாவரும் தங்கள் உரிமையைப் பாதுகாக்க வேண்டுமென்று விவசாயிகள் கோரினர். ஆனால் அவர்களைக்கா' டிலும் கம்யூனிஸ்ட் கட்சியினர் பெரு எண்ணிக்கையில் சேர்ந்து விட்டனர். பிரச்சினை சாரென் நகர அரங்கிற்கு நகர்ந்தபோது, நூற்றுக்கணக்கானோர் சேர, கூட்டம் வீங்கிப் போனது. விவசாயிகளும் உள்ளூர் அதிகாரிகளும் கூட்டத்தால் சூழப்பட, அவர்கள் உயிருக்கே ஆபத்து உருவானது. அந்த சமயம் யாரோ ஒருவர் 'பிரிமாப்' காவல்படைக்குத் தகவல் சொன்னார்கள். அக்காவல் படை கிளாடென் நகரத்திலிருந்து சாரென் கிராமத்தை அடைவதற்குள், மாவட்ட நிர்வாகம் பிரச்சினையில் தலையிட்டு, கூட்டத்தைக் கலைத்து விட்டது.

"ம்.. என் ஊர் கம்யூனிஸ்ட் ஊராக மாறிவிட்டதா என்று கூட எனக்குத் தெரியாது'' என்றாள் அம்பா.

"இப்போதுவரை கடிப்புரா கம்யூனிஸ்ட் ஊராகிவிடவில்லை'' என்று சுரத்தின்றி இயந்திர கதியில் சொன்னான் சால்வா, அவன் வாக்கியத்தை முடித்த தொனியும், குரலும் கடிப்புரா கம்யூனிஸ்ட்

ஊராகிவிடக் கூடாது என்ற அவன் விருப்பத்தைக் காட்டிக் கொடுத்தன.

அவர்களிருவரும் அம்பாவின் கடிப்புரா வீட்டிற்கு வந்து சேர்ந்தனர். அனைத்தும் அம்பா எதிர்பார்த்தது போலவே நடந்தேறியிருந்தன. வீட்டின் முன்னறையில் ஜரிகைகள் கொண்ட நீளமான தேன்நிற பட்டாடையும், அதற்கிசைவான வண்ணத்தில் காலணிகளும் அவளை வரவேற்றன. அதைப் பார்த்தவுடன், அம்பாவிற்கு ஒன்று புரிந்தது. அம்மா, தன் வாழ்நாளின் இரண்டாவது முக்கிய நிகழ்விற்காக - தன் மூத்த மகளின் திருமணத்திற்காக தன்னுடைய சேமிப்பையெல்லாம் செலவழித்துவிட்டாள் என்பது அம்பாவிற்குப் புரிந்தது.

"ஆடம்பரவிலையுயர்ந்த பொருட்களைமட்டும் விற்கிற சோலோ கடையிலுள்ள பெண்மணியிடமிருந்துதான் அம்மா இந்தப் பட்டையும் காலணியையும் வாங்கியுள்ளாள்'' என்று எப்போதும் ஆவலோடு தகவலைத் தரும் அம்பிகா விவரம் சொன்னாள்.

"பல வாரங்களாக இந்த இரண்டையும் அம்மா உற்று உற்றுப் பார்த்துக் கொண்டே இருந்தாள். (மலேசிய) பாரம்பரிய ஆடையை நீ ஏன் இன்னும் தைக்கவில்லை என்று கேட்டேன். திருமண நாள் உறுதியான பின்னர்தான் தைப்பேன் என்று என்னிடம் அம்மா சொன்னாள்'' என்று மேலும் விவரம் சொன்னாள் அம்பிகா.

காலத்தையும் சொற்களையும் வீணாக்க சுடர்மிண்டோ விரும்பவில்லை. நேரிடையாக பிரச்சினைக்கு வந்த சுடர்மிண்டோ, சோகமாக நின்ற அம்பா - சால்வாவைப் பார்த்துச் சொன்னான்.

"நான் பழமைவாதியல்ல, நீங்களிருவரும் எதையும் ஆழமாகச் சிந்திப்பீர்கள் என்று எனக்குத் தெரியும். சால்வா சூர்யபயா செல்வதற்கு முன்பாக இப்போதே திருமணம் வைத்துக் கொள்ள எது தடுக்கிறது? எளிமையான விழாவாக நடத்தி விடலாம். மேலும் ஆடம்பரமாக திருமணம் நடத்துவதற்கு ஏற்ற காலமல்ல, இது. நம் ஊர் நாள்தோறும் சிவப்பாகிக் கொண்டு வருகிறது.''

அப்போது நுனியெக் இடை மறித்தாள். ஈரம் படர்ந்த கண்களோடு பேசினாள்.

"மகனே சால்வா! நான் எப்படிச் சொல்வேன்? ஊருக்குள் பேசத் தொடங்கிவிட்டார்கள். நாளாக, நாளாக அது எங்களுக்கு எவ்வளவு

பெரிய நெருக்கடியாக உள்ளது என்பதை நீயும் அறிவாய். அண்டை வீட்டுக்காரர்களும், சந்தையில் பார்ப்பவர்களும் கேட்கிற கேள்விகளுக்கு என்னால் பதில் சொல்ல முடியவில்லை. உங்களுக்குள் பிரச்சினை எதுவும் இல்லையென்றால் திருமணத்தைத் தள்ளிப் போடுவதில் என்ன பயன்?

ஆக, அம்பா தனித்துச் சந்திக்க வேண்டியிருந்த அந்த கடினமான சூழல் உருவானது. எப்போதும் இறுக்கமாக இருக்கும் சால்வா, பழுத்த மரத்திலிருந்து இலைகள் உதிர்வது போல, அப்போது தளர்ந்து போனான். பேசுவதற்கு ஏதுமற்று அனைத்தையும் இழந்தவன் போல ஒரு கணம் நின்றான். ஆனால் காட்சி சட்டென்று மாறியது. நிலைமை தலைகீழானது.

"அம்மா, நீங்கள் ஒன்றைத் தெரிந்து கொள்ள வேண்டும். நான் வளர்ந்து என் வீட்டை விட்டு வெளியேறியதிலிருந்து குடும்பமற்ற அநாதையாக இருந்தேன். இப்போது நான் உங்கள் குடும்பத்தில் ஒருவன். 'எவரும் தங்கள் குடும்பத்தைத் தேர்வு செய்ய முடியாது.' என்று பொதுவாகச் சொல்வார்கள். ஆனால் நீங்கள் என்னைத் தேர்வு செய்தீர்கள். நான் உங்கள் குடும்பத்தைத் தேர்ந்தெடுத்தேன். உங்களைக் காயப்படுத்தும் செயலை மட்டுமல்ல, உங்களுக்கு மகிழ்ச்சி தராத செயலையும்கூட என்னால் செய்ய இயலாது. என் எதிர்காலக் குழந்தைகளின் எதிர்கால அன்னையைப் பெற்றவர் நீங்கள். ஓர் அம்மா எப்படி இருப்பாள் என்ற வரையறையையும் தாண்டிய ஒரு தாய்க்கும் மேலானவராக நான் உங்களை நேசிக்கிறேன். உங்கள் குடும்பத்தை இழக்க நான் சம்மதிப்பேனா? என்ன சொன்னீர்கள்? அம்பாவோடு எனக்குப் பிரச்சினையா?

"என் அன்பிற்குரிய தாயே! பல மாதங்களுக்கு முன்னர் நான் உங்களை அந்த மரத்தடியில் சந்தித்தேன் அல்லவா?

அதற்கு முன்பு வரை மகிழ்ச்சியென்றால் எனக்கு என்னவென்று தெரியாது. அதுதான் என் பிரச்சினை. நானும் அம்பாவும் ஓராண்டு பிரிந்திருப்பதால், அந்த மகிழ்ச்சி எங்கும் சென்றுவிடாது. உங்கள் மகளை நான் திருமணம் செய்யும் நாளன்று தான் என் வாழ்க்கையின் மகிழ்ச்சி உச்சம் தொடும். ஆனால், தாயே! ஒரு திருமணம் வெற்றிபெற, மணமக்கள் இருவரும் முழு திருப்தியோடு இருக்க வேண்டுமல்லவா? திருமணம் உள்ளிட்டு எந்த பந்தமுமின்றி

இருந்தால்தான் அம்பா தன் படிப்பை மகிழ்ச்சியோடு முடிப்பாள் என்பதை நானறிவேன்.''

மடமடவென்று சால்வா பேசியதைக் கேட்டுக் கொண்டிருந்த அம்பாவின் சிந்தனை, நாலு கால் பாய்ச்சலில் வேகமெடுத்தது.

"நான் அவனைக் குறைத்து மதிப்பிட்டு விட்டேன். அவன் அவனுக்காக அல்லாமல் எனக்காகப் பேசுகிறான். அவன் எப்போதும் அப்படித்தான். நானறிவேன். அவனது நேசத்திற்கு உரியவர்கள், பிறவற்றை நேசிக்க வகை செய்வான். அதுதான் அவனது நேசம், அன்பு, காதல். சுயநலமின்றி நேசிக்க, அதுவும் என் வழியில் நேசிக்க எனக்குக் கற்றுக் கொடுத்தான். மனச்சாட்சியைக் கிழித்தெறியும் ஆசைகள் என்னைக் கொல்லும் என்பதையும் ஆசைகளைத் துடைத்தெறியும் மனச்சாட்சியும் என்னைக் கொல்லும் என்பதையும் ஏற்றுக் கொள்ள வைத்தான்.''

சால்வா தன் நீண்ட பேச்சை மேலும் தொடர்ந்தான். "பேச்சின் வேகம் எங்கே குறைந்துபோகுமோ! என்ற அச்சம் அவனிடத்தில் தெரிந்தது.

"அம்மா! பல்கலைக்கழகத்தில் இது அவளுக்கு முதலாமாண்டு. அவள் கெட்டிக்காரி என்று உங்களுக்குச் சொல்ல வேண்டியதில்லை. ஆம்! அவள் நன்றாகப் படிப்பாள், தொடர்ந்து நன்றாகப் படித்து உயர்ந்த மதிப்பெண் பெற்று பட்டம் வெல்வாள். இது உறுதி. ஆனால் முதலாமாண்டு என்பது சற்று வித்தியாசமானது. அது ஒருவரின் அடித்தளத்தை அசைத்துவிடும். புதிய நண்பர்கள், புதிய பகைவர்கள், புதிய கருத்தாக்கங்கள், புதிய அரசியல், புதிய செயல்பாடுகள் என்று கருணையின்றி ஒருவரை மூழ்கடிக்கும். அதுமட்டுமல்லாது, வண்ணமிக்க, இரைச்சல் மிக்க, வெகு வேகமாக இயங்கும் புதிய நகரமும் உள்ளது. இவற்றையெல்லாம் உள்வாங்கிக் கொண்டு புதிய தடைகளை உடைக்கவும், புதிய அபிலாசைகளை உருவாக்கிக் கொள்வதற்கும், அம்பாவிற்குக் கால அவகாசம் தேவைப்படும். அவளுக்கு என்ன தேவை என்பதை அவள்தான் முடிவு செய்ய வேண்டும். அன்பிற்குரிய அம்மா! என்னை நம்புங்கள். இரண்டு வருடம் இரண்டு நிமிடமாகப் பறந்து போகும்.''

சால்வாவின் நம்பிக்கை ஊட்டிய பேச்சினால், நுனியெக் அமைதியுற்றதுபோல் காணப்பட்ட வேளையில், தான் என்ன செய்யப்போகிறோம் என்றறிந்தவன் போல சால்வா சட்டென்று,

"நீங்கள் கவலையோடிருப்பதை நானறிவேன். உங்கள் கவலை எனக்குப் புரிகிறது. நாங்களிருவரும் எப்போதும் எல்லை மீற மாட்டோம் என்பதை நீங்கள் நம்பவேண்டும்'' என்று சொன்னான்.

நுனியெக்கின் உள்ளத்தில் அதுகாறும் சிறைப்பட்டிருந்த உணர்வுகள் மடைதிறந்த வெள்ளமாயின. கண்ணீர் பெருக, அவள் சால்வாவிடம் சொன்னாள். "அட மடையா! எனக்கு, அது தெரியாதா? அம்பாவின் பிரச்சினையே அதுதான். அவள் நிரம்பப் பேசுவாள். அதிகம் சிந்திப்பாள். ஆனால், உள்ளத்தின் ஆழத்தில் அவள் ஒரு தொட்டாற் சுருங்கி!''

ஆக, அப்போதைக்கு அம்பாவின் திருமணப் பிரச்சினை தீர்ந்தது. அவர்களிருவரும் கடிப்புராவிலிருந்து புறப்பட்டனர். வெற்றி வாகையோடு அம்பா யோக்யகரட்டாவிற்கும், சால்வா சூர்யபயாவிற்கும் திரும்பினார். பெற்றோர்தரப்பில் பிரச்சினையின்றி தப்பித்தபோதும், இந்த முறை அம்பாவின் மனதில் ஏதோ அச்சம் சூழ்ந்தது. சால்வா வெள்ளந்தியாக சொன்ன 'புதிய தடைகள்' ஐயமின்றி அவள் உள்ளத்தில் புதிய அச்சத்தை குடியமர்த்தின.

துரதிருஷ்டவசமாக, நாணம் ஒரு சிக்கல் நிறைந்த புதிர். சிற்றின்பத்தைப் பொருத்தவரை பெண்கள் வெட்கப்படுவதுபோல் தோன்றுவர். அப்படி வெட்கப்பட வேண்டுமென்று அவர்கள் எதிர்பார்க்கப்படுகிறார்கள். எது எப்படியோ காமம் அறிய, அவர்கள் மீது தானாக ஆசைப்படுகிற ஓர் ஆண் மகனுக்காக பெண்கள் காத்திருக்க வேண்டும். காம இச்சை அற்ற ஆண் மகன் கிடைத்தால் என்ன செய்ய? அவ்வாறு சிற்றின்ப ஆசையின்றி சால்வா இருந்தது வெறும் 'அறம்' சார்ந்த ஒன்றல்ல என்று அம்பா எண்ணினாள். பெண்களிடத்தில் அப்படிப்பட்ட உணர்வு கொள்வதற்கான ஆசை சால்வாவிடம் அடிப்படையிலேயே இல்லை என்பதை அவள் கண்டாள். பெண்களிடம் அவன் எளிதாகப் பழகினான். சிலவேளைகளில் ஆண்களோடு இருப்பதைவிட பெண்களோடு இருப்பதையே அவன் விரும்பினான். ஆனால் அதற்குக் காரணம் காம உணர்வல்ல.

கடவுளே! நினைத்தாலே உள்ளம் மயங்குகிறது. எவ்வித ஆசையுமின்றி அவன் எப்போதும் நெற்றியில் முத்தமிடுவது, எவ்வித உணர்ச்சியுமின்றி முழங்கையைத் தட்டுவது, பொது வெளியில், அநேகமாக பொது வெளியில் தாயன்போடு

உள்ளங்கையை அழுத்துவது என்று அவன். குழைவதும் கொஞ்சுவதும், அழகான செல்லப் பிராணியிடம் நடந்துகொள்வது போன்றே இருந்தன. பூப்பெய்வதற்கு முன்பே திரண்டிருந்த என் மார்பகத்தை விம்மிப் புடைக்கச் செய்வது, அளவிற்கதிகமாக என் இடுப்புகளை அசைப்பது, காமக்குழைவோடும் என் குரல் ஒலிப்பது என்று நான் கொடுத்த குறிப்புகள் எதனையும் அவன் ஏன் ஏற்கவில்லை? சேர்த்தணைக்கிறபோது 'ம்ம்மா' என்று ஒரு பெண் முனகுவதையும், ஏற்கிறபோதும் மறுக்கிறபோதும் 'ஆஆஆ' என்று ஒரு பெண் அரட்டுவதையும் புரிந்து கொள்ளாத ஒருவன் என்ன ஆண்மகன்?

தாம்பத்திய வாழ்க்கை குறித்து நோக்கம், திட்டம் என்று ஏதுமிருக்குமானால், அதற்கான வேகம் சால்வாவிடம் இருந்தது. சூர்யபயாவிலிருந்து அவன் அம்பாவிற்கு எழுதிய கடிதங்களில் எல்லாம் அவை நிறையவே இருந்தன.

சால்வாவின் கடிதம் ஒன்று இப்படிச் சொன்னது, 'நாம் அஞ்சவேண்டியதில்லை அம்பா. ஓராண்டு பிரிவிற்குப் பின்னர் நாம் ஒருவர் மேல் ஒருவர் வைத்திருக்கும் ஆசை, பல்லாண்டு வயதேறிய மரம் போல ஆழமாக வேர் பரப்பும், நினைவுகளையும் நம்பிக்கையையும் சுமப்பவர் போல நாம் பரஸ்பரம் ஆசையை சுமப்போம். அப்படிப்பட்ட திடமான, மதிப்புமிக்க அடித்தளத்தின் மேல் நாம் திருமணம் செய்துகொள்வோம். நமது குடும்பத்தைக் கட்டியமைப்போம். அனைத்துத் தம்பதியினர் போல பாரம்பரிய வழியில் நடைபயில்வோம். அந்த அடித்தளத்தின் மீது நின்று நீ கர்வத்தோடு நான்தான் சால்வா முனிரின் மனைவி என்று சொல்ல முடியும்.'

அந்தக் கடிதம் சொல்லும் எதிர்காலம் குறித்து என்ன ஓர் உறுதி! அக்கர்வம் மீதுள்ள அப்பழுக்கற்ற நம்பிக்கை அவளது அனைத்து செயல்களுக்கும் தவிர்க்கமுடியாது பின்புலமாக இருந்தாக வேண்டும்.

"நீ கர்வத்தோடு நான்தான் சால்வா முனிரின் மனைவி' என்று சொல்ல முடியும்.'

அழுவதா சிரிப்பதா என்று அம்பாவிற்குத் தெரியவில்லை. முதலில் அந்த கடிதத்தைக் கிழித்துவிட வேண்டுமென்று தான் நினைத்தாள். நான் திருமணம் வேண்டாமென்று நினைப்பவள்.

இந்த படித்த மனிதன் எனக்கு ஆதரவாக பேசுகிறான். ஆனால் அதே சமயம் நான் அவன் மனைவியாவது என் அதிர்ஷ்டம் என்று எப்படி இவனால் எழுத முடிகிறது. எனினும் அம்பா அக்கடிதத்தை சால்வாவின் மற்ற கடிதங்களோடு பெட்டியில் வைத்தாள்.

யோக்யாகரட்டாவில் தன் அறையில் ரம்மியமான விளக்கொளியில் தனித்திருந்த அம்பாவால் பல மாதங்கள் கழித்து முதன்முறையாகத் தூங்க முடியவில்லை. தன்னில் ஒரு பகுதி பஞ்சணை போன்று மென்மையானது போல் அவள் உணர்ந்தாள். அன்று இரவுப் பொழுது அதுவரையில் இருந்ததுபோல கொடுமையாக இல்லை என்பதைப் புரிந்து கொண்டாள். அவளின் காதல் காமமற்று இருந்தது. 'நீலம்' வெறும் நீலந்தான். இந்த உணர்வு எதைக் காட்டுகிறது. இதுதான் வளர்ச்சி என்பதா? இல்லை; வீரியம் குறைந்து போனதா? அல்லது ஞானம் கை கூடுகிறதா? இதுதான் பெண்மை என்பதா?

அவளின் உணர்விற்கு நியாயமான காரணம் இருந்தது. அவளிடம் அதிருப்தி இல்லை. எனவே, எதையும் மாற்றுவதற்கான உந்துதல் அவளிடம் இல்லை. பிறர் சொல்லும் 'பிரச்சினை' எதுவும் அவளிடமில்லை. எது குறித்தும் அவள் நிலைகுலைந்ததில்லை. இலக்கியம் படிப்பது எப்படி சேவையாகும் என்ற கவலையுமில்லை. உண்மையில் அவள் மகிழ்ச்சியாகவே இருந்தாள். வாழ்க்கை அவளுக்கு வேண்டிய அனைத்தையும் தந்தது. சால்வா சட்டென்று மன்மதனாக மாற வேண்டும் என்று, அவள் விரும்பியதைத் தவிர, அவளின் பல்கலைக்கழக வாழ்க்கை இரு நிலைகளின் கவலையாகவே இருந்தது. அழகும் அறிவும் கலந்த ஒரு கலவை. வெள்ள நதியும் சிறிது கள்ளமும் கலந்த கலவை. தெளிவான சிந்தையும், எளிதில் தீப்பிடிக்கும் உணர்வுகளும் கலந்த கலவை. காயப்படுத்தாத கவர்ச்சியும் எதிர்பாராத நட்புமான கலவை. தன்னார்வத்தோடு கவிதை படிப்பதும் மலையேறுவோம் வா என்ற அழைப்பை ஏற்பதும் ஒரு சேர கலந்த கலவை. ஆக, அதற்கு மேல் கேட்பதற்கு அவளிடம் ஏதுமில்லை.

சால்வா அவளைப் பிரிந்து ஆறு மாதம் கழிந்தது. அதற்குள் அவன் குறித்த நினைவுகள் இறந்த காலத்துப் பகுதியாகிப் போயின. மறைந்த வரலாற்றுப் பகுதியாக இரவு நேரப் படைப்பாக, பழைய புகைப்படத்திலுள்ள ஏதோ ஒரு முகமாக அந்நினைவுகள் தடம் மறையத் தொடங்கின. ஆனால் ஒவ்வொரு முதலாவது திங்கள்

அல்லது செவ்வாய்க்கிழமை தோறும் அவனது கடிதங்கள் தவறாமல் வந்தன. எல்லை மீறாத வார்த்தைகள் கொண்ட அக்கடிதம் சொன்ன வெற்றுக் காதலில், அசையேதுமில்லை. இழப்பு குறித்த வருத்தமில்லை. அவசர உணர்வும் ஏதுமில்லை.

அவனது தேர்ந்த சொற்களில் உள்ளார்ந்த பொருளைத் தேடித் தேடி, தேடல் ஆசையையே இழந்துபோன அம்பாவின் உள்ளத்தில் புது காதல் ஒன்று மலர்ந்தது. அது புதிய மொழியின் மீதான காதல், ஆங்கில மொழி மீதான காதல்.

"தாகூரின் கவிதைகள் என்னை அதிர வைக்கின்றன'' என்று அம்பா சால்வாவிற்கு எழுதிய ஒரு கடிதத்தில் தன் இயல்பிற்கு மாறாகக் குறிப்பிட்டிருந்தாள். "நீ அதிகமாக காதல் வயப்பட்டுள்ளாய்'' என்று சால்வா பதில் எழுதினான்.

"நான் அப்படி நினைக்கவில்லை. பழங்கால காதல்கள் நோக்கி நான் நகர்கிறேன்' என்று அம்பா பதிலனுப்பினாள். சால்வா சிறிய ஆய்வு செய்திருப்பான் போலும், சற்று காலம் தாழ்த்தியே அவனது மறுமொழி வந்தது. தாகூரின் ஒரு கவிதையைக் குறிப்பிட்டு அக்கவிதையில் குழந்தைகள் பற்றி வரும் பகுதியை அவள் விரும்புவாள் என்று எழுதியிருந்தான்.

அவன் குறிப்பிட்டிருந்த கவிதை அவளுக்குப் பிடிக்கும். ஆனால் இலக்கியம் பற்றி ஏதுமறியாமல், அவர் கையாண்ட (கவிதையின்) ஒரு பகுதி குறித்து விவாதிக்க அவள் விரும்பவில்லை. பிறரைக் காட்டிலும் சற்றுக் கூடுதலான அறிவோடு தான் இருப்பதாக அவள் உணர்ந்தாள்.

"தாகூரின் 'சீதாஞ்சலி' கவிதைத் தொகுப்பின் 35வது கவிதை எனக்குப் பிடிக்கும். சுதந்திரம் குறித்த கவிதை அது. அச்சத்திலிருந்தும் உறைந்து போன பழக்க வழக்கங்களிலிருந்தும் விடுதலை'' என்று நீண்ட நாட்கள் கழித்து அம்பா எழுதினாள்.

சுய தோல்விக்குப் பாதி காரணமாகவுள்ள அந்த அறியாமை குறித்து, ஏற்கனவே கெட்டிப் போயிருக்கும் அவற்றை நாம் ஏன் மேலும் கெட்டிப் படுத்த வேண்டும் என்று கருதினாள். அவள் சிந்தனை மேலும் விரிந்தது. அனைவரும் கவிதையை புரிந்து கொள்வதில்லை. 'புரிதல்' என்பது கூட சரியான சொல் இல்லை. ஒவ்வொருவரும் கவிதையின் பொருளை ஒரேவிதமாக பார்ப்பதில்லை. கவிதைக்கே தன் பொருள் தெரியாதபோது பிறர் எப்படித் தெரிந்து கொள்ள முடியும்.

இவ்வாறு சிந்தித்த அடுத்த கணம் அவளை மீண்டும் சோர்வு கவ்விக் கொண்டது. 'நடக்க இயலாத ஒன்றை நீண்ட மாதங்களுக்கு முன்பு உறுதி செய்யப்பட்ட என் எதிர்காலக் கணவனிடம் சொல்லி என்ன பயன்?' என்று எண்ணத் தொடங்கினாள். 'இதுதான் பிரச்சினை. குழந்தைகள் சுதந்திரமாக இருக்கிறார்கள். ஏனென்றால், அவர்கள் கள்ளங் கபடமற்றவர்கள், எது பொய், எது குற்றம் என்று அறியாதவர்கள். அவர்கள் எதைச் செய்தாலும் மகிழ்வோடு செய்கிறார்கள். அவ்வாறிருப்பதற்குக் காரணம் ஏதுமில்லை. அது அவர்கள் இயல்பு. அந்த வகையில் குழந்தைகள் கவிதையை - எளிதில் புரிந்து கொள்ள முடியாத கவிதையைப் போன்றவர்கள். சால்வா! நீ குறிப்பிட்ட அக்கவிதை, எனக்குப் பிடிக்கும் என்று சரியாகச் சொன்னாய். ஆனால் அதற்குக் காரணம் நான் குழந்தை பெற்றுக் கொள்ள விரும்பாதது தான்.'

1965ம் ஆண்டு இந்தோனேசிய அதிபர் சுகர்னோவிற்கு கம்யூனிஸ்ட் கட்சியின் மீதிருந்த பாசம் வெளிப்படையாக மாறிவிட்டதை உணரும் அளவிற்கு அம்பா தேசிய அரசியலைத் தெரிந்து வைத்திருந்தாள். சுகர்னோவின் கம்யூனிச நட்பு, வேறொரு பெண்ணுடன் கள்ள உறவு வைத்திருப்பவன் தன் கள்ள உறவை வெளிப்படையாகக் காட்டிக் கொண்டது போலவே அம்பாவிற்குப் பட்டது. இதன் விளைவாக ஃபோர்டு அறக்கட்டளை தந்து வந்த கல்வி உதவித் தொகைகளுக்கு ஆபத்து நேர்ந்தது. அவளின் கத்ஜா மாதா பல்கலைக்கழகம் போன்ற பல்கலைக்கழகங்கள் தங்களின் சிறந்த முனைவர் பட்ட ஆய்வு மாணவர்களை அமெரிக்காவிற்கு அனுப்புவது தடைப்பட்டது. மேற்கு உலகோடு சுகர்னோ கொண்டிருந்த கருத்து வேறுபாடு வளர்ந்து வந்தது வெளிப்படையாகத் தெரிந்தது. மாவோயிஸ்ட் கருத்துகளின் மேல் சுகர்னோவிற்கு இருந்த ஈர்ப்பும், புதிய நண்பர்கள் மேலிருந்த மயக்கமும் நாட்டில் நிலைமை கட்டுப்பாட்டிற்குள் இல்லை என்ற உண்மையை மறைத்தன.

"எந்த இந்தோனேசியனும் அமெரிக்காவிற்குச் செல்லாமல் பார்த்துக் கொள்வோம்' என்ற வெளியுறவுத் துறை அமைச்சரின் அறிவிப்பு அடுத்து வந்தது.

நிகழ்வுகள் நடைபெறத் துவங்கின. வெகு வேகமாக நடந்தேறின. தகவல் சேவை நூலகங்களும் *(The Infomation service libraries)* மற்றும் அமைதி வாரியங்களும் அதிரடித் தொல்லைகளையும் தாங்க இயலாமல் மூட்டை முடிச்சுகளைக் கட்டிக் கொண்டு இந்தோனேசியாவை விட்டு வெளியேறினர்.

எப்போதும் யோக்யகரட்டா, ஜகார்த்தாவிலிருந்து வெகு தொலைவில் இருப்பதுபோலத் தோன்றும். ஆனால் இப்போது தலைமை எடுக்கும் முடிவுகளுக்கும் கீழே உள்ளூர் தேவைகளுக்கும் இடையிலுள்ள பெரும் இடைவெளிகள் உள்ளூர் நாளிதழ்களிலேயே உணர முடிந்தது. அதிபரின் மாளிகையைச் சுற்றியே அரசியல் இருந்தது. தாக்குதல்கள், அரசியல் பழிவாங்கல், தரமற்ற வசவுகள் மற்றும் எச்சரிக்கைகள் ஆகியவை குறித்து நாள்தோறும் மேலும் மேலும் பல தகவல்கள் வந்தன.

அறியாதது போல் நடிப்பது என்பது இயலாது என்ற நிலை உருவானது. வரலாறு, வாசல் வந்து நின்றது. அது விருந்தினர்போல வாழும் அறையோடு நின்றுவிடவில்லை. படுக்கை அறைக்கு உள்ளேயும் நுழைந்தது. அதன் தாக்கத்தை அம்பாவாலும் உணர முடிந்தது. நேரங்கெட்ட நேரத்தில் அம்பா, பாவம் பிடித்த குற்றவாளியைப் போல, நடை பயின்றாள். அச்சம் அவளைக் கவ்விக் கொண்டது. ஆங்கிலப் புத்தகங்களின் அமைதியும் வளமும், அவள் படித்த சொற்களும் கூட இரவின் இரைச்சலிலிருந்து அவளைக் காப்பாற்ற முடியவில்லை. இரவென்றால் தாக்கம் வரும் என்பதனாலேயே அம்பா இரவைக் கண்டு அஞ்சினாள். கவிதைகளின் எளிமையும் யதார்த்தமான சிறப்பும், வைகறைப் பறவைகளின் ஆனந்தமும், மழைத்துளி விழும் முதல் மணித்துளியும் யாவும் பார்ப்பதற்கும் ரசிப்பதற்கும் ஏதுமற்ற ஒவ்வொன்றும் யதார்த்தத்தின் ஆற்றலை இழந்து நின்றன. தனிமையில் பிறக்கும் கவிதைகளை எழுதும் அவளது ஆர்வம் கூட வறண்டு போனது.

"பொறு என் கவிதையே - சொல்வதற்கு ஏதும்
இப்போதைக்கு இல்லை'

அவள் படித்து வந்த வளாகத்தில் ஒரு வகுப்பறையில் ஆங்கில உரையாடல் பயிற்சி வகுப்புகள் அருமையாக நடைபெற்று வந்தன. பல மாதங்களாக செவ்வாய் மற்றும் வியாழக்கிழமை மாலைகளில் அம்பா அவ்வகுப்பிற்குச் சென்று வந்தாள். ஏதோ ஒரு வெளிநாட்டு அமைப்பின் நிதி உதவியோடு செயல்பட்ட ஆங்கில மொழி வளர்ச்சித் திட்டத்தின் ஒரு பகுதியாக அவ்வகுப்புகள் நடைபெற்று வந்தன. அம்பாவின் புதிய விருப்பமான நண்பர்கள் அந்த வகுப்பில் இருந்தனர். அவர்கள், ஆங்கிலத்தை முதன்மைப் பாடமாகப் படிப்பவர்களாகவோ அல்லது ஆங்கிலம் பயிற்றுவிக்கும் சான்றிதற் பாடத்தைப் படிப்பவர்களாகவோ இருந்தனர்.

அம்பா சில சமயங்களில் மனச்சோர்வடைந்தாலும் அந்த சக மாணவர்களின் ஏதோ ஒன்று அவளைத் தொட்டது. அவர்கள் பெருந்தன்மை மிக்கவர்களாகவும், மகிழ்வோடும் இருந்தனர். தவறு செய்வதற்கும், முட்டாள்கள் போல் காட்சியளிக்கவும் அவர்கள் அஞ்சவில்லை. அவர்கள் தங்களுக்குள் புத்தகங்களைப் பரிமாறிக் கொண்டார்கள். ஒருவர் சொல்வதை மற்றொருவர் உண்மையான ஆர்வத்தோடு கவனித்தனர். இருண்ட அரசியல் சூழல் அவர்கள் மீது எவ்வித தாக்கத்தையும் ஏற்படுத்தவில்லை.

ஒரு வியாழன் மாலை, வழக்கமாக வகுப்பிற்குத் தான் வருகிற அந்த இருள் சூழ்ந்த தாழ்வாரத்தில் அம்பா வந்தபோது வகுப்பறை மூடிக்கிடப்பதைப் பார்த்தாள். அந்த வகுப்பறை எப்போதும் கிண்டலும் கேலியுமாய் உயிர்ப்போடு இருக்கும் அம்பா தன் பயிற்றுவிப்பாளரோடு வகுப்புத் தொடங்குவதற்கு பத்து நிமிடம் முன்பாக, பிற மாணவர்கள் வந்து சேருவதற்கு முன் ஒரு பத்து நிமிடம் பேசி விட வேண்டுமென்று ஓடி வந்திருந்தாள். முந்தைய வாரம் அவர்கள் படித்த ஒரு கவிதையின் சில வரிகள் குறித்து பயிற்றுவிப்பாளர் தாராவிடம் பேச வேண்டும் என்று எண்ணி வந்தவளுக்கு இனி உரையாடல் வகுப்புகள் நடைபெறாது என்ற அறிவிப்பு வாசகம் அதிர்ச்சியைத் தந்தது. எங்கே சென்றார்கள். அவள் நண்பர்கள்? நீண்ட நேரம் கனத்த இதயத்தோடு அந்த அறையின் வாசலிலேயே நின்றுவிட்டாள் அம்பா.

பயிற்றுநர் தாரா அவள் மகிழ்வின் உறைவிடம். அமெரிக்க ஆசிரியர்கள் மற்ற அனைவரும் நாடு திரும்பிய போதும், தாரா மட்டும் இந்தோனேசியாவை விட்டுச் செல்லவில்லை. அவள் தான் அம்பாவின் பயிற்றுநர். அம்பா அந்த வகுப்பிற்குத் தவறாமல் சென்றதற்கு தாரா ஒரு முக்கியக் காரணம். 20 வயது நிரம்பிய தாரா ஒரு இள மங்கை. அவளது புன்னகை எவரையும் ஈர்க்கும். அவள் சிரிக்கிறபோது, எதிரில் இருப்போரின் நெஞ்சம் பூ பூக்கும். அம்பா சக மாணவர்களிடமிருந்து வேறுபட்டு ஒளிர்ந்தவள். நம்பிக்கை அல்லது வேறு ஏதோ ஒன்றின் ஒளி அது.

தாரா அம்பாவிற்கு தன்னுடைய புத்தகங்களைத் தயக்கமின்றி தாராளமாகக் கொடுத்தாள். ‘பாப்லோ நெருடா மற்றும் பால் எலுஆர்ட் ஆகியோரின் நூல்களான இவை கம்யூனிஸ்ட் கவிஞர்களின் நூல்கள். அவசியம் படி’ லோர்கா மற்றும் எல்ஸ் லஸ்கெர் ஷீலெர் நூல்களை தாரா கடனாகக் கொடுத்தவுடன் அம்பா தயக்கமின்றி பெற்றுக் கொண்டாள்.

தாரா கொடுத்தவற்றுள் அதிக மதிப்புடையது என்று சொன்னால் அது சில்வியா பிளாத்தின் தேர்ந்தெடுக்கப்பட்ட நூல்களின் தொகுப்பிற்கு தாராவே எழுதிய அறிமுக உரைதான். அம்பா அதனை ஒரு சிறிய நோட்டுப் புத்தக வடிவில்தான் பெற்றாள். அம்பாவிற்கு அதைவிட கூடுதலாக சிந்தனையைத் தூண்டக்கூடிய ஒரு பரிசை வேறு எவரும் கொடுத்ததில்லை. அந்த கவிதைகள் யாவும், 1960களின் தொடக்கத்திற்கும், 1963ல் சில்வியா தற்கொலை செய்து கொள்வதற்கு சில மாதங்களுக்கு முன்பும் உள்ள இடைப்பட்ட காலத்தில் எழுதப்பட்டவை. அந்த கவிதை வரிகளுக்குக் காரணமாக இருந்த அழுத்தமிக்க ஆற்றல், தீவிரமிக்க உணர்ச்சிகள் மற்றும் மிகச் சரியான ஆழமான கற்பனை யாவும் அம்பாவை உயிர் வரை அசைத்தன. கவிஞர் சில்வியா தான் பெண்ணாக இருப்பதற்காக தன்னையே எரித்துக் கொண்டு தியாகம் செய்கிறாள். ஆனால் அவளின் அந்தச் செயல் பெண் இனத்தையே பழிவாங்குவது போலும் அமைந்துவிட்டது.

தாராவிற்குத் தன் நன்றிக்கடனாக அம்பா சரில் அன்வர், அன்வர் ஹம்சா, அஸ்ருல் சனி உள்ளிட்ட தனக்குப் பிடித்த இந்தோனேசிய கவிஞர்களின் படைப்புகளை அறிமுகம் செய்தாள். தன்னால் இயன்ற அளவு மொழியாக்கம் செய்யப்பட்ட பிற கவிதைகளையும் தாராவிடம் தந்தாள். வான்வெளிக்கு அனுப்பப்பட்ட முதலாவது மனிதன் குறித்து சுபாஷியோ சஸ்தராவர் டோ.ஜே. எழுதிய கவிதையை அம்பா மொழி பெயர்த்திருந்தாள். அம்பாவின் அந்தப் படைப்பு தாராவை மிகவும் கவர்ந்தது. ‘வீட்டை விட்டு வெளியே தூக்கி எறியப்பட்ட’ ஒரு மனிதனை அக்கவிதை வர்ணிக்கிறது.

‘நான் வாழ்ந்த, பூமியிலிருந்து
தொடுவான தூரம் என்னை வீசி எறிந்த
வாக்குறுதியில் ஊறிய வாய்ப்பாடுகள் வேண்டா
ஒரே ஒரு கவிதை வரி வேண்டுவனே’

என்று அந்த மனிதனின் எதிர்ப்பைப் பதிவு செய்வதுபோல அமைகிறது அக்கவிதை.

“தனிநபராக இருப்பது எவ்வளவு புனிதமானதாகவும் சோகமானதாகவும் உள்ளது” என்று அம்பாவிடம் தாரா சொல்லியிருக்கிறாள்.

"அமெரிக்கா தவறு செய்கிறது. அறிவியல் வளர்ச்சிக்காக நாங்கள் கவிதையைக் காவு கொடுத்துவிட்டோம். அறிவும் இயந்திரமும் கொண்டு உலகை வென்று விடலாம் என்று எண்ணுகிறோம்” என்று தாரா கவலைப்பட்டிருக்கிறாள்.

“நாங்கள் ஒன்றும் மேலானவர்கள் இல்லை. பூசை புனஸ்காரங்களும் மாந்திரீகமும் அனைத்துப் பிரச்சினைகளுக்கும் தீர்வு என்று எண்ணுகிறோம்” என்று தன் பங்கு கவலையைப் பகிர்ந்து கொண்டாள், அம்பா.

அன்றைக்கு இருண்ட மாலைப் பொழுதில், இருள் சூழ்ந்த தாழ்வாரத்தில் தான் தனித்து நின்றபோது தாரா சென்றுவிட்டாள் என்பதை அம்பா புரிந்து கொண்டாள். தாரா, தான் தந்த புத்தகங்களுக்கு கைமாறாக, எதுவும் எதிர்பார்த்திடவுமில்லை. ஒருவழியாக, கட்டிடத்தை விட்டு வெளியே வந்த அம்பா, அங்கே மரத்தடியில் சக மாணவன் ஒருவன் அமர்ந்திருப்பதைக் கண்டாள்.

"சோகம் தவிர். ஒவ்வொருவருக்கும் ஓர் எல்லையுண்டு. தாராவின் பொறுமை அனைத்தையும்விட மேலானது. அதற்கு அவள் கொடுத்த விலை மிக மிக அதிகம். ஆனால், அந்த பொறுமைக்கும் ஓர் எல்லையுண்டு அல்லவா? வெளிநாட்டவரைப் பார்க்கும் பொழுது வேடிக்கையாக உள்ளது. சில சமயம் அவர்கள், அவர்களின் தேசத்தைக் காட்டிலும் நம் நாட்டை அதிகம் நேசிக்கிறார்கள். ஒரு நாள், தாரா திரும்பி வந்தால், ஆச்சரியமில்லை” என்று அம்பாவிடம் ஆறுதலாக அந்த மாணவன் கூறினான்.

தன்னிடம் உள்ள ஏதோ ஒன்று தாராவிடமும் இருந்ததாக அம்பா உணர்ந்தாள். தாராவிடம் நம்பிக்கை இருந்தது. அறிவாற்றல் இருந்தது. ஆனால் அம்பாவைப் போல, தாராவும் வெற்றியின் நிலையிலிருந்து பேசியதில்லை. அது, அவர்களை அவர்கள் விருப்பத்திற்கேற்ப வாழ அனுமதித்த பெற்றோருக்குக் கவலை தந்தது. அவர்கள் தங்கள் பெண்களைத் தியாகம் செய்ததாகவே உணர்ந்தார்கள்.

சில நாட்களுக்கு அம்பா மன அமைதியின்றித் தவித்தாள். கூச்சலின் சத்தம் கூடியிருந்ததே தவிர, உலகம் அழிந்துவிடவில்லை. நீல வானம் மாறிவிடவில்லை என்றும் ஒவ்வொன்றிலும் சோகத்தின் நிழலைக் கண்டாள். எவரும் அறிந்திராத பெரும் சக்தி பேரழிவை ஏற்படுத்திவிட்டது போல் தோன்றியது. ஆனால் அவ்வகுப்பில் அதன் தாக்கத்தை அவள் மட்டுமே உணர்ந்தது போலிருந்தது. அவளைச் சுற்றி எந்த முன்னேற்றமும் ஏற்படவில்லை. வீட்டில், வீதியில், வகுப்பறையில் என்று எங்கும் அவள் இழப்பை உணர்ந்தாள். சால்வாவின் கடிதங்கள் தொடர்ந்து வந்தவண்ணம் இருந்தன. அதற்குப் பதில் எழுத வேண்மென்ற எண்ணம் அவளிடம்

கிஞ்சித்துமில்லை அது 1965ம் ஆண்டு. ஒவ்வொருவரும் தங்கள் நலனை மட்டும் பார்த்துக் கொண்டனர். சுர்யபயாவில் சால்வாவும் யோக்யகரட்டாவில் அம்பாவும் இருந்தார்கள்.

சோகத்தின் சுமை தாங்க பெரிய இதயம் வேண்டும். அம்பாவின் இதயம் அப்படிப்பட்ட சுமைதாங்கி இல்லை.

எனவே, அம்பா மீண்டும் கவிதையை நோக்கித் தன் கவனம் திரும்பினாள். விரைவில் எங்கெங்கும், பல்கலைக்கழக நூலகத்தில், சந்தையில், நண்பர்களின் இல்லங்களில் என்று எங்கும் அவள் கவிதையைக் கண்டாள். புதிதாக மதம் மாறியவன் போல, தீவிர அர்ப்பணிப்போடும் பரவசத்தோடும், மீண்டும் கவிதைகளை வாசித்தாள். ஒவ்வொரு நாளும் சில மணி நேரங்கள்தான். என்றாலும் அம்பாவிற்கு அந்த வாசிப்புத் தேவைப்பட்டது.

விரைவில் கவிதையின் மாயம் அவளைச் சூழ்ந்து கொள்ளத் தலைப்பட்டது. அவள், வாசித்த கவிதை வரிகளை நேசித்தாள். நாக்கினில் பதிந்து கொண்டாள். அவை பல சமயம் அவளை உயிர் வரை அசைத்தது. அழ வைத்தது. அந்தத் தருணங்களில் அம்பாவிற்கு மகிழ்ச்சியும் துன்பமும் ஒன்று போலவே தெரிந்தன. கவிதைகளை, சிறு கதைகளை வெறியோடு மொழி பெயர்க்கத் தொடங்கினாள். அவ்வாறு முழுக் கவனத்தோடு மொழியாக்கப் பணியில் ஈடுபடுகிற சில சமயங்களில் உலகையே அவள் மறந்துபோனாள். உள்ளத்தில் அவள் வாழ்ந்த கவிதை வாழ்வும், வெளியே தெரிந்த யதார்த்த வாழ்வும் ஒன்றையொன்று மதிப்பீடு செய்யவுமில்லை, பொறாமைப் படவுமில்லை. அந்த தெளிவு அவளுக்குப் பெரும் நிம்மதியைத் தந்தது.

பிற நேசங்களோடு செய்வதுபோல, அம்பாவிற்கு மொழி பெயர்ப்பின் மேலிருந்த காதலோடும் போராட வேண்டியிருந்தது. ஒரு மொழியின் ஒவ்வொரு வார்த்தைக்கும் இணையான வார்த்தை இன்னொரு மொழியில் இருக்காது என்பதை அம்பா அதிகமாக உணர்ந்தாள். முழுப் புத்தகத்தை விடுங்கள், அவள் ஒரு வரியை மொழியாக்கம் செய்கிறபோது, அவ்வரியை, அது முந்தைய வடிவத்திலேயே இருப்பதற்குச் சாத்தியமற்ற ஒரு நிலைக்குக் கொண்டு செல்கிறாள். இதனால் அது புத்துயிர் பெறுகிறது என்பதை அம்பா அறியத் தொடங்கினாள்.

கவிதை வரிகளின் ஓசை, கடலென பரந்து கிடக்கும் மனிதர்களின் குரல்களை பிரதிபலிக்கும் என்று புகழ்பெற்ற மொழிபெயர்ப்பாளர்

ஒருவர் ஒருமுறை சொன்னார். ஆக, அம்பாவின் கவிதைகளில் சக மாணவர்கள், ஆசிரியர்கள், அவள் சந்தித்த ஆண்கள், பெண்கள் என்று பலரின் குரல்கள் ஒலிக்கத் தொடங்கின. பல சமயங்களில் அவர்கள் செயல்பாட்டாளர்களாக, பெரும்பாலும் பேரவா கொண்டவர்களாக, பெரும்பாலும் மனித நேயம் மிக்கவர்களாகவே இருந்தனர்.

விரைவில், அம்பா கடிப்புராவை மறந்தது போல, ஆங்கில உரையாடல் வகுப்புகள் மற்றும் தாரா குறித்த நினைவுகள் அம்பாவின் மனதிலிருந்து மறைந்து போயின. அவளது மாமாவின் வீட்டில் அவளின் அறை புதுத் தோற்றம் பெற்றது. மேசை அலமாரிகளில் புதுப்பொருட்கள் குடியேறின. மேசை புத்தகங்களால் நிரம்பி வழிந்தது. பேனாக்கள், பென்சில்கள், உறிஞ்சிகள் என்று பலவும் கொள்ளுமளவிற்கு பூஞ்சாடியை நிறைத்தன. அவள் அத்தை அவளுக்கு பூவாங்கி வந்தபோது, அம்பா அவளையுமறியாமல் இயல்பாகச் சொன்னாள்.

"அத்தை! இது சிரமமான காலம், பூக்கள் பூஷ்வாசிகளின் சொகுசு, கவிஞர்களின் போலி கௌரவம்''

அவள் மூளை உலகின் வார்த்தைகளைச் சுமந்ததுபோல, மேசை எழுப்பிய ஓசை, அம்பாவின் முனகல் சத்தம் என்று அவளின் அறைக்குள் பிறந்த அனைத்து ஓசைகளும், பொருள் சுமந்தன. அவள் அத்தை அதிகாலைப் பொழுது தண்ணீர் அருந்த வந்தபோது வேறு பல ஓசைகளைக் கேட்டதாகவும், அவை அம்பா ஆங்கிலத்தில் கனவு காண்பது போல இருந்ததாகவும் சொன்னாள்.

'புதிய நாள் விடிகிறபொழுது மற்றவர்கள் பிரார்த்தனை செய்வார்கள். நீயோ கவிதை வாசிக்கிறாய்'' என்று சொன்னாள் அத்தை.

கவிதை வாசிப்பதும் ஒருவகை பிரார்த்தனைதான் என்று அம்பா தனக்குள் எண்ணிக்கொண்டாள்.

சால்வாவின் கடிதங்களுக்குப் பதில் எழுதுவதை அம்பா நிறுத்திக் கொண்டாள். அது மட்டுமல்ல, சால்வாவின் முகமே அம்பாவிற்கு மறந்துபோகலாயிற்று. அவளது தோழிகள் சால்வாவைப் பற்றி ஏதேனும் கேட்கிறபோது, அம்பாவின் முகம் நாணிச்சிவப்பதில்லை. சால்வாவைப் பற்றி கேட்பார்கள் என்பதாலேயே, அம்பா தன் பெற்றோர்களுக்குக் கடிதம் எழுதுவதை வெகுநாட்களுக்கு முன்பே

நிறுத்திவிட்டாள். அது பாவம், தவறு என்று அவள் அறிவு சொன்னாலும், அவ்வாறு அவள் உள்ளம் உணரவில்லை. அவள் உள்ளத்தில் எழுந்த ஒரே ஒரு உணர்வை மட்டும் அவளால் உணர முடிந்தது. தன் வாழ்வு மாற உள்ளது என்ற அந்த உணர்வு அவளை அந்தரத்தில் மிதக்க வைத்தது.

அன்றைக்கு, அந்த நாள் என்றும் போல ஒரு சாதாரண நாளாகத்தான் தெரிந்தது. தன் பாடம் குறித்து நூலகத்தில் ஒரு புத்தகம் பார்ப்பதற்காக, வழக்கத்திற்கு மாறாக, அன்று காலையில் வெகு சீக்கிரமாக அம்பா பல்கலைக்கழக வளாகத்திற்கு வந்தாள். அதுதான் வேறுபாடு.

அப்போது, எதிர்பாராத இரண்டு நிகழ்வுகள் நடந்தேறின. ஒன்று, வருகிற வழியில் அம்பா ஓர் அறிவிப்பைக் கண்டாள். ஆங்கிலேயர் ஒருவர் நடத்துகிற ஆங்கில உரையாடலுக்கான தனி வகுப்புகள் குறித்த அறிவிப்பு அது. அறிவிப்பின் கீழ் பகுதியில், வகுப்பறை எண், வகுப்புக்கான நேரம் போன்ற விவரங்கள் காணப்பட்டன.

அம்பா நீண்ட நேரம் அந்த அறிவிப்பை உற்றுப் பார்த்தாள். தாராவிற்குப் பின்னர் பல்கலைக்கழகத்தில் எந்த வெளிநாட்டவரையும் அம்பா காணவில்லை. அதனால் மீண்டும் ஓர் ஆங்கில மொழியாசிரியர் குறித்த அறிவிப்பு அம்பாவை ஆர்வம் கொள்ள வைத்தது.

அந்த ஆசிரியரிடம் தனி வகுப்பிற்குத் தன்னை உடனடியாக பதிவு செய்வதென அம்பா உறுதிபூண்டாள். அடுத்த எதிர்பாராத நிகழ்வில் அவ்வுறுதி மறைந்துபோனது. பல்கலைக்கழக அறிவிப்புப் பலகையில், வேறொரு அறிவிப்பிற்குப் பின்புறமிருந்த, ஒரு பத்திரிகை விளம்பரம் அம்பாவின் கண்ணில்பட்டது.'' "உள்ளூர் மருத்துவமனை ஒன்றில் ஒரு சிறிய திட்டத்திற்கு ஓர் ஆங்கில மொழி பெயர்ப்பாளர் தேவை. மருத்துவமனையில் இரு வாரங்கள் தங்க வேண்டும். ஊதியம், தங்கும் வசதி மற்றும் போக்குவரத்து உள்ளிட்ட இதர செலவுகள் அனைத்தும் ஏற்கப்படும். விருப்பம் உள்ளோர், ஜலன் கெமென்யன், 15, கேதிரி கிழக்கு ஜாவா என்ற முகவரியில் டாக்டர்.சுகாதி பிரஜோவிற்கு எழுதவும்" என்று அந்த விளம்பரம் சொன்னது.

கேதிரி. பத்திரிகைகளும், வானொலியும் வன்முறை வளர்ந்து வருகிற இடம் என்று அடையாளம் காட்டிய பகுதி, கேதிரி. அங்கு மருத்துவமனை ஆரம்ப நிலையில்தான் இருந்தது என்பது மட்டுமல்ல; ஆபத்தான சாலைகள் கொண்டதாகவும் இருந்தது. இரு வேறுபட்ட கருத்தாக்கங்களுக்கு ஆட்பட்ட தீவிரவாத இளைஞர் கூட்டம் ஒன்றையொன்று இரவு நேரங்களில் தாக்கிக் கொள்கிற பூமி கேதிரி, ஆம்! கேதிரி என்றாலே விபத்து என்றாகிப் போனது. எனினும் விளம்பரத்தைப் பார்த்த அந்தக் கணமே ஏதோ புதையலைக் கண்டதுபோல் உணர்ந்தாள் அம்பா. ஏதோ ஒரு குறிப்பை உணர்ந்ததுபோல அவள் உள்ளம் உற்சாக உணர்வால் நிறைந்தது. அவள் கேதிரி செல்வதென முடிவெடுத்தாள். அவளிடம் அச்சமில்லை. 'தன்னால் மக்களைப் பாதுகாக்க முடியலாம். உறுதியையும், தைரியத்தையும் உரசிப் பார்க்க அது நல்ல வாய்ப்பாக அமையலாம்' என்று எண்ணினாள்.

அன்றைய நாள் தந்த மகிழ்ச்சியால் அவள் உள்ளம் நிறைந்துபோனது. வாழ்க்கையில் அடுத்த கட்டத்திற்கு அவள் உயர வேண்டிய தருணம் அது. யோக்யகரட்டா அதற்கு ஏற்ற இடமாக அமையவில்லை. அவளது புதிய மொழிபெயர்க்கும் திறமையைக் கூர்தீட்டி சோதித்துப் பார்க்க ஓர் அருமையான வாய்ப்பு, வாய்த்துள்ளது. கிழக்கு ஜாவாவில் அந்த வேலைக்கு மனு செய்தபிறகு, தன்னை பெரிய மனுஷி போலவும் புதுமையானவளாகவும் அம்பா உணர்ந்தாள். தனக்கு அந்த வேலை கிடைக்கும் என்பதை எப்படியோ அம்பா தெரிந்திருந்தாள்.

ஏதேனும் ஒரு சவாலைச் சந்திக்காமல் தனது ஆங்கிலமொழி வளம் முற்றுப் பெறாது என்று அம்பா அறிந்திருந்தாள். அதுவே அந்த மொழிபெயர்ப்பு வேலையை ஏற்றுக் கொள்வது என்ற அவளின் உறுதிக்கான ஒரு காரணம். அந்த வேலை குறுகிய கால வேலை தான். என்றாலும், அவளது வாழ்வின் பாதையைத் திறக்கத் தங்களுக்கான கதவுகளை மூடிவிட்ட தன் பெற்றோர்களுக்குக் கைமாறு செய்ய அவ்வேலை உதவும் என்றறிவாள் அம்பா. அவளின் முடிவிற்கு இது மற்றொரு காரணம். எல்லாவற்றிலும் மேலாக, முக்கியமான காரணம், சால்வா காத்திருக்கும் மணப்பெண்ணாக இருப்பதற்கு அம்பா மனம் ஒப்பவில்லை.

6
கேதிரி

‘நான் சென்ற பிறகு

ஒவ்வொரு வியாழன் தோறும்

என்னிடம் வா! என் கனவுகளுக்குள் ஒரு கடிதம் படி’’

சமுத்திரன் தொலைதூரத்தில் மின்னுகிற ஒளிக்கீற்றைப் போல, ‘செந்தினியின் புத்தகம்’ என்ற நூலிலுள்ள சில வரிகள் அம்பாவின் தொடுவானச் சிந்தனையில் அவ்வப்போது தோன்றும். வேறு மொழியில் உள்ள வரிகளை நினைக்கிற போதோ அல்லது தனது நினைவுகளை முழுவதுமாக மறக்க முயற்சிக்கிற போதோ அந்த சில வரிகள் தோன்றுவது நிகழும்.

புகை வண்டியில் பயணம் செய்து கொண்டிருந்த அம்பாவின் கண்களில், ஜன்னலில் எழுதப்பட்டிருந்த வரிகள் ஏதோ ஓர் ஆவியால் கிறுக்கப்பட்டவை போன்று தென்பட்டன. இன்று சம்பல் சாப்பிட வேண்டுமா அதே சமயம் உங்களை பாம்பு கொத்த வேண்டுமா நினைவில் கொள்ளுங்கள், அது ஒரு வியாழக்கிழமையாக இருக்கும்.’’ ஜன்னல் கம்பிகளில் தலையைச் சாய்த்துக் கொண்டு பிற வரிகளையும் வாசித்தாள்.’’ சிலகிழமைகளில் கிழக்கு நோக்கிப் பயணிப்பதைத் தவிர்க்க வேண்டும். ஏனெனில், அந்தப் பயணங்கள் கேடு தரும். எனினும், நீங்கள் கிழக்கு நோக்கிப் போக வேண்டுமென்றால், முதலில் மேற்கே செல்லுங்கள், பிறகு கிழக்கு நோக்கித் திரும்பலாம்.’’

அதைப் படித்ததும் அம்பா புன்னகை பூத்தாள். சட்டென்று அவளுக்குள் பொறி தட்டியது. நிச்சயமாக அவை வியாழக்கிழமைகளாகவே இருக்கும். அவள் பிறந்ததும் ஒரு வியாழனில்தான்.

அந்த மதியம் கடந்த வேளையில், அம்பா புகைவண்டி நிலையத்தை விட்டு வெளியே வந்து 20 நிமிடங்கள் கழிந்திருக்கும். ஜல்லிகள் பரப்பிய தெருவழியே வந்தவள், அடர்ந்த ரப்பர் மரங்களுக்குப் பின்னர் மறைந்து நின்றிருந்த அந்த மருத்துவமனையைக் கண்டாள். மருத்துவமனையின் முகப்பின் பெரும்பகுதியை ஒரு சிற்றுண்டிச்சாலை நிறைத்திருந்தது. அது ஒரு திறந்தவெளி சிற்றுண்டிச்சாலை. அங்கு கூட்டம் நெருக்கியடித்தது. ஆவலோடு தன்னைப் பார்த்த கண்களைத் தவிர்த்து நேர்கொண்ட பார்வையோடு அம்பா அதனைக் கடந்து சென்றாள். விதி வலியது! அதன் வலைக்குள் வீழ்ந்துவிடக்கூடாது. மருத்துவமனையின் முன் தாழ்வாரத்தை அடைந்து, உள்ளே நுழைகிற போது தனக்குப் பின்னால் இயந்திரங்களின் இரைச்சல் கேட்கத் திரும்பிப் பார்த்தாள். கட்டிடத்தின் முகப்பில் மூன்று மோட்டார் சைக்கிள்கள் வந்து நிற்பதைக் கண்டாள். அவ்வாகனங்களில் வந்தவர்கள் இந்தோனேசிய இராணுவச்சீருடையை அணிந்திருந்தனர். அச்சம் அவளைக் கவ்விக் கொண்டது. அவள் ஒரு போதும் இராணுவ வீரர்களைக் கண்டு அஞ்சியதில்லை. பின் ஏன் இப்போது அச்சம்?

விரைந்து சென்று நிர்வாக அலுவலகத்தில் தன் பெயரைப் பதிவு செய்தாள். நீண்ட நேரம் செல்வதற்குள் மேஜையின் பின்னாலிருந்து ஓர் இளம்பெண் அம்பாவிடம் வந்தாள். அலுவலகத்திற்குள்ளே கண்ணாடிச் சுவர்களுக்கு மத்தியிலிருந்த ஓர் அறையில் அம்பாவை அமரச் சொன்னாள். அது அம்பாவின் அலுவலக அறை. அங்கு தான் அடுத்த 14 நாட்கள், ஒரு மருத்துவருக்காக, மருத்துவ ஆவணங்களை மொழிபெயர்க்கும் பணியை செய்தாக வேண்டும்.

"அந்த டாக்டர் வெளிநாட்டவரா?'' நம்பிக்கை துளிர்க்க கேட்டாள் அம்பா.

"இல்லை. ஓர் இந்தோனேசிய டாக்டர். ஆனால் அவருக்கு உதவியாக ஒரு வெளிநாட்டு சேவைக்குழு உள்ளது. இதற்கு முன்னிருந்த ஓர் அமெரிக்க டாக்டர் இந்தோனேசியாவிலிருந்து வெளியேறிவிட்டார். அதனால்தான் இந்த ஏற்பாடு'' என்று அந்த இளம் பெண் அம்பாவிற்கு பதிலளித்தாள்.

அம்பாவிற்கு நிலைமை என்ன என்பது புரிந்தது. சட்டென்று கன்னம் சிவக்க அந்த இளம் பெண் தன் பேச்சைத் தொடர்ந்தாள்.

"இந்த புதிய டாக்டர் ஜெர்மன் பல்கலைக்கழகத்தில் பட்டம் பெற்றவர். அவரைப் பார்த்தால், இந்தோனேசியன் போல்

தோன்றவில்லை. அவர் முகம், நடந்து கொள்ளும் விதம் யாவும், ஓரளவு ஐரோப்பியனைப் போல் காட்சியளிக்கின்றன.''

அம்பா வேறெதுவும் கேட்பதற்கு முன், அப்பெண் தணிந்த குரலில் 'அந்த டாக்டர் எல்லாவற்றிற்கும் சரிப்பட்டு வருவார். நான் எதைக் குறிப்பிடுகிறேன் என்பது உனக்குப் புரிந்தால் சரி'' என்று மேலும் சொன்னாள்.

'எல்லாவற்றிற்கும் சரிப்பட்டு வருவார்' என்ற வார்த்தை அம்பா தன் பெட்டியை அறையின் மூலையில் வைக்கிற போது அவளது காதில் ஒலித்துக் கொண்டே இருந்தது. நான் அப்படிப்பட்டவளா? என் பெற்றோரை, தங்கைகளை, அவர்களின் கரிசனமிக்க கடிதங்களை, அவர்கள் அனுப்பிய தூதுவர்களை என்று என் வாழ்க்கையின் நிரந்தரங்களை துறந்து விட்டு வந்தவளல்லவா, நான்? யாரந்த தூதுவர்கள்? யோக்ய கரட்டாவைச் சார்ந்த என் பெற்றோரின் நண்பர்களின் வாரிசுகள். அதற்கு முன்புவரை நான் சந்தித்திராதவர்கள். 'நான் எப்படி இருக்கிறேன் என்ன செய்கிறேன்' என்று துளைக்கும் கேள்விகளால் என்னை வெறுப்பேற்றியவர்கள்.

சால்வா. வெகுதொலைவில் சுர்யபயாவில்.. அம்பாவை மணக்க இருந்தவன், சில வாரங்களாக அம்பாவின் நினைவில் வராதவன். அவனுக்கு எழுதிய அந்தக் கடைசிக் கடிதத்தை நினைக்காமலிருக்க முயற்சித்தாள். அந்தக் கடிதத்தில் கேதிரிவருவதென்ற தனது முடிவைத் தெரியப்படுத்தியிருந்தாள். ''எனது முடிவு முட்டாள்தனமாக இருக்கலாம். ஆபத்தானதாகவும் இருக்கலாம். ஆனால் பயனுள்ளதாக இருக்கும். என்னை நீ புரிந்து கொள். என் முடிவிற்கு ஆதரவாக இரு. இது குறித்து என் பெற்றோரிடம் தெரிவிக்க வேண்டாம்'' என்று கடிதத்தில் எழுதியிருந்தாள். ஆக, ஒவ்வொன்றும் கனன்று கொண்டிருக்கும் ஓர் ஊரில் இருந்தாள். விருப்பத்தோடு பிரச்சினையில் குதிக்கிறாளா? வேண்டுமென்றே ஆபத்தில் இறங்குகிறாளா?

மருத்துவமனை பணிமூலம் அவள் வாழ்க்கையில் முக்கியமான புதிய வாசல் திறந்ததுபோல் உணர்ந்தாள். இந்தோனேசிய பொம்மலாட்டத் திரையில் தோன்றிய ஒரு கதாபாத்திரமாகத் தன்னை உணர்ந்தாள். எப்படிப்பட்ட கதாபாத்திரம்? பொம்மலாட்டக் காவியக்கவிதையில் அறிமுக நிலையிலுள்ள கதாபாத்திரம். பொம்மலாட்டக் கலைஞன் இன்னும் முழு கதையை தீர்மானிக்காத

நிலையிலுள்ள கதாபாத்திரம். அந்தத் தருணத்தின் பரவசத்தை அவள் தலைமுடிகூட உணர்ந்தது. அவள் எதற்கும் தயாராக இருந்தாள். வாழ்க்கை தரவுள்ள எதுவாக இருப்பினும் சரி, அவள் தயாராக இருந்தாள். மேலும் பல புதிய திருப்பங்களுக்காக அவள் காத்திருந்தாள்.

இரத்தத்தையும் சதையையும் அவள் நேரடியாக சந்திக்கலாம். பட்டுத்துணி கொண்டு போர்த்துவதுபோல நோயுற்றவர்களையும் காயமுற்றவர்களையும், அவள் அன்பு பாதுகாக்கும். அவள் உதவி தேவைப்படும் எவருக்கும் அவள் உதவுவாள். குறிப்பாக அந்த டாக்டர் முகச் சாயலிலும் பாவத்திலும் ஓரளவு ஐரோப்பியன் போலத் தோன்றும் அந்த டாக்டர், இந்தோனேசியாவில் சேவை செய்வதற்காக மேற்குலக வாழ்க்கையைத் துறந்துவிட்ட அந்த டாக்டருக்கு அவள் உதவுவாள். நிகழ்காலத்தில் வாடிவதங்கிப் போய் நிற்பவர்களுக்காக தனது இறந்தகால வசந்தத்தை அவள் தள்ளி வைப்பாள். அவள் கேதிரி மருத்துவமனையில் நர்சாக இல்லாதிருக்கலாம். வெறும் மொழிபெயர்ப்பாளராகவே இருக்கலாம். எனினும், நோயுற்றவர்களின் இதயங்களில் அவள் மணம் வீசச் செய்வாள். அவர்களின் வலிக்கு மருந்தாவாள்.

அவளை உட்காரச் சொல்லிவிட்டு அந்த இளம் பெண் போன பின்பு, அம்பா தன் தலைமுக்காடை இழுத்து முகம் வரை போர்த்திக் கொண்டாள். பொதுவாக அம்பா தலை முக்காட்டுத் துணியைப் பயன்படுத்துவதில்லை. சிறிது நேரம் சென்றது. வயதான ஒருவன், ஆண் நர்சாக இருப்பான் போலும், அறையினுள் வந்தான். அங்கு எவரும் இருக்க வாய்ப்பில்லை என்று நினைத்தவன், அம்பாவைக் கண்டதும் திகைத்துப் போனான்.

"உங்களைப் பார்த்தால் வெளியூர் போல் தெரிகிறதே' என்று அம்பாவிடம் கேட்டான்.

ஏன் மக்கள் பிறர் விஷயத்தில் மூக்கை நுழைக்க வேண்டும் என்று எண்ணிய அம்பா, "ஆம்! நான் வெளியூர். டாக்டர் சுகாதி பிரோஜோவைப் பார்க்க வந்துள்ளேன். நான் வந்திருப்பது அவருக்குத் தெரியும்'' என்றாள்.

"உன்னைப் போன்ற கவர்ச்சிமிக்க இளம் பெண் இந்த ஆபத்தான இடத்திற்கு ஏன் வந்தாய்?''

தன்னைக் கட்டுப்படுத்திக் கொண்டு, 'வந்துவிட்டேன், இதோ இப்போது இங்கிருக்கிறேன்' என்று சொன்னாள்.

"நீங்கள் தனியாகப் பயணிக்கக்கூடாது. வாழ்க்கை எவ்வளவு உன்னதமானது என்பதை நீங்கள் புரிந்து கொள்ள வேண்டும்.''

என்று சொல்லிவிட்டு அவன் சென்ற பின்னர் அம்பா காத்திருப்பதன் சிரமத்தை உணர ஆரம்பித்தாள். பொறுமையின்மை அவளை முள்ளெனக் குத்தியது. இனம் புரியாத வலி அவள் அதுவரை கண்டிராத வலியை பாதத்தில் உணர்ந்தாள். ஜன்னல் வழியே வெளியே பார்த்தாள். யாரோ ஒரு வீரன் சூரியனை சுட்டு வீழ்த்தி விட்டது போல, வெளியே இருள் கவ்விக் கொண்டது. டாக்டர் புரோஜா வரமாட்டார் போலும்! மரக்கதவில் எழுதப்பட்டிருந்த 'சோனோ வலுஜோ மருத்துவமனை' என்ற வாசகத்தை உற்றுப் பார்த்துக் கொண்டிருந்தாள்.

சட்டென்று, அம்பாவிற்குப் பலரும் சொன்ன எச்சரிக்கைகள் நினைவிற்கு வந்து அவளை வாட்டின. அவள் சொன்ன பொய்களை எல்லாம், ஒரு சிறு குழந்தை நம்புவதுபோல, அவளது மாமாவும் அத்தையும் ஏற்றுக் கொண்டார்கள். ஆனாலும் எச்சரிக்கத் தவறவில்லை. "ஒரு போதும் தனியே பயணம் செய்யாதே. எப்போதும், திருமணமாகிவிட்டது என்றே சொல்.'' நகரத்தின் மையத்தில் ஓர் தங்குமிடத்தில் அம்பா தன் நண்பர்களோடு தங்குவாள் என்று நம்பினார்கள். ஆனால் அம்பாவோ அதற்கு நேர்மாறாக நடந்து கொள்வாள் என்று அவர்கள் எதிர்பார்க்கவில்லை. பெரியவர்கள் அனைவரும் ஆபத்துகள் குறித்து எச்சரிக்கவே விரும்பினார். அதற்குக் காரணம் அவர்கள் உலகத்தைத் தெரிந்து கொண்டதால் அல்ல; மாறாக அவர்கள் கோழையாக இருந்ததால்தான்.

மகிழ்ச்சி எப்போதும் சில விநாடிகளுக்கு மேல் நிலைப்பதில்லை. அதிர்ஷ்டசாலிகளுக்கு சில நிமிடங்கள் நீடிக்கலாம். அதற்குப் பிறகு காலமும் வெளியும் பெருகும், சுருங்கும். அம்பாவிற்கு கடிகாரத்தின் முட்கள் என்ன காட்டுகின்றன என்பது புலப்படவில்லை. அப்போது மணி என்னவாக இருக்கும் என்று அம்பாவால் அனுமானிக்க இயலவில்லை. துருப்பிடித்துப் போயிருந்த அந்த பித்தளைப் பலகையிலிருந்த எழுத்துகளை அவளால் படிக்க முடியவில்லை.

பிற பொருட்களும் தெரிவதும் மறைவதுமாக இருந்தன. அவளுக்குத் தெரிந்ததெல்லாம், சோப் நீரின் வண்ணம் ஏறிய அந்த அறை ஒன்றுதான். மெலிந்த மின் ஒளியின் கீற்றுகள் தரையில் பட்டு நடனமாடிய காட்சி தெரிந்தது. அறைக்கு வெளியே காலடி ஓசைகள் முதலில் உரக்கக் கேட்டு, பின் காற்றில் கரைந்து போயின.

அவள் கற்பனை செய்ததுபோல, மருத்துவமனை இல்லை. அது ஒரு சிறிய மருத்துவமனைதான். ஆனால் இடத்திற்குப் பஞ்சமில்லை. ஒட்டுமொத்தமாகப் பார்க்கிற போது ஒழுங்கமைவு இல்லாதிருந்தாலும் அங்கங்கே ஓர் ஒழுங்கு இருந்தது, ஆச்சரியம் தந்தது. ஒரு வழியாக, மருத்துவமனையின் தலைமை மருத்துவர் வந்து சேர்ந்தார். அவர்தான் மொழிபெயர்ப்பாளர் தேவை என்று விளம்பரம் செய்தவர். அம்பா மனுச் செய்தவுடன், பணியமர்வுக் கடிதத்தை அனுப்பியவர். அவரும் அம்பா கற்பனை செய்தது போலில்லை. தடித்த கண்ணாடி அணிந்திருந்த டாக்டர் புரோஜோ சற்றுப் பூசினாற் போலிருந்தார். அவரைப் பார்த்ததும் வணக்கம் சொல்ல அம்பா எழுந்ததும்'' "வேண்டாம் வேண்டாம் எழ வேண்டாம்" என்று சொன்னார். அம்பாவின் கண்களைப் பார்த்து அவர் பேசவில்லை.

அந்தக் கணத்தில் ஒட்டிய கிராப் வைத்துக் கொண்டு, இறுகிய முகங்களுடன் சில இராணுவ வீரர்கள் அறைக்கு வெளியே கடந்து சென்றனர். அவர்கள் முகத்தைத் திருப்பி ஜன்னல் வழியாக அம்பாவை மேலும் கீழும் பார்த்துக் கொண்டே சென்றனர்.

"நான் அம்பா'' என்றாள் அவள்.

"சரி, சரி.." என்று சொன்ன டாக்டரின் முகத்தில் மெலிதான கவலையின் ரேகை படர்ந்தது.

"நான் தான் மொழிபெயர்ப்பாளர்''

"உன் பெயர் சற்று வேறுவிதமாக இருந்ததே.''

நாம் தவறான இடத்திற்கு வந்து விட்டோமோ என்ற ஐயம் அவளுக்குள் எழுந்தது.

"இல்லை. என் பெயர் அம்பாதான். அம்பா கினான்ட்டி. எனது தந்தையின் பெயர் சுடர்மிண்டோ.

"மன்னிக்கவும். நான்தான் தவறு செய்துவிட்டேன்'' என்று சொன்ன டாக்டரிடம் ஒருவித அச்சம் காணப்பட்டது. அவர் கண்களில் தெரிந்த அச்சம் மறையவே இல்லை. டாக்டர் மேலே சொன்னார்.

"உன் மனுவைப் பார்த்தபொழுது கினான்ட்டி என்பது மட்டும் நினைவில் பதிந்துவிட்டது. அந்த பெயர் எனக்குப் பிடிக்கும். என் மனைவியின் பெயரிலும் கினான்ட்டி உள்ளது.

டாக்டர் சுகாதியின் முகத்தில் தோன்றிய மாற்றம் குறித்து அம்பா சிந்திப்பதற்கு முன், டாக்டர் அவளை அந்த கண்ணாடி அறையிலிருந்த இன்னொரு கதவு வழியாகத் தன் அலுவலக அறைக்கு அவசர அவசரமாக அழைத்துச் சென்றார். டாக்டர் சுகாதியின் அறை, அம்பா அதுவரை பார்த்திருந்த அலுவலக அறைகள் போலில்லை. பொதுவாக அலுவலக அறையின் சுவர்கள் எங்கும் படங்கள், வாசகங்கள் நிறைந்திருக்கும். ஆனால் சுகாதியின் அறையின் சுவர்கள் வெற்றுச் சுவர்களாகக் காணப்பட்டன. ஆடம்பரமற்ற ஒரு மேஜை இருந்தது. சுவரில் நாட்டின் தலைவர் சுகர்னோவின் படம் ஒன்றிருந்தது. சுகர்னோ இளமையாக, ஒல்லியாக மிகவும் அழகாக இருந்தபோது எடுத்த படம் அது.

'அம்பா! நாள்தோறும் காலை ஏழு மணிக்கு அலுவலகம் வந்து அன்றாடப் பணிகளைத் தொடங்கிவிட வேண்டும். ஆங்கில ஆவணங்களை இந்தோனேசிய மொழியில் மொழிபெயர்க்க வேண்டும். தட்டச்சு மூலம் அதனை செய்ய வேண்டும்'' என்று அம்பாவின் பணிகள் குறித்து டாக்டர் சுகாதி விளக்கினார்.

"எது குறித்த ஆவணங்கள்?'' என்று அம்பா கேட்டாள்.

"பெரும்பாலும் இங்கிலாந்து மருத்துவ இதழ்களில் வெளியான ஆய்வுக் கட்டுரைகளாக இருக்கும். அவருக்கு, வெப்ப மண்டல நோய்கள் மற்றும் மயக்க மருந்து குறித்து ஆவல் உண்டு. நான் 'அவர்' என்று நீ உதவி செய்யவுள்ள டாக்டரைக் குறிப்பிட்டேன். அவர் ஓர் அறுவை சிகிச்சை மருத்துவர் தான். ஆனாலும் மருத்துவத்தின் பிற பகுதிகள் குறித்தும் தன்னை வளப்படுத்திக் கொள்வதில் அவர் முனைப்பாக உள்ளவர். தனக்கு ஆங்கில அறிவு குறைவு என்று அவர் எண்ணுகிறார்'' என்றபோது டாக்டர் சுகாதியின் குரல் சற்று கம்மியதை அம்பா கண்டாள்.

டாக்டர் சுகாதி மேலே தொடர்ந்தார்.

"தனக்கு ஆங்கில அறிவு குறைவு என்று அவர் சொல்கிறார். அது எவ்வளவு தூரம் உண்மை என்று நானறியேன். ஏனெனில் நான் ஆங்கிலத்தில் படு மட்டம். ஒரு வேளை அவர் எதையும் நூற்றிற்கு

நூறு எதிர்பார்ப்பவராக இருக்கலாம். பொதுவாக மேலைநாட்டில் பட்டம் பெற்றவர்கள் அவ்வாறு கறாராக இருக்கிறார்கள். அவர்கள் படிக்கிற இரண்டாவது மொழிப் பாடம் தரம் நிறைந்தது தான். ஆனால் அவர்கள் பெறுகிற இரண்டாவது மொழி அறிவு அறிவியல் பணிக்கு போதாமையாக உள்ளதென அவர்களே சொல்கிறார்கள்.

"அந்த டாக்டர் ஐரோப்பாவில் படித்ததாக அல்லவா நான் கேள்விப்பட்டேன்'' என்று சொன்னாள் அம்பா. 'ஐரோப்பாவில் படித்தவருக்கு ஆங்கிலம் சரியாகத் தெரியாதா? அது எப்படி இருக்கும்-? நிச்சயமாக அவருக்கு என்னைவிட ஆங்கிலம் நன்றாகத் தெரிந்திருக்கும்' என்று எண்ணிய அம்பாவின் உள்ளத்தில் குழப்பமும் ஆவலும் போட்டி போட்டு எழுந்தன.

"உண்மைதான், அவர் ஜெர்மனியின் படித்தவர்தான். ஆனால் அயல்நாடு என்றாலே ஆங்கிலம் என்பதல்ல" என்று முதன்முறையாக அம்பாவின் கண்களைப் பார்த்துச் சொன்னார், டாக்டர் சுகாதி.

டாக்டர் சுகாதி சொன்னதைப் புரிந்து கொண்ட அம்பா 'சே! என்ன முட்டாள்தனமாக யோசித்தோம்' என்று எண்ணியவாறு மௌனத்தில் ஆழ்ந்து போனாள். டாக்டர் சுகாதியும் ஆழ்ந்த கவனத்தோடு மேஜை மீது எதையோ தேடுகிற பாவனையில் மௌனமானார். அடங்கி ஒலிக்கிற நாடித்துடிப்பைப் போல, காகிதங்கள் அசைகிற ஓசை மட்டும், அந்த அறையில் சில வினாடிகள் கேட்டது. சொற்கள் மரணமாகிற போது இது போன்ற அசைவுகள் மட்டுமே உள்ள சூழல் அம்பாவிற்குப் புதிதல்ல. அம்பா நிமிர்ந்து பார்த்தாள். அறையினுள் சிறைப்பட்ட ஒரு சில்வண்டு மேற்கூரையில் மோதி, டாக்டர் சுகாதியின் தலைக்குப் பின்னிருந்த சுவரில் அப்பிக்கொண்டது.

ஐந்து நிமிடம் கழித்து, தலையை உயர்த்திய டாக்டர் சுகாதி, "நான் இப்படிக் கேட்பதற்கு தவறாக நினைக்க வேண்டாம்.

''அம்பா! உங்களுக்குத் திருமணம் ஆகவில்லை அல்லவா'' என்று கேட்டார்.

இல்லையென்று தலையசைத்தாள் அம்பா.

"இங்கே, இம்மாவட்டத்தில் பாதுகாப்பு இல்லை. உங்களை இங்கே வரவழைத்தது என் தவறுதான் என உணர்கிறேன். இந்த மருத்துவமனை பாதுகாப்பானது. ஆனால் இன்றுள்ள அரசியல்

சூழலில் என்னால் எதையும் உறுதியாகச் சொல்லமுடியாது. உங்களை நீங்கள்தான் பாதுகாத்துக் கொள்ள வேண்டும். தனியாக எங்கும், குறிப்பாக இரவு வேளையில் வெளியே செல்லவேண்டாம். உங்கள் அறைக் கதவை எப்போதும் தாழிட்டே வைத்துக் கொள்ளுங்கள்'' என்று குற்ற உணர்வோடு டாக்டர் சுகாதி சொன்னார்.

"சரி'' என்றாள் அம்பா. (இது போன்ற எச்சரிக்கைகளுக்கு முடிவே இல்லையா)

"உங்களைப் பார்த்தால், மிகவும் இளமையானவர் போல் தெரிகிறது.''

"இல்லை, இல்லை. நான் அவ்வளவு இளமையானவள் இல்லை.''

"என்னை நம்புங்கள். நீங்கள் மிகவும் இளமையாக உள்ளீர்கள்.''

"என் மனுவில் என் வயதைப் பார்த்திருப்பீர்கள். பின் ஏன் என்னைத் தேர்ந்தெடுத்தீர்கள்?''

"நீ இவ்வளவு இளமையாக இருப்பாய் என்று நான் எதிர்பார்க்கவில்லை...'' என்று இழுத்த டாக்டர் சுகாதி தலையைக் குனிந்துகொண்டு,

"உண்மையில் நீ ஒருத்திதான் என் விளம்பரத்திற்கு மனுச் செய்தாய். கேதிரிக்கு வருவதற்கு உனக்கு மட்டுந்தான் துணிவிருந்தது'' என்று சொன்னார். பின்னர் எழுந்து நின்ற சுகாதி, "உன் அறைக்குச் செல்வோம். அது அடுத்த கட்டிடத்தில் உள்ளது. அவ்வறை வசதியாக இருக்கும்'' என்றார்.

ஒரு தந்தையின் பாசத்தோடு, அம்பாவின் பெட்டியை எடுத்துக் கொண்டு, அறையை நோக்கி நடக்கத் தொடங்கினார். அம்பா மௌனமாக அவரைப் பின் தொடர்ந்தாள். அவர்களிருவரும் மருத்துவமனையின் தாழ்வாரத்தைக் கடந்து அடுத்த பிரிவிலிருந்த கட்டிடத்தை நோக்கி நடந்தனர்.

அந்த அறை சிறியதாக இருந்தது. படுக்கையும் சிறியதுதான். ஆனால் அவளுக்குப் பொருத்தமாகவே இருந்தது. தனது ரசனைக்கேற்ப அவ்வறையில் எல்லாம் அமைந்திருப்பதாக அவள் தனக்குள் சொல்லிக் கொண்டாள். அந்த படுக்கை, உடைகளை

தொங்கவிடும் சாதனம், ஒன்றே ஒன்று மட்டுமிருந்த சிறிய அலமாரி, படுக்கையின் மறுபுறம் இணைக்கப்பட்டிருந்த தாழ்வான மேசை, வெளிறிய நீல வண்ணம் கொண்ட சுவர், வெடிப்புடன் கூடிய மேற்கூரை, குறைவான ஒளி வீசும் 25 வாட் மின் விளக்கு அனைத்தும் அவளுக்குப் பிடித்திருந்தன.

''முகம், கை, கால் கழுவ வேண்டுமா'' என்று டாக்டர் சுகாதி கேட்டது அவள் காதில் பட்டும் படாமலும் விழுந்தது.

"தாழ்வாரத்தின் இறுதியில் பெண்கள் குளியலறை உள்ளது. அங்கு ஐந்து அல்லது ஆறு ஷவர்கள் உள்ளன. பொது அறையில் மாலை 4 மணி முதல் எப்பொழுதும் தேநீரும் தின்பண்டமும் இருக்கும் "நாம் சரியான நேரத்திற்கு வந்துள்ளோம்.'' என்று டாக்டர் சொல்ல, அம்பா புரிந்தது என்று சொல்வது போல தலையசைத்தாள்.

"இந்த நேரத்தில் டாக்டர். ரஷத் இங்கு அநேகமாக வருவதில்லை. மற்றவர்கள் சென்ற பின்னரே அவர் தேநீர் அருந்த வருவார்'' என்றார் சுகாதி.

'ரஷத், ஜாவானிய பெயராக இல்லையே' என்று நினைத்துக் கொண்டாள் அம்பா.

"நீ இங்கு வந்ததில் எங்கள் அனைவருக்கும் மகிழ்ச்சி. அதுவும் நல்லதுதான்'' என்று அவள் பக்கம் பார்க்காமல் டாக்டர் சுகாதி சொன்னார்.

அம்பா பதிலேதும் சொல்வதற்குள், கதவைத் திறந்து அறையைவிட்டு வெளியே வந்து ''நல்லது. நீ கதவைத் தாழிட்டுக் கொள்' என்று டாக்டர் சொன்னார்.

டாக்டர் சென்ற பிறகு அறையில் தனிமையிலிருந்த அம்பாவிற்கு குளியலறையில் தண்ணீர் விழும் சத்தம் கேட்டது. ஈரத்தின் ஓசை, அவளறியாத பெண்களின் தேகத்தின் ஓசை, அவர்கள் கிளுக் கிளுக்கென்று சிரிக்கும் ஓசை அனைத்தும் அவள் காதில் விழுந்தாலும், அம்பாவிற்கு குளிக்க வேண்டுமென்று தோன்றவில்லை. ஆனால் கடிப்புராவின் நினைவு வந்தது. அவளுக்கும், அவள் தங்கைகளுக்கும் நேரம் தவறாமல் வேலை செய்வதைக் கற்றுக் கொடுத்திருந்தார்கள். அப்போது நான்கு மணி. அது சுத்தம் செய்வதற்கான நேரம்.

பொழுதுசாயும் வரையில் அம்பா அறையை விட்டு வெளியே வரவில்லை. பின் மாலைப் பொழுதில் படுக்கையில் இருந்து எழுந்து, கண்ணாடியில் தன்னைப் பார்த்துக் கொண்டாள். குழாயைத் திறந்து இரண்டு, மூன்று முறை முகத்தை கழுவினாள். தான் உதவவுள்ள டாக்டரை மீண்டும் வியப்போடு நினைவுகூர்ந்தாள். அயல்நாடென்றால் அனைத்தும் ஆங்கிலம்தான் அடிப்படையாக இருக்கும் என்று தன்னிடமிருந்த தவறான கற்பிதத்தை நினைத்து வெட்கப்பட்டாள். அத்தகைய ஒரு முட்டாளாக எப்படி இருந்தோம் என்று தனக்குள் புலம்பிக் கொண்டாள். அந்த உரையாடலை, மருத்துவமனையின் தலைவர் டாக்டர் சுகாதி, எவ்வளவு லாவகமாகக் கையாண்டார் என்பதை நினைத்துப் பார்த்தாள். தனது தாய்மொழியை அவள் எவ்வாறு லாவகமாக கையாளுவாளோ அவ்வாறிருந்தது, சுகாதியின் திறமை.

தவளைகள் மற்றும் பூச்சிகளின் ஓசை காற்றை நிறைத்திருந்தது. வானம் கருநீலமாகக் காட்சியளித்தது. தாழ்வாரத்தில் நடந்து கொண்டிருந்த அம்பா, பொது அறையில் டாக்டர் ரஷத் இருந்தால், உள்ளே சென்று சுய அறிமுகம் செய்து கொள்ள வேண்டுமென்று முதலில் நினைத்தாள். பின்னர் தன் முடிவை மாற்றிக் கொண்டு, நோயாளிகளின் அறைகளுள் ஒன்றில் நுழைந்தாள். நோயாளிகளையும், நோய்களையும் பற்றிய புரிதல் தனக்குத் தேவை என்று தனக்குள் சொல்லிக் கொண்டாள்.

பெரும்பாலான வார்டுகள் நிறைந்திருந்தன. நோயாளிகள் தங்கள் நோய்க்குள் ஆழ்ந்து போனதுபோல் காணப்பட்டார்கள். அம்பா எதிர்பார்த்தது போல அங்கு பயங்கரமாக எதுவுமில்லை. நர்சுகள் எவரும் அவள் காமிக் புத்தகத்தில் பார்த்த நர்சுகளைப் போல நடுவயதுப் பெண்களாக இல்லை. வெள்ளை நிறத்தில் முக்கோணத் தொப்பியை எவரும் அணிந்திருக்கவில்லை. மாறாக, அவர்கள், அழகான, உற்சாகமிக்க பெரும்பாலும் இளநங்கைகளாக இருந்தனர். தோழமையோடு, நம்பிக்கையோடு, ஒருவரோடு ஒருவர் தோள் உரச, பேசிக்கொண்டும், சிரித்துக் கொண்டும் குழுவாக இயங்கிக் கொண்டிருந்தார்கள்.

ஒரு வார்டுக்குள் நுழைகிறபோது ஒரு நர்சோடு மோத இருந்தாள். சட்டென்று சுதாகரித்துக் கொண்ட அம்பாவிற்கு

தன்னை என்னவென்று அறிமுகம் செய்து கொள்வதென்று தெரியவில்லை. சக பணியாளரா? அல்லது குறைந்த கால விருந்தினரா? அவர்களைப் பொறுத்தவரை அவள், அவர்கள் அதுவரை பார்த்திராத அந்நியர் தான்.

“உள்ளே போக வேண்டாம்” என்றாள் அந்த நர்சு.

அந்த நர்சின் இனிமையான, நட்பான முகத்தையும், அவளிடம் சோப்பு மற்றும் தேநீரின் மணத்தையும் அம்பா கவனித்தாள்.

"ஓ! ஏன் செல்லக்கூடாது'' எனறு வினவிய அம்பா பதிலைக் கேட்டு வாயடைத்துப் போனாள்.

"அது கடுமையான காயங்கள் கொண்ட நோயாளிகளுக்கான சிறப்பு அறை'' என்று புன்முறுவலோடு நர்சு சொன்னாலும், அங்கு செல்லக்கூடாது என்ற அழுத்தமே அவள் பதிலில் இருந்தது.

"நீங்கள் கேள்விப்படவில்லையா? அந்நோயாளிகள் தொலைதூரத்திலிருந்து ஜோம்பங்கிலிருந்து வந்தவர்கள். நிரம்ப இரத்தமும், குழப்பமும் கண்ட இடம்'' என்று நர்சு மேலும் சொன்னாள்.

அம்பா கட்டிடத்திற்கு வெளியே இருளுக்குள் நடந்தாள். மழையின் தூறல் அவளை நிதானம் கொள்ள வைத்தது. சிலந்தி வலைத் திரைபோல மழை மெல்லிய திரை விரித்தது.

பொழுது சாயும் வேளை. குறைந்த ஒளி வீச்சு காட்டிக் கொடுத்தவற்றை அசையாது நின்ற குதிரை வண்டிகள், தூங்கி வழியும் மூங்கில் புதர்கள் மற்றும் கைவிடப்பட்ட வாளிகளின் வரிசையை மட்டுமே மருத்துவமனை வளாகத்தில் நின்று கொண்டிருந்த அம்பாவால் பார்க்க முடிந்தது. அவள் மேலே நடந்து தோட்டத்திற்குள் நுழைந்தாள்.

வாசலுக்கு அப்பால் தோட்டம் சட்டென்று விரிந்து கிடந்தது. அதன் எல்லையில் சுவர் போன்று அடர்த்தியான மரங்கள் நின்றன. பறவைகள் இலைகளுக்கிடையில் வெப்பம் சுவாசிக்க இறக்கைகளை படபடத்த ஓசை அம்பாவிற்குக் கேட்டது. மழைத்துளிகள் இலைகளில் வீழ்ந்து, பூமிக்கு இறங்கிய ஒலி அவள் காதில் விழுந்தது.

அங்கு எவரையும் காணவில்லை. அடுத்து, அம்பா ஒரு ஒளியின் மின்னலைப் பார்த்தாள். அந்த ஒளி வீச்சு அடர்ந்த மரங்களிலிருந்து பொங்கி ஒளிர்ந்தது. பூமிப் பரப்பில் பட்டுச் சிதறிய அவ்வொளி பூமிக்கு சோக வர்ணம் பூசியது. அது விநோதமாக நீல நிறத்தில் இருந்தது.

பார்க்கிற வண்ணங்களை அதே வண்ணங்களாக ஏற்றுக்கொள்ள முடியாது என்பதை பீஷ்மாவிடமிருந்து பின்னர் ஒரு நாள் தெரிந்துகொண்டாள் அம்பா. வண்ணங்களின் விதவிதமான சாயல்களை அம்பா எப்படிப் புரிந்திருக்கிறாள் என்று அம்பாவிடம் பீஷ்மா விடாது கேட்பான். அவை குறித்த அவளின் வர்ணனைகளை ஆழ்ந்து கவனிப்பான். அவ்வர்ணனை அந்திமச் சூரியனின் மறைவு குறித்து வெடித்த கவிதையாக இருக்கலாம் அல்லது சாதாரண கத்தரிப் பழம் குறித்த பிரதிபலிப்பாக இருக்கலாம். எதுவானாலும் அவளிடமே கேட்டு அனுமானிப்பான். அது ஏன் அப்படி என்று அம்பா அறியவந்த போது, காலம் கடந்து விட்டிருந்தது. பீஷ்மாவும் மறைந்துபோனான். அப்போதைக்கு அம்பா அந்த ஒளியை நோக்கிப் போனாள்.

அவனைப் போன்ற அனைவரையும் போல, அவன் எங்கிருந்தோ தோன்றினான். ஒருவேளை அவன் மரத்தின் பின்னாலிருந்து வந்திருக்கக்கூடும்.

அவன் அசாதாரணமான உயரம் கொண்டிருந்தான். எளிதாக ஆறடிக்கும் மேலிருந்த அவன் இந்தேனோசியாவில் சற்றுக் குனிய வேண்டியிருந்தது. அவன் முன்னால் தான் மிகவும் குள்ளமாக அம்பாவிற்குத் தெரிந்தது. அந்தக் கணத்தில் அவன் தோற்றத்தால் காற்று வெறுமையாகி, அவனுக்குப் பிரகாசமான நீல வண்ணம் சேர்த்தது. அவனைச் சுற்றி இருந்த எதுவும் தெளிவாகப் புலப்படவில்லை. இதுதான் காதலின் குரலா?

அவன் யாரென்று அம்பா உடனே புரிந்து கொண்டாள். அவளின் டாக்டர்.அவனைப் பார்த்த மாத்திரத்தில் அவளுக்கு ஒன்று புரிந்தது. அதுவரையில், அவனைப்போல் ஈர்த்தவர் எவரையும் அவள் பார்த்ததில்லை. அவர்களின் முதல் சந்திப்பின் தாக்கம் குறித்து பின்னர் மதிய வேளையில் ஒன்று சேர்ந்து நடக்கிற போது, பணி முடிந்து இரவுப் பொழுதில் பொது அறையில் மங்கிய ஒளியில் அருகருகே இருந்த போது விவரமாகச் சொல்லப்படும்.

"டாக்டர் ரஷித்?''

"நீங்கள் தான் மொழிபெயர்ப்பாளரா? செல்வி கினான்டி?'' அவனது சற்று கரகரத்த குரல் விநோதமாக இருந்தது.

"ஆமாம். ஆமாம்..''

டாக்டர் சுகாதி தான், அவளுடைய பெயர் அம்பா கினான்டி என்று சொல்லியிருக்க வேண்டும்? என் பெயர் கினான்டி என்ற பெயரில் என்ன இருக்கிறது என்று அம்பா நினைத்துக் கொண்டாள்.

"நான் நாளையே பணியைத் தொடங்குகிறேன்'' என்றாள் அம்பா.

தூறிக் கொண்டிருந்த மழை தன் மனதை மாற்றிக் கொண்டு வலுக்கத் தொடங்கியது. பெரிய ஆலமரத்தடியில் அவர்கள் ஒதுங்கினர். மண்ணுக்கு மேல் வெளிக்கிளம்பியிருந்த தடித்த வேர்கள் மீது இருவரும் அமர்ந்தனர். மருத்துவமனையின் மின் வெளிச்சப் பின்புலத்தில் மழையைப் பார்க்கத் தொடங்கினர். அம்பாவின் நாசி ஏதோ மெல்லிய மணத்தை நுகர்ந்தது. பீஷ்மா உடம்பில் வீசிய அந்த மணம்? மரத்தின் மணமா? தாள்களின் மணமா? பழைய புத்தகங்களில் சுவடு மறைந்துபோன எழுத்துகளா? படபடவென்று கொட்டிய மழையையும் இருளையும் பார்த்தவாறு சிறிது நேரம் அமைதியாக அமர்ந்திருந்தனர்.

ஒரு வழியாக சம்பிரதாயமான கேள்விகளைக் கேட்கத் தொடங்கினான். அவள் எங்கிருந்து வந்தாள், ஏன் வந்தாள். ஆபத்து மிகுந்த இந்தப் பகுதிக்கு மருத்துவ ஆவணங்களுடன் பணியாற்ற எப்படி முடிவு எடுத்தாள் போன்ற அவனது கேள்விகளுக்குப் பதிலாக யோக்யாகரட்டாவில் தான் வாழ்ந்த பல்கலைக்கழக வாழ்க்கையைப் பற்றி கொஞ்சம் சொன்னாள் அம்பா. அந்த வாழ்க்கை மீது தனக்கிருந்த விருப்பத்தையும் சொன்னாள். அவளுடைய வயதென்ன என்று அவன் கேட்டிடவில்லை. வயது குறித்தும் தன்னை யாரும் முத்தமிட்டதுண்டா என்றும் அவன் கேட்க வேண்டும் என எதிர்பார்த்தாள். ஆனால் அவன் அவ்வாறு எதுவும் கேட்கவில்லை. மாறாக, தான் நீண்ட காலம் ஐரோப்பாவில் தங்கிவிட்டதாகச் சொன்னான். ஒரு சில மாதங்கள் பணியாற்ற இந்தோனேசியாதிரும்பியுள்ளதாகச் சொன்னான். தனது ஆங்கில அறிவு குறித்த ஐயம் ஏன் என்றும், தான் ஒரு யுரேசிய இளவரசி போல் இருப்பதுதான் என்றும் அம்பாவிடம் அவன் சொல்லவில்லை.

அவனை விழுங்குவதுபோல் பார்த்துக் கொண்டிருந்தாள். அவ்வாறு பார்ப்பதை அவளால் தவிர்க்க முடியவில்லை. மழையின் பின்னணியில் மரத்தடியில் இருள் கவ்வி இருந்தது. எனினும் அவனது மரகதப் பச்சை விழிகளையும், பொன்னிறம் ஏறிய விழித்திரைகளையும் அவளால் தெளிவாகப் பார்க்க முடிந்தது. அவை மருத்துவமனை கட்டிடங்களில் இருந்த விளக்குகளின் ஒளிர்வா அல்லது பீஷ்மா இயற்கையிலேயே ஒளிர்கிறானா. அந்த அசாதாரண ஒளிக்கு காரணம் எதுவாகவும் இருக்கட்டும். அவன் உலகை அறிந்தவன், பலவற்றைப் பார்த்தவன் என்று அவன் கண்கள் கூறின.

செதுக்கிய அவனது செவி மடல்கள், நீண்ட கழுத்து, மென்மையான உதடுகள், அளவாக கலைந்து கிடக்கும் தலைமுடி என்று அவனுடைய அங்கவயங்களை உற்று நோக்கினாள்.

அப்பொழுது அவள் கூந்தல் அவிழ்ந்திருப்பதை உணர்ந்தாள். கூந்தலை இழுத்து முடிந்துகொள்வதுதான் கண்ணியம் என்பதை அவள் அறிவாள். அம்பாவின் அம்மா தொலைதூரத்தில் இருந்தாலும், அம்மாவின் குரல் ஒன்று அவளை எச்சரித்தது. அப்போதுதான் சந்தித்த ஒரு மனிதன் மேல் காதல் பூ பூப்பது சரியல்ல என்று அக்குரல் ஒலித்தது.

அவர்களிருவரும் இரண்டு மணி நேரம் பேசிக் கொண்டிருந்தனர். நல்ல உணர்வோடு நல்ல விதமாகப் பேசிக் கொண்டிருந்தால் நேரம் போவதே தெரியாது.

"உன்னைப் போல் ஒருவரை சந்திப்பேன் என்று நான் எதிர்பார்க்கவில்லை'' என்றான் அவன்.

என்னைப் போலென்றால்? என்ன பொருள்? அவன் பதில் சொல்லவில்லை. அவளை உற்று நோக்கினான். அந்தக் கணத்தில் அவளுக்கும் சால்வாவிற்கும் இடையில் தோன்றாத, ஒருபோதும் தோன்ற முடியாத ஓர் உணர்வு அவளுக்குள் ஏற்பட்டது. எதிர்பார்ப்போடு, பீஷ்மா மேலே சொல்லக் காத்திருந்தாள்.

ஆனால் அவன் பேச்சை மாற்றினான்.

"ஆகா! நேரமாகிவிட்டது. நான் நேரம் போவதை அறியாமலேயே இருந்துவிட்டேன். மழையும் நின்றுவிட்டது. நான் நோயாளிகளைப் பார்க்கச் செல்ல வேண்டும். நான் ஆய்வு

மேற்கொண்டுள்ளது உண்மைதான். ஆனால் இந்த மருத்துவமனையின் மருத்துவரும் கூட''

சட்டென்று அம்பாவுக்கு ஒன்று புரிந்தது. அவன் ஏதோ தலைபோகிற பணி நிமித்தம் செல்கிறான். தனக்கு அப்படி ஏதுமில்லை என்பதை புரிந்து கொண்டாள். அவன் செல்கிறபோது அவனோடு ஒளியும் சென்றுவிடும். அம்பா மீண்டும் இருளில் மூழ்கிப்போவாள். அவள் வயிற்றில் அச்சம் குடியேறியது. அவன் அவள் எழுவதற்கு கை நீட்ட, அவன் கையைப் பற்றியவாறு எழுந்த அம்பா, ரஷத்தின் நெஞ்சுக்கு வெகு அருகில் நிற்க வேண்டியதாயிற்று. அந்நெருக்கம் அவள் சுவாசத்தை இழுத்துப் பிடித்தது.

டாக்டர் ரஷத் மருத்துவமனை நோக்கி நடக்கலானான். அம்பா ஓட்டமும் நடையுமாக அவனைப் பின் தொடர்ந்தாள். அவனோடு சேர்ந்து ஒளியும் நோய் தீர்வும் நிறைந்த அந்த இடத்திற்கு வந்தது ஏதோ தன் வீட்டிற்குத் திரும்பியது போன்ற உணர்வு ஏன் வந்தது என்று சிந்தனையில் ஆழ்ந்தாள். சட்டென்று குற்ற உணர்வோடு சால்வாவின் நினைவு வந்தது. சால்வாவோடு எங்கு சென்றாலும் அவளுக்கு இத்தகைய உணர்வு தோன்றாது.

மருத்துவமனையின் ஒளி வெள்ளத்திற்குள் வந்தபோது, அவள் மீண்டும் ரஷத்தைக் கள்ளப்பார்வையில் விழுங்கினாள். அவனிடம் அருவருக்கும் வண்ணம் ஏதேனும் தென்படுகிறதா என்று தேடினாள். ஆனால் பிரமிப்பு பல மடங்கு கூடியதுதான் மிச்சம். யாரிந்த அழகான அந்நியன்? என்னுடைய பெற்றோர்கள் போல, எனது உடன்பிறப்புகள் போல அவனுக்கும் இருப்பார்களா? குடும்பம் குறித்தும் கடமை குறித்தும் எங்கள் இருவருக்கும் ஒரே மாதிரியான கருத்திருக்குமா?

ஆலமரத்தடியில் அவன் சற்று முன்பு சொன்னது அவள் காதில் மீண்டும் ஒலித்தது.

"எனக்கு பொறுப்புணர்வு என்றால் என்னவென்று தெரியும். என்னிடம் அரசியல் பற்றி ஏதும் கேட்க வேண்டாம்.''

7
செங்குத்தானப் பாறை

அவர்களிருவரும் மருத்துவமனையில் மீண்டும் நுழைகிறபோது மணி கிட்டத்தட்ட ஏழாகிவிட்டது. அம்பாவிற்கு அறிமுகமான எவரையும் அவர்கள் எதிர்கொள்ளவில்லை. முன்னர் பார்த்த நர்சுகள் பணிநேரம் முடிந்து சென்று இருக்கலாம் என்று அம்பா ஊகித்தாள். நோயாளிகள், நோயாளிகளின் உறவினர்கள், நர்சுகள், மருத்துவமனை ஊழியர்கள், சீருடை அணிந்த காவலர்கள், இராணுவ வீரர்கள் என்று பல்வேறு மக்கள் இங்குமங்குமாக அலைந்து கொண்டிருந்தனர்.

டாக்டர் ரஷத் அவர்களுக்கு மத்தியில் கலங்கரை விளக்கமாக உயர்ந்து நின்றான். அதற்குக் காரணம் அவனது அசாதாரண உயரமல்ல. அவன் ஒரு மருத்துவர். வலி நீக்குபவன்., மிக முக்கியமான பணியாற்றுபவன் என்ற உணர்வால் உயர்ந்து நின்றான். தான் ஒரு சிறிய கிராமத்துப் பெண், மேலும் இன்னும் அந்த மருத்துவமனையில் பணியாற்றத் தொடங்காதவள் என்ற சிந்தனையால் ஏற்பட்ட தளர்வால் அவள் டாக்டர் ரஷத்திற்குப் பின்னால் சில அடி தூரம் பின் தங்கிவிட்டாள். அவனுக்கும் அவளுக்கும் இடையிலான இந்த இடைவெளி இந்த மருத்துவமனையில் எப்போதும் இருக்கவே செய்யும் என்பதை ஓரளவு புரிந்து கொண்டாள்.

உள்ளத்தில் தேங்கியிருந்த இந்த உணர்வோடு டாக்டர் ரஷத்தை மருந்தகம் வரை பின்தொடர்ந்தாள். டாக்டருக்கு அங்கும் எவ்விதத்திலும் அவளால் உதவமுடியாது. இதுதான் அவள் பணியென்று தெளிவாக இதுவரை சொல்லப்படவில்லை.

ஒரு டாக்டருக்கு ஆங்கிலத்திலுள்ள மருத்துவ ஆவணங்களை மொழிபெயர்ப்பதற்காக அவள் பணியில் அமர்த்தப்பட்டு இருக்கிறாள். அந்த டாக்டருக்கு அவளை விட பலமடங்கு ஆங்கிலம் நன்கு தெரியும். எனினும், அம்பிகா மற்றும்

அம்பாலிகாவின் தமக்கையான, அம்பா அங்கே அம்மருத்துவமனையில் இருந்தாள். நெஞ்சுறுதி படைத்த அவள், தனக்குப் பிடித்த வாழ்க்கையை வாழ, தடைகளை உடைத்துக் கொண்டு வந்து விட்டாள். ஆக, மருத்துவமனையில் சுதந்திரப் பறவையாக இருந்தாள்.

இந்த எண்ணம் அவளைத் தொட்ட அந்த சமயம் டாக்டர் ரஷத் விரக்தியைக் கட்டுப்படுத்திக் கொண்டு கூவினான்.

"மன்னிக்க வேண்டும். யாரேனும் ஒரு நர்சு இங்கு வர முடியுமா? ஸ்டெதஸ்கோப் காணவில்லை. அது எங்குள்ளது? உடனே அறை 6-க்கு கொண்டு வந்து என்னிடம் தர முடியுமா?''

பரபரவென்று திரும்பிய ரஷத், அவளைக் கண்டு கொள்ளவில்லை. ஏதோ சுவரில் ஒட்டிய போஸ்டரைக் கடந்து செல்வதுபோல அவளைக் கடந்து சென்று மறைந்து போனான்.

அவர்களிருவரும் தங்கியிருந்த அறைகள் ஒன்றுக்கொன்று வெகுதொலைவில் இல்லை என்பதை பின்னர் அறிந்து கொண்டாள். அவர்களின் அறைகளுக்கு இடையில் மூன்று அறைகள் தான் இருந்தன. அவனைப் பிரிந்த அம்முதல் மணித்துளிகளில் எங்காவது சென்று ஒளிந்து கொள்ள வேண்டும் என்ற எண்ணத்தைத் தவிர வேறெதுவும் அவளுக்குத் தோன்றவில்லை.

அறைக்குத் திரும்பியதும், அவமானம் அவளைப் பிடுங்கித்தின்றது. டாக்டர் ரஷத் மீது அவளுக்கு ஏற்பட்ட வெளிப்படையான ஈர்ப்பை எண்ணி வெட்கப்பட்டாள். 'ஆல மரத்தடியில் இருந்தபோது ரஷத் அதைப் பார்த்திருப்பான். 'சே! என்ன பெண் இவள்' என்று எண்ணியிருப்பான். அதனால்தான் சட்டென்று அங்கிருந்து எழுந்துவிட்டாள் போலும்' என்று எண்ணி நாணமுற்றாள். அவளில்லாமல் அவன் எங்கும் செல்லமாட்டான் என்று அவள் நினைத்தது, அதைவிட அவமானமாக இருந்தது.

அடுத்த நாள் காலைப் பொழுது விடிந்தது. தன்னைத்தானே கட்டுப்படுத்திக் கொண்டு எவரும் செல்வதற்கு முன்னால் உணவருந்தும் அறைக்குச் சென்று உணவு உண்ண வேண்டுமென்று முடிவு எடுத்தாள்.

முதல்நாள் டாக்டர் ரஷதைப் பின் தொடர்ந்து சென்ற அந்த தாழ்வாரத்தில் அடுத்த நாள் காலை அம்பா நடந்து கொண்டிருந்தபோது காலை 5.45 மணி. அவளது காலடி ஓசையின் எதிரொலிகள் அவள் காதில் விழுந்த அதே சமயம், அவமான உணர்வு மீண்டும் தோன்றியது. தன்னைத் தானே எண்ணி வெட்கப்பட்டாள். அவளுக்குப் பொருத்தமற்ற டாக்டர் ரஷத்தைச் சந்திப்பதைத் தவிர்ப்பதற்காக ஒரு நாளின் முக்கிய உணவை கூட விரைந்து உண்டுவிட வேண்டுமென்று எண்ணிக் கொண்டிருந்தாள். அவனுக்கு அவள் ஏற்றவள் இல்லை என்பதை அவன் அறிந்ததோடு மட்டுமல்ல, அவள் மீது அவனுக்கு எந்த ஈர்ப்பும் இல்லை என்பதையும் குறிப்பால் உணர்த்திவிட்டான்.

எனினும் அவள் வேறு எங்கு செல்ல முடியும். அப்போது மணி ஆறு கூட ஆகவில்லை. அவளது முதல்நாள் பணி இன்னும் தொடங்கவுமில்லை.

மருத்துவமனை: உபரிகளின் இருப்பிடம்; பயன் முடிந்து போனவர்களின் கிடங்கு, இன்றோ நாளையோ என்றிருப்பவர்களைத் தாங்கி நிற்கும் சுமைதாங்கி.

அடுத்து என்ன செய்வதென்று யோசித்துக் கொண்டு, தன்னையறியாமல், கிழக்கு நோக்கி நடந்தாள். அங்கு நோயாளிகளின் அறைகள், பிண அறைகளாக மாற்றப்பட்டிருந்தன. ஓர் அறையில் 'பிணவறை' என்று எழுதியிருந்தது. மேலும் ஆழமாக வெளியே குழி தோண்டட்டும் என்று, அறையினுள் மேசைகளின் மேல் மூடப்பட்ட பிணங்கள் காத்திருக்கின்றனவா என்ற கற்பனை அவள் உள்ளத்தில் ஓடியது. இந்த முதல் நாளை எப்படி கழிப்பது?

பத்து நிமிடத்திற்குப் பின்னர் அம்பா உணவறையில் பொது மேசை ஒன்றின் ஒரு மூலையில் தனியாக அமர்ந்திருந்தாள். அவள் முன்பிருந்த தட்டில் வெளிறிய பப்பாளித் துண்டுகளும் நிறமிழந்த வாழைப்பழங்களும் இருந்தன.

அங்கிருந்த ஒவ்வொரு நிமிடமும் அவளுக்கு திக்திக் என்றிருந்தது. அவளை நெருங்குகிற காலடி ஓசை ஒவ்வொன்றும் அவள் காதில் விழுகிறபோது நெஞ்சு படபடவென்று துடித்தது. ரஷத் வந்தால், ரஷத் வந்து உணவருந்தினால், அவன் பிசாசாக இல்லாமல் மனிதனாக இருக்கிற பட்சத்தில் அவன் கண்ணில் பட்டுவிடக்கூடாது

என்பதற்காக அம்பா இன்னும் நிழலுக்குள் நகர்ந்து கொண்டாள். அவன் எப்படியும் உணவறைக்கு வருவான் அல்லவா? அல்லது இரவுப் பொழுதை வேறொரு பெண்ணுடன் அவள் அறையிலேயே கழித்திருப்பானோ? அந்தப் பெண் ஏதேனும் ஒரு நர்சாக இருப்பாளோ? இதை எண்ணுகிறபோது அம்பாவின் உள்ளம் சற்றே குதித்தது.

அம்பாவிற்குக் குமட்டிக் கொண்டு வந்தது. வாந்தி எடுப்பதைத் தவிர்க்க வேண்டுமானால் அவள் ஏதாவது சாப்பிட்டாக வேண்டும். உப்பு, உறைப்பு, புளிப்பு, காரம், சூடு, குளிர்ச்சி என்று எந்த உணர்வுமின்றிச் சாப்பிட்டாள். பேசாமல்காற்றைக் குடித்திருக்கலாம்.

நர்சுகள் சிலர் கூட்டமாக வந்தனர். உற்சாகத்தோடும் அலட்சியத்தோடும் வந்த அவர்கள் என்ன காரணத்தினாலோ அம்பாவிடமிருந்து வெகு தொலைவில் அமர்ந்தனர். அவர்களின் கிண்டல் கேலிகளையும், அம்பா கூர்ந்து கேட்டுக் கொண்டிருந்தாள். உணவுப் பண்டங்கள், சிகையலங்காரம், சிசுக்களின் பெயர்கள், வன்புணர்வு கொடுமைகள், விஷமருந்தி இறந்துபோன தாய்மார்கள் என்று அற்ப விஷயம் முதல் கொடுமையான செய்திகள் என்று எல்லாவற்றையும் அவர்கள் பேசினார்கள். ஆனால் அனைத்தையும் சம அளவு முக்கியத்துவம் கொடுத்துப் பேசினர். அம்பாவிற்கு அவர்களோடு உரையாடலில் சேர வேண்டும் என்ற விருப்பம் இருந்தது. ஆனால் அவள் எப்படி அந்த பாதுகாப்பான இடத்தைவிட்டு வெளியே வர முடியும்? டாக்டர் ரஷித் எப்போது வருவான் என்று எவரறிவார்?

முதல் நாள் மாலை அவளோடு பேசிய நர்சு அக்கூட்டத்திலிருப்பதைப் பார்த்தாள். அந்நர்சு உண்மையில் அழகாக இருந்தாள். டாக்டர்.ரஷித் தன் கண்களுக்குள் ஊடுருவி பார்த்தது போல அந்நர்சின் கண்களுக்குள்ளும் பார்த்திருப்பானோ என்ற ஐயம் அம்பாவிற்கு எழுந்தது.

நிமிர்ந்து உட்கார்ந்து கொண்ட அம்பா 'பயம் நம்மை வீழ்த்திவிடும், பொறாமை அதைவிட மோசம்' என்று தனக்குள் சொல்லிக் கொண்டாள். அவளின் தந்தையை போல, அம்மாவைப் போல, பாட்டியைப் போல எதற்கும் அஞ்சக்கூடாது என்று தனக்குள் சொல்லிச் சொல்லி வளர்ந்தவள், அம்பா. ரகசியத்தை எப்போதும் காப்பாற்ற அவள் நெஞ்சில் போதிய இடமுண்டு என்று அவள்

நம்பினாள். 'ரகசியத்தைப் பாதுகாப்பது என்றால் நீ எவரையும் சார்ந்திருக்கவில்லை என்று பொருள்' எவருக்கும் அஞ்சவில்லை என்று பொருள்' என்று தனக்குள் நினைவுபடுத்திக் கொண்டாள்.

தன்னை நர்சுகள் கண்டுகொள்ளவில்லை என்பதைப் பொருட்படுத்தாமல் அம்பா எழுந்து கதவை நோக்கி நடந்தாள். அவளுக்குள் ஒரு வேட்கை இருந்தது. அது நர்சுகள் எவரும் அவளுடன் பேசாததால் ஏற்பட்டதல்ல.

தான் எப்பொழுதும் நேரம் தவறாமல் காலையில் சரியாக 6.45 மணிக்கு அலுவலகம் வருவது வழக்கம் என்று அம்பாவிடம் டாக்டர்.சுகாதி சொல்லியிருந்தார். தனது முதல் நாள் காலைப் பொழுதில் அம்பா மருத்துவமனையில் டாக்டர் சுகாதியின் வருகைக்காகக் காத்திருந்தாள். அவர் வருவதற்கு கால் மணி நேரத்திற்கு முன்பாகவே அம்பா வந்திருந்தாள்.

டாக்டர்.சுகாதி வந்தவுடன் இருவரும் தலை அசைத்து காலை வணக்கங்களை சொல்லிக் கொண்டனர். டாக்டர் அலுவலக அறையைத் திறந்தவுடன் ஒருவரையொருவர் பார்த்துக் கொள்ளாமலேயே உள்ளே சென்றனர். அரை மணி நேரம் கழித்து, டாக்டர் சுகாதி காலையில் ஒரு சுற்று மருத்துவமனையைப் பார்த்துவர வேண்டும் என்று தனக்குள் சொல்லிக் கொண்டு வெளியேறியபோது அம்பா கண்ணாடி அறையில் வசதியாக அமர்ந்தவாறு ரஷத்தின் ஆவணங்களை மொழிபெயர்த்துக் கொண்டிருந்தாள்.

எதிர்பார்த்ததுபோல, அந்த கையெழுத்துப் படிகள் அம்பாவிற்கு சிறிய மகிழ்ச்சியைத் தந்தன. வெப்ப மண்டல நோய் குறித்த பிரதியின் ஒரே ஒரு பக்கத்தில் அவளுக்குப் புரியாத 13 வார்த்தைகள் இருந்தன. ஆங்கில மொழியில் முறையான பயிற்சி பெறாத பணி அனுபவமற்ற, 20 வயதே நிரம்பிய இவளிடம் அத்தகைய கடினமான பணியை டாக்டர் சுகாதி எதற்காக ஒப்படைத்தார். தனது மனுவில் தன்னைப் பற்றிய முழு விவரங்களையும் அவள் எழுதியிருந்தாள். இப்பணிக்குத் தான் பொருத்தமானவள் என்று அம்பா எப்படி முடிவெடுத்தாள்.

அறையின் ஜன்னல் வழியே, வெளியே சாம்பல் நிற வானத்தை அவளால் பார்க்க முடிந்தது. விரைவில் தூறல் விழுந்து

வளாகத்திலிருந்த அனைத்தையும் நனைக்கத் தொடங்கியது. காற்றை ஈரம் நிறைத்தது. அம்பா தன் கண்களில் ஈரத்தை உணர்ந்தாள். அவள் கண்களிலிருந்து கண்ணீர் வழிந்தது.

சில மணி நேரம் கடந்தது. அம்பா தன் கண்ணீரைக் கட்டுப்படுத்திக் கொண்டதோடு, தொடர்ந்து கூழாங்கற்களைப் பொறுக்குவதுபோல புதுப்புது சொற்களுக்கு பொருள் தேடிக் கொண்டிருந்தாள். இந்த (மருத்துவ) உலகத்தை தன்னால் காதலிக்க முடியும் என்ற முடிவிற்கு வந்தாள். ஏனெனில் அவளைக் கவர்ந்த டாக்டரின் உலகம் அது. அந்த டாக்டர் எங்கு சென்றான் என்ற சுவடேதும் இல்லை.

டாக்டர். ரஷத் குறித்த அம்பாவின் சிந்தனை அறுபட்டது. அவளது பார்வை சுருங்க, ஒவ்வொரு எழுத்தும் மங்கலானது. எந்தச் சத்தமும் அவள் காதில் விழவில்லை. ஆனால் சத்தங்களை அவள் உணர்ந்தாள். மேற்கூரையில் கரையான்களின் முனகல், சுவர்கள் வெடித்து சுக்கு நூறாகும் ஓசை, தாழ்வாரத்தில் மெல்ல நகரும் சக்கர நாற்காலியின் சத்தம், வெள்ளை அங்கியால் மூடப்பட்ட உடலைச் சுமக்கும் ஸ்டரெக்சர் கடந்து செல்லும் ஒலி.

பின்னர் சட்டென்று அறைக் கதவு திறந்துகொள்ள, அறையின் வெளிச்சமும் காற்றும் தாழ்வாரத்தில் பாய்ந்தது.

யாரேனும் பணியாள் வரலாம் என்று எதிர்பார்த்து முகத்தை நிமிர்த்திய அம்பா திகைத்துப்போனாள். கண்ணெதிரே கடவுளைக் கண்டாள்.

வெண்மையின் உருவமாக அவன் கதவருகே நின்றிருந்தான். அம்பா அவளது அரைகுறை ஆங்கிலத்தால் நிரம்பிய தாள்களை விட கூடுதல் வெண்மை. உண்மையில் அவன் ஒளிர்ந்தான். சற்று உற்றுப் பார்க்கிறபோது, அது (இந்தோனேசிய) ஸ்நேக் பழத்தின் சதை ஒளிர்வதை ஒத்திருந்ததை அறிய முடிந்தது. அவன் நிறம் என்ன? அந்த கணத்தில் அவள், அவளாக இல்லை என்பதை மட்டும் அவள் அறிந்தாள். தன் தங்கை அம்பிகா இளைஞர்களிடம் நடந்து கொள்வதைப் போல அம்பா சில நிமிடங்கள் அவனை பார்வையில் விழுங்கினாள்.

நாள் முழுவதும் அம்பா சிந்தனையை ஆக்கிரமித்த டாக்டர் ரஷத், அம்பிகாவை வெறித்துப் பார்க்கும் மற்ற ஆண்களைப் போலல்லாமல், அவளைக் கண்டு கொள்ளவில்லை. வேண்டுமென்றே அவளைப் பார்ப்பதைத் தவிர்ப்பது போல அவன் செய்கை தோன்றியது.

ஏன் அந்த பாராமுகம்? அவன் கண்களில் மின்னலெனத் தோன்றிய அந்த அச்சம் எதற்கு? அம்பாவிற்கு ஏதும் விளங்கவில்லை. முதல்நாள் இரவு மரங்களிலிடையிலிருந்து அவன் வெளிப்பட்ட அந்தக் காட்சியை அவளால் மறக்க முடியவில்லை. அவர்கள் ஆல மரத்தடியில் பேசிக்கொண்டிருந்த போது அவன் நன்றாகத்தானே இருந்தான். அவளுக்குத் திருமணம் உறுதி செய்யப்பட்டிருப்பதையோ அல்லது அவள் காதல் வாழ்வில் அதுவரை எவருக்கும் இடமில்லை என்பதையோ அவள் அப்போது அவனிடம் சொல்லவில்லையே? பின் ஏன் இவன் இப்படி நடந்து கொள்கிறான் என்று அவள் மனம் பதைபதைத்தது.

டாக்டர். சுகாதி அறைக்குள் வர, அந்த சூழலின் இறுக்கம் தளர்ந்தது. அம்பா நடுக்கத்தோடு தன் மொழிபெயர்ப்புப் பணியில் கவனம் செலுத்தத் தொடங்கினாள்.

"வாங்க டாக்டர் ரஷத்! இன்றைக்கு உங்களுக்கு அதிர்ஷ்டம் நிறைந்த நாள். இவர்தான் செல்வி. கினான்டி. நல்ல பெயர் இல்லையா? நீங்கள் அவளைச் சந்தித்திருக்க முடியாது என்று நினைக்கிறேன். இவள்தான் நமது மொழிபெயர்ப்பாளர். இவளை தொலைதூர யோக்யாகரட்டாவிலிருந்து கொண்டு வந்திருக்கிறோம்'' என்றார் டாக்டர் சுகாதி.

அம்பாவால் வெட்கத்தைத் தாங்க முடியவில்லை. அம்பா தன் தலையைத் தாழ்த்திக் கொண்டு, டாக்டர் சுகாதி அவளிடம் அளித்துள்ள ஆவணங்கள் பற்றி ரஷத்திடம் சொல்லிக் கொண்டிருந்ததை செவிமடுத்தாள். சட்டென்று தலை நிமிர்ந்தவள், டாக்டர் ரஷத் அவளைப் பார்த்துக் கொண்டிருப்பதைக் கவனித்தாள்.

"கினான்டி என்றா சொன்னீர்கள். அழகான பெயர்.'' மன்னிக்கவும், அது அபூர்வமான முதல் பெயர்'' என்றான் ரஷத்.

நேற்றிரவு அவள் தன் பெயரை அவனிடம் சொல்லவில்லையா? சரியாக அவளுக்கு நினைவில்லை. சொல்லவில்லை போலும்.

ஆமாம் சொல்லவில்லைதான். அவர்கள் ஏற்கனவே சந்தித்துவிட்டார்கள் என்பதை மறைக்க அவன் முயற்சிக்கிறானா? அம்பாவிற்குப் புரியவில்லை.

"கினான்டி என்பதுதான் உங்கள் பெயரின் முதல் பகுதியா?''

"அம்பா. அம்பா கினான்டி என்பது என் முழுப் பெயர்'' சிறிது நேரம் யாரும் எதுவும் பேசவில்லை.

"அது நாம் அடிக்கடிக் கேட்கக்கூடிய பெயரல்ல.' என்று சொன்ன டாக்டர் ரஷத்தின் குரலில் சிறு நடுக்கத்தைக் கண்டாள் அம்பா.

அம்பாவின் தொண்டை அடைத்துக் கொண்டது.

"ஆமாம். ஆமாம். நீங்கள் சொல்வது சரிதான். அது அபூர்வமான பெயர்.''

அதே சமயம் கிருஷ்ணா, யுதிஷ்டிரா, அபிமன்யு என்று ஜாவாவில் பிரசித்தி பெற்ற மகாபாரதப் பெயர்களை பட்டியலிட்டுக் கொண்டிருந்த டாக்டர் சுகாதி.

"ஆமாம். அம்பா என்ற பெயர் அபூர்வமானதுதான். ஏன் பெற்றோர்கள் தங்கள் குழந்தைகளுக்கு அப்படிப்பட்ட" என்று சற்று தயங்கிவிட்டு'' துர்க்கை அம்மனின் அவதாரப் பெயரை வைக்க வேண்டும்' என்றார்.

டாக்டர்சுகாதி சொன்னதற்கு எதிராக ஏதோ சொல்ல முனைந்தாள் அம்பா. சுகாதி வெட்கத்தோடு தலையைக் குனிந்து கொண்டு மேஜையின் மீதிருந்த தாள்களில் ஆழ்ந்துபோனார். சட்டென்று தாள் கற்றை ஒன்றை எடுத்தவாறு அம்பாவையும் திகைத்து நின்ற டாக்டர் ரஷத்தையும் நிமிர்ந்து பார்த்தார்.

"இந்த அறிக்கை சரியானதல்ல'' என்று ரஷத்திடம் சொல்லிவிட்டு அம்பாவிடம் மருத்துவமனையின் நடைமுறைகளை, மின்வெட்டு சமயத்தில் எப்படி நடந்து கொள்வது போன்ற விவரங்களை எடுத்துச் சொன்னார். பின்னர், தனக்கு அவசரமான பணியிருப்பதாகச் சொல்லிக் கொண்டு அவ்வறையைவிட்டு நீங்கினார்.

சுகாதி சென்ற பிறகு நிலவிய மௌனத்தில் அறையில் நிலவிய சூழல் மாறுவதை அம்பா உணர்ந்தாள். அசைவற்று கதவருகில் நின்று கொண்டிருந்த ரஷத் அம்பாவின் அருகில் சென்றான். நல்ல உயரம், தங்க நிறத்தில் மின்னும் கண்கள் கொண்டிருந்த ரஷத் அம்பாவின் கைகளைப் பற்றினான்.

"நான் சொல்லப் போவதைக் கேட்டு நீ என்ன நினைப்பாய் என்பதை நானறிவேன், அம்பா'' அவள் பெயரை உச்சரிக்கும் பொழுது அவன் குரல் சற்று நடுங்குவதை அம்பா கவனித்தாள்.

"நாம் முடிந்தவரை அறிவோடு நடந்து கொள்ள வேண்டும். ஏனெனில் இது நம் வாழ்க்கை. என்ன சரிதானே?'' என்றான் ரஷத்.

அவன் சொல்வது ஏதும் அவளுக்குப் புரியாத போதும் அவன் கைகளை இறுக்கமாகப் பிடித்துக் கொண்டாள்.

"என் பெயர் பீஷ்மா, பீஷ்மா ரஷத்''

புன்னகைக்க முயற்சித்துக் கொண்டிருந்த பீஷ்மாவைக் கண்டு அவள் சிந்தனை சிறகு விரித்தது. 'புன்னகை முன்னேற வேண்டுமானால் புன்னகைக்க வேண்டும். இந்த நாட்டில் புன்னகை செய்யாத எவனையும் பார்க்க முடியாதுபோலும்.'' சட்டென்று தன்னிடத்திலிருந்து எழுந்தவள்,'' 'மன்னிக்கவும்' என்று சொல்லியவாறு அறையை விட்டு வெளியே வந்தாள்.

வெளியே இருந்த பெஞ்சில் அமர்ந்து தன்னை ஆசுவாசப்படுத்திக் கொண்டாள். தாழ்வாரத்தில் எவருமில்லை. எனினும் சற்று தள்ளி ஆள் அரவம் கேட்டது. சற்று நேரம் கழித்து அந்த வழியாக வந்த நர்சுகள் அலுவலக அறைக்குள் தலையை நீட்டி பீஷ்மாவிடம் ஏதோ கேட்டுவிட்டுச் சென்றனர். அம்பாவிற்கு அக்கேள்விகள் எல்லாம் முட்டாள்த் தனமாகப் பட்டன. அவர்களின் நோக்கம் பீஷ்மாவைப் பார்க்க வேண்டும் என்பதுதான் என்று எண்ணினாள்.

'போதும் போதும்' என்று தனக்குத்தானே சொல்லிக் கொண்டு தன்னை ஒருமுகப்படுத்திக் கொண்டு, மீண்டும் அறையினுள் நுழைந்தாள். அவளுக்கு வேறு வழியில்லை. ஒன்று பீஷ்மாவைக் காதலிக்க வேண்டும் அல்லது அவனைக் கொன்றாக வேண்டும்.

அம்பா ஓரக் கண்ணால் கவனித்தாள். அவள் எழுதிய ஆவணங்களை பீஷ்மா புரட்டிக் கொண்டிருந்தான். ஆவணத்திலிருந்த ஓரிரு தெளிவற்ற வார்த்தைகளைக் கண்டு அவ்வப்போது பீஷ்மா சிரித்துக் கொண்டிருந்தான். 'என்ன சிரிப்பு வேண்டிக் கிடக்கு' என்று அம்பா எரிச்சலுற்றாள்.

ஒருவழியாக பீஷ்மா அறையை விட்டுச் சென்றதும் அம்பா அமைதியுற்றாள்.

சுற்றுச் சூழல் சட்டென்று குளிர்ந்து போனது, இதமாக இருந்தது. நிமிர்ந்து கடிகாரத்தைப் பார்த்ததும், மதியவேளை தாண்டிவிட்டதை உணர்ந்து அம்பா வியந்து போனாள். அவளுக்குப் பசிக்கவில்லை. மேலும் அவளுடன் பேசுவதற்கு முன்வராத நர்சுகள் மத்தியில், உணவறையில் அமர்ந்து உண்ண மனம் வரவில்லை. ஆனால் மனதில் ஆவல் எழுந்தது. காலை உணவின் போது அவளால் தெளிவாகக் கேட்க முடியவில்லை. மதிய உணவின்போது எவரேனும் பீஷ்மாவின் பெயரைச் சொல்லலாம். அதைக் கேட்கிறபோது அவளால் எப்படி வெட்கப்படாதிருக்க முடியும்?

முதல் நாளிரவு நடந்த நிகழ்வுகள் அவள் கண் முன் காட்சிகளாக கடைவிரித்தன. அவனுக்குப் பின்னால் மருத்துவமனை நோக்கி அவள் நடந்ததை, அவனிடம் வீசிய ஒளியை மின்விளக்கொளியில் அவள் கண்டுகொண்டதை, அவனது பின்புறத்தில் இறுக்கமாக இருந்த நீலநிறச் சட்டையின் கீழ்ப்பகுதி, அவள் வருகிறாளா என்று அவன் திரும்பித் திரும்பிப் பார்த்துக் கொண்டே இருந்த காட்சி என்று காட்சிகள் ஒன்றன்பின் ஒன்றாய் நினைவிற்கு வந்தன.

அவள் மதிய உணவிற்குச்செல்ல வேண்டாம் என்று நினைத்தாள். அவன் அங்கிருந்தால்--?- அவளால் தன்னைக் கட்டுப்படுத்த இயலும்-? படபடவென்று நாடி துடிக்கும், வாய் குழறும், கிழிந்து தொங்குவது போல இதயம் அடித்துக் கொள்ளும். அது மட்டுமல்ல. எவராவது அம்பாவின் பெயரையும் பீஷ்மாவின் பெயரையும் இணைத்துச் சொன்னால், 'ஒருவரின்றி ஒருவரால் வாழ முடியாதது என்பதுதான் விதி என்று தோன்றும்.

அவள் பயந்தது போல நடப்பதற்கு, அம்பா அறையைவிட்டு வெளியே செல்ல வேண்டிய அவசியம் ஏற்படவில்லை.

நர்சுகள் கூட்டமொன்று அறையினுள் நுழைந்தது. அவர்கள் பேசிக் கொண்டதைக் கேட்கக் கேட்க அம்பாவின் தலை சுற்றியது. விதவிதமான மனிதர்கள், விதவிதமான குரல்கள்.

"என்ன அழகு! என்ன நாகரீகம்!''

"இவன் இங்கே எப்படி வந்தான்?''

"அவன் ஒரு ஜெர்மனி பல்கலைக்கழகப் பட்டதாரி. பார்ப்பதற்கு ஜெர்மானியன் போல் தானிருக்கிறான். இந்த குக்கிராமத்திற்கு ஏன் வந்தான்? வேறெங்காவது நன்றாக வாழலாமே.''

"அவன் அடிக்கடி காணாமற் போய்விடுகிறான். ஓரிரு நாட்கள் அவனைக் காண முடிவதில்லை. மூன்றாம் நாள் காலை வந்துவிடுகிறான்.''

"வன்முறை மோதல்களில் காயமுற்றவர்களைக் கொண்டு வருகிறான். அவர்களுக்குச் சிகிச்சை அளிப்பதை நான் பார்த்திருக்கிறேன்.''

"அவன் செங்கொடி இயக்கம் சார்ந்தவன் என்று சொன்னார்கள்.''

"அவன் இந்தோனேசிய கம்யூனிஸ்ட் கட்சிக்காரன்.''

"கம்யூனிஸ்ட்களைத் தேடுகிறார்கள். இல்லையா?''

"அவன் பெயர் எனக்குப் பிடித்துள்ளது. கவர்ச்சியான பெயர்.''

"அது என்ன மலேசிய பெயரா, அரேபிய பெயரா?''

"மிகவும் அழகானவன்.''

"எதற்காக இங்கு வந்துள்ளான் என்று புரியவில்லை. ஒரே காரணம் அரசியலாக இருக்க முடியும். இல்லையென்றால் எங்காவது பெரிய நகரத்தில் பெரிய மருத்துவமனையில் இருந்திருக்கலாம்''

"அவன் ஜெர்மனியில் பட்டம் பெற்றான் என்பது பொய்யாக இருக்கலாம். அவன் ஜெர்மனிக்குப் போயிருக்கக் கூட மாட்டான்.''

"மன்னிக்கவும்'' அம்பாவின் குரல் அறையெங்கும் நிறைந்தது.

"அது ஒன்றும் பொய்யல்ல. அவன் தன்னை டாக்டர். ரஷத் என்று தான் சொல்லிக்கொள்கிறான். பீஷ்மா என்றல்ல. அவன் ஓர் ஐரோப்பியனாகவே இருக்கிறான். வெளிநாட்டில் பட்டம் படித்தவர்கள் வெளிநாட்டில்தான் பணிபுரிய வேண்டுமென்பதில்லை என்று என்னிடம் சொல்லியிருக்கிறான் கிழக்கு ஜெர்மனி ஒரு கம்யூனிஸ்ட் நாடு. அது, அங்கு படிப்பவர்களை நம் நாடு போன்ற இடங்களில் பணிபுரிய ஊக்கப்படுத்துகிறது என்கிறபோது இங்கு பணி செய்வதில் வியப்பில்லை. அவனைப் பொறுத்தவரை இது ஒரு சமூகப்பணி'' கன்னம் சிவக்க படபடவென்று பேசி முடித்தாள் அம்பா.

அம்பாவின் ஆழமான விளக்கத்தைக் கேட்டு மகிழ்ந்துபோன ஒரு நர்சு.

"ஆமாம்! ஆமாம். என்னிடம் டாக்டர் பீஷ்மா இதைத்தான் சொன்னார்'' என்று அம்பாவிற்கு இசைப்பாட்டு பாடினாள்.

ஆனால், அம்பாவின் உள்ளம் 'எல்லா ஆண்களும் ஒன்று தான்' என்று வெறுப்புடன் இரண்டுபட்டது.

"டாக்டருக்காக நீங்கள் மொழிபெயர்க்கும் ஆவணங்கள் ரசிக்கும்படி இருக்குமா'' என்று அதே நர்சு கேட்கும்பொழுது அவள் கண்களில் பொறாமை வழிந்தது. அனைத்து நர்சுகளும் தன்னை உற்று நோக்குவதை அம்பா உணர்ந்தாள்.

"ஆமாம்! வெப்ப மண்டல நோய்கள் குறித்து சில ஆவணங்கள் புதிய வெளிச்சத்தைத் தருகின்றன. அவையாவும் இங்கிலாந்து இதழ்களில் மட்டும் வெளிவந்துள்ளன. மயக்க நிலை மருத்துவம் குறித்தும் சில அற்புதமான ஆவணங்கள் உள்ளன. டாக்டர் பீஷ்மாவுக்கு, இவ்விரண்டு மீதும் அக்கறை உள்ளது. இவை பற்றி அறிவதன் மூலம் மேலும் சிறந்த அறுவை சிகிச்சை நிபுணர் ஆகலாம் என்று அவர் நினைக்கிறார். எனினும் இவை யாவும் மிகவும் கடினமானவை. என் ஆங்கிலமும் சிறப்பாக இல்லை. ஆனால் டாக்டர் பீஷ்மா போன்று அக்கறை' என்று சொல்ல வந்தவள் சற்றுத் தயங்கிவிட்டு,

"இதுபோன்ற ஆய்வுகள் மீது அக்கறையுள்ள ஒருவரைச் சந்தித்ததில் மகிழ்ச்சி'' என்று சொன்னாள் அம்பா.

மற்றவர்கள் அவளைக் குறித்து வேறேதும் தவறான கற்பனைக்குச் சென்றுவிடும் முன்னர், "ஏனென்றால் இன்றுள்ள சூழலில், இந்தோனேசிய டாக்டர்களுக்கு ஆய்வு மீது அக்கறை கொள்வது சிரமம்'' என்று தொடர்ந்து சொன்னாள்.

கண் சிமிட்டும் இடைவெளியில்

"அருமை, அற்புதம்'' என்றாள் தோழமை கொண்ட அந்த நர்சு.

இரவு எட்டு மணி வரை அம்பா அலுவலகம் விட்டு நீங்கவில்லை. ஓர் அறிக்கையைப் பார்ப்பதற்காகவோ அல்லது மருத்துவமனைத் தலைவருடன் பேசுவதற்காகவோ அல்லது இவளைப் பார்ப்பதுபோல் காட்டிக் கொள்வதற்காகவோ பீஷ்மா அறைக்குள்

வந்தபோதெல்லாம், அம்பா அவனைக் கண்டு கொள்ளவில்லை. அவளின் உறுதி கண்டு அவன் சற்று அஞ்சியிருக்கக்கூடும்.

அடுத்த நாள் காலை சால்வாவிடமிருந்து கடிதம் வந்தது. அவள் ஏன் வியப்படையவில்லை? உண்மையில் சால்வாவிற்குக் கடிதம் எழுதுவதை அநேகமாக அம்பா நிறுத்திக் கொண்டாள். ஆனாலும் சால்வாவிடமிருந்து கடிதம் தொடர்ந்து வந்து கொண்டிருந்தது. அந்தக் கடிதம் சொல்நயத்தோடு இருக்க வேண்டுமென்று அம்பா ஆசைப்பட்டாள். ஆனால் சொல்நயத்திற்கும் அக்கடிதத்திற்கும் காத தூரம்.

"அன்பிற்குரிய அம்பா,

எங்கு தொடங்குவதென்று எனக்குத் தெரியவில்லை. தன்னை மணக்கப்போகிறவள் மறைந்து வாழ்கிறாள். தானிருக்குமிடம் தன் பெற்றோருக்கும் நண்பர்களுக்கும் தெரிய வேண்டாம் என்று நினைக்கிறாள் என்பதை அறிந்தவன் நானாக மட்டும்தான் இருப்பேன். ஆனால் காதல் என்பது நம்பிக்கை. எனவே நான் கவலைப்படவில்லை.

அதனால் நான் உன்னை நினைத்துக் கவலைப்படவில்லை என்பதல்ல பொருள். நமது நீண்ட பிரிவிற்குப் பின்னர், உனது புதிய சூழலில் நீ எப்படி இருப்பாய் என்று கற்பனை செய்யமுடியவில்லை என்பதால் என் கவலை கூடுகிறது. நீ மருத்துவமனையில் பணியில் சேர்ந்த இந்த சில நாளில் உன்னால் மருத்துவமனை பயனடைந்திருக்கும் என்று நம்புகிறேன். நீ உன் திட்டம் குறித்து சொன்னபோது எனக்கு மகிழ்ச்சியில்லை. நான் சற்று வியப்படைந்தேன் என்று சொல்ல வேண்டும். நீண்ட தூரம், கூட்ட நெரிசல் மிக்க ரயில், பெட்டி படுக்கைகளோடு பயங்கரமான சூழலில் தனியே நீ பயணம் செய்ய வேண்டியதை எண்ணி நான் கவலை கொண்டேன். நான் எனது வேலையையெல்லாம் அப்படியே விட்டுவிட்டு உன்னோடு வந்துவிட வேண்டுமென்று பலமுறை ஆசைப்பட்டேன். பிறருக்குச் சேவை செய்ய வேண்டுமென்ற உன் விருப்பம் எனக்குப் புரிகிறது. உன் மீது எனக்குள்ள மரியாதையும் காதலும் மேலும் கூடுகிறது. உன்னைப் பார்க்க வரவேண்டுமென்று திட்டமிட்டேன். பின்னர் கடைசி நிமிடத்தில் என் திட்டத்தைக் கைவிட்டேன். உன்னை எக்காரணம்

கொண்டும் தொந்திரவு செய்யக்கூடாது என்று நினைத்தேன். நான் அங்கு வருவதால் பல குழப்பங்கள் ஏற்படும். நானிரவில் மருத்துவமனையில் தங்க முடியாது. உன்னை வெளியில் தங்கச் சொல்வது தேவையற்ற கேள்விகளை எழுப்பும். நமக்குத் திருமணமாகியிருந்தால்.. சரி அதை விடு, நாம் ஏன் திருமணத்திற்கு காத்திருக்க வேண்டுமென்று எனக்குப் புரிகிறது. நீ நன்றாக இருப்பாய் என்று நம்புகிறேன். உன் உடல் நலம் குறித்து எப்போதும் நீ உண்மை சொல்ல வேண்டும்.

ஏர்லங்கா பல்கலைக்கழகத்தில் என்னுடைய சிரமமான நாட்கள் தொடர்கின்றன. நான் நடத்தி வருகிற ஆசிரியர் பயிற்சி வகுப்புகள் சரிவர நடைபெறுவதில்லை. போதிய மாணவர்கள் வகுப்புக்கு வருவதில்லை. சில சமயம் அதனால் வகுப்பை ரத்து செய்வதைத் தவிர வேறு வழியில்லை. இன்றுள்ள பரபரப்பான நெருக்கடி மிக்க அரசியல் சூழலில் இது நான் எதிர்பார்த்ததுதான். கல்வித் துறை போதிய பணமின்றி நெருக்கடியில் உள்ளது. பயணத்திற்கான செலவினத்தைத் தான் முதலில் வெட்ட வேண்டியுள்ளது. மேலும் சாலைப் பயணம் பாதுகாப்பானது இல்லை. எந்த நண்பன் எப்போது எதிரி ஆவான் என்று ஒருபோதும் சொல்ல முடிவதில்லை. நம்மிடம் யார் சரியாக நடந்து கொள்ளவில்லை என்று அதிருப்தியாளர் பட்டியலிட்டுப் பயனில்லை. நமது அடுத்த வீட்டுக்காரன் நமக்கு எதிராக மாறக்கூடும்.

சென்றவாரம் சுர்யபயாவிலிருந்து செல்ல நேர்ந்தது. வழியில் கடிப்புராவில் மூன்று மணி நேரம் இருந்தேன். உன் பெற்றோரையும் உன்தங்கைகளையும் சந்திப்பது மகிழ்ச்சி தரும் என்று எண்ணினேன். அப்போதுதான் உன் குடும்பத்தின் மேல் எனக்கிருந்த விநோதமான பாசம் புரிந்தது. என் வீட்டிற்குச் செல்லும் வழியில் முடிகிற போதெல்லாம் உன் அம்மாவை பார்க்கச் செல்வேன். உன் அம்மா என்னிடம் அன்பாகவும் கரிசனத்தோடும் இருப்பார்கள். பாதி விலையில் கிடைக்கிற, புதையல் நிறைந்த பழைய புத்தகம் போல் ஏதோ ஒன்று என்னிடம் இருப்பதாக உன் அம்மாவிற்குத் தோன்றுகிறதாம். உண்மைதான்! நான் பலரும் எடுத்து புரட்டுகிற, புத்தகம்தான். ஆனால் என்னை எவரும் சொந்தம் கொண்டாடுவதில்லை.

உன் அப்பா சற்று வேறுபட்டவர், அன்பில் ஒன்றும் குறைந்தவர் அல்லர். சரியாகச் சொன்னால், அவர் ஒரு தத்துவவாதி. எந்த

உறவுமின்றி, அடையாளமுமின்றி இருப்பதை எண்ணி அஞ்ச வேண்டாம் என்று என்னிடம் சொன்னார். எவருமற்ற ஒருவரை குடும்பத்தில் ஏற்றுக்கொள்வது எப்போதும் எளிது என்றும் சொன்னார். நினைத்துப் பார்த்தால் அவர் சொன்னது முற்றிலும் சரி. உன் அப்பாவிடம் எனக்குப் புரியாத ஏதோ ஒன்றுள்ளது. அது உன் அப்பாவிடமிருந்து என்னை சற்று விலக்கி வைக்கிறது.

உனது இரட்டைத் தங்கைகள். அவர்களைப் பார்ப்பதற்கு முன் பலர் தங்களை அழகு என்று சொல்லிக் கொள்வார்கள். அவர்களின் புகழ் கண்டு அவர்களே அஞ்சுகிறார்கள். ஒன்று மட்டும் உறுதி. உன் குடும்பம் விரைவில் என் குடும்பமாக மாற உள்ள குடும்பம் உண்மையில் உன்னை இழந்து தவிக்கிறது. நீ இல்லாதபோது அவர்கள் அவர்களாக இல்லை.

உனது மருத்துவமனை பற்றி, உனது பணி பற்றி, நீ சந்திக்கும் மனிதர்கள் மற்றும் அவர்களின் கனவுகள் பற்றி, நாம் எதிர்பார்க்கிற சுதந்திரம் பற்றி என்று எல்லாவற்றையும் குறித்து நீ எனக்கு எழுத வேண்டும்.

சுதந்திரம் என்றதும், ஒன்று நினைவிற்கு வருகிறது. நான் சென்றமுறை உன் வீட்டிற்குச் சென்றிருந்தபோது அம்பிகா என்னை ஓரம் கட்டி, என்னிடம் பேச வேண்டும் என்று சொன்னாள். நான் அவள் சகோதரன் போல என்பதால் அதில் தவறேதுமில்லை என்றாள். உன் மீது அளவற்ற பாசம் வைத்திருப்பதாகவும், எப்போதும் பிரார்த்தனையின் போது, தாத்தா&பாட்டி, அம்மா&அப்பாவிற்கு அடுத்து மூன்றாவதாக உன்னை நினைத்துக் கொள்வாளாம். உன்னுடைய உடல் நலம் மற்றும் வளத்திற்காகவும், அனைவரையும் விட உனக்கு இனிமையான திருமணமும், குழந்தைகளுக்காகவும் அவள் வேண்டுவதாகச் சொன்னாள்.

உன் மகிழ்ச்சியில் நானும் ஓர் அங்கமாகிப் போனதால் அவளது பிரார்த்தனை வளையத்திற்குள் நானும் இருப்பதாகச் சொன்னாள். இவ்வளவு எதிர்பார்ப்புகளுக்கு மத்தியில் உன்னைப் பற்றிய ஒரு கவலையும் உள்ளதென கிசுகிசுத்தாள்.

ஒரு வழியாக அது என்ன கவலை என்று அவளைச் சொல்லவைத்தேன். உனக்குள் ஓர் உணர்வு கனன்று கொண்டிருப்பதாகச் சொன்னாள். உன்னுடைய கட்டுப்பாட்டில் இல்லாத அந்த உணர்விற்கு நீ சிறைப்பட்டு விடுவதாகவும், உனக்கு

அதனால் தீங்கேதும் நேராது என்று குடும்பத்தினர் அனைவரும் நம்புவதால் அது பற்றி எவரும் பெரிதுபடுத்துவதில்லை என்றும் அம்பிகா என்னிடம் சொன்னாள்.

அவ்வாறு சிறைப்பட்டிருப்பது அபாயமானது என்று நாங்கள் அறிவோம். நீ அதிலிருந்து விடுபட வேண்டும்.

நீ என் மனைவியான பிறகு உன்னிடம் அப்படிப்பட்ட உணர்வு இருக்காது. அதற்குக் கட்டுப்பட வேண்டிய தேவையும் இருக்காது. கடவுளின் அருளால் நீ என் கரங்களில் மிக மிகப் பாதுகாப்பாக இருப்பாய்.

என் குடும்பம் மிகுந்த இறைபக்தி கொண்ட குடும்பமானபோதும், நான் பொதுவாக கடவுளின் பெயரால் எதுவும் சொல்வதில்லை. ஆனால் உன் நலத்தையும், பாதுகாப்பையும் 'அவனிடம்' ஒப்படைக்கிறேன். நீ விரைவில் பாதுகாப்பாக, நலத்தோடு வீடு திரும்புவாயாக!...

என்றும் உன்னை விரும்பும்

சால்வா.

அம்பா இன்னும் அந்தக் கடிதத்தைப் பார்த்திருக்கவில்லை. அதிகாலைப்பொழுதில் மேஜை மீது அக்கடிதம் கிடந்தது. அம்பாவிற்கு அதைப் பார்த்தபொழுது, வெற்று மேசை மீது, ஏதோ ஒரு ஆசையில் எழுந்து போக வேண்டுமென்ற எண்ணத்தோடு ஒரு பெண் கால் மடக்கிப் படுத்துக் கிடப்பதுபோல் தோன்றியது. அம்பா உணவறையில் நுழைந்தபோது பொழுது விடியவில்லை. கூட்டம் வருவதற்குள் அம்பா தன் காலை உணவை முடித்துவிட நினைத்தாள். அவள் எண்ணத்திற்கேற்ப எல்லாம் அமைந்தது. சமையலறையில் காபி இல்லை. எவருமில்லை. இரைச்சல் இல்லை. அவளிடம் விளக்கம் கேட்க நாய்களும் பூனைகளும் மட்டுமிருந்தன. ஒரு வழியாக சமையல் பெண்மணி காப்பியும் சில ரொட்டித்துண்டுகளும் கொண்டு வந்தபோது, அம்பா பிச்சைக்காரியைப் போல அவற்றை பரபர என்று தின்று தீர்த்தாள்.

அவளுக்கு முன்பு பீஷ்மா காலை உணவை முடித்திருப்பானோ என்ற ஐயம் அவளுக்குள் எழுந்தது. 'அவன் காலை உணவு

உண்டானா அல்லது அதை எடுத்துக் கொண்டு சென்றானா, நீ அவனைப் பார்த்தாயா' என்று அம்மை தழும்பு முகம் கொண்ட, 14 வயதான அந்த சமையல் பெண்மணியிடம் கேட்க நினைத்தாள் அம்பா. தனக்குப் பைத்தியம் பிடித்துவிடவில்லை என்பதை உறுதி செய்யும் வகையில், தான் நினைத்ததை சமையல் பெண்மணியிடம் கேட்க முனைந்தவள், மூளையில் மின்னலென ஒரு ஒளி வீச சட்டென்று தன்னைக் கட்டுப்படுத்திக் கொண்டாள். இதைவிட என்ன துன்பம் இருக்கும்? இதைவிட தாழ்ந்து போக முடியுமா?

நம்பிக்கை நட்சத்திரம் போல, தற்காலிக அமைதி தருவதுபோல, சால்வாவின் முகம் அவள் மனக்கண்ணில் மின்னலெனத் தோன்றியது. சால்வாவிற்கு ஒரு தீர்க்கதரிசியின் முகம், ஆசையை வென்ற காதல் முகம். ஆனால் அம்பா, சால்வாவைப் பற்றி நீண்ட காலம் நினைக்கவில்லை. இப்பொழுது ஏன் நினைக்கத் தொடங்க வேண்டும். கவலை தோய்ந்த சிந்தனைகள் அன்றி வேறெதுவும் இல்லாத சூழலில், காப்பிக் குவளையில் கரு நிற மண்டியை மிச்சம் வைத்துவிட்டு, அம்பா எழுந்தாள். கனத்த இதயத்தோடு தன்னறையை நோக்கி நடந்தாள்.

பீஷ்மாவின் அறையைக் கடக்கிறபோது சற்றுத் தயங்கினாள். ஆனால், ஓடும் நீரும் மரமும் அசைவற்றுநிற்க, பறவைகள் கூட, தங்களுக்குத் தெரிந்து குறித்து குறிப்பேதும் காட்ட மறுத்துவிட்டன. அந்த அளவு உலகம் அமைதியாகிப் போனது. தளர்வோடு அறைக்குள் சென்ற அம்பா சுவரில் சாய்ந்தவாறு படுக்கையில் விழுந்தாள். அவள் பணியைத் தொடங்க இன்னும் அரை மணி நேரமிருந்தது. டாக்டர் சுகாதிக்கு முன்பே அலுவலகம் சென்றுவிட வேண்டுமென்பதைதனது தனிப்பட்ட இலக்காகக் கொண்டிருந்தாள். அதையாவது வென்றுவிட வேண்டுமென்று நினைத்தாள்.

பீஷ்மாவின் மரவாசனையும், அவனது நீல ஒளி வீசும் விழிகளும், மனக்கண்ணில் மீண்டும் தோன்ற, கண்ணயர்ந்து போனாள். காலை மணி 6.30ஐத் தாண்டியிருந்தது. வழக்கத்தை விட ஐந்து நிமிடம் தாமதமாகி விட்டதென்று அம்பா அரக்கப்பரக்க படுக்கையிலிருந்து எழுந்தாள். முகத்தைக் கழுவினாள், கையில் கிடைத்த ஒரு புத்தகத்தை, மதிய உணவு இடைவேளையில் படிக்க, கையில் எடுத்துக் கொண்டாள். அலுவலகம் நோக்கி மூச்சிரைக்க ஓடினாள்.

அங்கு அவள் சென்றபோது, அலுவலகம் திறந்து இருந்தது. டாக்டர் சுகாதி அவளை முந்திக் கொண்டார். நேரத்தை வீணடிக்காமல், அம்பா தன் பணியைத் தொடங்கினாள், ஒரு கட்டுரையின் முதல் வரிகள் அவளைப் பார்த்து நகைத்தன. 'டை எதில் கார்பமைசின்' என்ற வேதிபொருள் கலந்த உப்பை நீண்ட காலமாகத் தொடர்ந்து பயன்படுத்தி வந்ததன் விளைவாக, சீனாவில் யானைக்கால் நோய் விரட்டப்பட்டது.'

அம்பா தன்னை ஒருமுகப்படுத்திக் கொண்ட வேளையில், வெளியே தாழ்வாரம் பரபரப்பானது. கூடி வரும் காலடியோசை, கூக்குரல்கள், ஸ்ட்ரெச்சரின் சக்கரம் தரையில் உரசும் ஒலி அனைத்தும் அவள் காதில் விழுந்தன. என்ன நடக்கிறது என்று அறிந்து கொள்ள எழுந்தாள். இக்குழப்பத்தின் ஊடே பீஷ்மாவைப் பார்க்க முடியுமா என்றும் நினைத்தாள்.

அறையை விட்டு வெளியே வந்தவள், மக்கள் கூட்டம் புயலென அலைவதைப் பார்த்தாள். ரத்தம் தோய்ந்த சிவப்புத் துணிகளோடு ஸ்ட்ரெச்சர்கள் கடந்து சென்றன. வெளிஉலகமறிந்த பெயிண்ட் சிவப்போ, மிட்டாய் சிவப்போ அல்ல அது. அங்கே உயிர் கசிந்து கொண்டிருந்தது.

கட்டுப்போட பயன்படும் மருத்துவத்துணிகள், பிளாஸ்டிக் துண்டுகள், முகத்திரைகள் மற்றும் வெற்று பாட்டில்கள் என்று எங்கெங்கும் குப்பைகள். அம்பாவிற்குத் தலை சுற்றுவதுபோல் உணர்ந்தாள். உடம்பை சுவரில் சாய்த்துக் கொண்டு தாழ்வாரத்தில் பீஷ்மா தெரிகிறானா என்று பார்த்தாள். ஆனால் அதற்கான அறிகுறியே இல்லை. வார்டுகளுக்குச் சென்று பார்க்கவோ அல்லது அறுவை சிகிச்சை அறைக்குள் செல்லவோ அவளுக்குத் துணிவில்லை அவளைக் கட்டுப்படுத்தும் உணர்வு வழிகாட்ட தன் பணி அறைக்குத் திரும்பினாள். உயிர்களைக் காப்பாற்றுகிற, நோயாளிகளுக்காக கண்ணீர் வருகிற பீஷ்மாவை நினைத்துப் பார்த்தாள். அவளுக்குள் காதல் தீ கொழுந்துவிட்டு எரிந்தது.

அந்த சமயத்தில் சால்வாவின் கடிதம் வந்தது.

மணி மதியம் 12.45. அம்பாவின் வாழ்வில் அந்த ஆறுமணி நேரம் நீண்ட காலமாக இருந்தது. நர்சுகளும் அலுவலகப் பணியாளர்களும் மதிய உணவு இடைவேளையில் இருந்தனர். கரு மண் வாசனையோடு

சிகரெட்டின் கரும்புகையும் சேர்ந்து கொண்டது. தாழ்வாரத்திலிருந்து அறையில் நுழைவதற்கான கதவு திறந்தது. அம்பா தலை நிமிர்ந்தாள். பீஷ்மா முகத்தைப் பார்த்தால் கொல்லும் அழகு. அடிபட்ட வேங்கை. அடுத்த சில நிமிடங்கள், என்ன செய்கிறோமென்று அவளுக்குத் தெரியவில்லை.

அம்பா சட்டென்று எழுந்தாள். விதியிடமிருந்து தப்பித்து ஓடுவது போல பீஷ்மாவைக் கடந்து, அறையினுள் இருந்து வெளியேறி, தாழ்வாரத்தைக் கடந்து, வெட்ட வெளியில் வந்து புரியாத பாதுகாப்பில் இருப்பதுபோல் நின்றாள். தோட்டத்திலுள்ள இருக்கையொன்றில் அமர்கிறவரையில், பீஷ்மா அவளைப் பின்தொடர்ந்ததையும், அவளருகில் அமர்ந்து கொண்டதையும் அவள் அறிந்தாள் இல்லை.

அவள் இதயம் படபடவென்று அடித்துக் கொண்டது. அவளால் கண்களை உயர்த்திப் பார்க்க முடியவில்லை. பீஷ்மாவின் சுத்தமான, இளஞ்சிவப்பு நகங்களையும் அவனது வெள்ளை மேலாடையில் இருந்த இரத்தக் கறைகளையும் பார்த்தாள். அவன், அந்த அலங்கோல நிலையிலும் அவள் கண்களுக்கு கூடுதல் அழகாகவே இருந்தான்.

அவள் மூச்சு சீரான பின்பு 'என்ன நடந்தது?' என்று பீஷ்மாவிடம் கேட்டாள்.

"தீவிரவாத இளைஞர் குழுக்களுக்கிடையில் மற்றொரு மோதல்'' என்று சொன்னவன், பெருமூச்சு விட்டான்.

"கம்யூனிஸ்ட் ஆதரவு இளைஞர் குழுவான மக்களின் இளைஞர்கள் குழுவிற்கும், தேசிய ஒன்றிய கட்சியில் பன்சர் வாலிபர்களுக்கிடையிலும் மோதல் என்று வழக்கம்போல் சந்தேகம் உள்ளது. 12 பேர் காயம், இருவர் இறந்துபோனார்கள்'' என்றான் பீஷ்மர்.

பேசுவது தனது மன அழுத்தத்தைக் குறைக்கும் என்று நினைத்தவன் போல, மெல்லிய, கனத்த குரலில் பீஷ்மா தொடர்ந்தான்.

"இந்த இடம் வெடிக்கும் கொதி நிலையில் இருக்கும் என்று எனக்கு இங்கு வரும்போதே தெரியும். ஆனால் இந்த அளவு மோசமாக இருக்குமென்று எதிர்பார்க்கவில்லை.'' சற்றுத் தயங்கிவிட்டு, மீண்டும் தொடர்ந்த பீஷ்மா.

"கரும்பு ஆலைத் தொழிலாளர் சங்கத்திற்கு உதவ வர முடியுமா என்று லேக்ரா *(LEKRA)* வின் உள்ளூர் கிளையைச் சார்ந்த என் நண்பன் ஒருவன் என்னிடம் கேட்டபோது இங்குள்ள நிலைமை குறித்து எச்சரிக்கவும் செய்தான்'' என்றான்.

"ஓ.கே.. நீங்கள் அடிக்கடி காணாமல் போவதற்கு, அங்கு செல்வதுதான் காரணமா?

அவள் என்ன சொல்கிறாள் என்பது புரியாதது போல அவளை விநோதமாகப் பார்த்தான்.

அவள் கேள்விக்குப் பதில் சொல்லாமல், மோதல் குறித்து மீண்டும் பேசத் தொடங்கினான். பீஷ்மா.

"உனக்குத் தெரிந்திருக்க வாய்ப்பில்லை. இங்கிருந்து 5 கி.மீ. தொலைவிலுள்ள கரும் கிராமத்தலைவன் சில வாரங்களுக்கு முன்னால் எப்படி வெட்டி வீழ்த்தப்பட்டான். அவன் கம்யூனிஸ்ட் கட்சிக்காரன். தேசிய ஒன்றிய கட்சியின் ஆதரவாளர்கள் கம்யூனிஸ்ட் பாவிகளுக்கு எதிராக வெகுண்டெழுந்தார்களாம். கம்யூனிஸ்ட்களை நோக்கி அவர்கள் இடும் கூக்குரலை நீ கேட்க வேண்டும். உங்களைக் கண்டம் துண்டமாக வெட்டிச் சாய்ப்போம் என்பதோடு அவர்களின் நாய்களைக் குறித்து இழிவாகப் பேசுவார்கள். கம்யூனிஸ்டாக இருக்கலாம் என்ற சந்தேகத்திற்குரியவர்களைக் கூட வேட்டையாடுவார்கள். அவர்களின் வீடுகள் மீது கல்லெறிவார்கள், தீ வைப்பார்கள். வீட்டிலுள்ளவர்களை வீதிக்கு இழுத்து வந்து அடித்துத் துவைப்பார்கள்.

பேச்சை சற்று நிறுத்திவிட்டு, "அம்பா, நான் நிலைமை சற்று சீரடைந்திருக்கும் என்று நினைத்தேன். என்னை நானே ஏமாற்றிக் கொண்டேன்'' என்று சொன்னான் பீஷ்மா.

அவள் பெயரை எவ்விதத் தயக்கமுமின்றி உரிமையோடு சொன்னதைக் கேட்டதும் அம்பாவின் நாடி வேகமாக அடித்தது. துன்பத்தில் தோய்ந்த இன்ப நிலையாக அது அமைந்து போனது.

ஆனால் பீஷ்மா வெளியில் நடப்பவை குறித்த சிந்தனையில் மூழ்கி இருந்தான்.

"இந்த அளவு வன்முறையும், சகிப்பின்மையும் உள்ளபோது அமைதி திரும்பாது என்பதை நான் அறிந்திருக்க வேண்டும்.

உதாரணமாக, இன்று காலை என் அறுவை சிகிச்சைக்கு கொண்டு வரப்பட்ட இருவரைப் பார்த்தேன். 'கரும்' கிராமத்தைச் சார்ந்த அவர்களுக்கு வயது இருபதைவிடக் குறைவு; அவர்கள் கம்யூனிஸ்ட்கள். அவர்களில் ஒருவனிடம் பேசுவதற்கு, பின்னர் நேரமும் வாய்ப்பும் கிடைத்தது. பல மாதங்களுக்கு முன்னால் 'கனிகோரோ' என்ற இடத்தில் நடந்த ஒரு நிகழ்விற்குப் பழிவாங்கும் பொருட்டு அவர்கள் தாக்கப்பட்டிருக்கலாம் என்று நினைக்கிறேன்''

'இவன் எப்போதும் இப்படித்தான் கடுமையாக இருப்பானோ' என்று அம்பா எண்ணினாள்.

"இன்று காலை நடந்த மோதலை, தேசிய ஒன்றியக் கட்சி ஆட்களும் அவர்களது இளைஞரணியும் தூண்டியிருப்பார்கள் என்பது என் கருத்து. கடந்த ஜனவரி மாதம் 'கனிகோரோவில்' நடந்ததற்குப் பழிவாங்கவே இது நடந்திருக்க வேண்டும். அவர்கள் திருப்பி அடிப்பதற்கான நேரமிது'' என்றான் பீஷ்மா.

மக்களின் கொடூரம் குறித்தும் வன்முறை குறித்தும் பேசுவது எளிதல்ல. நல்ல மாற்றத்திற்காக என்றாலும், வன்முறை தொடங்கிவிட்டால் அதை எங்கு நிறுத்துவது எப்படி நிறுத்துவது என்பதை மக்கள் அறியமாட்டார்கள். வன்முறை தொடர் நிகழ்வாக மேலும் மேலும் வளர்ந்து ஒரு கட்டத்தில் அதன் துவக்கப் புள்ளி எது என்பது கூட மறந்துபோகும்.

அம்பா ஏதோ சொல்ல வாயெடுப்பதற்குள், பீஷ்மா மீண்டும் பேசத் தொடங்கினான்.

"நீ சொல்வது சரிதான். நான் அடிக்கடி மறைந்துபோகிறேன். மீண்டும் தோன்றும்போது, சங்கத்திலிருந்து நோய் வாய்ப்பட்டவர்களை அழைத்து வருகிறேன்.''

இந்த விளக்கத்தை அவன் சொன்னவுடன் என்ன பேசுவதென்று தெரியாது அம்பா நிற்க, அங்கு சற்று மௌனம் நிலவியது. பின்னர் மௌனத்தை உடைத்துக் கொண்டு அம்பா கேட்டாள்.

"இன்று காலை வன்முறையைத் தூண்டியவர்களில் தேசிய ஒன்றியக் கட்சியினரும் உண்டு என்று சொன்னீர்களே. அதற்குப் பின் விளைவு ஏதும் உண்டா?''

"ஆமாம். புதிய வன்முறைக்கான களம் உருவாகிவிட்டது என்று அவசர சிகிச்சைப் பிரிவில் உள்ள சிலர் சொன்னார்கள்.

‘அலுவலகத்தில் ஏதேனும் பயனுள்ள செய்தி நமக்காக இருக்கலாம் என்ற ஒரே சிந்தனையோடு இருவரும் அவசர கதியில் இருக்கையிலிருந்து எழுந்தனர். ஆனால் அங்கிருந்த ஏதோ ஒரு புதிய செய்தி "நாம்’’ என்பது மட்டும்தான்.

டாக்டர்.சுகாதி பெருங் கலவரத்தோடு திரும்பி வந்து மயிர்க் கூச்செரிவது போல் ஒரு செய்தியை சொன்னார்.

"இன்று காலை ஜகார்த்தாவில் ஏதோ பெரிய நிகழ்வு நடந்துள்ளது. காலை 7 மணி செய்தியை நீங்கள் கேட்கவில்லையா? அவன் பெயர் உண்டங் என்று நினைக்கிறேன். அந்த இராணுவ தளபதி வானொலியில் பேசினான். செப்டம்பர் 30 இயக்கம் என்று தன்னைத்தானே அழைத்துக் கொள்கிற ஒரு குழு, தலைமைத்தளபதி யானி உள்ளிட்ட ஆறு இராணுவத் தளபதிகளைக் கடத்திக் கொன்றுவிட்டதாம். வயிற்றைக் குமட்டுகிறதல்லவா? நடைபெறவிருந்த ஓர் இராணுவப் புரட்சியை அக்குழு தடுத்துவிட்டதாம். அனைத்து ஊடகங்களையும் தகவல் தொடர்புகளையும் கைப்பற்றி உள்ளதாம். அது மட்டுமல்ல! அக்குழு தலைவர் சுகர்னோவை பாதுகாப்பான இடத்திற்கு கொண்டு சென்றுள்ளதாம்.

அலுவலக அறை முழுவதும் கனத்த சூழல் பரவி நின்றது. வெளியே மக்கள் அங்குமிங்கும் ஓடிக் கொண்டிருந்தனர். எவருக்கும் எப்படி எதிர்வினையாற்றுவது என்ன நடக்கும் என்று ஒன்றும் புரியவில்லை. எங்கும் பதட்டமான உணர்வு நிலவியது. நாயைச் சுடுவதுபோல எவரைச் சுட்டு வீழ்த்துவது, எவரை வாழவிடுவது என்று தீர்மானிக்கும் கட்டுப்படாத எதேச்சதிகாரம் நிலவுகிறது என்ற உணர்வு மேலோங்கியது.

வானொலியில் அவர்கள் சொல்லும் வரையில் பொதுக்குழு, புரட்சிக்கரகுழு என்ற சொற்களை எவரும் அறிந்திருக்கவில்லை. திடீரென முன்னுக்கு வந்துள்ள இவ்வார்த்தைகளுக்கு என்ன பொருள் என்று அம்பாவிற்கு விளங்கவில்லை. இப்புதிய வார்த்தைகளுக்கு இப்பொழுது என்ன தேவை வந்துவிட்டது என்று அவள் நினைத்தாள். நர்சுகள், மருந்தாளுநர்கள், பணியாட்கள் என்று அலுவலக அறையினுள் குவிந்த அனைவரின் முகத்திலும் நிலைமையின் தீவிரம் குறித்த பதற்றத்தை அம்பாவால் உணர முடிந்தது.

அம்பாவின் அருகில் குனிந்து, காற்றாட வெளியில் செல்வோமா என்று பீஷ்மா கேட்டபோது அம்பா மறுக்கவில்லை.

எங்கே செல்கிறோம் என்று அறியாமல் மௌனமாக பீஷ்மாவைப் பின்தொடர்ந்த அம்பா, அவர்களிருவரும் முதல்நாள் இரவில் அமர்ந்து பேசிக்கொண்டிருந்த ஆலமரத்தடிக்கு வந்து சேர்ந்ததைப் புரிந்து கொண்டாள். விழுதுகளின் ஊடே புகுந்து அடர்ந்த நிழல் பகுதியை அடைந்தனர். அவர்கள் முன்பு அமர்ந்திருந்த, வேர் முண்டுகள் மீது கால்களை நீட்டி, நிதானமாக அமர்ந்து கொண்டனர். மெல்லிய தென்றல் காற்று வீசிச் சென்றது. பீஷ்மா மீண்டும் பேசத் தொடங்கினான். ஆனால் அவனது குரலில் முன்பிருந்த இறுக்கம் இல்லை.

"என்ன சொல்வது என்று தெரியவில்லை. இந்த புதிய சூழல் என்ன கொண்டு வருகிறது? சோகமா? அச்சமா. புரட்சிகர சூழல் என்றால் என்ன பொருள்? உலகம் மாற்றத்தின் விளிம்பில் நிற்கிறது என்று நீ நினைக்கிறாயா?'' என்று கேட்டுவிட்டு பீஷ்மா அம்பாவின் கண்களுக்குள் ஊடுருவி நோக்கினான்.

"மாற்றத்தின் விளிம்பா?'' என்று அவன் சொன்னதைத் திருப்பிச் சொன்ன அம்பாவிற்குத் தலை சுற்றியது. மழை நின்றதும் வீசிய காற்றில் மழை மணம் கவிழ்ந்தது. அம்பாவின் கையை மெதுவாக எடுத்து தன் கைக்குள் வைத்து மெல்ல அழுத்திய பீஷ்மா அவள் கைகளில் தன் உதடுகளை ஒற்றி எடுத்தான். ஒரு மணம் கஸ்தூரியா, ஒரு வகை பூவா - அம்பாவின் நாசியில் ஏற, "நான் காண்பது என்ன கனவா-? என்று அம்பா தனக்குள் கேட்டுக் கொண்டாள்.

"இல்லை, இது கனவு இல்லை. நிஜம்தான்'' என்று அம்பா பிதற்றிக் கொண்டிருந்த வேளையில் அவள் உதடுகளில் வெதுவெதுப்பான, இனிமையான ஈரப்பசையை உணர்ந்தாள். சோகம் நிறைந்த ஆழமான, அழுத்தமான நீண்ட அந்த முத்தம் அவளை என்ன என்னவோ செய்தது. அந்தக் கணத்தில், ரஷ்ய இலக்கியவாதி டர்கேனேவின் கதாபாத்திரமான எலினா, மலைமுகட்டின் விளிம்பிலிருந்து கீழே விழுவதற்கு முன் சொன்ன காதல் வார்த்தைகள் அம்பாவின் சிந்தனையை ஆக்கிரமித்தன.

அம்பாவையும் பீஷ்மாவையும் ஆலமரத்தரடி வரை பின் தொடர்ந்த கிழ கருப்பு நாயைத்தவிர வேறு எவருக்கும் அந்த இணை எங்கே சென்றதெனத் தெரியாது. எல்லாவற்றையும் பார்த்துக் கொண்டிருந்துவிட்டு, அந்த அறிவோடு அது பின்னர் மருத்துவமனைக்குள் சென்றது. அங்கே நர்சுகளும், மருத்துவர்களும் அரசியல் பேசுவதைத் தவிர்த்துவிட்டு தங்களது தட்டுகளில் குவிக்கப்பட்டிருந்த உணவோடு போராடிக் கொண்டிருந்ததைப் பார்த்தது. இரண்டு மாதங்களாக ஊதியம் பெறாத சமையல் காரர்களும், சுத்தம் செய்பவர்களும் வெகுவிரைவாக தங்கள் பணியை முடித்துவிட்டு வீடு திரும்பத் துடித்துக் கொண்டிருந்ததையும் அக்கிழட்டு நாய் கவனித்தது. கதவிற்குப் பின்புறம் வசதியாக அமர்ந்து கொண்ட அந்த நாய் தரையோடு தரையாகத் தன் மூக்கைப் பதித்துக் கொண்டது. பல ஆண்டுகளாக அந்தத் தரை கேட்டறிந்த காலடி ஓசைகளை உணர முயன்றது போலும்.

வேறு வழியின்றி, வேண்டா விருப்பாக இருவரும் ஒருவருக்கொருவர் விடைபெற்றுக் கொண்டு மருத்துவமனை திரும்பினர். ஒரு மணி நேரம் கழித்து பீஷ்மா சந்தித்தபோது அம்பா அமைதியாக, ஏதுமறியாதவள் போல முகமன் சொன்னாள்.

ஆனால் அலுவலக அறைக்குள் நுழைந்தவுடன், பீஷ்மா தந்த முத்தத்தைத் தவிர வேறு எதையும் சிந்திக்கும் நிலையில் அம்பா இல்லை.

அவள் பெற்ற முதல் முத்தம்! நீண்ட முத்தம் தான். ஆனால் சுருக்கமானது. ஏன் அவன் முத்தமிடுவதை நிறுத்திக் கொண்டான். முத்தமிட்டுக் கொண்டே இருக்கலாகாதா?

மாலை 4 மணி இருக்கும். அம்பாவிடம் நட்போடு பழகிய நர்சு, ஒரு தட்டில் உணவு எடுத்துக் கொண்டு வந்தாள்.

"அம்பா! நீ மதிய உணவு உண்ணவில்லையே. மதிய உணவைத் தவிர்ப்பது நல்லதல்ல என்று உனக்குத் தெரியாதா?"

எதிர்பாராத இந்த ராஜ உபசரிப்பைக் கண்டு அம்பா அதிர்ந்து போனாள். அந்த உணவகத்தில் மதிய உணவு விரைவில் தீர்ந்துவிடும் என்பதை அம்பா அறிவாள். இப்படிப்பட்ட மரியாதை அவளைப்

போன்ற புதியவர்களுக்குக் கிடைப்பது அரிது என்பதையும் அவள் அறிவாள். முன்புபோல் சிறுபிள்ளைத்தனமாக இருந்து விடாமல் அம்பா உணவை ஒரு கை பார்க்கத் தொடங்கினாள்.

காலம் கடந்து கொண்டிருந்தது. இரவு மணி 8.45 ஆகி இருந்தது. டாக்டர் சுகாதி அவரது அறையில்தான் இருந்தார். ஓவர் டைம் என்ற பேச்சு எழவில்லை. ஆனால் அன்றைய நாள் என்றைக்கும் போல் சாதாரண நாளில்லை. அறைக்குள் நுழைந்த பீஷ்மா, கத்தியால் ஏற்பட்ட காயத்திற்கு 15 தையல் போட வேண்டியிருந்தது என்று சொன்னான்.

எதிர்பாராதவிதமாக பீஷ்மா அம்பாவிற்கு அருகே வந்தான். குனிந்து, மொழிபெயர்க்கப்பட்ட ஆவணங்களை எடுத்துப் புரட்டினான். நடு நடுவே அவற்றில் சிலவற்றை வாய்விட்டு உரக்கப் படித்தான். இயல்பாக இருப்பதுபோல் அவன் நடித்துக் கொண்டிருக்கின்றான் என்பதை அம்பா அறிவாள். அவனைப் போல அவளுக்கும் கை நடுங்குவதை அவன் அறிவானா என்று எண்ணினாள் அம்பா.

டாக்டர் சுகாதி கையிலிருந்த பேனாவை கீழே எறிந்து விட்டு, "எனக்கு எவ்வளவு முக்கியமான வேலைகள் உள்ளன. இங்கே பாருங்கள், என் மேஜை மீது எத்தனை பயனற்ற தாள்கள். இன்று மேலும் 26 நோயாளிகள் மருத்துவமனையில் சேர்ந்துள்ளனர். அவர்களில் பாதி பேர் மோசமான நிலையில். போதிய மருந்தில்லை. ஊசியில்லை, கட்டும் துணி இல்லை. அடிப்படை வசதிகள் கூட போதுமானதாக இல்லை. உணவுப் பற்றாக்குறை வேறு. ஒருவாரத்தில் வலி நிவாரணிகளும் தீர்ந்துபோகும்'' என்று புலம்பினார்.

மூச்சுவிடாமல் பேசிய டாக்டர் சுகாதிக்குத் தொண்டை அடைத்துக் கொள்ள, நுரையீரல் வரை இருமினார்.

மற்றவர்கள், அனைவரும் மௌனம் காத்தனர். இரவு மணி 9. வானொலியில் இரண்டு நட்சத்திர அந்தஸ்து கொண்ட இராணுவ தளபதி சுகர்த்தோ உரையாற்றினார். இராணுவத்தின் தலைமைப் பொறுப்பைத் தான் ஏற்றுள்ளதாகவும் மற்றும் செப்டம்பர் 30 இயக்கம் என்ற பெயர்கொண்ட எதிர்ப்புரட்சிச் சக்திளை நசுக்கி விடுவதாகவும் அவர் அறிவித்தார். அவரது குரலில் அமைதி

இருந்தது. அதிகாரத் தொனி இருந்தது. அடக்கப்பட்ட சினம் இருந்தது. சுகர்த்தோவின் அறிவிப்பைத் தொடர்ந்து ஒலிபரப்பான செய்தி இராணுவத்தளபதிகள்கடத்தப்பட்டு கொல்லப்பட்டதையும் இராணுவப் புரட்சிக்கு எதிரான கண்டனத்தையும், நாட்டின் தலைவர் சுகர்னோவின் பாதுகாப்பிற்கும் நிலைமை சீராவதற்கும் அனைத்து நடவடிக்கைகளும் எடுக்கப்படும் என்பதையும் உறுதிப்படுத்தியது.

சில நிமிடங்கள், அம்பா, பீஷ்மா மற்றும் டாக்டர் சுகாதி மூவரும் பேச்சிழந்து நின்றனர்.

இன்னும் 24 மணி நேரத்தில் ஜகார்த்தாவில் பல மாற்றங்கள் நடந்தேறும் என்-று அம்பாவிற்குச் சொல்லப்பட்டது. ஆனால் இங்கு மருத்துவமனையில் ஒரு சூறாவளி அடித்து ஓய்ந்ததுபோல் இருந்தது. கொலைகாரர்களின் முக்கிய இலக்கான தளபதி நாசுசன் மட்டும் தப்பித்ததும், சுகர்த்தோ வானொலியில் தோன்றியதும், தோன்றினாலும் வாய்மூடி மௌனியாக நின்றதும், இராணுவ தலைமையை ஏற்காததும் விநோதமாக உள்ளதென்று டாக்டர் சுகாதி சொன்னார்.

"நாசுசன் சுகர்த்தோவைக்காட்டிலும் மிகுந்த பணி மூப்புடையவர். இராணுவத்தில் தலைமைப் பொறுப்பிலிருந்தார். எனினும் இப்போது இராணுவத் தலைமையை ஏன் ஏற்கவில்லை. பெயர் தெரியாத இந்த சுகர்த்தோவிற்கு ஏன் அடி பணிய வேண்டும்'' என்று மேலும் அரற்றினார். டாக்டர் சுகாதி.

அவருக்கு இது குறித்து மேலும் பேச வேண்டும் என்றிருந்தது. அப்படி ஒரு உணர்வு அவரிடமிருக்கும் என்று அம்பாவிற்கு தோன்றவில்லை. இது குறித்து விவாதிப்பதற்கான சூழலும், காலமும் அதுவல்ல. பல உணர்வுகளுக்கு உள்ளான அம்பா பீஷ்மாவை வேண்டுவதுபோல் பார்த்தாள்.

"தயவு செய்து எதுவும் பேச வேண்டாம். என்னை இங்கிருந்து வெளியே அழைத்துச் செல். என்னைப் பார்! எனக்குள் என்ன மாய் மாலம் செய்திருக்கிறாய் பார்! இன்று மதியம் என்னை முத்தமிட்டாய். ஆழமாக, அழுத்தமாக நீண்ட முத்தம் தந்தாய்'' என்று சொல்வது போல் பீஷ்மாவை பொருள் பொதிந்த பார்வையோடு பார்த்தாள்.

யாருமற்ற அந்தத் தாழ்வாரத்தில் அவர்களிருவரும் நடந்து செல்கையில், பீஷ்மா அம்பாவின் தோள்களில் மென்மையாகத் தட்டியவாறு,

"நான் உன்னை புண்படுத்திவிட்டேன். மன்னித்துவிடு'' என்றான். அம்பா எதுவும் சொல்லவில்லை.

"தயவு செய்து என்னைக் கண்டு அஞ்ச வேண்டாம்'' என்று மீண்டும் சொன்ன பீஷ்மா, அம்பாவின் பின்புறத்தில் தன் விரல்களைப் பரவவிட்டான்.

"என் உணர்வு முட்டாள்தனமானதுதான். விதிதான் அந்த உணர்வை விளக்க முடியும். நீ நம்பியாக வேண்டும். என்னுள் நீ ஆழமாக இருக்கிறாய் என்ற என் உணர்வை நீ நம்பத்தான் வேண்டும்.

அன்றிரவு பீஷ்மா தன்னறைக்குள் வந்தபோது அம்பா மறுப்பேதும் சொல்லவில்லை. உள்ளே வந்தவன் மெல்லிய பூங்கொத்தை அள்ளுவது போல அவளை அள்ளி எடுத்தான். படுக்கையில் மென்மையாகக் கிடத்தி அவள் மீது முத்தமழை பொழிந்தான். பின்னர் அவளை உற்று நோக்கினான். அழுத்தமான அந்தப் பார்வை, மென்மையான பருத்த மார்பகங்களை, அவற்றிற்கு இடையே நின்ற இடைவெளி, அதற்கும், கீழே ஓடிய அங்கங்கள் என்று அவள் மேனியை அளந்தது. அவன் அவசரப்படவில்லை. உச்சி முதல் உள்ளங்கால் வரை தன் கைகளாலும், உதடுகளாலும் அம்பாவின் உணர்ச்சி நரம்புகளை மீட்டினான். படித்திருந்தாலும், அதுவரை ஆண் மகனின் அந்தரங்கத்தைப் பார்த்திராத அம்பா பீஷ்மாவின் துடித்து நின்ற இளமை கண்டு திகைத்துப்போனாள்.

விடிவதற்கு ஒரு மணி நேரம் இருக்கும் வரை இருவரும் படுக்கையிலேயே கிடந்தனர்.

அம்பாவிற்குள் ஆயிரம் கேள்விகள் எழுந்தன. 'கண்களை மூடிக்கொள். எதைப் பற்றியும் சிந்திக்காதே' என்றான் பீஷ்மா.

பெண்மையின் ரகசியம் புரிந்தபோது, அதுவரை தானறியாத அம்பாவாகத் தன்னை உணர்ந்தாள். அவள் கற்பனை சிறகு விரித்ததும் கதிரவனின் கருணை ஒளி மழையில் அவளும், அவன் -குழந்தைகளும் நனைகிறார்கள்.

தான் ஒரு மயக்கமருந்து மருத்துவராக வேண்டுமென்பதே தன் விருப்பமாக இருந்தது என்று பீஷ்மா அம்பாவிடம் சொன்னான். ஆனால் அம்மாவோ, அவன் அறுவை சிகிச்சை நிபுணராக வேண்டுமென்று ஆசைப்பட்டாளாம். அவளது நீண்ட அடர்ந்த கூந்தலுக்குள் விரல்களை அளைந்தவாறு மேலும் சொன்னான்.

எனக்கு எப்போதும் பணத்தின் மீதும் புகழின் மீதும் ஆசை இருந்ததில்லை. இதய அறுவை சிகிச்சை மருத்துவராக ஒரு தனியார் மருத்துவமனையில் வேலை பார்த்தால், கார், பணக்கார மனைவி என்று ஆடம்பரமாக வாழலாம். நான் அப்படியொரு வாழ்க்கையை விரும்பவில்லை. அந்த பணமும், அது கொடுக்கும் தொல்லையுமாக 50 வயதிற்குள் இதய நோய் வந்துவிடும். மயக்க மருந்து மருத்துவர் சற்று வித்தியாசமானவர். அவர் எந்த மருத்துவமனைக்கும் அடிமையில்லை. நோயாளிகள் மீது அறுவை சிகிச்சை செய்வதற்கு ஏதுவாக, அவர்களை உறங்க வைக்கும் மருத்துவன், அவன். உறங்க வைப்பது மட்டுமல்ல, சிகிச்சைக்குப் பின் மீண்டும் நோயாளியை உறக்கத்திலிருந்து பாதுகாப்பாக விழிக்க வைப்பவனும், அவனே. ஆனால் அறுவை சிகிச்சையின் போது எவராவது ஒருவர் தைக்க வேண்டுமே! நான் அதைத்தான் செய்து கொண்டிருக்கிறேன்.''

தன்னை மறந்து பேசிக் கொண்டிருந்தவன் சட்டென்று தன்னுணர்வு பெற்று, அம்பா அச்சத்தில் மௌனமாகிப் போனதைப் பார்த்தான். "பெருமைக்காக சொல்லவில்லை. தைக்கிறபோது உயிர்களை வாழவைக்க கோடு போடுகிறோம். அதற்கு ஒரு திறன் வேண்டும். நிலவரைபடத்தின் மீது வரைகிற கோடல்ல அவை. அறுவை சிகிச்சை மருத்துவன் ஓர் ஓவியனல்ல. எனது மேனியில் உன் முகத்தை வரைவது போலல்ல. ஆனால் அதைச் செய்ய என் மனம் துடிக்கிறது.''

''எவ்வளவு வித்தியாசமானவனாக இருக்கிறாய். ஒரு கவிஞனைப் போல பேசுகிறாய்.''

"என்னை கிண்டல் செய்கிறாய். நான் கவிஞன் அல்லன். ஆனால் கவிதை எனக்குப் பிடிக்கும்.''

பீஷ்மா தன்னைப் பற்றியும் தன் குடும்பத்தைப் பற்றியும் அம்பாவிடம் விவரித்தான். அவன் ஜகார்த்தாவின் இதயப் பகுதியான

மென்டெங்கைச் சார்ந்தவன். இரண்டு வருடங்களுக்கு முன்புதான் ஜெர்மனியிலிருந்து இந்தோனேசியா திரும்பியிருக்கிறான். வயது 31. இன்னும் திருமணமாகவில்லை. அவனது பெற்றோர்கள் தாங்கள் வசித்துவந்த பாரம்பரிய வீட்டை இவன் பெயருக்கு மாற்றிவிட்டு, வேறொரு சிறிய வீட்டிற்குச் சென்றுவிட்டனர். அந்த பாரம்பரிய வீடு பீஷ்மாவின் அத்தை அவனுக்கு அளித்தது. பீஷ்மாவின் அம்மா மிரியம் ரவுத்தான் இதில் பிடிவாதமாக இருந்தாள்.

அவன் அம்மாவின் இயல்பு அது. வீட்டை பீஷ்மாவின் பெயருக்குப் பதிவு செய்துவிட்டு, பதிவு அலுவலகத்திலிருந்து வெளியே வந்தவுடன் "மகனே! இதோ உன் முதல் வீடு. இத்தனை வருடம் கல்வி பெற வெளிநாட்டில் துன்பப்பட்ட உனக்கு ஏற்ற பரிசு இது. ஏனெனில் உன்னைப்போல படித்த வளர்ந்த மனிதன் ஏதுமற்றவனாக இருக்கக்கூடாது'' என்று சொன்னாள் மிரியம்.

மிரியம் நான்கு குழந்தைகளின் தாய், பீஷ்மா அவளின் ஒரே மகன். அவனுடன் பிறந்தவர்கள் அனைவரும் பெண்கள். "பிரசவவலி வந்து 30 மணி நேரம் கழித்தே என் மகன் பிறந்தான். இவனுடைய பிறப்புதான் என்னை முழு பெண்ணாக்கியது.'' தன் உடன்பிறப்புகளிடம் அவள் அடிக்கடி சொல்வதுண்டு. பாராளுமன்ற ஜனநாயகம், சொத்துடைமை, நாட்டுப்பற்று ஆகிய கருத்தாக்கங்கள் குறித்து புதிய சிந்தனையோடு பல ஆண்டுகள் கழித்து பீஷ்மா தாயகம் திரும்பியிருந்தான்.

இந்தோனேசிய அதிகாரவர்க்கம் அவனுக்குப் பிடிபடவில்லை. குடும்ப விவகாரங்களும் அவனுக்கு ஒத்துவரவில்லை. ஜெர்மானியச் சிந்தனையோடும், முதல் தரப்பட்டத்தோடும், ஐரோப்பாவிலிருந்து திரும்பிய அவனது உடல்மொழி இந்தோனேசியாவிற்கு ஏற்றதாக அமைந்திடவில்லை. அரிதான திறன் கொண்ட, உலகை தனித்தே மாற்றும் இலட்சிய வேட்கை கொண்டவனாக, பீஷ்மா இருந்தான்.

பீஷ்மாவின் தந்தை சுமத்திராத் தீவின் மேற்குக் கடற்கரை நகரமான புக்கிட்டிங்கியைச் சார்ந்தவன். எரிமலை மற்றும் மலைமுகடுகளைச் சார்ந்து வாழும் இனத்தைச் சேர்ந்தவன். அவன் அம்மா மிரியம் மத்திய ஜாவாவைச் சேர்ந்தவள். அவள், டச்சுக் காலனிய காலத்து அதிகார வர்க்கக் குடும்பத்திலிருந்து வந்தவள் போலல்லாமல், தன் கணவன் குடும்பத்தின் பாரம்பரிய வீரத்தைப் பெற்றவள். பீஷ்மாவின் தந்தை 'ரவுத்' என்ற தன் குடும்பப் பெயரை

பீஷ்மாவிற்குத் தந்திருக்கலாம். ஆனால் பீஷ்மா குறித்த முக்கிய முடிவுகளை எல்லாம் அவன் அம்மாதான் எடுத்திருக்கிறாள். தன் பெற்றோர்களின் இரு குடும்ப பாரம்பரியங்களையும் தனக்கேற்றவாறு வரித்துக் கொண்டதாக பீஷ்மா சொன்னான்.

அம்மாவைப் போல தெளிவான நெஞ்சுரம் கொண்டவனாகவும், அப்பாவைப் போல தன்னை அறிந்தவனாகவும் சுய நிறைவுடையவனாகவும், சுய சிந்தனை உள்ளவனாகவும் தான் இருப்பதாக பீஷ்மா அம்பாவிடம் தன்னைப் பற்றி சொல்லிக் கொண்டான்.

இளம்வயதில் மேலாதிக்கம் கொண்ட தன் அம்மாவை எண்ணி வெட்கப்பட்டதுண்டு. அவன் தன் அம்மாவை மிகவும் வணக்கத்திற்குரியவளாகவே பார்த்தான். ஆனால் அதே சமயம் அவளின் அறிவும் திறனும் தன்னை ஒருவிதத்தில் முடக்குவதாக. எண்ணவும் செய்தான். இந்த உணர்வு அவன் ஹாலந்திற்கு பள்ளிப் படிப்பிற்காக அனுப்பப்படும் வரை அவளிடம் இருந்தது என்று அம்பாவிடம் சொன்னான். தன் பெற்றோரின் செல்வ நிலைமையை மறைப்பதற்காக தன் பள்ளித் தோழர்களிடம் பொய் சொல்லியிருக்கிறான். ஹாலந்தில் பயில்கிறபோது, முதலாண்டில் பாதி நாட்கள் தான் பணமின்றி சிரமப்பட்டதாகவும், குதிரைக் கறியை உண்டதாகவும், இந்தோ - சீனப் போரின்போது வியட்நாம்காரன் என்று தவறாகப் புரிந்து கொள்ளப்பட்டு, பிரஞ்சு வண்டியிலிருந்து கீழே இறக்கி விடப்பட்டதாகவும் என்று பல கற்பனைக் கதைகளை பல்கலைக்கழக நண்பர்களிடம் பலமுறை அளந்திருக்கிறான்.

அந்தக் காலத்தில் பணம் அனுப்புவது என்பது மிகவும் தாமதமாகும் நிகழ்வாகும். பீஷ்மாவுக்குரிய உதவித் தொகை கிடைப்பதற்குக் கால தாமதமாகும் சில சமயங்களில் நெருக்கடிக்கு ஆளாகி உள்ளான். ஆனாலும் அவன் ஒன்றை அறிந்திருந்தான். அவனது அப்பா அவனது கல்விச் செலவுகளுக்காக, ஓர் அறக்கட்டளையில் *1930* களில் பணம் போட்டு வைத்திருந்தார். அதனால் அவன் கல்விக்கு எவ்வித இடையூறும் வராது என்பதை அவனின் சகோதரி ஒருவன் மூலம் அவன் தெரிந்து வைத்திருந்தான். அறக்கட்டளையிலிருந்து அவனுக்குரிய மாதாந்திர உதவித்தொகை ஹாலந்தில் இருந்த அவனுடைய பாதுகாப்பாளர் கைக்கு காலந்தவறாமல் வந்துவிடும். சில சமயம் ஏற்படும்

தாமதம் கூட, அவன் கடுமையான வாழ்க்கை அனுபவத்தைப் பெறுவதற்காக பெற்றோர்கள் செய்த ஏற்பாடாக இருக்கலாமோ என்று அவன் நினைத்ததுண்டு.

டச்சு, ஜெர்மனி, பிரான்சு, இங்கிலாந்து மற்றும் ஐரோப்பிய நாடுகளின் வரலாறுகளையும் பூகோளங்களையும் கற்றுக் கொள்வதற்காக அவன் வேலை நேரத்திற்கும் அப்பால் கடினமாக உழைத்தான் என்று சொல்வது சற்று மிகையாக இருக்கலாம். எனினும், அவை குறித்து தனக்கு அதிகம் தெரியாது என்பதை ஏற்றுக் கொண்டான். அவனது பொழுதுபோக்கு நேரங்களை தனிப்பட்ட சிறப்பு வகுப்புக்கள் ஆக்கிரமித்து இருந்தாலும், அவன் சிறு வயதில் கற்றறிந்திருந்த டச்சு மொழிப்பாடத் தேர்வுகளிலிருந்து விலக்கு பெற்றிருந்தான். தான் சொன்ன பொய்க் கதைகளைப் பற்றி அம்பாவிடம் சொல்கிற போது அவன் கண்களில் ஒருவித பெருமை தெரிந்தது.

ஒரு பணக்காரச் சிறுவனின் குறும்புகளோடு, அவனின் நேர்மையான மன உணர்வுகளையும் வெளிப்படுத்துவதாக பீஷ்மாவின் சொல்லாடல் அமைந்தது. "நான் துயரத்தில் இருந்தேன் என்று நான் நம்ப வேண்டியிருந்தது. ஏன் தெரியுமா?" என்று பீஷ்மா கேட்டான். "எனக்கு எப்படித் தெரியும்'' என்று மனதுக்குள் நினைத்தை அம்பா சொல்லவில்லை. மாறாக,

"எனது வாழ்க்கை எளிமையானது. செல்வச் சிறுவர்களின் மனப்போராட்டத்தைப் பற்றி நானேதும் அறியேன். ஆனால் எனக்கு ஒன்று தெரியும். இவ்வுலகில் சிலர் அதிர்ஷ்ட சாலிகள். அவர்களுள் நானும் ஒருத்தி. எனது முயற்சி ஏதும் இல்லாமல் நான் விரும்பியது எனக்குக் கிடைத்தது. பல்கலைக் கழக கல்வியை விரும்பினேன். யோக்யாக ரட்டாவில் கத்ஜா மாதா பல்கலைக் கழகத்தில் கல்வி பயின்றேன், இதோ இப்போது இங்கே உன்னோடு இருக்கிறேன்'' என்றாள். இறுதி வரியைச் சொல்கிறபோது அவளுக்குள் என்னவோ செய்தது. புராணம் சொன்ன மாவீரன் பீஷ்மா உயிர் பெற்று வருவான். இதே மருத்துவமனையில், ஒரே அறையில் அவள் சுவாசிக்கும் காற்றை அவனும் சுவாசிப்பான் என்று அவளால் நம்ப முடியவில்லை. இது என்ன கனவா? அவளைச் சோதிக்க இவனை கடவுள் அனுப்பியுள்ளாரா? பீஷ்மா அவளை ஈர்த்துக் கொண்டானா? நாம் படித்தவற்றை, நமது அறிவாற்றலையும் கொஞ்சம் காட்ட வேண்டும்' என்றெல்லாம் அவள் சிந்தனை தறி கெட்டுப் பறந்தது.

"நீ அதிர்ஷ்டசாலி மட்டுமல்ல, பெரும் வரம் பெற்றவன். உன் வாழ்க்கையின் நோக்கத்தை நீ அறிந்து கொண்டது நீ பெற்றுள்ள வரம். ரஷ்ய எழுத்தாளர் டர்க்நெவ்வின் அரசியல் காதல் நாவலில் ***(On the eve Published in 1860)*** வரும் நாயகி எலினாவால் கவர்ந்திழுக்கப்பட்ட கதாநாயகன் இன்சாரோவ்வைப் போல 'இது தான் என் பாதை,' இதுதான் பயணம் என்று வாழ்க்கையைத் தேர்ந்தெடுத்தவன் நீ'' என்று மேலும் சொன்னாள், அம்பா.

அவள் சொன்னதை அவளே நம்பவில்லை. தான் என்ன சொல்ல விரும்பினோம் என்பதை அறியாமலேயே அவள் மேலும் மேலும் சொல்லிக் கொண்டே போனாள். உண்மையில் பீஷ்மாவின் சிந்தனையும் செயலும் அவள் சொன்னவற்றிலிருந்து முரண்பட்டவை. அம்பா கனவிலும் சந்தித்திராத ஒரு மனிதனின் வாழ்க்கையைப் போன்றே பீஷ்மாவின் வாழ்க்கை அமைந்து போனது.

இந்தோனேசிய மேட்டுக்குடி குடும்பம் ஒன்றைச் சார்ந்தவன் என்பதால் பீஷ்மாவால் டச்சு பல்கலைக்கழகத்தில் படிக்க முடிந்தது.

அவனை மருத்துவப் படிப்பிற்கு மேலை நாட்டிற்கு கப்பலில் வழியனுப்பியபோது அவன் பெற்றோர்கள் கண்ணீர் விட்டனர். அது மகனை பிரியப்போகிறோமே என்பதற்கான கண்ணீர் அல்ல. மாறாக தங்களைத் தாங்களே நியாயப்படுத்திக் கொண்ட கண்ணீர், கர்வம் தந்த கண்ணீர். தாயகம் திரும்பி நாட்டிற்குச் சேவை செய்ய அவர்கள் அவனுக்கு வழியமைத்துக் கொடுத்தனர். "நான் தாயகம் திரும்புவேன், என் மக்களை நோயண்டாமல் தடுப்பேன் மக்களின் உடல் நலம் காப்பேன், நோயைப் போக்குவேன்'' என்ற உறுதி மொழியோடுதான் அவன் கப்பலேறினான். ஆனாலும் அந்த உணர்வில் ஏதோ குறை இருப்பதாக அவன் உணர்ந்தான்.

மேலைநாடு, அவன் முயற்சிக்கேற்ற, புதுத் தோற்றமும், நடை உடை பாவனையும் தந்ததை அவன் அறிந்திருந்தான். ஆனால் குடும்பத்தாரின் ஆசைக்கேற்ப வடிவமைக்கப்பட்ட சிலையாக அவன் தாயகம் திரும்பவில்லை என்று எண்ணினான். அவன் பெற்றோர்கள் விரும்பிய ஐரோப்பாவாக ஐரோப்பா அமையவில்லை. அது அவனை வேறுவிதமாக செதுக்கியதில் ஐரோப்பாவிற்கும் பங்குண்டு.

இந்தோனேசியா திரும்ப வேண்டும் என்பதில் மட்டும் பீஷ்மா எப்போதும் தெளிவோடிருந்தான். அவன் அம்மாவின் பிள்ளை. அவன் நாடு திரும்பாமல், அவன் அம்மா இறந்துபோனால் அவன் தலை மீதே அப்பழி விழும். தாயின் ஒரே மகன் என்ற வகையில், பாவ புண்ணியங்களை அவன் அறிந்திருந்தான்.

அவனது நண்பர்களுக்கும் தாய்நாட்டின் பெருவாரியான மக்களுக்கும் அவனுக்குக் கிடைத்த கல்வி, உலகறிவு, வாய்ப்பு வசதிகள் கிடைக்கவில்லையே என்ற உணர்வில் வெட்கித் தலைகுனிவோடுதான் தாய்நாடு மீண்டான். ஐரோப்பிய வீதிகளில் நடமாடுகிறபோது வாய்ப்புவசதி பெற்ற மிகச் சிலரில் தானும் ஒருவன் என்ற குற்ற உணர்வு அவனுக்கிருந்தது. 'ஜெர்மானியப் புரட்சிக்காரி ரோசா லம்பர்க் சொன்னதுபோல, "என் நாட்டு மண்ணின் மேகங்களும், பறவைகளும், மக்களின் கண்ணீரும் என் இதயத்தின் உறைவிடமாகட்டும்" என்ற ஏக்கத்தோடு தான் ஐரோப்பிய வீதிகளில் அலைந்தேன்'' என்றான்.

"1919ல் வலதுசாரித் தீவிரவாதிகளால் சுடப்பட்டு ரோசாலம்பர்க் லந்துவர் வாய்க்காலில் **(Land wehr Canel)** வீசி எறியப்பட்டாள். அந்த வாய்க்காலில் மலரஞ்சலி செலுத்துகிற போதெல்லாம் அவள் வார்த்தைகளே எனது பிரார்த்தனைக் கீதங்களாக இருக்கும். எனது நாட்டிற்கு நான் திரும்ப வேண்டும் என்ற உறுதியை எனக்குத் தந்த வார்த்தைகள், அவை"

என்றும் மேலும் சொன்னான் பீஷ்மா.

சட்டென்று தன் பேச்சின் திசை மாற்றி, "உனக்கு பிரக்ட்டைத் தெரியுமா?'' என்று கேட்டு விட்டுத் தொடர்ந்தான்.

"அவனும் என்னுள் தாக்கத்தை ஏற்படுத்தியுள்ளான்."

"மகிழ்வும், நல்ல உணர்வும் மானுடத்தின் சொந்தம் என்று சொன்னவன் அவன். ஆனால் அவன் ஒரு பெண் பித்தன். பெண்களைக் குறித்த அவனது பார்வையால் அவனுக்கு பல பகைவர்கள் உண்டு. அவனது முற்போக்கான கருத்துகளெல்லாம் ஒருபுறமிருக்க, ஆண், பெண் உறவு குறித்து இப்படிச் சொன்னான். 'ஆண் - பெண் உறவு ஒரு ஒப்பந்தமாகும். இதன் மூலம் ஆண் மகன் ஏராளமானதைப் பெற முடியும். பெண் ஏராளமானதைக் கொடுக்கப் பிறந்தவள்."

"நான் அவனை முற்றிலும் வெறுத்திருப்பேன்'' என்றாள் அம்பா. அதை அவள் உணர்ந்து சொன்னாள். தன் வாழ்க்கையிலுள்ள ராஜ போக ஆண்களை, தன் தந்தையை, சால்வாவை, நினைத்துக் கொண்டாள்.

"நீ வெறுப்பாய் என்று எனக்குத் தெரியும்'' என்று சிரித்தவாறு சொன்னான். பீஷ்மா.

"அந்த யதார்த்த மனிதன் அதுபற்றியெல்லாம் சிந்திக்கவில்லை. எனினும் அவனிடம் சில சிறப்புகள் உண்டு. அவனது படைப்புகள் எனக்கு நிரம்பவும் பிடிக்கும். எனது இந்த அபிமானம் சார்புடையதாகக் கூட இருக்கலாம். இடதுசாரிகளின் கடுமையான விமர்சனம் கூட அதற்குக் காரணமாக இருக்கலாம். அவ்விமர்சனம் வர்க்க பேத அடிப்படையிலானது. அவனும் என்னைப்போல அதிகார வர்க்கத்தைச் சேர்ந்தவன். 'மார்க்சியம், முதலாளித்துவம் மீதான அவனது விமர்சனம், அவனது கலைக்கான உந்து சக்தியான அறம் ஆகியவை குறித்த அவனது புரிதல் மேலெழுந்தவாரியானது என்று பலர் நினைக்கலாம். அது பற்றி எனக்குக் கவலையில்லை. என்னைப் பொறுத்தவரை, அவனும் ரோசாலம்பர்க்கும் என் கடவுள்கள்.''

அவன் ஐரோப்பாவிற்குச் செல்வதற்கு பத்து வருடங்கள் முன்பு வரை, சுகர்னோவின் வசீகரத்திற்கு பீஷ்மாவும் கட்டுப்பட்டவனாக இருந்தான். அவன் ஒன்றும் விதிவிலக்கல்ல. இன்றுவரை அந்த அபிமானம் தொடர்கிறது. ஆனாலும் இந்தோனேசியர்கள் ஒரே அடியாக சுகர்னோவை சார்ந்திருப்பது, பீஷ்மாவிற்கு கவலையளித்தது.

1957ல் சுகர்னோ 'வழிகாட்டப்பட்ட ஜனநாயகம்' என்ற கோட்பாட்டை அறிவித்த பிறகு, அவர் மீதான தனிநபர் வழிபாடு பீஷ்மாவிற்கு குறையத் தொடங்கிவிட்டது. அக்கோட்பாட்டின் ஒரு விளைவாக சுகர்னோவிற்கு மேலை நாடுகள் மீதிருந்த வெறுப்பு வளரத்தொடங்கியது. முதல் உலகப்போரின் போது ஜெர்மனியை உலுக்கிய சமூக தேசப் பற்றிற்கும், சுகர்னோவின் இந்த வெற்றுக்கூச்சலுக்கும் என்ன வேறுபாடு? உண்மையான சோசலிசவாதிகள் பயமேதும் பெறாதபோது, தேசப்பற்றிற்கு இடமேது-? என்பதில் பீஷ்மாவிற்கு ஆழ்ந்த நம்பிக்கை இருந்தது.

'புரட்சியின் பெருந்தலைவர்,' 'வாழ்நாள் அதிபதி' மற்றும் 'மாண்புமிகு' என்ற வளர்ந்துவந்த சுகர்னோவின் சுய அபிமானப் போக்கு பீஷ்மாவுக்கு வெறுப்பைத் தந்தது. 'அவன் இறந்துவிட்டால் என்ன ஆகும்?' என அவரது ஆதரவாளனான ஒரு நண்பனைக் கேட்டான். நண்பா, அவர் இறந்துபோனால் என்ன, புரட்சி தொடரும். இது போன்ற அதிகப் பிரசங்கித் தனமான கேள்விகளை நீ கேட்காதே'' என்றான்.

அதுமுதல் இதுபோன்ற கருத்துகளைப் பேசாமல், பீஷ்மா மௌனியானான். ஒருமுறை அவனது பழைய நண்பர்களும் சில உறவினர்களும் பேசிக் கொண்டு இருந்தனர். சுகர்னோவைப் பற்றி வம்பளப்பதே அவர்களின் பொழுதுபோக்கு. "ஏன் பாலுணர்வின் அறம் பற்றி பேசுகிறீர்கள். ஊழல்வாதிகளை தூக்கில் போடுவதைப் பற்றி பேசினால் என்ன'' என்று பீஷ்மா கேட்க, அனைவரும் அவனைப் பார்த்து சிரித்தனர். 'பீஷ்மாவை நேர்மையானவனாக வைத்திருக்க மென்டெங்கைச் (அவன் அப்பாவின் ஊர்) சார்ந்த வசதி படைத்த அழகான பெண் ஒருத்தி வர வேண்டும்'' என்று அவர்களில் ஒருவன் கிண்டலாகச் சொன்னான்.

அந்த இரவு நேரம் மெதுவாகவும் மென்மையாகவும் கடந்து கொண்டிருந்தது. அதிகாலை மூன்று மணி இருக்கும். அம்பா கால நேரத்தை மறந்து வேறொரு உலகில் மூழ்கிப் போனாள்.

'லெய்ப்ஜிக் நகரம் எதுபோலிருக்கும்' என்று திடீரெனக் கேட்டாள் அம்பா.

வெளிநாடுகளுக்கு மட்டுமல்ல, ஜகார்த்தாவிற்குக் கூட பயணம் செய்திராத அம்பாவிற்கு அந்த ஜெர்மானிய நகரத்தை கற்பனை செய்து பார்க்க முடியவில்லை. அவளுக்கு ஜெர்மன் தேசம் கிழக்கு ஜெர்மனி, மேற்கு ஜெர்மனி என ஏன் இரண்டானது என்பது குறித்துக்கூட தெளிவு இல்லை.

'லெய்ப்ஜிக் சற்று வித்தியாசமான நகரம்'' என்று சொன்னபோது பீஷ்மாவின் கவனம் திசை மாறியது. அம்பாவின் திறந்த முதுகின் மீது அவன் பார்வை நிலைகுத்தி நின்றது.

அம்பாவின் கேள்வி அவன் உணர்ச்சியைத் தூண்டிவிட்டது. பீஷ்மா அவளை குப்புறப் படுக்க சொல்லிவிட்டு, அவள் கழுத்திலும் தோள்களிலும் முத்தமிடத் தொடங்கினாள். அவள் மேல் பரவிக்

கிடந்த பீஷ்மாவின் எடையையும், அவனது உதடுகளும் நாவும் எழுப்பிய சத்தங்களை மட்டும் அம்பா சற்று நேரம் உணர்ந்திருந்தாள்.

தனது தன்னிறைவு உணர்வு குறித்துத் தான் பெருமை கொள்ளவில்லை. ஆனால் அவ்வுணர்வை ஊட்டிய லெய்ப்ஜிக், இருளுக்குள் உறைந்திருக்கும் அழகானவற்றை அடையாளம் காண அவனுக்குக் கற்றுக் கொடுத்தது என்றான். அங்கிருந்த ஜெவான்தஸ் இசைக்குழுவைத் தனக்கு மிகவும் பிடிக்கும் என்றான். லெய்ஸ்பர்க் குறித்த இனிய நினைவுகள் என்றும் நிலைக்கும் என்ற பீஷ்மா ஒவ்வொரு நகரமும் மற்றதிலிருந்து வேறுபடுகிறது என்று சொன்னான். அவன் மூன்றாண்டுகள் வாழ்ந்த லெய்டன் நகரத்திலிருந்து லெய்ப்ஜிக் நகரம் முற்றிலும் மாறுபட்டது. இன்னும் சொல்லப்போனால் அவன் பயணம் செய்திருந்த மேற்கு ஐரோப்பிய நகரங்கள் அனைத்திலிருந்தும் லெய்ப்ஜிக் வேறுபட்டிருந்ததாகச் சொன்னான்.

லெய்ப்ஜிக் ஒரு சோகம் ததும்பும் நகரமாக இருந்தது. தோட்டத்தால் சூழப்பட்ட அந்நகரம் ரகசியம் நிறைந்ததாக இருந்தது. அந்நகரத்தின் நாடி நரம்புகளை இன்று கூட பீஷ்மாவால் உணர முடிகிறது. பெரும் கட்டிடத் தொகுப்புக்களுக்கு ஊடே யாரும் அறியாவண்ணம் மறைந்து கிடந்த சந்து பொந்துகளில், ஜெர்மன் காவலர்கள் கண்ணில் படாமல் அவன் தன் நண்பர்களைச் சந்தித்திருக்கிறான். வானொலி நாடக எழுத்தாளர் ஒருவனும், யூத இன ஆய்வாளன் ஒருவனும் மற்றும் ஒரு சிற்பியுமே அவனது நெருங்கிய தோழர்கள்.

எவ்வித அக்கறையுமற்ற தொனியில் மோனிகாவைப் பற்றியும் அம்பாவிடம் சொன்னாள். அவள், ரன்ட்பங்கில் உள்ள வானொலி எழுத்தாளராகப் பணியாற்றியவள். இரவுப் பணி முடிந்தபிறகு அவள் பீஷ்மாவிற்கு பிரெக்ட் மற்றும் பால் செலன் இருவரின் காதல் கவிதைகளைப் படித்துக் காட்டியிருக்கிறாள்.

கிழக்கு ஜெர்மானியர்கள் பால்செலன் கவிதைகளை விரும்பிப் படித்தனர். அதிலும் குறிப்பாக, பால்செலன் 1950களில் மேற்கத்திய இலக்கிய, அரசியல் நிறுவனங்களிலிருந்து விலக விரும்பிய பின்னரே மக்கள் பால்சலனை மிகவும் விரும்பினர். மோனிகா பால்செலனைக் காதலித்தாள். ஆனால் திடீரென ஒருநாள் மேற்கு ஜெர்மனிக்குப் பறந்து சென்ற மோனிகா மீண்டும் கிழக்கின் பக்கம் திரும்பவில்லை.

"நீ அதை இழந்துவிட்டாய் என்று சொன்ன அம்பாவிற்கு தான் 'அதை' என்று எதைச் சொன்னோம் என்று பிடிபடவில்லை. வெகு தொலைவிலுள்ள, அறியாத, வித்தியாசமான இடத்திலிருந்து விட்டு, வீடு திரும்பும் போது எப்படிப்பட்ட உணர்வு இருக்கும் என்று நினைத்து வியந்து போனாள் அம்பா.

எல்லா ரகசியக் காதலர்களைப் போல அவர்களும் கவனமாக இருக்கத் தொடங்கினர். பீஷ்மாவிற்கு முன்பாக, காலை 6.25க்கு அம்பா அலுவலகத்திற்கு வந்துவிடுவாள். காலை 7 மணி வாக்கில் அலுவலக அறைக்குள் பீஷ்மா நுழைந்தவுடன், ஒருவருக்கு, ஒருவர் முகமன் கூறிக்கொள்வர். 'என்ன சௌக்கியமா?', 'காலை வணக்கம்', 'ஏதேனும் என்னிடம் விவாதிக்க வேண்டுமா' போன்ற பொதுவான வார்த்தைகளை உதிர்த்துவிட்டு, 5 நிமிடத்திற்குள் பீஷ்மா அலுவலகத்திலிருந்து வெளியேறி விடுவான். உணவறையில் கூட இருவரும் சேர்ந்து உணவருந்துவதில்லை.

அழகான ஓர் ஆணும் பெண்ணும் தங்களுக்கிடையிலான உறவை மறைப்பதற்காக இயல்பிற்கு மாறாக அவர்கள் நடந்து கொள்கிறபோது, கூடுதல் கவனத்தைப் பெறுகிறார்கள். இந்த உண்மையை அம்பாவிடம் யாரும் சொல்வாரில்லை. தனது உணர்வுகளை குரலில் மறைத்தாலும், பீஷ்மா தன்னருகிலிருக்கும்போது யாருமறியாமல் அவனைத் தொடுவதை அம்பாவால் தவிர்க்க முடியவில்லை. அவர்களிருவரும் இணைந்தே உள்ளனர் என்பதை உறுதிப்படுத்த அந்த 'தேடுதல்' தேவைப்பட்டது.

பாராமுகமாக இருப்பதுபோல் காட்டிக் கொள்வது, பீஷ்மாவிற்குச் சிரமமானதாக இருக்கவில்லை என்பதை அம்பா புரிந்து கொண்டாள். அவனிடம் 'விலகி நிற்கும்' தன்மை இயல்பாக உள்ளதை அம்பா விரைவில் கண்டு கொண்டாள். மருத்துவமனை படுக்கையில் இருப்பவர்கள் பற்றியே அதிகம் கவனம் செலுத்துவதென்று அவன் முடிவெடுத்திருப்பான் போலும்! இறக்கிற தருவாயில் வருகிற பலருக்கு வாழ்க்கை அளித்திருக்கிறான். அப்படிப்பட்ட திறன் அவனிடமிருந்தது. அவனால் உயிர்பெற்ற பலர், சிகிச்சை முடிந்தபின் அவனை வந்து பார்ப்பதில்லை. அதைப் பற்றி அவனுக்கு எவ்வித கவலையுமிருந்ததில்லை. பற்றற்று இருப்பதற்கும், இழப்புகள் குறித்து கவலை கொள்ளாமல் இருப்பதற்கும் அவன் அறிந்திருந்தான்.

மருத்துவமனை தலைமை மருத்துவருக்கும் பீஷ்மாவிற்கும் இடையிலிருந்த உறவின் ஆழம் குறித்து அவளால் அறிந்துகொள்ள முடியவில்லை. நர்சுகளுடனான உறவு? அவர்களுக்கு பீஷ்மாவிடம் ஒருவித அச்சமிருந்தது. பிரமிப்பு இருந்தது. அவர்கள் பீஷ்மாவின் ஒவ்வொரு நகர்வையும் கவனித்துக் கொண்டிருந்தார்கள். சரியான தருணத்திற்காகக் காத்துக் கொண்டிருந்தார்கள் போலும். அல்லது அவர்களுக்கு அவனிடம் ஈர்ப்பு ஏதுமில்லையோ?

பீஷ்மா எவரிடமும் ஏதும் சொல்லாமல் அடிக்கடி மறைந்து போனான். சர்க்கரை ஆலைத் தொழிலாளர்களுக்கு அவன் மருத்துவம் பார்ப்பதை அவள் அறிவாள். ஆனால் போகும்போது எங்கு செல்கிறேன் என்று அவன் அவளிடம் சொல்வதில்லை என்பதால் அவளுக்கு, யாருமறியாத அவனது அந்த உறவு குறித்து அம்பா பொறாமை கொண்டாள். ஒன்றும் புரியாததால் வந்த உணர்வு அது. ஐரோப்பாவில் பத்தாண்டுகள் இருந்தபோதும் தான் ஓர் இந்தோனேசியன் என்ற உணர்வில் அவனிடம் மாற்றமில்லாதது எப்படி? அதே சமயம் அந்நிய நாட்டுச் சிந்தனைகள் அவனிடம் வேரூன்றியது எங்ஙனம்? அவன் கண்கள் தொலைத்துவிட்ட ஏதோ ஒன்றை அவள் கண்களில் ஏன் தேடுகின்றன?

தங்களிருவரின் பெயர்களின் தாக்கம் குறித்து பீஷ்மாவிடம் விவாதிக்க அம்பா விரும்பினாள். ஆனால் அவனுக்கு அதில் நாட்டமில்லை.

"நாம் என்ன செய்ய வேண்டும்'' என்று கேட்டாள்.

"நாம் செய்ய என்ன இருக்கிறது?''

"உனக்குப் புரியவில்லை?''

சால்வா பற்றி பீஷ்மாவிடம் சொல்ல வேண்டுமா என்று பலமுறை அம்பா யோசித்தாள். அவர்களிருவரும் இணைந்து மகாபாரதத்தை மாற்றி எழுத முடியும் என்று பீஷ்மா நம்பினான். ஆனால் அவர்களுக்கு இடையில் சால்வா வருவான் என்று அவனுக்குத் தோன்றவில்லை. விலைமதிப்பற்ற தன் காதலை அம்பா பீஷ்மாவிடம் அளித்து விட்டதால், தன் காதலை இழந்து போனவன், சால்வா.

புராணங்களின் பிரதிபலிப்பாக நிஜ வாழ்க்கை அமைகிறது என்பதை பீஷ்மா அறிவான். பல ஆண்டுகள் வெளிநாட்டில் இருந்தபோதும்; இந்த உள்ளுணர்வு அவனிடமிருந்து

மறைந்துவிடவில்லை. அவளும் அவன் காதலனும் உணர்ந்த ஒரே ஆபத்து அவர்களின் பரஸ்பர ஆசை தரக்கூடிய ஆபத்து தான். எனினும் உலகில் மக்கள் மனதில் பல்வேறு மோசமான ஆசைகள் இருந்தாலும், இரு ஆண்கள் இறுதியில் மோதிக் கொள்வது, அவர்கள் பெண்ணின் மீது கொள்ளும் ஆசையால் தான்.

'ஒருநாள் சால்வா, பீஷ்மாவைச் சந்திப்பான். அவள் பொருட்டு அவர்கள் மோதிக் கொள்வார்கள். பிறகு இருவருமே அவளைக் கைவிடுவார்கள். அவள் எப்போதும் இருமுறை உடைந்துபோவது தொடரும் என்றெல்லாம் நினைத்து மருகிப் போனாள் அம்பா.

எங்கே பீஷ்மாவை இழந்துவிடுவோமோ என்ற அச்சத்தில், பீஷ்மாவிடம் சால்வாவைப் பற்றி சொல்வதை தள்ளிப்போடும் கோழையாகிப் போனாள்.

ஒருநாள் அலுவலகத்திற்கு வந்த பீஷ்மாவின் முகத்தில் கவலையின் ரேகை படர்ந்திருப்பதை அம்பா கண்டாள். மதிய இடைவேளையின்போது பீஷ்மா தன் கவலை என்னவென்று எடுத்துச் சொன்னான்.

"யோக்யாகரட்டாவில் முக்கியமான ஒருவருக்கு அவசரமாக அறுவை சிகிச்சை தேவைப்படுகிறது. அவர் யாரென்று இப்போது என்னால் சொல்ல முடியாது. சிரமமான அந்த அறுவைசிகிச்சையை நான் மட்டும்தான் செய்ய முடியும். உண்டார்ட்டோ என்ற என் நல்ல நண்பன் தொலைபேசியில் செய்தி சொன்னான். கம்யூனிஸ்ட் கட்சியின் மாணவரணியைச் சேர்ந்தவன் என் நண்பன். அறுவை சிகிச்சை செய்து கொள்ள இருப்பவருக்கு ரகசியமாக அறுவை சிகிச்சை செய்ய வேண்டியுள்ளது' என்று பீஷ்மா சொல்ல,

அம்பா, வயிற்றிற்குள் ஏதோ உருள்வதாக உணர்ந்தாள். தான் ஏற்றுக்கொண்ட கொள்கைகளுக்காக அந்த ரகசிய அறுவை சிகிச்சையை பீஷ்மா செய்வான் என்று அம்பா அறிவாள். ஆனால் ஒரு நிமிடம் கூட இனி அவளைப் பிரிய மாட்டேன் என்று பீஷ்மா கொடுத்த வாக்குறுதிகள் என்னவாயின? ஆண்களால் எப்படி தங்களின் தேவைகளை பிரித்துப் பார்க்க முடிகிறது? என்று அம்பா எண்ணினாள்.

அன்றிரவு படுக்கையில் பீஷ்மாவை இறுக்கமாக அணைத்து அவனோடு ஒன்றிப்போனாள். அப்படிச் செய்வதன் மூலம் விதியை மாற்றி எழுதலாம் என்று அவள் நினைத்தாள் போலும்.

அன்று அக்டோபர் 3ம் தேதி. அங்கு மோதல் இங்கு மோதல் என்ற வதந்திகள் மருத்துவமனையை நிரப்பின. வன்முறையால் பாதிக்கப்பட்டவர்கள் புதிதுபுதிதாக மருத்துவமனைக்கு வந்து சேர்ந்தனர். அச்சமும் குழப்பமும் அங்கே ஆட்சி செய்தன. பொது அறையில் இருந்த தொலைக்காட்சிப் பெட்டி, துப்பாக்கி ஏந்திய இராணுவ வீரர்கள் நடமாடும் காட்சிகளையும் இருண்ட சூழலையும் வெளிச்சம் போட்டுக் காட்டியது. செப்டம்பர் 30 இயக்கத்தைச் சேர்ந்த கலகக் கும்பல் ஜகார்த்தாவின் முக்கியமான இடங்கள் அனைத்திலிருந்தும் விரட்டப்பட்டுவிட்டதாகவும், கம்யூனிஸ்ட் கட்சியின் தலைவர் டி.என்.ஐடிட் யோக்யாகரட்டாவிற்குத் தப்பி ஓடி விட்டதாகவும் செய்தியாளர் அறிவித்தார்.

"கம்யூனிஸ்ட்கள் ஒழியட்டும். இறைவனுக்கு நன்றி. ஐடிட் நடைப்பிணமாகிப் போனான்'' என்று சொன்ன டாக்டர் சுகாதியின் குரலில் ஒரு நிம்மதி தொனித்தது.

பிற்பகல் பொழுது முடிகின்ற சமயம் டாக்டர் சுகாதி, அம்பா, பீஷ்மா மற்றும் பிற மருத்துவர்களைத் தன்னறைக்கு அழைத்தார்.

"இது கம்யூனிஸ்ட்கள் நடத்திய ராணுவக் கலகம் என்பது வெளிப்படையாகத் தெரிகிறது. யோக்யா கராட்டாவிலுள்ள என் மைத்துனன் தொலைபேசியில் நேற்று பேசினான். பொழுது விடிவதற்கு முன்பாக, மேஜர் முல்யோனோ தலைமையிலான ஒரு இராணுவக்குழு, யோக்யகரட்டாவிலுள்ள தேசிய வானொலி நிலையத்தின் தலைமையகத்தைக் கைப்பற்றிக் கொண்டது. முல்யோனேவின் கட்டுப்பாட்டில்தான் இராணுவம் உள்ளது தன்னை புரட்சிக் குழுவின் தலைவனாக முல்யோனோ அறிவித்துக் கொண்டான். கம்யூனிஸ்ட் கட்சியின் வலிமையை நான் கண்களால் கண்டேன். இளைஞர் முன்னணி, தொழிற்சங்க அணி உள்ளிட்ட கட்சியின் அனைத்து அமைப்புகளும் நகர சதுரங்க அரங்கில் கூடி புரட்சிக் குழுவிற்கு ஆதரவாக முழக்கமிட்டு வருகின்றனர். கம்யூனிஸ்ட் கட்சி அல்லாத வேறெந்த அமைப்பும் அவர்களோடு இல்லை என்று என் மைத்துனன் விவரித்தான்'' என்று அறையிலிருந்தோரிடம் டாக்டர் சுகாதி தெரிவித்தார்.

"என்னஇது? நீங்கள் சொன்ன அந்தத் தளபதியின் இராணுவத்தைக் கட்டுப்படுத்த முடியுமா? கம்யூனிஸ்ட் தலைவர் எய்டிட் என்னவானார்? நாட்டின் தலைவர் சுகார்த்தோவிற்கு என்னவாயிற்று?

யோக்யா கரட்டாவிலுள்ள அரசின் விசுவாசப்படை எங்கு போனது?'' என்று அம்பா சரமாரியாகக் கேள்விகளை அடுக்கினாள்.

"யோக்யாகரட்டாவின் மன்னர்கள் சுல்தான் ஹமங்குகுடிவோனோ மற்றும் பகுஅலாம் இருவருக்கும் இப்பொழுது நடைபெறும் இராணுவ நடவடிக்கைகளில் எவ்வித தொடர்பும் இல்லை. இராணுவம் பிளவுபட்டு நிற்கிறது. முல்யோனோ ஒரு வெறி பிடித்தவன். அவன் தன்னைவிட மூத்த தளபதிகள் இருவரைக் கடத்தி வைத்துள்ளான். இந்த கலகக் கூட்டத்தின் கை தற்போது ஓங்கி இருக்கலாம். ஆனால் இந்நிலை தற்காலிகமானது. ஜகார்த்தாவில் தற்போது ஏற்பட்டு வரும் மாற்றத்தின் பின்னணியில் கலகக் கூட்டம் பின்னடைவைச் சந்திக்கும். இப்போது இங்குள்ள கட்டுப்பாடற்ற சூழலில் எனது சகோதரி குடும்பத்தை அவர்கள் ஊருக்கு அனுப்ப அச்சமாக உள்ளது என்பது என் மைத்துனன், சொல்வது.''

"அம்பா! நீங்கள் உங்கள் வீட்டிற்குச் செல்வது நல்லது. இங்கு இருப்பது உங்களுக்குப் பாதுகாப்பானது இல்லை'' என்று மேலும் சொன்னார் டாக்டர் சுகாதி.

இரவு மணி பத்தரையைத் தாண்டிய பிறகு, எவருமறியாமல் பீஷ்மா, அம்பாவைத் தன் அறைக்கு அழைத்து வந்துவிட்டான். அவர்களிருவரும் இதுபோல் தனித்திருக்கையில், பீஷ்மா, அரசியல், செய்தி, துரோகம் என்று எதையும் நினைக்க மாட்டான். அவள் உடலின் வாசம், அவள் மேனியின் செல்கள் யாவற்றையும் சூடேற்றும் வழிகள், சுகமான ரணம் பெறும் அவள் அங்கங்கள், அவன் தேடலைத் தூண்டும் அங்கங்கள், அவளுக்காக மீண்டும் மீண்டும் ஏங்கும் உறுப்புகள் என்று அவன் சிந்தை முழுதும் அவளே நிரம்பியிருப்பாள். அவளை பீஷ்மா முழுமையாக ஆக்கிரமித்தான், தனக்குள் ஆழ்த்திக் கொண்டான்.

பின்னர், வியர்வையில் நனைந்திருந்த படுக்கையில் இளைப் பாறிக் கொண்டிருந்தபோது, அவர்களின் முதல் சந்திப்பு குறித்துப் பேசத் தொடங்கினான், பீஷ்மா.

"அன்றைய நாள் நினைவிருக்கிறதா? அந்த மரம், அந்த நாய், அந்த மழை யாவும் நினைவிலுள்ளனவா? நமது உறவிற்கு அவர்கள் அன்று முன்னுரை எழுதுகிறார்கள் என்று தெரிந்திருந்தால், அவர்கள் குறித்த உணர்வு எப்படி இருந்திருக்கும்?''

அம்பா பதிலேதும் சொல்லவில்லை. விழிகளை மூடிக் கிடந்தது, அந்தப் பதுமை.

"மழை, நாய், மரம் என்ற பெயர்களுக்கு மாற்றாக வேறு பெயர்களில் அவற்றை அறிந்திருப்போம் என்றால், அவை குறித்த உணர்வு மாறியிருக்குமா என்ன? என் பெயரும் உன் பெயரும் என்னவாக இருந்தால் என்ன? பெயர்கள் வேறாக இருந்தாலும் நீ நீதான், நான் நான்தான்'' என்று தத்துவம் பேசினான் பீஷ்மா.

பீஷ்மாவின் தேக்கு மர வாசமும், அவர்கள் இணைந்தபிறகு எழுந்த காமத்தின் வாசமும் அம்பாவை பரவச நிலைக்கு உயர்த்தின. அது கடவுள் தந்த வாசம்; அவர்களுக்காகவே தந்த வாசம். அதே சக்தி. அவள் வாழ்க்கையிலிருந்து சால்வா என்ற பெயரை நீக்கினால் எவ்வளவு நன்றாக இருக்கும். அம்பா என்ற பெயருக்கேற்ப அவள் வாழ்வு எளிதாக அமைந்திருக்குமல்லவா? என்று சிந்தனைவயப்பட்டாள் அம்பா.

சால்வாவை குறித்து நினைவு வருவதோ, தனக்கு நிச்சயிக்கப்பட்ட அந்த மணாளன் குறித்து பீஷ்மாவிடம் மறைப்பதோ அவளுக்குக் எப்போதும் போல் குற்றமாகப் படவில்லை.

மறுநாள் இரவு பீஷ்மா, ஊருக்கு வெளியே ஓர் உயரமான பகுதிக்கு அழைத்துச் சென்றான். அருகருகே படுத்துக் கொண்டு, வானத்து நட்சத்திரங்களை எண்ணிக் கொண்டிருந்தனர் அவ்விளம் ஜோடிகள்.

கூடுதலாக ஒளிர்ந்த ஒரு நட்சத்திரத்தைச் சுட்டிக் காட்டி, "அதோ அந்த நட்சத்திரம் சில நேரம் சிவப்பாகத் தெரிகிறது. உன்னால் அதைக் காண முடிகிறதா'' என்று கேட்டாள் அம்பா.

"சிவப்பாக இருக்குமென்றால் அது செவ்வாய்க் கிரகமாக இருக்கலாம்'' என்று நினைத்துக் கொண்ட பீஷ்மா,

"சில நேரங்களில் எனக்கு வெளிர் கருநிறமே தெரிகிறது. பொருட்களின் நிறங்களை நான் ஊகித்தே அறிகிறேன். மருத்துவமனைக்கு வரும் இராணுவ வீரர்களின் உடையிலுள்ள பட்டையின் நிறம் சிவப்பா அல்லது பச்சையா என்ற குழப்பம் எனக்குண்டு' என்றான்.

பொழுது சாய்கிற அவ்வேளையில், நிறத்தை சரியாக காண முடியாத நிலை பீஷ்மாவின் புரிதலை அவன் உலகை எவ்வளவு தூரம் பாதிக்கிறது என்பதைக் கணிக்க முயற்சித்தாள். அம்பா. ஆனால் அக்குறை பற்றி, அவள் ஏதும் வெளிப்படுத்தவில்லை. பீஷ்மா அந்த ஊனம் குறித்து ஏதும் சொல்லவில்லை.

தன் காதலனை கடவுளுக்கு நிகராகப் பார்த்துப் பழகிப்போன அம்பாவிற்கு, அவன் சொல்வதும், அவன் செய்யும் ஒவ்வொன்றும் அழகாகத் தோன்றியது. அவனது பார்வையிலிருந்த குறைபாடு கூட அவளுக்கு அழகான ஊனமாகப்பட்டது. பின்னாளில் பீஷ்மாவால் தன் மரணத்தின் வண்ணத்தைக் காண இயலாமல் போகும் என்று அம்பா அன்று அறிந்திருக்கவில்லை.

8

உன் முகம் சொல்லும் சோகம்

1965 அக்டோபர் மாதம் 6ம் நாள். யோக்யாகரட்டாவிற்குத் திரும்பிச் செல்ல வேண்டும் என்று அம்பா முதல் நாளிரவு முடிவெடுத்திருந்தாள். பீஷ்மாவோடு இருப்பதை எண்ணும்போது அவளுக்குப் பரவசமாகவும் இருந்தது. பயமாகவும் இருந்தது. அவனிடம் தன்னை இழந்துவிடுகிற பலவீனம் அவளுக்குக் குறையாகத் தெரியவில்லை.

காலையிலேயே மருத்துவமனையில் பரபரப்புத் தொற்றிக் கொண்டது. டாக்டர்-சுகாதி மருத்துவமனையில் இல்லை. சிறப்புப் படைப்பிரிவினரும் ஆயுதம் தாங்கிய மக்களும் மோதிக் கொண்டனர். மதியத்திற்குள், மருத்துவமனை ஊழியர்களில் பலர் வெளியேறிவிட்டனர். பன்ஜாரனில் இருந்த கம்யூனிஸ்ட் கட்சியின் தலைமையகத்தை பன்சார் துருப்புகள் தாக்குவதாக செய்தி மருத்துவமனை எங்கும் எதிரொலித்தது. கம்யூனிஸ்ட்கள் தங்கள் உயிருக்குப் பயந்து ஓடி ஒளிந்து கொண்டனர். கட்சியின் தலைமையகத்திற்கு தீ வைக்கப்பட்டது.

மதியம் சோப் வாங்க அம்பா மருத்துவமனையையொட்டி இருந்த பெட்டிக் கடைக்குச் சென்றாள். கடையில் வானொலிப் பெட்டியைச் சுற்றி ஒரே கூட்டம். நாட்டு நடப்பை அறிந்து கொள்ள ஆர்வமுடன் அந்தக் கூட்டம் வானொலிப் பெட்டியோடு ஐக்கியமாகி இருந்தது. அம்பாவும் சற்று நின்று, வானொலிச் செய்தியைக் கேட்டாள்.

செய்தி முழுவதும் வன்முறை. வெறியாட்டம் குறித்துத்தான். தளபதி நாசுசன் மீது ஏவப்பட்ட குண்டுகளை அவரது ஐந்து வயது மகள் வாங்கிக் கொண்டாள். ஐந்து நாட்கள் கழித்து, அன்று அவள் இறந்து போனாள். இதற்கு எவரேனும் விலை கொடுத்தாக வேண்டும் என்று ஊரெங்கும் பேச்சு.

இந்தோனேசிய கம்யூனிஸ்ட் கட்சி என்ற சொல்லைக் காட்டிலும் வெறுக்கக் கூடிய சொல் வேறொன்றும் இல்லை என்ற சூழல் திட்டமிட்டு உருவாக்கப்பட்டது. நெஞ்சில் வெஞ்சினத்தோடும் விஷத்தோடும் மக்கள் கலைந்தனர். அடுத்த வீட்டிலிருக்கும் கம்யூனிஸ்டைக் கொல்லுவேன் என்று வெளிப்படையாகச் சொல்லும் மோசமான சூழல் உருவானது. "கம்யூனிஸ்டையும் அவன் குடும்பத்தையும் நான் கொல்வேன்'' என்று அடித் தொண்டையில் உறுமியவாறு பெட்டிக்கடைக்காரன் அம்பாவிடம் சோப்பைத் தந்தான்.

அத்தகைய பயங்கர இரவில் அம்பா தன்னந்தனியாக அலுவலகத்தில் இருந்தாள். பீஷ்மாவை எங்கும் காணவில்லை. அம்பாவிற்கு அந்த மருத்துவமனையில் அன்றுதான் கடைசி இரவு என்பதை பீஷ்மா மறந்துவிட்டானா? அவர்களிருவரும் இணைந்திருக்கும் இறுதி இரவா?

வெளியே வீசிய புயலின் இரைச்சலை அம்பா தாமதமாகவே புரிந்து கொண்டாள். புயல் நகரெங்கும் தாண்டவமாடியது. சோசலிசப் பிரச்சாரத்தில் வானமே இறங்கிவிட்டது போலிருந்தது. பூமி அடங்கி விடாமல் வெகுண்டெழுந்தது. மரங்கள் பேயாட்டம் போட்டன. தன்னைச் சுற்றி எங்கும் வெடித்துக் கொண்டிருப்பதாக அம்பா உணர்ந்தாள். ஊரெங்கும் மூண்டுள்ள வன்முறை குறித்த அம்பாவின் மௌனத்தைக் கண்டிப்பதென பூமிப் பந்தே முடிவெடுத்தது. போலும். ஜவானியப் பெண்ணாகவோ அல்லது அவள் அம்மாவின் மரபணு பெற்ற மகளாகவோ அவள் நடந்து கொள்ளவில்லை.

மணி 9.50 ஆகிவிட்டது. தனது அலுவலக மேஜையிலிருந்து எழுந்து கொண்டாள். கால்கள் கனத்துக் கிடந்தன. இரவுப் பொழுது கரைந்து கொண்டிருந்தது. அவள் காதலனைக் காணவில்லை. எங்கு போனான் என்று அம்பாவால் சொல்ல முடியவில்லை. 'எங்கு சென்றிருப்பான் நோயாளியை கவனித்துக் கொண்டிருப்பானா? எங்கேனும் தனியே அமர்ந்து புகைபிடித்தவாறு தன் ஐரோப்பிய வாழ்க்கை குறித்த சிந்தனையில் மூழ்கி இருப்பானா? அண்மையில் தாக்குதல் நடைபெற்ற பஞ்சாரனுக்குச் சென்றிருப்பானோ? வேறொரு அறையில் வேறொரு பெண்ணுடன் சல்லாபித்துக் கொண்டிருப்பானோ' தறிகெட்டு ஓடியது அம்பாவின் சிந்தனை.

என்று அம்பா இப்படி பொறாமைப் பேய் பிடித்தவளாகிப் போனாள்? பீஷ்மா மேல் இப்படி ஒரு வெறித்தனமான காதல் உள்ளதை உணர்ந்து அம்பா அதிர்ந்து போனாள். வேறு எவரோடும் அவன் நெருங்கிவிடக்கூடாது. இரவும் பகலும் அவளைப் பற்றியே அவன் யோசிக்க வேண்டும் என்ற பிசாசு எண்ணங்கள் அவளை ஆக்கிரமிக்கிறபோது, அவள் உடலெங்கும் வலித்தது. வலியில்லை என்றால் உடல் மரத்துப்போனது.

இது நல்லதல்ல. நான் இதிலிருந்து வெளிவந்தாக வேண்டும். புலம்பிக் கொண்டு இருப்பதில் எந்தப் பலனுமில்லை என்று அம்பா தனக்குள் சொல்லிக் கொண்டாள்.

அலுவலக அறையை விட்டு வெளியே சென்று பீஷ்மா எங்கே என்று அறிய வேண்டும் என்ற தன் துடிப்பை முதலில் அடக்கிக் கொண்டாள். அவனைத் தேடுவதில்லை என்று முடிவு செய்தாள். அவள் முழு ஜவானியப் பெண்ணாக இல்லாமலிருக்கலாம். ஆனால் ஓர் ஆண் மகனுக்காக அலைவதைவிட சாவது மேல் என்று எண்ணினாள்.

பீஷ்மாவிற்காக காத்திருப்பதில்லை என்றால் ஏற்கனவே எடுத்த முடிவின்படி மறுநாள் காலை யோக்யாகரட்டா சென்றாக வேண்டும் என்று எண்ணினாள். ஏதோ ஒரு ரகசிய அறுவை சிகிச்சைக்காக யோக்யகராட்டாவிற்கு வரும் பீஷ்மாவை சந்திக்கலாம். இல்லை சந்திக்க வாய்ப்பில்லை என்ற எதிர்மறை எண்ணத்தை அவள் விரும்பவில்லை.

அவளது மொழிபெயர்ப்புப் பணி முடிவுற்றது. ஒரு கணம் தன் மேசையை நோட்டம் விட்டாள். தந்த நிற புத்தகம், பென்சில் உறை, நீல நிற நோட்டுப் புத்தகம் எல்லாவற்றையும் சீராக அடுக்கி வைத்தாள். மொழிபெயர்த்த ஆவணங்களை, அதற்கென மேசை மீதிருந்த 'அடுக்கில்' ஒழுங்குற வைத்தாள். டாக்டர் சுகாதி 'உங்களுக்குப் பணியாற்றியது மகிழ்வாக இருந்தது' என்று குறிப்பு எழுத வேண்டும் என்ற எண்ணத்தை அவள் கர்வம் தடுத்தது.

அலுவலக அறைக்கு வெளியே, தாழ்வாரத்தில் இருவரும் மோதிக் கொண்டனர். பீஷ்மா களைத்துப் போயிருந்தான். "இடைவிடாது 15 மணி நேரம் வேலை செய்திருக்கிறேன். உன்னைப் பார்க்க ஓடி வந்துள்ளேன்' என்றான் பீஷ்மா.

திடீரென கண் விழித்த அம்பா, பீஷ்மாவின் தலை தன் உதட்டருகே இருப்பதைப் பார்த்தாள். அவன் தலையை மெல்ல அணைத்து தன் கைகளைத் தொட்டிலாக்கி, ஏந்திக் கொண்டாள். இது தான் காதலா? வெளியே காலடி ஓசைகளின் எதிரொலியும், பல குரல்களும் ஒலிப்பதை சற்று நேரம் கழித்தே உணர்ந்தாள் அம்பா. படைவீரர்கள்?

மணி பார்த்தவள் பதறிப் போனாள்.

"அடக் கடவுளே! நடு இரவு 1 மணி." என்றாள் மெல்ல. பீஷ்மா புரண்டு படுத்தான்.

"வெளியே எங்கும் இராணுவவீரர்கள்'' என்றாள் அம்பா.

"பேசாமல் வந்து படு''

"அவர்கள் என்ன தேடுகிறார்கள்? நம்மைப் பார்த்துவிட்டால் என்னவாகும்?

"கவலை வேண்டாம். இங்கே நாம் பாதுகாப்பாக இருக்கிறோம்.''

"என்ன சொல்கிறாய், நீ? அவர்கள் எந்நேரமும் கதவை உடைத்து உள்ளே வந்துவிடலாம்''

"அது என் அறையாக இருந்தால் நடக்கலாம். நாம் இப்போது உன்னறையில் உள்ளோம். பெண்களின் அறைக்குள் பலவந்தமாக நுழைய மாட்டார்கள்.''

"எனக்கு நம்பிக்கையில்லை. அவர்கள் இராணுவ வீரர்கள். அவர்கள் கொன்றுவிடுவார்கள். எவருக்கும் பாதுகாப்பு இல்லை."

"ஸ்ஸ்ஸ்.. எதற்குக் கொல்வார்கள்? உன்னை ஏன் கொல்ல வேண்டும்? உன்னைப் போல் ஓர் அழகியை எவரும் கொல்ல மாட்டார்கள்."

"உனக்கென்ன தெரியும் அவர்கள் யாரைத் தேடுகிறார்கள் என்று. உன்னை இங்கே என்னறையில் பார்த்தால், நான் அவ்வளவுதான்.''

"நீ சொல்வது சரியல்ல. அப்படியே அவர்கள் உள்ளே நுழைந்து என்னைப் பார்த்துவிட்டால், பிரச்சினை எனக்குத்தான். இது உன் அறை. நான்தான் உள்ளே ஒளிந்திருப்பவன். எனவே, என்னைத் தான் கொல்வார்களே ஒழிய உன்னை அல்ல."

வெளியே சத்தம் படிப்படியாகக் குறைந்து போனது. அம்பாவின் பதட்டம் மட்டும் தணியவில்லை.

"உன்னைப் போல் ஓர் அழகை எவராவது கொல்வார்களா?'' என்று மீண்டும் மீண்டும் சொல்லியவாறு பீஷ்மா அவளைக் கட்டியணைத்தான். அவனது மௌனம், அது வேறொரு உலகம்.

வெளியே இரவு மீண்டும் ஆட்சி செய்யத் தொடங்கிவிட்டது. கலங்கி நிற்கும் காதலர்களுக்கு எது அமைதி தரும்? பீஷ்மாவும் அம்பாவும் விதி விலக்கல்ல. அம்பாவின் இசைவோடு பீஷ்மா தன் விரல்களால், நாவால், எழுச்சி பெற்ற ஆண்மையால் அம்பாவின் அச்சம் போக்கினான்.

பின்னிரவுப் பொழுதில் அம்பா அமைதியுற்றாள். ஒருவரின் மணத்தை ஒருவர் நுகர்ந்தவாறு பின்னிப் பிணைந்து கிடந்தனர். தேடலும் கூடலும் மகிழ்வின் உச்சி.

தங்களுக்கு மணமாகிவிட்டதென்று கற்பனை செய்த அம்பாவிற்கு "திருமணமானவர்கள் இப்படித்தான் இருப்பார்களோ என்று தோன்றியது.

அம்பா தன் காதலனை உற்றுப் பார்த்தாள். நீண்ட இமைகள் கொண்ட தன் விழிகளை மூடிக் கிடந்தான் பீஷ்மா. 'என்ன சொல்ல வேண்டும்? இரவு முழுவதும் என்னை முழுமையாக்கியவனைப் பார்த்து இவ்வேளையில் என்ன சொல்வது?' இரவு தந்த இன்பத்தை நினைக்க, நினைக்க முதலில் வெட்கம் வந்தது. மட்டற்ற மகிழ்ச்சி வந்தது. பெருமித உணர்வு வந்தது. 'எல்லோரும் எந்நாளும் இப்படித்தான் உணர்வார்களா?' என்று எண்ணியவள், சட்டென்று 'மற்றவர்கள் பற்றி என்ன சிந்தனை. இதோ நானிருக்கிறேன்.' என் பீஷ்மா இருக்கிறான். நாங்கள் மட்டும் இருக்கிறோம் என்று மாற்றி யோசித்த, அம்பா, பீஷ்மாவின் காதைக் கடித்துக் கொண்டே சொன்னாள்.

"உன்னைப் பற்றி மேலும் சொல்லேன்''

பீஷ்மா தன் முதல் அனுபவங்களைப் பற்றி பேச விரும்பினான். "அவை எப்போதும் கடினமானவையாக இருந்தன.'' எனக்கு அப்படியல்ல, என் முதல் அனுபவங்கள் விந்தையானவை' என்று அம்பா தனக்குள் சொல்லிக்கொண்டாள்.

அவன் பல்வேறு வகையான முதல் அனுபவங்கள் குறித்துப் பேச விரும்பினான்.

உதாரணமாக, அவன் ஐரோப்பாவிலிருந்து வீடு திரும்பிய போது ஏற்பட்ட முதல் அனுபவம் அவனுக்கு துயரத்தையும் வெறுப்பையும் தந்தது. “அவை பல நாட்கள் என்னை விழுங்கின. பிறகு எனக்கு அது பழகிப்போனது. என் பெற்றோர்களுடன் மென்டெங் வீட்டில் இருந்த நாட்கள் கொடுமையானவை. புதிய பணியாளர்கள்’ புதிய அண்டை வீட்டுக்காரரர்கள், அவ்வப்போது வந்து போகும் உறவினர்கள் என்று அனைவருக்கும் எனது அறிவாற்றல் புதுமையாக இருந்தது. இவ்வளவு காலம் படிக்கிறான்? சரியாகப் படிப்பதில்லையோ? மீண்டும் மீண்டும் தேர்வு எழுத வேண்டியுள்ளதோ? ஏன் 31 வயதாகியும் திருமணமாகவில்லை? ஏதும் சொத்து சேர்க்கவில்லையோ? அம்மா (என் அம்மா எனக்குக் கொடுப்பது) வீடு கொடுக்க வேண்டிய நிலையில் இருப்பதேன்? என்று பல்வேறு விமர்சனக் கணைகளை அவர்கள் தொடுத்தனர்.

தன் வீட்டின் கொல்லைப் பகுதியில் வளர்ந்து நின்ற மரவீடு பற்றியும் அதனருகில் இருந்த சிறிய குடிலையும் அவளிடம் நினைவு கூர்ந்தான். அவன் இளம் வயதில் பொய் சொல்லிவிட்டாலோ அல்லது தவறேதும் செய்தாலோ அவன் சகோதரிகள் அவனை அக்குடிலுக்குள் அடைத்து வைப்பார்களாம். அங்கு அவனோடிருந்த எலிகள் ஒவ்வொன்றிற்கும் ஒரு பெயர் வைத்திருந்தானாம். பல்லியின் சத்தம் கேட்டு அவன் பயந்து போனதையும், அவன் தவறவிட்ட நாணயங்களை அவன் அம்மா, சிக்கனத்தைக் கற்றுக் கொடுப்பதற்காக, எடுத்து ஒரு சுருக்குப் பையில் போட்டு வைத்ததையும் மட்டுமில்லாமல் பல பசுமை நினைவுகளை அம்பாவிடம் மெல்லிய குரலில் பகிர்ந்து கொண்டான்.

"அந்நாணயங்களை நான் அவ்வளவு எளிதாக மறந்துவிட முடியாது. அவை என் இளம் வயது பதிவுகள். அவை என் ஊனோடும் எலும்போடும் கரைந்துவிட்டன. வீட்டிற்குத் திரும்புவது என்பது, பழைய நேசங்களைப் புதுப்பிப்பது போல. ஒவ்வொரு புதிய சந்திப்பும், மீண்டும் மலரும் ஒவ்வொரு பழைய நட்பும் என் இழப்பைச் சுமந்து வருகின்றன’’ என்றான் பீஷ்மா.

சட்டென்று நிகழ்காலத்திற்குத் தாவிய பீஷ்மா, "உன்னை முதல்முறை சந்தித்தபோது அதே உணர்வு என்னுள் தோன்றியது. உன்னைச் சந்திப்பதற்கு முன்னால், என் வாழ்வு திக்குத் தெரியாமல்

இருப்பது போல் உணர்ந்தேன். எதிலும் பிடிப்பில்லாமலும் இருந்தேன். எதிலும் ஆர்வம், அவசரம் இல்லை. ஆனால் எல்லாவற்றையும் நீ மாற்றி விட்டாய். உன்னோடு வேறு வகையான இழப்பை கொண்டு வருகிறாய் அதுவே, உன்னோடு நான் சேர்ந்து வாழ விரும்புவதற்கும் காரணம், உன்னிடமிருந்து விலகிப் பறந்துவிட வேண்டுமென்ற என் சிந்தனைக்கும் அதுவே காரணம்'' என்றான் பீஷ்மா.

"என்னை விட்டுப் பறந்துவிட வேண்டுமா? ஏன்?''

"எனக்கு சரியாகத் தெரியவில்லை. நான் சொல்லப்போவது உனக்கு வியப்பாக இருக்கலாம்.'' என்று சொல்லிவிட்டு சற்றுத் தயங்கியபின்,

'அது உன் முகம் சுமக்கும் ஒரு நகரத்தின் சோகம்' என்று சொன்னான்.

கவித்துவமான அவன் வார்த்தைகளின் பொருளையும் காட்சியாகக் காண முயன்றாள் அம்பா.

இதுவரை அவளை எவரும் உவமைப்படுத்திப் பேசியதில்லை.

ஆனால் பீஷ்மா அந்த சிந்தனையில் மூழ்கிவிடவில்லை. அதுவே அவனது சிறப்பு என்பதை பின்னாளில் அம்பா புரிந்துகொண்டாள்.

"ஆக, நான் முப்பதிற்கு சற்று கூடுதலான வயதில், ஓரளவு அழகானவன், படித்தவன் என்று பல்கலைக்கழக பட்டம் சொல்கிறது. திருமணமாகாத தனியன், உலகெங்கும் சென்றவன். எனினும் எது எனக்கு மகிழ்வைத் தருகிறது அல்லது ஏமாற்றம் தருகிறது என்பதை அறிய முடியாதவன். பல நகரங்களில், பல பெண்களோடு பழகியிருக்கிறேன். எவரும் என்னோடு நீடித்து நிற்கவில்லை. எனது முடிவுறாத தேடல் என்னை உன்னிடம் சேர்த்திருக்கிறது' என்று பீஷ்மா சொன்னான்.

"நீ குழந்தையைப் போன்ற பெண்மணி. உனது வியக்க வைக்கும் விழிகள் உன்னையே என்னிடம் ஆர்வத்தோடு வழங்கும் பணி, உனது வியப்பைத் தரும் சிந்தனைகள்.. நான் இதுவரை பார்த்தவர்களிலிருந்து வேறுபட்டு இருக்கிறாய். வேறு எவரிடமும் காணாத ஏதோ ஒன்றை நான் உன்னிடம் காண்கிறேன். நீ புதியவளாக இருந்தாலும் நீ காட்டும் பாதை வேறுபட்டு இருந்தாலும், நீ எங்கு அழைத்துச் சென்றாலும் நான் உன் பின்னே வருவேன்' என்று உணர்ச்சி பொங்க பீஷ்மா சொல்லி முடித்தான்.

உணர்ச்சி பெருக்கெடுக்க, ஏதும் சொல்ல முடியாது, அம்பா மௌனியானாள்.

"என்ன? இன்னும் உனக்கு நம்பிக்கை வரவில்லையா?''

பீஷ்மாவின் விரல்களோடு தன் விரல்களைக் கோத்தவாறு, அம்பா சொன்னாள்: "நீ இனியவன்தான். நான்? என்னைவிட அறிவார்ந்த திறமைமிக்க பெண்களை உனக்குத் தெரியும்.''

"உனக்கு எப்படிச் சொல்வது. இப்போதும் நான் சொல்வது உனக்குப் புரியவில்லை என்றால் என் காதல் புனித மானதல்ல என்று பொருள். நான் நம் நாட்டிற்குத் திரும்பும் அன்று என் சகோதரி பரமிட்டாவிற்கு ஒரு கடிதம் எழுதினேன். என் தாய்நாட்டின் இனிய நினைவுகள் குறித்தும், நான் உண்மையில் விரும்பும் ஒரு இந்தோனேசியப் பெண்ணை நான் காண்பேன் என்ற நம்பிக்கையை எனக்குள் அந்த இனிய நினைவுகள் விதைத்துள்ளன என்பதையும் அக்கடிதத்தில் எழுதியிருந்தேன். நீ சொல்வது உண்மை. நான் பல அறிவார்ந்த பெண்களை ஐரோப்பாவில் சந்தித்துள்ளேன். அவர்கள் தங்களின் மொழிகள் மூலமாக, அனுபவங்களின் மூலமாக எனக்கு உலகம் குறித்து புரிதலைத் தந்தனர். ஆனால் அவர்களால் என் உள்ளத்தைத் தொட முடியவில்லை. என் சிறுவயதில் எனக்குள் வேரூன்றிப் போன ஏதோ ஒன்றை, நான் அயல்நாட்டிற்குச் செல்வதற்கு முன்னர் என்னை வளர்த்தெடுத்தவற்றை அவர்களால் தொடமுடியவில்லை. ஆனால் ஓர் இந்தோனேசியப் பெண் அவளாகவே என்னைப் புரிந்து கொள்ள முடியாது என்பது எனக்குத் தெரியும்.

எனக்குள் அந்த இனிய நினைவுகள் விதைத்துள்ளன என்பதையும் அக்கடிதத்தில் எழுதியிருந்தேன். இருப்பினும் என் விதி இங்கே என் தேசத்தில்தான் இருக்கிறது என்று நான் உணர்கிறேன் என்று என் சகோதரிக்கு எழுதிய கடிதத்தில் குறிப்பிட்டிருந்தேன்.'

அம்பாவின் இதயம் அதிவேகமாக, அடித்துக்கொண்டது. இந்த இனிய தருணத்தை, தனித்துவமாக, உணர்வுப் பூர்வமாக கவிதையாகப் படைக்க தான் ஒரு கவிஞராக இருந்தால் நன்றாக இருக்குமே என்று எண்ணினாள் அம்பா. அந்த எண்ணம் அவளுக்குள் ஏற்படுத்திய பரவசம் அடங்குவதற்குள், பீஷ்மா அவளை இழுத்து தன்னோடு சேர்த்தணைத்துக் கொண்டான். மெல்ல குனிந்து அவள் மார்பகத்தைக் கவ்விக் கொண்டான்.

அந்த நிமிடங்களில் அம்பாவிற்கு ஒன்று புரிந்தது. அவள் காதலித்த பீஷ்மா யாரென்று புரிந்தது. அவள் பொறாமை கொண்ட பீஷ்மா அல்ல அது. சில மணி நேரங்களுக்கு முன்னர் மருத்துவமனையின் தாழ்வாரத்தில், இருளின் மறைவில் அவள் கரங்களை இறுகப் பற்றிக் கொண்ட அந்த பீஷ்மா, அவளை மனதார காதலிக்கும், தனிமையில் அவளுக்குள் கரையத் துடிக்கும் அந்த பீஷ்மாதான் அவள் காதலன் என்பதை அம்பா அறிந்து கொண்டாள்.

இரவு முழுவதும் பீஷ்மா தன் கதையைச் சொல்லிக் கொண்டிருந்தான். அம்பா மௌனமாக ஆனால் விருப்பத்தோடும் ஆர்வத்தோடும் கேட்டுக் கொண்டிருந்தாள். ஆனால் தன்னைப் பற்றி அவள் ஏதும் சொல்லிவிடவில்லை. பீஷ்மாவின் வாழ்வைப்போல தன்னுடைய கதை சொல்லிக்கொள்ளும் அளவு பெருமையுடையதல்ல என்று எண்ணினாள் போலும். வெளிநாட்டு அனுபவமோ, பணக்கார குடும்பப் பின்னணியோ தனக்கில்லை என்பதால் தன்னைப் பற்றி ஏதும் சொல்லாமல் இருந்து விட்டாள். அம்பா தன்னைப் பற்றி ஏதும் சொல்லாத போதும் பீஷ்மா தன் வாழ்வு குறித்து மீளாய்வு செய்வதுபோல சொல்லிக் கொண்டிருந்தான்.

"1940களின் முற்பகுதி எங்களுக்குச் சிரமமான காலம். அந்நாட்களின் நினைவுகள் அட்டைபோல் என் சிந்தனையில் ஆழமாகப் பதிந்து உள்ளன. எனது தந்தை அஸ்ருல் ரவுத் பாரம்பரிய குடும்பத்தைச் சேர்ந்தவர். ஊரில் அவருக்கும் அவரது பதிப்பகத்திற்கும் மரியாதை இருந்தது. ஆனாலும், அவர்களின் தீவுகளுக்கு டச்சு ஏகாதிபத்தியம் சுயாட்சி வழங்க மறுத்து விட்டதால், பிற டச்சு கிழக்கிந்திய குடும்பங்களைப் போல எங்கள் குடும்பமும் எச்சரிக்கையோடு வாழ வேண்டியிருந்தது. வீட்டில் வெடிகுண்டு எதிர்ப்பு பாதுகாப்பு ஏற்பாடுகள் செய்து கொள்ளும் அளவிற்கு நிலைமை இருந்தது. எனக்கு அப்போது 5 வயது இருக்கும். எனது நண்பன் டோனிமுயுஸ் அடுத்த வீட்டில் வசிப்பவன் பளிங்குக் கற்களைக் காட்டி விளையாட வருமாறு அழைத்தான். அப்போது என் அப்பாவும் அம்மாவும் பேசிக் கொண்டிருந்தது என் காதில் விழுந்தது. அந்த உரையாடலை நான் என்றும் மறக்க முடியாது.''

"என் அம்மா அப்பாவிடம் சொல்லிக் கொண்டிருந்தார். வீட்டிலுள்ள முட்டைகள் தீர்ந்து விட்டன. அரிசி இன்னும் 1 வாரத்திற்குத்தான் வரும். நாம் எதையாவது விற்றாக வேண்டும். ஏதேனும் பண்டமாற்று செய்தாக வேண்டும்' என்று என் அம்மா சொன்னது எனக்குக் கேட்டது. அறைக்குள் எட்டிப் பார்த்தேன். அம்மா ஏதோ ஒரு ஆடையை தாளில் மடித்துக் கொண்டிருந்தாள். "நாம் எல்லாவற்றையும் இந்தப் படுக்கையையும் விற்றாக வேண்டும். நம் குழந்தைகளில் குறிப்பாக கடைக்குட்டி பீஷ்மாவின் கல்வி முக்கியம்" என்று அம்மா சொல்ல, 'ஆமாம் அவன் கல்விக்காக நான் எதையும் செய்வேன்" என்று என் அப்பா சொன்னதைக் கேட்டேன்.

'என் தொண்டை வரண்டு போனது. பண்டமாற்று, விற்பது என்பதைப் பற்றி முழுமையாகப் புரியாவிட்டாலும் அவை என்னவென்று எனக்கு அப்போது ஓரளவு தெரியும். வீட்டின் நிலைமை படுமோசமாக இருந்தது என்பது மட்டும் தெளிவாகப் புரிந்தது. விளையாடப் பிடிக்காமல் படுக்கை அறைக்குச் சென்று கட்டிலில் உட்கார்ந்தேன். என் மூத்த அக்கா' ரோசிடா வேறொரு படுக்கையில் தூங்கிக் கொண்டிருந்தாள். மற்ற இரு சகோதரிகள் மாயாவும் பரமிட்டாவும் நான் அமர்ந்திருந்த கட்டிலில் உறங்கிக்கொண்டிருந்தனர். என்னால் அழுகையை அடக்க முடியவில்லை. ஓவென்று வாய்விட்டு அழுதேன். என் பெற்றோருக்காக, எனக்காக, விற்கப்படவுள்ள படுக்கைக்காக அழுதேன்'' என்று சொன்னான் பீஷ்மா.

12, 13 வருடங்கள் கழிந்தன. மூன்றரை ஆண்டுகள் ஜப்பானோடு போர் நடந்தது. அப்போதும் டச்சின் காலனியச் சுரண்டல் நின்றுவிடவில்லை. ஆனால் 1949ல் டச்சு காலனி ஆட்சி நீங்கி நாடு விடுதலை பெற்றது. 340 ஆண்டுகள் தொடர்ந்து டச்சு காலனி ஆட்சியின் முடிவில் இந்தோனேசிய குடியரசு பிறந்தது. அதற்குப் பிறகு பீஷ்மாவின் குடும்பத்திற்கு நல்ல காலம் பிறந்தது. குடும்பம் மளமளவென்று முன்னேறியது. அவர்களின் பதிப்பகம் வெற்றிநடைபோட, 1950களில் கார் வாங்கும் அளவிற்கு வளம் பெருகியது. பீஷ்மா பான்கர்ஸ் மோட்டார் பைக்கின் சர்வ பாத்தியமுள்ள சொந்தக்காரன் ஆனான். அவனுக்கு 17 வயதிருக்கும் போது ஒரு நாள் பெற்றோரிடையேயான மற்றொரு உரையாடலை அவன் கேட்க நேர்ந்தது.

"அவனை அழைத்துச் செல்ல அம்பானிலிருந்து அந்த நல்ல மனிதர் வருகிறாரா" என்று அவன் அம்மா கேட்டது, காதில் விழுந்தது. அம்மா தன்னைத்தான் குறிப்பிடுகிறாள் என்பதை பீஷ்மா அறிவான். ஏனெனில் அவர்கள் வீட்டில் இருப்பது இரண்டு ஆண்கள். அந்த இருவரில் ஒருவர் அவன் அப்பா. அவரோடுதான் அம்மா பேசிக்கொண்டிருந்தாள்.

அடுத்த வாரம் அந்த நல்ல மனிதர் உரத்துப்பேசாத, நன்னடத்தை கொண்ட டச்சுக்காரர். அவர்கள் வீட்டிற்கு வந்தார். தாமஸ் லிசாபாலி என்பது அவர் பெயரென்று பீஷ்மாவின் பெற்றோர்கள் அவரை அறிமுகம் செய்து வைத்தனர்.

லிசாபாலி பல ஆண்டுகள் டச்சு கிழக்கிந்திய கல்வி அதிகாரியாகப் பணியாற்றி ஓய்வு பெற்று, தன் மனைவியோடும் இரண்டு இந்தோ டச்சுக் குழந்தைகளோடும் ஹாலந்தில் வாழ்ந்து வந்தார். அவருக்கு ஒரு அண்ணன் இருந்தார். அவர் டச்சு இராணுவத்தில் மருத்துவராக பணியாற்றியவர். ஜப்பானியப் படைகளால் சிறை பிடிக்கப்பட்டு, சிறையிலேயே அவர் இறந்து போனார். அவரின் கல்லறையை தேடி ஜாவாவிற்கு வந்த லிசாபாலியிடம் யாரோ ஒருவர் ஜகார்த்தாவில் இதழாளராக இருந்த அஸ்ருல் ரவுத்திடம் சென்றால் பலன் கிடைக்கும் என்று சொல்ல, லிசா பீஷ்மாவின் அப்பாவிடம் வந்து சேர்ந்தார். பீஷ்மாவின் தந்தை அவரோடு சென்று, மேற்கு ஜாவாவில் சுகாபூமியிலிருந்து காவல்துறை பள்ளிக்கருகிலிருந்த லிசாவின் அண்ணனின் கல்லறையைக் கண்டுபிடித்தனர். அதற்கு நன்றி பாராட்டும் பொருட்டு லிசா பீஷ்மாவின் வீட்டிற்கு அப்போது வந்தார்.

ஒரு மாதம் கழித்து பீஷ்மா, லிசாவோடு ரோட்டர்டாம் நோக்கி கப்பலில் பயணித்துக் கொண்டிருந்தான். அது முதல் லிசாதான் அவனுக்கு வளர்ப்புத் தந்தை. பீஷ்மா எதுவானாலும் இனி லிசாவிடம்தான் சொல்ல வேண்டும். ஏனெனில் இனி லெய்டெனிலுள்ள அவனது புதிய குடும்பத்திற்கு லிசாதான் குடும்பத் தலைவர் என்றெல்லாம் பீஷ்மாவின் அப்பா சொல்லி அனுப்பியிருந்தார்.

பீஷ்மாவிற்கு வயிற்றிற்குள் என்னவோ செய்தது. எப்படி ஒரு சிறுவனுக்கு இரண்டு அப்பா இருக்க முடியும்?

கப்பல் பயணிக்க, பயணிக்க, பீஷ்மா அறிந்த உலகம் பின்னோக்கி ஓடியது. ஆனால் பீஷ்மாவிடம், அவன் வீட்டின் வாசம், தோட்டத்தின்

மணம், அவன் அப்பாவின் சுருட்டின் வாசம் என்று எல்லாம் கலந்த மணம் மட்டும் சிறிது நேரம் தொடர்ந்து வந்தது. பின்னர் அதுவும் மறைந்து போனது.

21 நாட்கள் கடற்பயணம் செய்து அயல்நாடு சென்று கல்வி கற்று, எவ்வளவு ஆண்டுகள் கழித்து வீடு திரும்புவோம் என்ற கேள்விக்குப் பதில் தேடி அலைந்தது அவன் உள்ளம். அவன் அழ வேண்டிய நேரமா அது? குடும்பத்தாரிடமிருந்து இதுபோல் கடல் கடந்து செல்ல விடைபெறுவது எவ்வளவு நெருக்கடியானது. அவனது அப்பாவின் அறையிலிருந்த எழுத்தாளர் வால்டேரின் புத்தகத்தில் அவன் படித்திருக்கிறான். ஆனால் அவனுக்குக் கண்ணீர் வரவில்லை.

பல மணி நேரம் கழித்து கப்பல் செங்கடலை அடைந்தபோது, பீஷ்மாவின் விழிகளிலிருந்து கண்ணீர் கொட்டியது. பீஷ்மா, தன் தந்தைக்காக, தன் சகோதரிகளுக்காக தன் வகுப்பறைத் தோழர்களுக்காக மற்றும் தன் நெருங்கிய நண்பன் டோனிக்காக அழுதான். டோனியிடம் தன் பாங்கர் மோட்டார் சைக்கிளைக் கொடுத்துவிட்டு வந்த பீஷ்மாவால், என்ன காரணத்தினாலோ, தனது எதிர்காலச் செய்திகளை, வளங்களை பகிர்ந்து கொள்ள முடியாமற் போயிற்று.

பீஷ்மாவின் கதைகளிலும் கரங்களிலும் கட்டுண்டு கிடந்த அம்பாவிற்கு பீஷ்மாவின் சிறு வயது வாழ்க்கையில் தனக்கும் பங்கிருந்திருக்கலாமே என்று முதலில் நினைத்தாள். ஆனால் சிறுவயதில் பீஷ்மாவுடன் இருந்த சில முக்கியமற்ற உறவுகளும் நட்புகளும் பின்னாளில் தொடரவில்லை என்று புரிந்தவுடன் முளைத்த தன் எண்ணத்தைக் கருவிலேயே கிள்ளி எறிந்தாள். பீஷ்மா ஆழமான நீண்ட முத்தம் தர, அம்பா எதற்கும் தயாரானாள். அவசரமின்றி நிதானமாக, உள்ளார்ந்த உணர்வோடு, திறந்த கண்களோடு பீஷ்மா எப்படி கதை சொன்னானோ, அதேபோல அம்பாவை இன்பத்தின் உச்சிக்கும் அழைத்துச் சென்றான்.

"**உ**னக்கு மலாகு தீவுக்கூட்டம் பற்றி அதிகம் தெரிந்திருக்க வாய்ப்பில்லை. எனக்கும் அப்படித்தான். பாடப்புத்தகங்களில் படித்தது தான். என் வளர்ப்புத் தந்தை லிசாபாலி மூலம் நான் அதிகம் தெரிந்து கொண்டேன். ஒரு காலத்தில் மலாகு தீவுகள் கிராம்பு

உற்பத்தியின் கோட்டையாகத் திகழ்ந்தன. 19ம் நூற்றாண்டு தொடக்கத்தில் நிலைமை மாறியது. கிராம்பு உற்பத்தி வீழ்ந்தது. இதன் விளைவாக மலாகு தீவுகளில் ஒன்றான அம்பானி தீவைச் சார்ந்தவர்கள் விவசாயத்தை விட்டுவிட்டு டச்சு காலனிய அரசிடம் ஊழியர்களாயினர். 1830களின் வாக்கில், அம்பானியர்கள் டச்சு காலனி அரசின் பிறபகுதிகளுக்கும் பரவினர். ஜப்பானியர்களின் படையெடுப்பின்போது டச்சுப் படையில் பாதிபேர் அம்பானியர்களாக இருந்தனர். லிசாபாலி உள்ளிட்ட அந்த அம்பானியர்கள் கிறித்துவர்களாக, டச்சுக்காரர்களைப் போல உடை உடுத்துபவர்களாக, பேசுபவர்களாக மாறிப்போனார்கள். அரசுப் பணியிலிருந்து ஓய்வுபெற்ற பிறகு ஹாலந்திற்கு சென்றுவிட முடியும் என்று நம்பினார்கள். 1950ல் தெற்கு மலாகு குடியரசு உருவானபோது, இந்தோனேசிய தேசிய வாதிகளால் அவர்கள் வெறுக்கப்பட்டதால், லிசாபாலியும் பிற அரசு அலுவலர்களுமாக 12000 அம்பானியர்கள் ஹாலந்தில் குடியேறினர்." பீஷ்மாவின் இந்த நீண்ட முன்னுரை பீஷ்மா தன் வளர்ப்புப் பெற்றோரை எத்துணை அளவு நேசித்தான் என்பதை அம்பாவிற்கு விளக்கியது.

லிசாபாலியின் அரசியல் சார்பு வேறாக இருந்தபோதும் அவர் பீஷ்மாவைத் தன் மகனைப் போலவே நடத்தினார். லிசாவின் மனைவியும் பீஷ்மாவிடம் அன்போடும் பாசத்தோடும் இருந்தாள். பீஷ்மா தன் வளர்ப்புப் பெற்றோரை மிகவும் நேசித்தான். "ஹாலந்து வீதிகளில் என்னை டச்சுக்காரர்கள் ஏளனமாகப் பார்த்தனர். ஆனால் என் வளர்ப்புப் பெற்றோர்கள் என்னை மிகவும் நேசித்தனர்" என்றான் பீஷ்மா. எனினும் இரவு தன் படுக்கை அறையில் தனிமையை உணர்ந்ததாக சொன்னான். உணவு மேசையில் அனைவரும் ஒன்றாக இருக்கும் பொழுது, குறிப்பாக ஏதேனும் ஓர் அம்பானியக் குடும்பம் வரும் பொழுது டச்சு சமூகத்திற்குத் தகுந்தாற் போலிருப்பது வலியுறுத்தப்படுவதை பீஷ்மாவால் புரிந்து கொள்ள முடியவில்லை. அவன் அக்கா மிட்டா ஒருமுறை இது குறித்து ஒரு கடிதத்தில் இப்படி எழுதியிருந்தாள்.

1880களில் டச்சுக் காலனிய காலத்தில் இந்தோனேசியர்கள் ஐரோப்பியர்களுக்கு இணையாக சட்ட உரிமைகள் பெற வேண்டுமானால், அவர்கள் ஐரோப்பிய சமூகத்திற்கு ஏற்றவர்களாக இருந்தாக வேண்டும். கிறித்துவத்தில் நம்பிக்கையுள்ளவர்களாக டச்சு மொழியில் சரளமாக பேசவும் எழுதவும் திறன் உள்ளவர்களாக

இருக்க வேண்டும் என்பது அதன் பொருள். அதாவது ஐரோப்பியக் கருத்துகளும் நெறிமுறைகளும் சர்வதேசியமாகின்றன என்று பொருள்.

பீஷ்மா கிறிஸ்டலிஜிக் லைசியம் என்ற டச்சுப் பள்ளியில் சேர்க்கப்பட்டான். வாய்ப்பு வசதியுள்ள டச்சுக் குடும்பம் தன் பிள்ளைகள் டச்சுப் பள்ளியில், டச்சு பல்கலைக்கழகத்தில் படித்து மென்மேலும் டச்சுக்காரர்களாக வேண்டும் என்று விரும்பும். அதுபோல தன் வளர்ப்புப் பெற்றோர்கள் தன்னை டச்சுப் பள்ளியில் சேர்த்துள்ளார்கள் என்பது பீஷ்மாவிற்கு புரிந்தது.

பீஷ்மாவை பள்ளியில் சேர்ப்பதற்கு அதிக நேரம் பிடிக்கவில்லை. லிசாபாலியும் பீஷ்மாவும் பள்ளி முதல்வர் அறையில் 20 நிமிடங்களுக்கு மேல் தங்கவில்லை. பீஷ்மா நெதர்லாந்து (ஹாலந்து) மண்ணைத் தொடுவதற்கு முன்னரே பள்ளியில் சேர்வதற்கான முன்னேற்பாடுகள் செய்யப்பட்டிருந்தன.

நாடு, மொழி, பள்ளி, சூழல் எல்லாமே பீஷ்மாவிற்குப் புதியவை என்பதால் சற்றுக் கலக்கமாக இருந்தது. பள்ளி முதல்வர் அவன் தோளில் தட்டிக் கொடுத்தது சற்று ஆறுதலாக இருந்தது.

"இவன் பெயர் பீஷ்மா, இந்தோனேசியாவிலிருந்து சற்று முன்னர்தான் வந்துள்ளான். தன் பெற்றோரை, உறவினர்களை விட்டுவிட்டு படிப்பதற்காகத் தன்னந்தனியனாக ஹாலந்து வந்திருக்கிறான். அவனது தைரியத்தைப் பாராட்ட வேண்டும். நீங்கள் அனைவரும் அவனை நண்பனாக ஏற்றுக் கொள்வீர்கள் என்று நம்புகிறேன்'' என்று வகுப்பறையில் பீஷ்மாவை பள்ளி முதல்வர் அறிமுகம் செய்து வைத்தார்.

'அவனை நண்பனாக ஏற்றுக் கொள்வீர்கள் என்று நம்புகிறேன்' என்று முதல்வர் சொன்னதும் பீஷ்மாவுக்கு உணர்ச்சி பெருக்கெடுத்தது. இறந்த காலத்தில் பல அநீதிகள் நடந்துள்ளன. வரலாற்றை மாற்றி எழுதமுடியாது. ஆனால் அதனை தனக்குப் பலமாக மாற்றிக் கொள்வது நம் கையில் உள்ளது. நமக்கு அதற்கான வாய்ப்பு வழங்கப்பட்டுள்ளது என்று பீஷ்மா எண்ணினான்.

பள்ளியில் பெரிதாக பிரச்சினை ஏதும் எழவில்லை. பிரஞ்சு, லத்தின் மொழிப் பாடங்கள், இயற்கை அறிவியல், பூகோளம் ஆகியவற்றில் பீஷ்மா சற்று சிரமப்பட்டான். ஆனால் கணக்குப்

பாடத்திட்டத்தில் அவன் தான் முதல் மாணவன். கணக்குப் பாடத்தை நடத்துமாறு அவன் கரும் பலகைக்கு அழைக்கப்பட்ட போதெல்லாம் டச்சு மாணவர்களின் முகத்தில் மாற்றம் காணமுடிந்தது.

'ஐரோப்பியரல்லாத ஒருவர் ஐரோப்பிய சமூகத்திற்கு ஏற்றவரா இல்லையா என்பதை எந்த ஒரு டச்சுக்காரனாலும் தன்னிச்சையாக சொல்ல முடியும் என்று தன் தமக்கை கடிதத்தில் குறிப்பிட்டிருந்தது. பீஷ்மாவின் உள்ளத்தில் ஆழமாகப் பதிந்திருந்தது. இது எப்படி சரியாக இருக்க முடியும்? அது ஒரு இந்தோனேசியருக்கும் பொருந்துமா? நான் நாடு திரும்பியதும், நீண்டகாலமாக இந்தோனேசியாவில் வாழும் ஐரோப்பியர்களை, குடும்பத்தோடு நாடு கடத்திடலாமா? தங்களைத் தாங்களே நாடு கடத்திக் கொண்டு இந்தோனேசியாவில் வாழ்வதால் அவர்கள் இனத் துரோகி ஆகிவிடுவார்களா? அவர்கள் ஹாலந்தில் வாழ தகுதியற்றவர்களா? இதற்கு என்ன அடிப்படை இருக்கிறது? எவருக்குத் தகுதி இருக்கிறது எவருக்குத்தகுதியில்லை? என்பதை யார் தீர்மானிப்பது? இது குறித்து பீஷ்மா மனம் கலங்கிப் போயிருந்தான்.

தனது வளர்ப்புக் குடும்பத்தினரிடம் செயற்கையான ஐரோப்பியத் தனம் இருப்பதை பீஷ்மாவால் உணர முடிந்தது. 'எப்படி இவர்களால் தங்களின் வேர்களிடமிருந்து அந்நியப்பட்டு இருக்க முடிகிறது? நாமும் அப்படி மாறிவிடுவோமா? எங்கே இருக்கின்றன என் வேர்கள்?'' என்ற கேள்விகள் பீஷ்மாவிற்குள் எழுந்தன. லிசா குடும்பத்தை விட்டு நீங்கி தனியாக வந்த பின்னரும் பீஷ்மாவிடம் இக்கேள்விகள் தங்கி இருந்தன. சனிக்கிழமை இரவுகளில் ஜெராயென் லிசாபாலியையும் அவன் நண்பர்களையும் சந்திக்க பீஷ்மா செல்வது வழக்கம். அப்படிப்பட்ட சந்திப்புகளில் ஒருநாள் 'லிச் மனுகுது'வை பீஷ்மா சந்தித்தான். காதலில் வீழ்ந்தான்.

லிச் ஒரு அம்பானியக் குடும்பத்தைச் சேர்ந்தவள். பலரின் நடுவில் இருந்த பீஷ்மாவைப் பார்த்தவுடன், அவன் வித்தியாசமானவன் என்பதை கண்டு கொண்டாள். "என்னைப் பார்வையால் நீ துகில் உரித்து முடித்த பின்னர் நாம் பேசலாமா'' என்று சிரித்துக் கொண்டே கேட்டாள் லிச்.

'மன்னிக்கவும்; உன் கண்கள் உன்னைப் போல் தனித்துவம் கொண்டதாக உள்ளன'' என்று நாணத்தோடு பீஷ்மா சொன்னான்.

'ஆம்.. உன் கண்கள் மட்டும் என்ன?''

நெருங்கிப் பழகியபோதும் அவள் அவனிடம் தன்னைப் பற்றி ஏதும் சொல்லவில்லை. ஒருநாள் அவர்கள் வழக்கமாகச் சந்திக்கும் இடத்தில் லிச் தனியாக அழுது கொண்டிருப்பதைப் பார்த்தான். தன் வேலை போய்விட்டதாகவும் அதைவிட தன்னை தன் முதலாளி திருடி என்று சொன்னதுதான் மிகவும் வருத்தம் தருவதாகவும் லிச் சொன்னாள். பீஷ்மா அவளை அழைத்துக் கொண்டு தன் அறைக்குச் சென்றான். குளியலறைக்கு சென்றுவிட்ட லிச் உள்ளாடை ஏதும் அணியாமல் வெளியே வந்தவள் பீஷ்மாவின் புத்தகங்களைப் புரட்டிக் கொண்டிருந்தாள். பீஷ்மா உடல் முறுக்கேறி நின்றான். சட்டென்று இருவரும் ஒருவரை ஒருவர் அணைத்துக் கொண்டனர். முத்த மழையில் நனைந்த இருவரும் ஆடை களைந்தனர். அமுதம் உண்டனர். சொர்க்கம் கண்டனர்.

இத்தனை அந்தரங்க விவரங்களைத் தன்னிடம் இவன் சொல்வானேன் என்று நினைத்தாள், பீஷ்மாவின் அணைப்பில் கட்டுண்டு கிடந்த அம்பா. ஆனால் அந்த நினைப்பை பாழாய்ப்போன அவள் பொறாமை முந்திக் கொண்டு நின்றது.

ஒரு நாள் காலை தாமதமாக படுக்கையில் இருந்து எழுந்த லிச், ‘இதோ போன் பேசிவிட்டு வருகிறேன்’ என்று பீஷ்மாவிடம் சொல்லிவிட்டுப் போனவள், திரும்பி வரவே இல்லை. படுக்கையிலிருந்த லிச்சின் நாட்குறிப்பில் தொலைபேசி எண்கள் பல இருந்தன. பல நாட்களாக லிச் திரும்பி வராததால் கவலையடைந்த பீஷ்மா, அந்த நாட்குறிப்பிலிருந்த ஒரு தொலைபேசி எண்ணைத் தொடர்பு கொண்டான். அதன்மூலம் லிச்சின் ஒன்றுவிட்ட சகோதரன் ஜெரால்டின் தொடர்பு கிடைத்தது.

மாதங்கள் உருண்டன. திடீரென ஒருநாள் பீஷ்மாவைச் சந்தித்த லிச், தான் ஆம்ஸ்டர்டாமுக்குச் செல்வதாகச் சொல்லிவிட்டு மறைந்து போனாள். இதற்குள் ஜெரால்டும் பீஷ்மாவும் நெருங்கிய நண்பர்களாகிவிட்டனர். நெருங்கிய நண்பனாக மட்டுமல்லாமல் பீஷ்மா அறியாத உலகச் செய்திகளைச் சொல்பவனாகவும் இருந்தான். அவனுக்குப் பல உண்மைகள் தெரிந்திருந்தன. சிறைகளிலும் முகாம்களிலும் மக்கள் படும் இன்னலை அறிந்திருந்தான். நிறவெறியின் கோரத் தாண்டவத்தை மட்டுமல்ல; அதைவிட மோசமான சுரண்டல் குறித்தும் அறிந்திருந்தான். கம்யூனிசம் குறித்தும் அது மனித குலத்திற்கு ஆற்றக்கூடிய உன்னதம் குறித்தும் தெளிவாகத் தெரிந்து வைத்திருந்தான்.

"நாங்கள் முகாமில் இருந்தபொழுது என் சகோதரன் வெள்ளையர்களையும் இந்தோனேசியர்களையும் வெறுத்தான். ஆனால் நான் அப்படியல்ல' என்றான் ஜெரால்டு.

"நீ மட்டும் எப்படி வெறுக்காமல் இருக்கிறாய்?''

"ஏனெனில் நான் ரோசா லக்ஸம் பெர்க்கைப் படித்தவன்.''

பீஷ்மாவிற்கு ரோசா லக்ஸம்பெர்க் பற்றி ஏதும் தெரியாது. அடுத்த நாளே பீஷ்மா ரோசாலக்ஸம் பெர்க்கின் வாழ்க்கை வரலாறு குறித்த இரு புத்தகங்களை வாங்கிப் படித்தான். ரோசா லக்ஸம்பெர்க் ஒரு ஜெர்மானிய யூதப் பெண்மணி. சோசலிச இயக்கத்தில் அர்ப்பணிப்பு கொண்ட தலைவராக இருந்த அந்த வீர மங்கையை சர்வாதிகார அரசு விசாரணையின்றி, எந்த விளக்கமும் பெறாமல், அவளுக்கு மரணத்தின் போதும் எவ்வித மரியாதையும் வழங்காமல் கொடூரமாகக் கொன்றது. அவள் உடலை வாய்க்காலில் ஈவு இரக்கமின்றி வீசி எறிந்தது. அவளது நிதானம், வீரம், ஓய்வறியா வேகம் யாவும் அறிந்து பீஷ்மா வியந்து போனான். அநீதி கண்டு ஒடுக்குமுறையை எதிர்த்து அவள் போராடிய போதும் அவற்றை கடுமையாக எதிர்த்து சிறப்பாக பேசியபோதும், அவளிடம் சினம் தெரிந்தது. ஆனால் அச்சினத்தில் வெறுப்பு இல்லாததைக் கண்டு பீஷ்மா அசந்துபோனான்.

பீஷ்மா தன்னிடம் ஒரு மாற்றத்தை - அவனுக்குள் புதிய வேர்கள் முளைவிடுவதை - உணர்ந்தான். படிப்படியாக லிசா பாலி வீட்டிற்குச் செல்வதைக் குறைத்துக் கொண்டான். ஆனால் அந்தக் குடும்பத்தின் மீது கொண்ட அன்பும் பாசமும் குறைந்திடவில்லை. ஹாலந்தில் அவன் பாசத்திற்குரிய முதல் குடும்பம் லிசா பாலி குடும்பம்தான் என்று அப்போதும் உணர்ந்திருந்தான். எனினும் அவர்களின் வாழ்முறைக்கும் அவனுக்கும் இடையில் ஓர் இடைவெளி இருக்கவே செய்தது. மார்ஸ்வெக் பகுதியிலிருந்த ஒரு தனியார் மருத்துவமனையில் வரவேற்பாளராக பணியில் சேர்ந்தான்.

இதைச் சொல்லிவிட்டு ஒருக்களித்துப் படித்துக் கொண்டு அம்பாவை உற்று நோக்கிய பீஷ்மா, "நான் எனக்கென்று பணம் சம்பாதிக்க வேண்டியிருந்தது. ஏனெனில் நான் வசதியான வீட்டில் எப்படி வாழ முடிகிறது என்பதை ஜெரால்டுக்கு விளக்க அது தேவைப்படுகிறது'' என்றான்.

'மீண்டும் மீண்டும் தான் வசதி வாய்ப்புள்ளவனாக இருப்பதை எண்ணி வருத்தப்படுகிறானே' என்று அம்பா எண்ணிக் கொண்டாள். அவள் அந்த சிந்தனையில் மூழ்கி விடுவதற்கு முன்னர் பீஷ்மா குனிந்து அவள் வயிற்றில் முத்தமிடத் தொடங்கிவிட்டான். வயிற்றில் முத்தமிட்ட அவன் நாக்கு கீழ் நோக்கிச் செல்லாமல் மேல்நோக்கி பயணமானது. மார்பகம், கழுத்து, கன்னம் என்று நகர்ந்து இறுதியில் அவளின் அழகிய செவிமடல்களை நாவால் வருடியபோது பீஷ்மா மெல்லிய குரலில் "இந்த இடத்திற்குச் சிறப்பு முத்தம் தருவேன். ஏனெனில் நீ என் காதலி என்பதோடு நான் பேசுவதை காது கொடுத்துக் கேட்பவளாகவும் இருக்கிறாய்'' என்றான்.

அதிகாலை மணி மூன்று இருக்கும். பீஷ்மாவின் முத்தமழையில் நனைந்துபோயிருந்த அம்பாவிற்கு வெளியே மெல்லிய காலடி சத்தம் கேட்டது. அறையின் ஜன்னலுக்கு அருகிருந்த மரக்கிளைகள் காற்றில் அசைந்தாடி ஜன்னலிடம் குசலம் விசாரித்தன. சட்டென்று அவளுக்கு சால்வாவின் நினைவு வந்தது. தொடர்ந்து பெற்றோரின் நினைவு வந்தது. அவளுக்கும் பீஷ்மாவிற்கும் உள்ள உறவைத் தெரிகிறபோது பெற்றோர்களுக்கு ஏற்படும் அதிர்ச்சியை நினைத்ததும், அம்பா உடைந்து போனாள். அழுதுகொண்டே "என் பெற்றோர்கள் என்னையும் உன்னையும் கொன்று விடுவார்கள்" என்று புலம்பினாள்.

அவள் தவறான தகவல் தருவதுபோல அவளை விநோதமாக உற்றுப் பார்த்தான் பீஷ்மா. 'நானும் இவளும் காதல் கொள்வதில் என்ன தவறு?' என்று கேட்பது போல் அவன் பார்வை இருந்தது. பீஷ்மா எதையும் சட்டென்று புரிந்து கொள்ளும் திறன் படைத்தவன். உண்மையைப் போட்டு உடைக்கும் தருணம் வந்துவிட்டது என்று எண்ணிய அம்பா, ஒன்று விடாமல் எல்லாவற்றையும் கொட்டித் தீர்த்தாள். சால்வாவுடனான திருமண ஒப்பந்தம் அவளுக்குத் தரும் பெரும் வேதனை, சால்வாவிற்கு அம்பா மேலுள்ள கண்மூடித்தனமான காதல், அவனது நயமான வார்த்தைகள், எவரையும் கவர்ந்திருக்கும் நளினம், சால்வாவின் மீதான அவள் அப்பாவின் அபிமானம், அவனைக் காணும் போதெல்லாம் ஒளிர்கிற அவள் அம்மாவின் கண்கள், சால்வாவின் தெளிவான கடிதங்கள்,

எதையும் சட்டென்றும் புரிந்து கொள்ளும் (பீஷ்மாவைப்போல) அறிவாற்றல் என்று எல்லாவற்றையும் சொல்லி முடித்தாள். அவள் இதயம் படபடவென்று அடித்துக் கொண்டிருந்தது. அவளின் முகத்தை நிமிர்த்திய பீஷ்மா "அம்பா! உனக்கு நானிருக்கிறேன். கவலை வேண்டாம்'' என்றான்.

அம்பாவால் தன் காதுகளை நம்பமுடியவில்லை.

"எனக்கு வேறு வழியில்லை. நீ என்னை...''

திருமணம் செய்து கொள்ள வேண்டும் என்று சொல்ல வந்த அம்பாவின் பேச்சு பாதியிலேயே நின்றுபோனது. அவள் அப்படி சொல்ல விரும்பியதற்கு, திருமணத்தின் மீது அவளுக்கிருந்த நம்பிக்கையல்ல காரணம், திருமணம் செய்து கொள்ளாமல் இருக்க முடியாது என்ற அச்சமல்ல காரணம். சால்வாவிடமிருந்து விடுபட வேண்டும் என்பதுமல்ல, பீஷ்மா தானாகவே அவளை ஏற்றுக்கொண்டு புராணத்தைப் பொய்யாக்க வேண்டும் என்பதுகூட அல்ல. பீஷ்மா போல் அம்பா கொண்டிருந்த காதல் மட்டுமே காரணம். அவள் காதல் தூய்மையானது, புனிதமானது. "நீ என்னை..' என்று மீண்டும் பேசத் தொடங்கி அம்பாவால் மீண்டும் மேற்கொண்டு பேச முடியவில்லை. ஆனால் அதற்குள் பீஷ்மா அவள் முகமெங்கும் முத்தத்தால் அளக்கத் தொடங்கினான். "இதோ உனக்கு நானிருக்கிறேன். நீ என்னுடையவள்'' என்று சொல்லி அவளைக் கட்டி அணைத்தான். தொட்டாற் கிணுங்கிச் செடியைப் போல அவன் தொட்டதும் உதிர்ந்து போன அம்பா அவனுள் அடங்கிப் போனாள்.

கூடலின் நடுவே கிடைத்த ஒரு கண இடைவெளியில், "நான் சால்வாவிடம் செல்ல மாட்டேன். நீ, நீதான் என்னை..'' என்று சொல்ல வாயெடுத்தாள், அம்பா. ஆனால் பாவம்! அவள் வாயிலிருந்து வார்த்தை ஏதும் வெளிவரவில்லை.

பீஷ்மா எழுந்து சென்ற பிறகும், அவன் கொடுத்த கொடையைத் தனக்குள் சுமந்தவாறு படுத்தே கிடந்தாள் அம்பா. இன்னும் ஒரு மணி நேரத்திற்குள் அவள் ஊரைவிட்டே போயாக வேண்டும் என்பது அவளுக்குத் தெரியும். அதைப்பற்றி அவள் கவலை கொள்ளவில்லை. ஏனெனில் அவள் யோக்யாகரட்டாவிலிருந்து பெரிதாக எதுவும் கொண்டுவரவில்லை. கேத்ரியிலும் எதுவும்

வாங்கிவிடவில்லை. எஞ்சியுள்ள நேரத்தில் அங்கு தங்கி நின்ற பீஷ்மாவின் மணத்தை நுகர்ந்தவாறும், அவன் பேசியவற்றை நினைவில் சுமந்தவாறும் இருக்க விரும்பினாள்.

அவன் தன்னைப்பற்றி சொன்னவற்றை எல்லாம் மீண்டும் ஒருமுறை எண்ணிப் பார்த்தாள். அவளைப் பற்றி முழுமையாக அறிந்த பின்னர் அவன் என்ன செய்யப்போகிறான். வெளி உலகத்திற்கு முன் அவர்கள் ஒருவரிடமிருந்து ஒருவர் எப்படி விடை பெற்றுக் கொள்வது? கேத்ரியிலிருந்து நீங்கிய அவர்கள் மீண்டும் எங்கே எப்போது சந்திக்கப் போகிறார்கள் என்பதையெல்லாம் அவர்கள் தங்களுக்குள் விவாதிக்கவே இல்லை.

அவள் மனத்திரையில் விரிந்த காட்சி அவ்வளவு எளிதாக நினைவில் தங்கிவிடாது.

‘பீஷ்மா அறையிலிருந்து வெளியேறுகிற இறுதிக் கணத்தில் அவளை பொருள் பொதிந்த பார்வையோடு பார்க்கிறான். அவள் வாழ்க்கையில் படர்ந்திருந்த சால்வாவின் நிழல் கண்டு அவன் அதிர்ந்துபோயிருப்பது தெரிகிறது.

சட்டென்று காட்சி மாறுகிறது.

‘அறையின் ஒரு மூலையில் அம்பா அமர்ந்திருக்கிறாள். கண்களில் காமத்தோடும் காதலோடும் சால்வாவை விழுங்குவதுபோல் பார்த்துக் கொண்டிருக்கிறாள்.

எதிர்காலத்தில் அழிவு காத்திருக்கிறது என்பது புரிகிறது. அதோடு தான் மாறிப்போனோம் என்று புரிகிற கவலை வருகிறது. அது அவளது அழிவிற்கான மாற்றம்.

9
பூமி தரங்

1965, அக்டோபர் 7ம் நாள், கேத்ரி மருத்துவமனையை விட்டு அம்பா செல்ல வேண்டிய நாள். பீஷ்மாவை விட்டுப் பிரிய வேண்டிய நாள். எந்த ஆரவாரமும் இன்றி, எதிர்ப்பும் இன்றி பிரிந்துபோன நாள். ஒரு மருத்துவமனை அதற்கேற்ற இடம்.

பீஷ்மா அவள் அறையை விட்டு நீங்கிய ஒரு மணி நேரம் கழித்து அம்பா காலை உணவிற்கு உணவருந்தும் அறைக்குச் சென்றாள். மருத்துவமனையில் வேலையில் சேர்ந்த அன்றும், அடுத்த நாளும் செய்தது போல ஒரு மூலையில் அமர்ந்து எவர் கவனத்தையும் ஈர்க்காமல் காலைச் சிற்றுண்டியை முடித்துக் கொண்டாள். "என்றைக்காவது காலை உணவை நீ உண்டிருக்கிறாயா?'' என்று பீஷ்மாவிடம் கேட்க வேண்டும் என்று எப்போதும் நினைப்பாள். ஆனால் ஒரு நாளும் கேட்டதில்லை.

அவள் விடைபெறும் நாளன்று டாக்டர் சுகாதி கூடுதல் பாசத்தோடு நடந்து கொண்டார். அவளை மருத்துவமனையின் வாசல்வரை வந்து வழியனுப்பி வைத்தார். அப்போது அவர் முகத்தில் ஒரு நிம்மதி தெரிந்தது. பீஷ்மாவிற்கும் அவளுக்குமுள்ள நெருக்கம் பற்றி அவர் அறிந்திருக்கவில்லை. அதனால் பீஷ்மா பற்றி அவளிடம் ஏதும் பேசவில்லை. "உனது கடுமையான உழைப்பிற்கு நன்றி. உன் பணியைப் பாராட்டாமல் இருக்க முடியவில்லை. மொழிபெயர்ப்புப் பயிற்சி பெற்றவர்கள் கூட உன் அளவிற்கு விரைவாக பணியை முடித்திருக்கமுடியாது'' என்றார் டாக்டர் சுகாதி.

அவளை ரயில் நிலையம் அழைத்துச் செல்ல மருத்துவமனை காரை அனுப்பிவைத்தார்.

எவ்வித தயக்கமும் தடுமாற்றமும் இல்லாமல் கார் நிற்கும் இடத்திற்குச் சென்றுவிட வேண்டும் என்று அம்பா விரும்பினாள். டாக்டர் சுகாதி முகத்தைப் பார்க்க அதில் பீஷ்மாவைக் காண ஒருமுறை திரும்பிப் பார்த்தாள். சுகாதி அங்கில்லை. கனத்த இதயத்தோடு காரை நோக்கி நடந்து சென்றாள்.

சட்டென்று பீஷ்மாவின் உருவம் ஓரக் கண்ணில் தெரிந்தது. அதுவரை தன்னை மறந்துபோன பீஷ்மாவை ஏறெடுத்துப் பார்க்கக்கூடாது என்று தனக்குள் சொல்லிக் கொண்டாள். நெருங்கி வந்தவனின் முகம் பார்க்காமல் தலையைக் குனிந்து கொண்டாள்.

"அம்பா. நான் உன்னை மீண்டும் சந்திக்க வேண்டும். இரண்டு நாட்களுக்குப் பின்னர் சந்திப்போமா? யோக்யாகரட்டாவில் அதற்குள் அறுவை சிகிச்சை நடந்தாக வேண்டும். நான் எப்படியாவது இங்கிருந்து வந்துவிடுவேன்.''

அம்பா பதிலேதும் சொல்லவில்லை.

"ஏதேனும் பேசு, அம்பா.''

அம்பாவின் உள்ளம் குழப்பத்தில் உழன்றது. 'இல்லை.. தேவையில்லை..' என்று சொல்லி உறவை ஒரேயடியாக அறுத்திருக்க முடியும். அல்லது அவனிடமிருந்து சற்று எட்டியிருந்து, அவனாகவே விலகிச் செல்லும் வண்ணம் நடந்திருக்க முடியும். அதற்கெல்லாம் இறுகிய மனம் தேவை.

இவை எதுவும் நடக்கவில்லை. அவ்வாறு கடுமையாக இருக்க அவள் மனம் ஒப்பவில்லை. மாறாக, பொய் சொன்னாள். வார இறுதியில் அவளைச் சந்திக்க வருவதாக சால்வா கடிதம் எழுதியுள்ளதாகவும், அப்படி அந்த சந்திப்பு நடக்காவிட்டால் அவளைத் தேடி அவள் பெற்றோர்கள் வரக்கூடும் என்று கற்பனைக்காரணம் சொன்னாள்.

இதைச் சொல்லி முடித்தவுடன், தவிர்க்க முடியாமல் அவனை நிமிர்ந்து பார்த்தாள். அவ்வளவுதான். நான்கு கண்கள் சந்தித்துக் கொண்டன. அம்பாவின் இறுகிய உள்ளம் கரைந்தது. பிடிவாதம் தளர்ந்தது.

இப்படித்தான் அவர்கள் ஊடல் உடைபடும்.

நான்கு நாட்கள் கழித்து அவர்களிருவரும் யோக்யாகரட்டாவிலுள்ள சேனோபுடோயோ அருங்காட்சியகத்திற்கு வெளியே தனியான ஓரிடத்தில் சந்தித்துக் கொண்டனர்.

அந்தச் சந்திப்பிற்கு முன்னர் அம்பா பலவற்றை முடிக்க வேண்டியிருந்தது. அம்பா யோக்யாகரட்டா ரயில் நிலையத்தில்

வந்திறங்கியதும் தன் பல்கலைக்கழகத் தோழி ரியன் ஒயேலை தொலைபேசியில் தொடர்பு கொண்டாள். ரியன் அம்பாவிடம் தன் இருப்பிடத்தில் ஓர் அறை காலியாக இருப்பதாகவும் அம்பா அங்கு சில நாட்கள் தங்கலாம் என்றும் சொன்னாள். சில சமயங்களில் எல்லாம் சரியாக அமைந்துவிடுகின்றன.

முகந்தெரியாத ஆட்களிடமிருந்து தன் குடும்பத்திற்கு வந்த அச்சுறுத்தல் குறித்து முன்பு ஒருமுறை ரியன் அம்பாவிடம் சொல்லியிருக்கிறாள். நள்ளிரவில் திடீர் திடீரென தோன்றும் அவர்கள், "உயிர் வாழ வேண்டுமென்றால் ஊரை விட்டு ஓடுங்கள் என்று எச்சரிப்பார்கள்" என்று சொன்னாள் ரியன்.

"ஏன்.. நீங்கள் சீனர்கள் என்பதலா?''

"இல்லை. நாங்கள் சீனர்கள் என்பதால் கம்யூனிஸ்ட்களாம். இஸ்லாமியர்களாக இருக்க முடியாதாம்..'' என்று முன்பு ரியன் சொன்ன செய்தி நினைவிற்கு வந்தபோது, அம்பா ரியனின் வீடு வந்து சேர்ந்தாள். வழக்கம் போல அவளைக் கண்டதும் ரியனின் கண்கள் ஒளிர்ந்தன. தனது கேத்ரியின் அனுபவங்களை தன் தோழியிடம் அம்பா பகிர்ந்து கொள்ளவில்லை. மாறாக ரியன் சொல்வதை ஆர்வமுடன் கவனமுடன் கேட்கலானாள்.

"நீ இந்நகரத்தை விட்டுச் சென்று இரண்டு வாரங்கள் தான் கழிந்துள்ளன. ஆனால் அதற்குள் இங்கு பயங்கரமான மாற்றங்கள் நிகழ்ந்துவிட்டன. மக்கள் ஏதோ பெரிதாக ஒன்று நடக்கப்போவதாக எதிர்பார்த்துக் காத்திருக்கிறார்கள். அண்மையில் என் நண்பர்களை அவர்கள் தங்கியுள்ள விடுதிகளில் சந்திக்கச் சென்றேன். தேசியவாத கட்சியின் மாணவர் அணியைச் சேர்ந்தவர்கள். அவர்கள் அனைவரும் தற்காப்புப் பயிற்சியும் ஆயுதப் பயிற்சியும் செய்து கொண்டிருந்தார்கள். இது என்ன விபரீதம் என்று நான் கேட்டவுடன் என் மீது அனைவரும் பாய்ந்துவிட்டார்கள். 'உனக்குத் தெரியாதா? கம்யூனிஸ்ட் மாணவர் அணிக்கு கம்யூனிஸ்ட் ஆதரவு சக்திகள் ஆயுதம் வழங்குகின்றன. யோக்யாகரட்டா ஒவ்வொரு நிமிடமும் மேலும் மேலும் சிவப்பாகி வருகிறது. நமது வளாகமும் அவர்கள் கட்டுப்பாட்டில் உள்ளது என்று சொன்னார்கள்.''

ரியன் இவ்வாறு சொல்லி முடிக்கவும், அம்பா அப்பாவித்தனமாகக் கேட்டாள்.

"அது சரி! ராணுவம் என்று ஒன்றிருக்கிறதல்லவா?''

"என்ன இவள் நாட்டின் நிலைமை புரியாதிருக்கிறாள்?' என்று தனக்குள் நினைத்துக் கொண்ட ரியன் நிலைமையை அம்பாவிடம் எடுத்துச் சொன்னாள்.

"எனக்கு சரியாகத் தெரியாது. ஜகார்த்தாவில் கலகம் என்பது அடக்கப்பட்டவுடன் ராணுவத் தளபதி கடாம்சோவைக் கொன்று புரட்சிக் குழுவிற்கு ஆதரவாக நின்ற படைகள் மறைந்துவிட்டதாம். ஆனால் அப்படைத் தலைவன் புதிய கொரில்லாப் போருக்கு முயற்சி செய்கிறானாம். இஸ்லாமியர்களும், கத்தோலிக்கர்களும் அதை எதிர்கொள்ளத் தயாராகி வருகின்றார்களாம்.

"ஒருவர் எவ்வளவுதான் கவனமாக இருக்க முடியும்? சாத்தியமில்லை. இப்போதெல்லாம் ஒவ்வொருவரும் உளவாளியாக உள்ளார்கள்'' என்று மேலும் சொன்னாள் ரியன்.

ரியனின் பின்புறமிருந்த சுவரில் யாரோ ஒருவரின் படம் தொங்கிக் கொண்டிருந்தது. அப்படத்தில் வரையப்பட்டிருந்த கண்கள் மெய்யான கண்கள் போல உளவு பார்த்துக் கொண்டும் கண்காணித்துக் கொண்டும் இருந்தன.

"ஒருவர் எப்போதும் மிக மிகக் கவனமாக இருப்பது சாத்தியமில்லை. அதிலும், எதிர்காலம் பற்றி பேச மறுத்துவிட்டு 'நாளை என்பது இல்லை' என்கிற வகையில் விழுந்து விழுந்து 'காதல்' செய்கிறவனிடம் கவனமாக இருப்பது கடினம்'' என்று தனக்குள் அம்பா சொல்லிக் கொண்டாள்.

அருங்காட்சியகத்திற்கு அருகில் பீஷ்மாவை சந்தித்தபோது, ரியன் தன்னிடம் சொன்னவற்றை எல்லாம் சொன்னாள். அதைக் கேட்டு பலமாக சிரித்தான் பீஷ்மா. சிரிப்பிற்கு ஊடே, அந்த மர நிழலில் ஆயிரம் முத்தங்களும் பெற்றான்.

அவளின் அச்சங்களை பீஷ்மா மிக எளிதாகப் புறந்தள்ளியதை கேட்டு அம்பா கவலைப்பட்டாள். என்னிடம் மட்டுந்தானா அல்லது பெண் இனத்தையே மதிக்கத் தெரியாதா? இவன் சால்வா போலல்ல. சால்வா பெண்களை மனைவிகள் போல நினைத்து எரிச்சலூட்டுவான். ஆனால் பீஷ்மா பெண்களை மதிக்கத் தெரியாதவன்' என்று நினைத்தாள் அம்பா.

பீஷ்மாவின் அணைப்பிலிருந்து விடுபட முயன்று தோற்றுப்போனாள். புதிய போதையோடு, பீஷ்மா நெருடாவின் கவிதை வரிகளை அம்பாவின் காதில் முணுமுணுத்தான்.

"நிஜத்திற்கும் நிழலுக்கும் இடையில்

கருமையை காதலிக்க வேண்டும்.

அதுபோல நான் உன்னைக் காதலிப்பேன்.''

பாப்லா நெருடாவின் இக்கவிதை வரிகளை அவள் பீஷ்மாவிடம் பல சமயங்களில் சொல்லியிருக்கிறாள். சட்டென்று அம்பாவின் சிந்தனை தறிகெட்டுப் பறந்தது. இதே வரிகளை ஐரோப்பியப் பெண்களிடமும் சொல்லி இருப்பானோ? லிசியிடம், நம்மிடம் சொல்லியிராத பல பெண்களிடம் இதே பரவசத்தோடு படித்திருப்பானோ?'

தவறான எண்ணங்கள் ஒருபுறம் இருந்தபோதும், சிற்றின்ப வேட்கை அவளை விட்டுவிடவில்லை. இந்த வேட்கையைத் தணிக்க, எங்கே செல்வது? ரியன் வீட்டிற்கு பீஷ்மாவை அழைத்துச் செல்வது அழகல்ல, ஏற்புடையதுமல்ல.

மதியம் சாயும் வேளையில் வயிற்றுப் பசியாற்ற உணவு விடுதிக்குச் சென்றிருந்த போது, பதின் வயது காதலர்கள் போல மேஜைக்கடியில் அவர்கள் கைகள் இணைந்து களிநடனம் புரிந்தன. அப்போது பீஷ்மா சொன்னான்.

"நான் உன்னை காம்பிங்கன் என்ற இடத்திலுள்ள பூமிதரங் ஓவியர்கள் காலனிக்கு அழைத்துச் செல்வேன். யோக்யாகரட்டாவில் நாமிருவரும் இணைந்து இன்பமுற அதைவிட பாதுகாப்பான இடமேதுமில்லை.''

அவர்கள் சென்ற கார் பூமிதரங்கை நோக்கி மெதுவாக நகர்ந்து கொண்டிருந்தது. பூமிதரங் பற்றி அம்பாவிடம் விரிவாகச் சொல்லத் தொடங்கினான் பீஷ்மா.

"பூமிதரங் இடதுசாரிக் கலைஞர்களின் சொர்க்கம். அவர்கள் பெரும்பாலும் தேசிய நுண்கலை கல்விக்கூடத்தில் பட்டம் பெற்றவர்கள். அம்ரஸ் நடல்சியா என்ற சிற்பிதான் பூமிதரங்கை உருவாக்கியவன். அவன் ஓர் ஓவியனும் கூட. அவனது சிற்பம் ஒன்றை குடியரசுத்தலைவர் சுகர்னோ வாங்கியவுடன் ஓரிரவில்

அவன் பிரபலமாகிப்போனான். அதனால் இந்தக் கலைக்கூடத்தை உருவாக்க முடிந்தது. அவன் தனித்துவம் வாய்ந்தவன். அவனுக்கு அழகியல் பற்றி அதிகம் அக்கறை இல்லை. அவனது படைப்புகள் அரசியல் வெடிகுண்டு தாங்கிவரும்.

கலை என்பது புரட்சிக்கு உதவ வேண்டும் என்பது அவனது சிந்தனை. ஆனால் கையில் அரிவாள். ஏந்திய பாட்டாளிகளையும் விவசாயிகளையும் வரைகிற இடதுசாரி கலைஞர்கள் போல் அல்லன். அவனது படைப்புகளில் உயிர் இருக்கும்.''

"நெருடாவைப் போலவா?' என்று அம்பா கேட்டாள்.

"அநேகமாக சுட்ஜோஜோனோப் போல என்று கூட சொல்லலாம்'' என்று சொன்னபோது பீஷ்மா நெகிழ்ந்து போனான்.

மெல்ல அவள் உதட்டில் முத்தம் பதித்துவிட்டு, "உனக்கு அவனைத் தெரியுமா? அவன் கலைஞர்களின் சிகரம். பூமிதரங் கலைஞர்கள் யாவரும் ஒரேமாதிரியான உணர்வும் பார்வையும் கொண்டவர்கள். ஆனால் படைப்புகள் வேறுவேறாக இருக்கும்.''

ஒரு பல்கலைக்கழகப் பேராசிரியர்தன் மாணவனுக்கு புரட்சியின் நன்மை தீமைகளை சொல்லிக் கொடுப்பதுபோல பேசிக்கொண்டிருந்தான் பீஷ்மா.

அம்பா தன் வயிற்றில் ஏதோ உருளுவதைப்போல உணர்ந்தாள். பீஷ்மாவின் உன்னத உலகில் பெண்களுக்கு இடமே இல்லையா? ரோசாலக்சம்பர்கைப் போல எல்லா பெண்களும் போராளியாக இருந்து உயிரை விட்டால்தான் அவன் மதிப்பைப் பெற முடியுமா? அழகான மலைகள் மற்றும் நாள்தோறும் சூரியன் மறைவதையும் எழுவதையும் இவன் ரசித்திருக்கிறானா? சாலையோர வாழ்வின் அழகும் அந்திவானம் செய்யும் வர்ண ஜாலமும் இவனைக் கவர்ந்ததில்லையா' என்றெல்லாம் அம்பாவின் சிந்தனை ஓடியது.

ஆனால் அவள் அவனை உன்னிப்பாகப் பார்த்திருக்கிறாள், படித்திருக்கிறாள். அவன் கழுத்திலும் முன் நெற்றியிலும் ஓடும் உப்புக் கோடுகளைக் கவனித்திருக்கிறாள். அவன் அக்குள் வியர்வையின் ஈரம் அவள் அறிவாள். அவனது அறிவு வாளாக இருக்கலாம். அவனது யதார்த்தம் கேடயமாக இருக்கலாம். பல்வேறு வண்ணங்களையும், வடிவங்களையும் கொண்ட இவ்வுலகம் அவனுக்கு அச்சுறுத்தும் ஒன்றாக இருக்கலாம். அதே சமயம் அவள்

நிராயுதபாணியாக, கற்பு உள்ளிட்ட யாவற்றையும் இழக்கக் கூடியவளாக இருக்கிறாள். அவனை முழுமையாக, பற்றிக் கொண்டவளாக இருக்கிறாள். அவன் மூச்சு அவள் தொண்டைக்குழியில் உள்ளது. அவன் பேச்சு அவள் காதில் ரீங்காரமிடுகிறது.

கோட்டை வடிவிலிருந்த ஒரு சிவப்புக் கட்டிடத்தின் முன் அவர்கள் கார் நின்றது. அதுதான் அவர்கள் இறங்கவேண்டிய இடமா என்பதை காரோட்டி அறிந்து வருவதற்குள் காதலர்கள் அவசர முத்தங்களைப் பரிமாறிக் கொண்டனர். பீஷ்மா அம்பாவை கட்டிடத்திற்கு உள்ளே அழைத்துச் சென்றான். உள் அறையில், புகை மண்டலத்திற்கு ஊடே உரையாடல் நடந்து கொண்டு இருந்தது. அதுபோன்ற இடத்திற்கு அவள் புதியவள் அல்ல எனினும் அங்கே பீஷ்மாவும் அவளும் வெளியாட்கள் போல அவளுக்குப்பட்டது. அவளது குற்ற உணர்வும், பீஷ்மாவின் பதட்டமும் கூட அதற்குக் காரணமாக இருந்திருக்கலாம்.

நீண்ட நரைமுடி தரித்த ஒருவன் அவர்களை வரவேற்றான். அவர்களிருவரும் இருக்கையில் அமர்ந்ததும், நிலவும் அரசியல் நிலைமையை வெள்ளி முடிக்காரன் விளக்கினான்.

"ஜகார்த்தாவின் ஹோட்டல் ஒன்றில் அண்மையில் அம்ருஸின் ஓவியங்கள் கம்யூனிஸ்ட் எதிரிகளால் எரியூட்டப்பட்டன. நம்மாட்கள் அனைவரும் தலைமறைவாகிவிட்டனர். லம்பங்கிலிருந்து நாம் அனைவரும் வெளியே தலைகாட்ட வேண்டாம் என்று அறிவுறுத்தப்பட்டிருக்கிறோம்.

"பின் ஏன் நீங்கள் இங்கே இருக்கிறீர்கள்?'' என்று பீஷ்மா கேட்டான்.

"ஆபத்து நம் போராட்டத்தின் ஒரு பகுதி.''

சட்டென்று நினைவு வந்தவன்போல, பீஷ்மா அம்பாவை நோக்கித் திரும்பி,

"இது இசா என் நண்பன். 1959ல் வியன்னாவில் நாங்கள் சந்தித்தோம். அங்கு நடந்த உலக இளைஞர் திருவிழாவிற்கு, ஆஸ்திரிய அரசால் அழைக்கப்பட்டோரில் அவனும் ஒருவன்'' என்றான்.

என்ன பதில் சொல்வது என்று தெரியாது அம்பா தலையை மட்டும் அசைத்தாள். இவர்கள் உலகில் பெண்கள் அறிமுகப்படுத்தப்படுவதில்லை. பெண்களுக்கு அங்கு அங்கீகாரம் கிடையாது. என்று தனக்குள் சொல்லிக் கொண்டாள்.

அவள் யாரென்று கேட்பது போல இசாவின் முகத்தில் மட்டும் கேள்விக்குறி தெரிந்தது. அம்பாவின் பார்வை திசைமாறி, அவர்களுக்கு வழங்கப்பட்ட வாழை இலையின் மேலிருந்த உணவின் மீது நிலை குத்தி நின்றது. தன் வீடு, பெற்றோரின் முகங்கள் அவள் நினைவிற்கு வந்தன. கூடவே சால்வாவின் முகம் அவள் மறந்துபோன முகம், நினைவிற்கு வந்தது. அவளை பிறருக்கு அறிமுகப்படுத்த சால்வா ஒருபோதும் வெட்கப்படமாட்டான் என்பது அவளறிந்த ஒன்று.

அங்கு நடந்து கொண்டிருந்த உரையாடல் அவள் சிந்தனையை இடைமறித்தது. பீஷ்மாவிடம் "உன் மருத்துவமனை எல்லாம் எப்படி இருக்கிறது. நீ ஏன் மெலிந்து போனாய்? டர்பாவா காரணம்" என்று கேட்டான். ஈசா.

இடது அகராதியில் டர்பா என்ற சொல்லுக்குப் பொருள் உண்டு. பீஷ்மா போன்ற பூர்ஷ்வாக்கள் மக்கள் மீதுள்ள தங்கள் அன்பைக் காட்ட மக்கள் சேவை செய்வதன் மூலம் உடல் மெலிவது என்று பொருள்.

டர்பா என்பது வாழ்க்கை முறை. எனவேதான் நாம் மேன்மையானவர்களாக இருக்கிறோம்.

சட்டென்று இசாவிற்கு அம்பாவின் நினைவு வர, "மன்னிக்கவும். நீங்கள் களைப்பாக இருப்பீர்கள். ஓய்வெடுத்துக் கொள்கிறீர்களா?'' என்று கேட்டான்.

எதிர்பாராத கரிசனம் கண்டு அம்பா ஆறுதல் அடைந்தாள். "பீஷ்மா! நீ அல்லவா இக்கரிசனத்தைக் காட்டியிருக்க வேண்டும் என்று கேட்பது போல் பீஷ்மாவை முறைத்துப் பார்த்தாள்.

"நண்பர்களே! மன்னிக்க வேண்டும். நான் இவளை அறிமுகம் செய்து வைக்க மறந்து போனேன். இவள் அம்பா. கத்ஜா மாதா பல்கலைக்கழகத்தில் இலக்கியம் படிக்கிறாள்'' என்றான் பீஷ்மா.

தங்களுக்குள்ள உறவைப் பற்றி அவன் ஏதும் கூறவில்லையே; தோழி என்று கூட சொல்லவில்லையே' என்றுணர்ந்து அவள் நெஞ்சு

வலித்தது. அவள் அவனுடன் படுக்கையைப் பகிர்ந்து கொண்டவள் என்பதால் காதலி. எனினும் இன்னொருவனின் தோழி. வேறொருவனுக்கு மனைவியாகப் போகிறவள். ஆனால் அவள் பீஷ்மாவின் தோழியல்ல. தோழர்கள் கலவியில் இணையமாட்டார்கள். என்றெல்லாம் அவள் சிந்தனை தறி கெட்டுப் பறந்தது.

அன்றிரவு அவர்களிருவரும் பூமி தரங் கலைக் கூடத்திலிருந்த ஒரு வசதியற்ற அறையில், மரக்கட்டிலில் ஒன்றாகப் படுத்திருந்தனர். அம்பாவைப்போல பீஷ்மாவும் அமைதியற்ற மனநிலையிலிருந்தான். அங்கு நிலவிய மௌனத்தை உடைத்துக் கொண்டு பீஷ்மா கேட்டான்.

"நீ என்னை விரும்புகிறாயா?''

அம்பா 'ஆம்' என்றோ இல்லையென்றோ பதில் ஏதும் சொல்லவில்லை. சற்று முன் தான் பார்த்த கூட்டத்திற்கு பீஷ்மா பொருத்தமில்லை என்று நினைத்தாள். கிழக்கு ஜெர்மனியில் வசதியாக வாழ்ந்தவனுக்கு நிமிடத்திற்கு நிமிடம் அபாயம் வளர்கிற அங்குள்ள சூழல் பொருந்தாது என்று நினைத்தாள்.

அந்த அறைக்கு வருவதற்கு முன்னர் அவர்கள் சென்ற ஓவிய அரங்கை நினைத்துப் பார்த்தாள். அங்கிருந்த ஓவியங்கள் பற்றி அதிகம் புரியாவிட்டாலும் ஒரு சில ஓவியங்கள் அவளுக்குப் பிடித்திருந்தன. பீஷ்மாவிற்குப் பிடித்த ஓவியங்கள் ஆழமான செய்திகளை சொல்பவையாக இருந்தன. அத்தகைய ஓர் ஓவியத்தில் ஒரு தொழிலாளியின் கண்கள் ஓவியத்தில் கண்ணுக்குத் தெரிவதற்கும் அப்பால் ஏதோ ஒரு தேவையை வெளிப்படுத்தின.

அருகில் உறங்கிக்கொண்டிருந்த பீஷ்மாவை உற்றுப் பார்த்தாள், அம்பா. என்ன மனிதன் இவன்! லெனினின் தத்துவத்தை உள்வாங்கிக் கொண்ட ஒரு மருத்துவன், கவிதை விரும்பி, மார்க்சிய சிந்தனையாளரான ரோசா லக்ஸம்பர்க்கை ஆராதிப்பவன், நம்பிக்கையோடும், கவலையோடும், அச்சத்தோடும் வாழ்பவன், மிகுந்த வசதிபடைத்தவன்.'

அவளுக்குத் தேவைப்படும் அவன் கம்யூனிஸ்டாக இருந்தாலென்ன? காதலும் காமமும் நிறைந்தவனாக இருக்கிறான்.

'அவர்களைப் போல உனக்கும் கம்யூனிசத்தில் நம்பிக்கை உள்ளதா' என்று கேட்டாள் அம்பா. இளநகை புரிந்தவாறு பீஷ்மா சொன்னான், "கம்யூனிசம் பேசுபவர்களிடம் உள்ள பிரச்சினையே அவர்கள் மார்க்சையும் மார்க்சியத்தையும் சரியாகப் புரிந்து கொள்ளாததுதான். பிற சிந்தனையாளர்கள் போலன்றி, வரலாறை அறிவியலாக, மக்களின் வரலாறாகப் பார்த்தவன், மார்க்ஸ். ஆனால் பிற தத்துவங்களைப் பார்ப்பதுபோல மார்க்சியத்தையும் குறுகலாகப் பார்த்தவர்கள், மாற்றுச் சிந்தனையாளர்களைத் தண்டித்தனர். ஆக, சமூக மாற்றத்திற்கான, அனைவருக்குமான மார்க்சீய தத்துவம் அடிப்படைவாதம் போல இறுகிவிடுகிறது.

பீஷ்மாவின் தலைமுடிக்குள் விரல்களை அளைந்தவாறு அம்பா சொன்னாள். "நான் ஆன்மீகக் குடும்பத்திலிருந்து வருபவள் என்று உனக்குத் தெரியும். நீ நினைப்பதுபோல் மதம் தவறானதாக இல்லை. நிச்சயமாக சில காலத்திற்கு முன்புவரை தவறானதாக இல்லை. என் பெற்றோரைப் போல கனிவுமிக்க இஸ்லாமியர்கள் மத்தியில் வளர்ந்தவள் நான். ஆனால் சமூகம் சட்டென்று மாறிப்போனது. முன்பு எளிமையாக வாழ்ந்தவர்கள் இன்று 'நான்தான் புனிதமானவன், நீ அழிய வேண்டியவன்' என்று சொல்லிக்கொண்டு ஒருவரை ஒருவர் கொல்லத் துடிக்கிறார்கள்.

பீஷ்மா புன்னகைத்தான். எப்போதும் அவளைக் கவர்ந்திழுக்கும் அந்த காதல் புன்னகையின் மீது அழுத்தமான முத்தம் பதித்தாள். அக்காரிகை.

"என் குடும்பம் எப்போதும் மதம் சார்ந்திருப்பதில்லை. பாவமன்னிப்பு ஒருபோதும் கேட்டதில்லை'' என்றான் பீஷ்மா.

அவளை நீண்டநேரம் ஆழமாக உற்றுப் பார்த்துவிட்டு, 'அச்சத்தில் வாழ்வது என்றால் என்னவென்று நானறிவேன். கிழக்கு ஜெர்மனியில் பாசிச அடக்குமுறையில் எப்போது வேண்டுமானாலும் மரணப் பரிசு வழங்கப்படும்'' என்று சொன்னான் பீஷ்மா.

"காதல் செய்வதும் கலவியும் பாவமா?'' பீஷ்மா பதிலேதும் சொல்லவில்லை.

"நானறியாதன சொல்லு'' என்றாள் அம்பா.

"நாள்தோறும் உன்மேலுள்ள என் காதல் வளர்கிறது. நாம் எப்படி மணம் செய்துகொள்ளப்போகிறோம் என்று தெரியவில்லை. நான் பலமுறை சொல்வதுபோல உன் முகத்தில் ஒரு நகரத்தின் சோகம்

தெரிகிறது. அதை என்னால் மாற்ற முடியுமா என்று தெரியவில்லை. ஆனால் ஒன்று தெரியும். எதற்காகவும் நான் உன்னை இழக்க முடியாது-.''

இன்பத்தின் உச்சத்தைத் தொட்டுவிட்டு, இருவரும் இரவு முழுவதும் ஒருவரையொருவர் அணைத்தபடி உறங்கிக் கிடந்தனர்.

பாதி உறக்கத்தில் கிடந்த அம்பாவிற்கு அன்று மதியம் அருங்காட்சியகத்தருகே சந்தித்தது. நெஞ்சில் நிழலாடியது. பீஷ்மாவும் தன் மேல் உயிராய் இருக்கிறான் என்பதை அப்போதுதான் உணர்ந்தாள். அவனை மணந்துவிட்டதுபோல் அப்போது அவள் உணர்ந்தாள். எது எப்படியானாலும், பீஷ்மாவும் அவ்வாறே உணர்ந்திருப்பான் என்பதை அவள் அறிந்திருந்தாள். காமத்தில் கலந்து கிடந்த உடல்களுக்கு உண்மை தெரியுமல்லவா?

அவளுக்குள் தோன்றிய அந்த உணர்வை நம்புவதா? அதை எண்ணி அஞ்சுவதா? அவர்களின் திருமணத்திற்கு இறைவனின் அருள்வேண்டுமென்ற எண்ணம்தான் அவ்வுணர்வைத் தருகிறதோ? மனத்தைக் காட்டிலும் உடல் கூடுதலாக அறியும் என்பது உண்மையா? இவ்வுணர்வை எப்படி எடுத்துக்கொள்வது என்று அம்பாவிற்குப் புரியவில்லை. அது குறித்து பீஷ்மாவிடம் விவாதிக்கவுமில்லை. ஈருடலும் ஒருயிருமாக இருக்கும் வேளையில் தனக்கு மட்டும் ஏற்படும் கனவு குறித்து, அதை பாதியிலேயே கலைத்துவிட்டு எப்படி விவாதிப்பது?

மறுநாள் காலை தாமதமாக அம்பா விழித்தபோது பீஷ்மா அறையிலில்லை. காலைக்கடன்களை முடித்துவிட்டு முன்னறைக்கு வந்தவள், பீஷ்மா இருவரோடு மெல்லிய குரலில் விவாதித்துக் கொண்டிருந்ததைக் கண்டாள். அவ்விருவரில் ஒருவன் ஈசா. மற்றொருவனின் முகத்தை அவளால் பார்க்க முடியவில்லை.

பதினைந்து நிமிடங்களுக்குப் பின்னர், வேண்டுமென்றே பீஷ்மாவையும் மற்ற இருவரையும் தவிர்த்து விட்டு வீட்டைவிட்டு வெளியே வீதிக்கு வந்து எதிரே இரண்டு ஆலமரங்களைக் கண்டாள். அவற்றைக்கண்ட அம்பா உணர்ச்சிவயப்பட்டுப்போனாள்.

மரங்களின் மேற்கூரை ஏதோ ஒரு சோகத்தைக் காண நிற்கும் போர்வையென விரிந்து நிற்க, கிளைகளோ, ஒன்றையொன்று

தவிர்த்து பரந்து கிடந்தன. அவளுக்குத் தலை சுற்றியது. எதில் மூழ்கிக் கிடக்கிறான் பீஷ்மா? யாரோ ஒருத்தருக்கு அறுவை சிகிச்சை என்றானே, அது குறித்தா? அவனோடு பேசிக்கொண்டிருந்த அந்த மர்ம மனிதன் யார்?

'பொறுப்புணர்வு என்றால் என்னவென்று எனக்கும் சிறிது தெரியும். அரசியல் பற்றி ஏதும் கேட்க வேண்டாம்' என்ற வார்த்தைகளைஅம்பாபலமுறைஅவனிடமிருந்து கேட்டிருக்கிறாள். உறுதிபட வெளிவரும் வார்த்தைகளுக்கு என்ன பொருள் என்று அவள் அறிந்ததில்லை. அரசியல் என்று எதைச் சொல்கிறான்? இங்கே வருவதற்காக தன் மருத்துவமனைக் கடமைகளை அவன் துறக்கவில்லையா? அது ஏன், அரசியலுக்காகவா?

சில முக்கியமான கட்டங்களில் அரசியலும் கடமையும் வேறு வேறல்ல என்பதை அவள், பின்னாளில் பீஷ்மா அவளிடமிருந்து மறைந்துபோகும் வரை அறிந்திடவில்லை. அந்த அமைதியான காலைப் பொழுதில் யோக்யகரட்டாவில் ஒரு மூலையில் நின்றபோது அவள் ஒன்றை மட்டும் அறிந்திருந்தாள். காமம் என்பது காதலிலிருந்து பிரிக்கக் கூடிய பகுதியல்ல. அல்லது காதலின் துணைச் சேர்க்கையல்ல. காதலின் விளைவே காமம்.

இரட்டை ஆலமரங்களின் முன்னின்று தன்னை ஆற்றுப்படுத்த முயன்றாள். ஆனால் சினமே எழுந்தது. நான் ஏன் யோக்யாகரட்டாவிற்குத் திரும்பி வந்து சேரக்கூடாத மனிதனோடு திருட்டுத்தனமாக இந்த இடத்தில் இருக்கிறேன்? இந்த ஊர் சால்வாவின் ஊர். அம்பா இங்கு வருவதற்கு முன்பாகவே இது சால்வாவின் ஊர். அம்பா - சால்வா, அம்பா - பீஷ்மா இணைகள் உருவாவதற்கு முன்பே, இது சால்வாவின் ஊர். எனக்காக, என்னுடனான அவன் எதிர்காலத்திற்காக சால்வா இந்த ஊரைவிட்டுச் சென்றான்.

நான் ஏன் இப்படி இருக்கிறேன்? நான் ஏன் நேராக என் அத்தை வீட்டிற்குச் செல்லவில்லை? இன்றுள்ள மோசமாக சூழலில் என்னிடமிருந்து எந்தத் தகவலும் இல்லாமல் நொந்துபோயிருக்கும் என் பெற்றோர் குறித்து நான் கவலைப்படாதது ஏன்? இவ்வுலகம் மாறிப்போயிருக்கிறது. சட்டென்று இருள் சூழ்ந்துவிட்டது. ஓலங்கள் ஒலிக்கிற நரகமாகி விட்டது. நாம் மகிழ்ச்சியாக வாழ இயலாத இவ்வுலகின் அனைத்துக் கேடுகளுக்கும் உறைவிடம் நம் இதயங்கள்தாம்.

நான் விரும்பிய மனிதர்கள் குறித்து நான் ஏன் அக்கறையற்றுப் போனேன்? நாள்தோறும் தன் அறிவாற்றலால் வெறுப்பூட்டினாலும் என்னைப் பாதுகாக்கக் கூடியவன் சால்வா. அவனை விடுத்து இந்த பீஷ்மாவின் காதலில் சிறைப்பட்டுப் போனது எங்ஙனம்? என்ன பெண் நான்?

தானறியாத ஒருவனின் உயிரைக் காப்பாற்ற ஆபத்து நிறைந்த யோக்யா கரட்டாவிற்கு வருவதென முடிவெடுத்தது எனக்குத் தீங்காகிவிடுமா? நான் அஞ்சுவதை நெருங்குவதன் மூலம் அதனின்று நான் தப்பமுடியும் என்ற ஆபத்தருகில் செல்கிறேனா? நான் இருமுறை விதையாவதை என்னால் தடுத்திட இயலுமா? தவிர்க்க முடியாததைத் தவிர்ப்பதற்கு அது நிகழட்டும் என்று விரும்பவேண்டும் என்பது உண்மை. என்ன?

அம்பாவின் உள்ளத்தில் எழுந்த அனைத்துக் கேள்விகளும் எண்ணங்களும் மிகையானவை. யாரும் அறியாமல் அறைக்குத் திரும்பிய அம்பா சரியான முடிவை எடுக்க வேண்டும். சால்வாவோடு நெருங்கியாக வேண்டும். தன் பையிலிருந்த சால்வாவின் முந்திய கடிதங்களில் ஒன்றை எடுத்துப் படிக்கத் தொடங்கினாள்.

"அன்பே அம்பா!''

நாம் நம்மைப் பற்றி முடிவு செய்தாக வேண்டும். நாம் திருமணம் புரிந்து கொண்டாக வேண்டும். இல்லையென்றால் என்னவாகும்? நான் நம்பிக்கையை இழக்கவில்லை. அந்த நம்பிக்கையில் தான் என் வாழ்வு ஓடிக்கொண்டிருக்கிறது. நான் திடீரென்று சொல்லாமல், கொள்ளாமல் உன் அறைக்கு வருவதற்குத் தடையேதுமில்லை. ஆனால் உன் படிப்பிற்கு நான் ஒருபோதும் தடையாக இருக்கமாட்டேன்.

மேலும் நம்மைச் சுற்றியுள்ள, குறிப்பாக, யோக்யாகரட்டாவில் நிலைமை மோசமாக உள்ளது. உனக்குப் பாதுகாப்பிற்கு அங்கு வரவேண்டும் என்று விரும்புகிறேன். சூரியபயாவிலும் நிலைமை மோசமாகவே உள்ளது. அதிகாலையில் எழ வேண்டிய அளவிற்கு பணிப்பளு இல்லை. முன்பெல்லாம் பணி முடிந்து வீடு திரும்பும்போது களைப்படைந்து இருப்பேன். சென்ற வருடத்திலிருந்து நிலைமை மிக மோசமாகிவிட்டது. எனக்கு நெருக்கமான மூன்று பயிற்சியாளர்கள் ஒரு வருடமாக ஊதியம் பெறவில்லை. சென்ற வாரம் அவர்கள் வேலையிலிருந்து

நீக்கப்பட்டனர். இந்த அநீதி ஒருபுறம் என்னை வாட்டினாலும், நான்தான் புதிய ஆசிரியர்களுக்குரிய விழுமியங்கள் உள்ளவர்களைக் (உன் தந்தை நினைவுக்கு வருகிறார்) கண்டாக வேண்டும்.

வாழ்க்கையை அழிப்பது எளிது. கட்டி எழுப்புவது கடினம். அதிலும் விழுமியங்களையும் மாண்புகளையும் வளர்ப்பது சிரமம். வாழ்வில் முக்கியமாக அறிந்துகொள்ள வேண்டிய ஒன்றுண்டு. எவரையும் அவரது அரசியலை வைத்தோ அல்லது அதிகாரத்தை வைத்தோ மதிப்பது சரியல்ல. ஒருவரின் அர்ப்பணிப்பும், திறமையும் நல்ல செயல்பாடும் கொண்டே மதித்திட வேண்டும். காலங்காலமாக இருந்து வரும் நமது வாழ்வின் அடிப்படையை அரசியல் தகர்த்து விடக்கூடாது.

மன்னிக்க வேண்டும் அன்பே. நான் ஏதேதோ எழுதிக் கொண்டிருக்கிறேன். நாம் இனிமையானவற்றைப் பேசுவோம். நான் கடிப்புராவிற்குச் சென்றிருந்தபோது என் தந்தையை உன் தந்தைக்கு அறிமுகம் செய்து வைத்தேன். ஏன் தெரியுமா?

மூன்று மாதங்களுக்கு முன்னால், பொய்ப் புகாரின் பேரில் என் தந்தையை காவல்துறை கைது செய்தது. மூன்று நாட்கள் விசாரணை என்றபெயரில் சிறையில் வைத்தது. இரத்த அழுத்தம் ஏற்பட்டு மூன்றாம் நாள் என் அப்பா மயங்கிவிட, என் அம்மா தேசியக்கட்சியைச்சார்ந்த நண்பர்களின்உதவியோடு சிறையிலிருந்து என் அப்பாவை மீட்டார். அது முதல் அப்பா வீட்டோடு முடங்கிப் போனார்.

இந்த பயங்கர நிகழ்வு ஒரு நல்ல விளைவையும் ஏற்படுத்தியது. என் பெற்றோரை காதல் இணைக்காவிட்டாலும், இக்கட்டான சமயத்தில் அம்மா தந்த ஆதரவு இணைத்தது. என் அப்பா உள்ளுக்குள் நொறுங்கிப் போனார். இதிலிருந்து மீள்வதற்கு அவருக்கு சில மாதங்கள் கூட ஆகலாம் என்று எனக்குப்பட்டது. புதிய சூழல் அதற்கு உதவும் என்று தோன்றியதால்தான் உன் வீட்டிற்கு அழைத்துச் சென்றேன்.

உன்னைக் காணாமல் நான் எவ்வளவு தவிக்கிறேன் என்று பார். வடதிசை நோக்கி காந்த முள் எப்போதும் தயக்கமின்றி நிற்கும். அதுபோல நீ பிறந்த இடம் நோக்கி நான் தவம் செய்கிறேன்.

என்றும் அன்புடன்..

சால்வா..

சால்வாவின் வார்த்தைகள் முன் எப்போதும் அவளை அசைத்ததில்லை. ஆனால் இம்முறை அவன் கடிதம் அவள் கண்களில் கண்ணீரை வரவழைத்தது. அவனது வார்த்தைகள் நம்பிக்கையின் கவிதையாக இருந்தன. பிரிவையும் இயலாது என்பதையும் ஏற்காத விநோத ஆன்மீகமாக இருந்தாலும், சால்வா அம்பாவிடம் மேலும் அதிகமாக எதிர்பார்த்தான். அம்பாவின் பெற்றோர், தங்கைகளோடு ஒன்றிப்போனான் சால்வா. அவனுக்கு அம்பாவின் வீடு என்றும் மாறாதிருக்கிற சிறு கோயில், அவன் எப்போதும் அம்பாவிடம் நல்லவிதமாக நடந்திருக்கிறான். ஆனால் அம்பா பொறுப்பற்று. நேர்மையற்று இருந்திருக்கிறாள்.

டாக்டர் சுகாதியின் மருத்துவமனையில் பீஷ்மாவைப் பார்த்த நொடி முதல் பூமி தரங்கிற்கு அவனோடு வந்த கணம் வரை, காதலெனும் பெருங் கடலில் அவள் வீழ்ந்த நொடி முதல், அம்பா ஒரு புது உலகில் பாய்ந்துவிட்டாள். எலியட், நெருடாகவிதைகளைக் காட்டிலும், ஸ்டெயின்பெக் மற்றும் டர்கனெ'வின் நாவல்களைக் காட்டிலும், பதினான்கே நாட்களில் உருவான அந்த புதிய உலகம் அம்பாவை வலுவாகக் கவர்ந்திழுத்துவிட்டது. ஏனெனில் அவ்வுலகம் ஜகார்த்தா, பெய்டென், பெர்லின், லெய்ப்சிக் என்று விரிந்திருக்கிறது. அவ்வுலகின் பெயர் பீஷ்மா. எனினும் பீஷ்மாவை கடிப்புராவோடு, தன் பெற்றோர்களோடு, அவர்களின் எளிய வாழ்க்கையோடு இணைத்துப் பார்க்க அவளால் இயலவில்லை.

அவள் மனதில் உறுதி கொண்டாள். இந்த சிறுபிள்ளைத்தனமான துணிகர செயலிலிருந்து விடுபட வேண்டுமென்று முடிவு செய்தாள். வீட்டை விட்டு ஓடுவதற்கு அவள் ஒன்றும் குழந்தையல்ல.

பீஷ்மா அறைக்கு வந்தவுடன் அம்பாவின் கண்கள் மடை திறந்தன. கண்ணீர் வெள்ளம் கரைபுரண்டது.

பீஷ்மா கவலையோடிருக்கிறான் என்பது தெளிவாக தெரிந்தது. ரகசிய அறுவை சிகிச்சைக்காக வேண்டுவதற்கு வந்த உன்டார்ட்டோவோடு தானும் இசாவும் பேசிக்கொண்டிருந்ததில் அவளைக் கவனிக்க முடியவில்லை என்று சொல்லி மீண்டும் மீண்டும் மன்னிப்புக் கேட்டான். அம்பாவின் கண்ணீர் கண்டு பீஷ்மா நிலைகுலைந்து போனான். ஆனால் தன் முடிவை மாற்றிக்கொள்ளவில்லை. தான் தன் அத்தை வீட்டுக்குச் செல்லப்போவதாகவும், பெற்றோருக்குத் தகவல் அனுப்ப வேண்டுமென்றும் சொன்னாள்.

"நீ மறந்து போயிருக்கலாம். எனக்குப் பெற்றோர் இருக்கிறார்கள். நான் தெருவில் அலையும் பூனையல்ல. நீ எடுத்துச் செல்வதற்கு" என்றாள் அம்பா.

"என்ன நடந்தது? உனக்கு என்னவாயிற்று?''

"நீ தான். நிலைமை கட்டுக்குள்ளில்லை. மோசமாகி வருகிறது என்றாய். எனவே, என் முடிவை நீ ஏற்றுக்கொள்ள வேண்டும்.''

"ஆமாம்.. நிலைமை சரியில்லை. உண்டார்ட்டோ நிலைமை மேலும் மோசமாகி வருவதாகச் சொல்கிறான். மத்திய ஜாவாவில் புரட்சிப்படை என்ன நிலைமையிலுள்ளது என்று தெரியவில்லை. தளபதி முல்யோனோவும் அவரின் படைகளும் நகரைவிட்டு விரட்டியடிக்கப்பட்டுவிட்டனர். போயோலாலியில் அவர்கள் கொரில்லா சக்திகளைத் திரட்டலாம்.

புரட்சிக்குழு பலமிழந்துவிட்டது. ஒரு வாரத்திற்கு மேல் அவர்களால் தாக்குப்பிடிக்க முடியவில்லை. கம்யூனிஸ்ட் கட்சி இக்கட்டான நிலையிலுள்ளது.

தேசிய முன்னணிக்குத் தலைமையேற்க வேண்டிய அவர்கள் இன்று தனிமையிலுள்ளனர். இரண்டு வாரங்களுக்கு முன்பு ஒரு நிகழ்ச்சிக்கு பல்லாயிரம் மக்களைத் திரட்டிய அவர்களால் இப்போது அதில் பத்தில் ஒரு பங்கு மக்களைக் கூடத் திரட்ட முடியவில்லை. அமெரிக்க உளவாளிகள் காரோட்டிகள் உள்ளிட்ட பல போர்வையில் ஊரெங்கும் பரவிஉள்ளனர். இந்த சிறப்புப் படையை இராணுவத்தால் சந்திக்க முடியாது.'' என்று அரசியல் நிலைமையை விரிவாக எடுத்துச் சொன்னான் பீஷ்மா.

கன்னங்களில் நீர் வழிய கட்டிலின் ஓரத்தில் அமர்ந்திருந்த அம்பா பீஷ்மாவின் பேச்சைக் கேட்டு ஒரு நொடி குழம்பிப் போனாள். அரசியல் பற்றி தன்னிடம் கேட்க வேண்டாம் என்று சொன்னவன் ஏன் அரசியல் பேசுகிறான்.

அம்பாவின் கன்னத்தை இருகைகளாலும் பற்றியவாறு ''நான் சொல்வதைக் கேள்'' என்றான்.

அம்பா, அவன் கைகளிலிருந்து தன்னை விடுவித்துக் கொண்டாள்.

"தயவு செய்து என்னைப் போகவிடு. நான் திடீரென்று எங்கு மறைந்தேன் என்று எப்படிச் சொல்வது. என் அத்தை கவலையோடு இருப்பார்கள். நீ சொல்வது போல் நிலைமை மோசமாக உள்ளதென்றால் என் அத்தைக்கு ஆபத்து ஏதும் நேர்ந்துவிடக்கூடாது.

"நீ மீண்டும் சால்வா விடம் செல்லப்போகிறாயா?''

அம்பா இதை எதிர்பார்க்கவில்லை. அவனது குரலில் தொனித்த சோகத்தையும்தான். இம்முறைக் காயப்படுவது பீஷ்மாவின் சுற்று.

அரைமணிநேரம் கழித்து இருவரும் அம்பாவின் அத்தை வீடு நோக்கி காரில் சென்று கொண்டிருந்தனர்.

அம்பாவின் கைகளை வருடியவாறு பீஷ்மா சொன்னான்:

"இதுதான் சரி. நாம் மீண்டும் சந்திப்போம். நம் பிரிவு தற்காலிகமானது. டெர்பன் வீதியில் என் நண்பனின் வீடு உள்ளது. நான் அங்கு தங்கிக் கொள்கிறேன். நான் அறுவை சிகிச்சை செய்யவுள்ளபண்டி ரபி மருத்துவமனை அவ்வீட்டிற்கு அருகில்தான் உள்ளது. நீ என்னை அங்கு சந்திக்கலாம். யார் கண்டது?''

"பீஷ்மாவை மீண்டும் சந்திக்காமலேயே இருந்து விடுவோமா' என்று அம்பா சிந்தித்துக் கொண்டிருந்தபோது பீஷ்மா தன் அரசியல் பணி குறித்து மேலும் பேசிக் கொண்டிருந்தான்.

"யாருக்கு அறுவை சிசிக்சை என்று இதுவரையில் தெரியவில்லை. உன் டார்ட்டோ கத்தோலிக்கக் குடும்பத்தோடு தொடர்புடையவன். பண்டிரபி மருத்துவமனை பிஷப்பின் பாதுகாப்பில் உள்ளது. ஒரு கத்தோலிக்கனுக்கு உதவ பிஷப் எப்படி மறுப்பார்?''

'பீஷ்மா! தயவு செய்து இந்த விளக்கமெல்லாம் என்னிடம் சொல்ல வேண்டாம். உன் தொடர்புடைய அனைத்து அரசியலும் எனக்கெதற்கு? நமக்குள் பிரிவை ஏற்படுத்துகிற யதார்த்த வாழ்க்கையைப் பற்றிப் பேசமாட்டாயா' என்று தனக்குள் சொல்லிக் கொண்ட அம்பா, வெளிப்படையாக,

"நீ விரும்புகிற உன்டார்ட்டோவிற்கு உதவ நீ மறக்காதது போலவா?'' என்று சொன்னாள்.

தன் வார்த்தையின் அமிலம் அவளுக்குப் புரிந்தது. இந்த மட்டரகம் எங்கிருந்து வந்தது என்று அவளுக்குத் தெரியவில்லை. ஆனால் பீஷ்மா அதைக் கவனிக்கவில்லை.

உன்டார்ட்டோவைத் தான் வெறுப்பது அவளுக்குப் புரிந்தது. பீஷ்மாவின் அம்மா, ஜெரால்டு, லிச், பெர்லினில் அவள் சந்தித்த கலைஞர்கள், அம்ருஷ், இசா, உன்டார்ட்டோ என்று அவன்

வாழ்க்கையில் இணைந்துள்ள அனைவரும், அவளைவிட பீஷ்மாவிற்கு முக்கியமானவர்களாக உள்ளார்களா? அவளை விட்டுப் பிரிய எஞ்சியுள்ள இரண்டு நிமிடங்களில் எப்படி பீஷ்மாவால் உன்டார்ட்டோவோடு பேசியதை சொல்ல முடிகிறது?

தன் முடிவில் அம்பா உறுதியாக இருந்தாள். பிரியும் தருணத்தில் அவனோடு அவள் பேசப் போவதில்லை. பிரிவு குறித்து வருத்தம் இல்லை. கண்ணீர் விடப் போவதில்லை. கார் நின்றதும் இறங்கி விடுவிடுவென்று வீட்டிற்குச் சென்றுவிட வேண்டுமென்று அவள் சிந்தித்த வேளையில், அவள் எதிர்பார்த்த வார்த்தைகளை பீஷ்மாவின் குரல் ஒலித்தது.

"கடவுள் சத்தியமாக நம் உறவு இப்படி முடிந்துவிட முடியாது.''

'அடுத்து என்ன?' அம்பா தன் அத்தையின் வீட்டிற்குள் நுழைந்தபோது அவளுள் எழுந்த கேள்வி இது. உள்ளே நுழைகிறபோது, வீட்டுப் பணிப்பெண் அம்பாவின் அத்தையும் மாமாவும் வெளியே சென்றிருப்பதாகச் சொன்னாள். பணிப்பெண் இத்தகவலைச் சொல்லிவிட்டு மறைந்துபோனதும் சட்டென்று அம்பாவின் உள்ளத்தில் ஒரு தீப்பொறி. 'ஆகா' இப்பணிப்பெண் அறியாதவாறு அல்லது அவளின் ஒத்துழைப்போடு பீஷ்மாவை ஒரு மணி நேரம் இங்கேயே தங்கச்சொல்லியிருக்கலாமே. பீஷ்மாவோடு பல நூறு முத்தங்களும், உடல் உரசல்களும் என்று இன்பமாகப் பொழுதைக் கழித்திருக்கலாமே' என்று அவள் கனவு நீண்டது.

'கனவோடு ஒரு நினைவும் வந்தது. பீஷ்மா நாம் மீண்டும் சந்திப்போம் என்று பிரிவதற்கு முன் சொன்னான் அல்லவா. ஒரு பேச்சுக்குச் சொல்லியிருப்பானோ அல்லது உண்மையாகச் சொல்லியிருப்பானோ. காரிலிருந்து இறங்கும் அவசரத்தில் தன்னைத் தொடர்புகொள்ள, தன் தோழி ரியெனின் தொலைபேசிக்குத் தகவல் கொடுக்கச் சொன்னான். தான் இரண்டு நாளுக்கு ஒருமுறை ரியென் வீட்டுக்குச் சொல்லுவதாகவும் சொல்லி ரியெனின் தொலைபேசி எண்ணைக் கொடுத்ததும் நினைவிற்கு வந்தது.

10

பீஷ்மாவைக் காணோம்

மறுநாள் பீஷ்மாவிடமிருந்து அம்பாவிற்கான இரண்டு குறுஞ்செய்திகள் ரியெனுக்கு வந்தன. "இன்று மதியம் மூன்று மணிக்கு நான் உன்னை அழைப்பேன்' இது முதல் செய்தி. ஆனால் அந்த அழைப்பு வரவேயில்லை. 5 மணிக்கு வந்த செய்தி "மன்னிக்கவும். இடையூறுகள் பல. 7 மணிக்கு அழைக்கிறேன்'' என்றது.

ஆக அன்றைக்கு அம்பா இரண்டு முறை ரியென் வீட்டிற்கு வரவேண்டியிருந்தது. மாலையில் ரியென் வீட்டிற்கு வந்து எந்த சுவையும் பார்வையும் அற்றவள் போல உணர்ச்சி ஏதுமின்றி காத்திருந்தாள். 7 மணிக்கு அழைப்பு வந்தது.

தொலைபேசியில் பீஷ்மாவின் குரல் தெளிவாக இல்லை.

"எனது பணி முடிந்துவிட்டது. களைப்பாக இருக்கிறது. நாளை மறுநாள் நான் கேதரி திரும்ப வேண்டும். நாளை காலையில் நாம் சந்திப்போமா?'

அம்பாவிற்கு வழக்கமான ஐயம் எழுந்தது. நாளை எதற்குச் சந்திக்க வேண்டும். இவனுடைய இலட்சியப்பயணம் குறித்து விளக்கவா? புரட்சிப் பாதையில் காதல் இரண்டாம் பட்சம்தானே? நான் என் குடும்பத்தோடு இன்றிரவு பேசி விட வேண்டியதுதான்' என்று எண்ணினாலும், அம்பா அதைச் செய்திடவில்லை.

மறுநாள் காலை, அவர்கள் முன்பு சந்தித்துக் கொண்ட, சோனோபுடோயோ அருங்காட்சியகத்தின் முன்புறம் மீண்டும் சந்தித்துக் கொண்டனர். அப்போது பீஷ்மாவோடு ஓர் இளைஞன் இருந்தான். அவன் பெயர் யாகியா, ரெஸ் பப்ளிக்கா பல்கலைக்கழகத்தின் பொறியியல் துறையின் மாணவரணி உறுப்பினர்.

"யோக்யாகரட்டாவில் என் கண்ணும் காதுமாக இருப்பவன் யாகியர். அவன் இந்த நகரத்தின் மூலை முடுக்குகள் அனைத்தும் அறிவான்'' என்றான் பீஷ்மா.

பீஷ்மா சொன்னதுபோல யாகியா, எவரது கவனத்தையும் ஈர்க்காத ஒரு உணவுவிடுதிக்கு அவர்களை அழைத்துச் சென்றான். விடுதியின் வாசலிலேயே தனக்கொரு வேலையிருப்பதாகச் சொல்லிவிட்டு அவர்களை விட்டு நீங்கினான்.

அம்பாவும் பீஷ்மாவும் விடுதியின் மூலையிலிருந்த மேசையைத் தேர்ந்தெடுத்து அமர்ந்தனர். அம்பாவால் பீஷ்மாவின் முகத்தை ஏறெடுத்துப் பார்க்க முடியவில்லை. மேசைக்கடியில் அவள் கரங்களைப் பற்றிக்கொண்ட பீஷ்மா, "நீ மிகவும் அழகானவள். உன்னை விட்டுப் பிரிய என்னால் இயலாது'' என்றான்.

அம்பா மவுனம் சாதித்தாள்

"என்னைப் பார்க்க மாட்டாயா என் அன்பே''

அவன் அப்படிச் சொன்னதும் அவன் கண்களைப் பார்த்தாள். விடுதியின் மங்கிய ஒளியில் அவனது மஞ்சள் பச்சை வண்ணத்தைக் கண்டதும் அம்பாவின் உறுதி குலைந்து போனது. அவன் மேலிருந்த கோபமெல்லாம் பறந்து போயின. சால்வாவைச் சந்தித்தாயா, சந்திக்க முயற்சித்தாயா என்று அவன் கேட்டபோது இல்லை என்று தலையசைக்க, இருபது விரல்கள் ரகசியம் பேசிக் கொண்டன.

"அறுவை சிகிச்சை வெற்றியாக முடிந்தாலும் நோயாளி நிலைமை கவலைக்கிடமாக உள்ளது. இத்தகவலை உன்டார்டோவிடம் சொல்லலாம் என்றால் அவனைக் காணவில்லை. நல்லவேளை என்னுடன் பணியாற்றிய மருத்துவர்கள் குழு இந்தத் தகவலைத் தெரிவிக்க வேண்டிய இடத்திற்குத் தாங்கள் தெரிவித்து விடுவதாகச் சொன்னார்கள்.

"யாருக்கு அறுவை சிகிச்சை? கட்சித் தலைவர்களில் ஒருவரா?'' என்று எந்த அக்கறையுமின்றிக் கேட்டாள் அம்பா.

அந்தத் தொனியின் பொருளைப் புரிந்து கொண்டதுபோல பீஷ்மா பதிலேதும் சொல்லவில்லை. அவனது மௌனத்திற்கு காரணம் கோபமா அல்லது பெண்களுக்குத் தெரிய வேண்டிய அவசியமில்லை என்ற எண்ணமா என்று அவளுக்குப் புரியவில்லை.

ஆனால் அவன் எப்போது இதைச் சொல்வான் என்று அவள் ஆவலோடு எதிர்பார்த்த வார்த்தைகளை அவன் உதிர்த்தான்.

"இந்த அறுவை சிகிச்சை முடிந்ததும் நாமிருவரும் ஜகார்த்தோவிற்கோ அல்லது வேறெங்கேனும் பாதுகாப்பான இடத்திற்கோ சென்றுவிடுவோம் என்று நான் நினைத்திருந்தேன். ஆனால் நீயோ சால்வாவிடம் மீளச் சென்றுவிடவேண்டும் என்று முடிவெடுத்திருக்கிறாய்.''

இதைச் சொல்கிறபோது ஆர்வமும் விரக்தியும் கலந்திருந்தன.

"மன்னித்துக் கொள். என் தோழர்களோடு இருந்த சமயங்களில் எனக்கு, உண்ண, நீரருந்த, ஏன் குளிக்கக்கூட போதிய நேரமில்லை. அந்த அழுத்தத்தில் தவறாகப் பேசிவிட்டேன். பொறுத்துக் கொள்ளக்கூடாதா?'' அம்பாவிற்கு அவன் சொல்வதிலிருந்த உண்மை புரிந்தது. அவள் பதில் சொல்வதற்குள் பீஷ்மா முந்திக் கொண்டான்.

"ஒரே ஒரு வாரம்தான். அதற்குள் எனக்குப் பதிலாக வேறொரு மருத்துவரை ஏற்பாடு செய்துவிட்டு யோக்கரட்டாவிற்கு வந்துவிடுவேன். சால்வாவை, உன்னோடு வந்து சந்திப்பேன். எனக்குஅம்பாவை விட்டுக்கொடு என்று அவனிடம் வேண்டுவேன்'' பீஷ்மா சொன்ன அந்த இறுதிவரிகள் அவளை எங்கோ அழைத்துச் சென்றன. விடுதிப் பணியாளரிடம் என்ன உணவிற்கு ஆணையிட்டான் என்பது அவள் காதில் விழவில்லை. அதைப் பற்றிய கவலையுமில்லை.

'பணியாள் கொண்டு வந்து வைத்த உணவு எண்ணெய்யில் மிதந்தது. ஏன் விடுதி யாரையும் ஈர்க்கவில்லை என்பதன் உண்மையும் புரிந்தது. வானத்தில் மிதந்து கொண்டிருந்த அம்பா அதையெல்லாம் கண்டு கொள்ளவில்லை. பீஷ்மாவின் காதல் வார்த்தை கேட்டு அவள் சிந்தனை வண்ணத்துப் பூச்சி சிறகு விரித்தது. "எங்கள் எதிர்காலம் மகாபாரதம் சொல்லும் எதிர்காலமல்ல. இதிகாசம் சொன்ன வாழ்வாக எங்கள் வாழ்வு அமையாது'. அவள் சிந்தனை இப்படியிருக்க, பீஷ்மாவின் கை அவளின் தொடை தொட்டு முன்னேறியது.

அந்த சமயம் பார்த்து, யாகியா விடுதிக்குள் நுழைந்தான். நடுங்கும் குரலில் அவன் பீஷ்மாவிடம் பேசினான். "மன்னிக்கவும். நான் சற்று முன்னதாகவே வந்து விட்டேன். உன்டார்ட்டோவிடமிருந்து

உங்களுக்கு ஒரு செய்தி வந்துள்ளது. 'நீங்கள் கேத்ரிக்கு திரும்புவதாக இருந்தால் மாலை 3 மணிக்குள் செல்ல வேண்டுமாம். நீங்கள் செல்வதற்கு காரொன்று ஏற்பாடாகியுள்ளது.''

இராணுவக் கட்டளைக்குச் செயல்படுவது போல பீஷ்மா சட்டென்று எழுந்து செயல்பட்டான். யாகியா முன்னிலையில் தயக்கமேதுமின்றி, அம்பாவை இழுத்து அணைத்து அவள் உதடுகளில் அழுத்தமாக முத்தமிட்டான். சற்று முன் அம்பாவிடம் சொன்னது குறித்து விளக்கம் ஏதுமளிக்காமல், யாகியாவோடு அவசர அவசரமாக ஏதோ பேசிவிட்டு,

"நீ எங்கு செல்ல வேண்டுமோ அங்கு யாகியா உன்னை அழைத்துச் செல்வான். தேவைப்படுகிறபோது என்னை எப்படித் தொடர்புகொள்வது என்பதை நீ அறிவாய்.'' என்றான் பிஷ்மா.

இன்னொரு முத்தம் தரமாட்டானா என்ற ஏக்கத்தோடு அம்பா காத்திருக்க, பீஷ்மா காரில் ஏறி மறைந்துபோனான். இந்நகரத்தில் எவருக்காகவும், எதற்காகவும் ஏதும் காத்திருக்காது என்பது போலிருந்தது.

இன்னும் சில நாட்களில், இதே விடுதிக்கருகில், இதே விடுதிக்கு எதிர்புறம் அவளுக்கு இன்னொரு பிரிவு காத்திருக்கிறது என்பதை அன்று அவள் அறிந்திடவில்லை. பீஷ்மாவின் காலமும் தீர்க்க முடியாத துயரத்தை அப்பிரிவு தரும், அம்பாவின் வாழ்வில் ஆறாத வடுவாக அது அமைந்திருக்கும்.

அடுத்த சில மணிநேரங்கள் கொடுமையானவையாக இருந்ததை வானிலை, உணவு, செய்திகள் என்று யாவும் மோசமாகின. பீஷ்மாவை கேத்ரிக்கு அனுப்பி 40 மணி நேரம் கழித்து, யாகியா அம்பாவின் வீட்டிற்கு மீண்டும் வந்தான்.

பீஷ்மாவோடு அம்பா தொலைபேசியில் தொடர்பு கொண்டு சில செய்திகளைத் தெரிவிக்க வேண்டும் என்று யாகியா அம்பாவிடம் ரகசியமாக வேண்டிக்கொண்டான். செய்தி இதுதான். 'உன்டார்டோ கடத்தப்பட்டான். சில நபர்கள் உன்டார்ட்டோவை படுமோசமாகத் தாக்கிக் கடத்திவிட்டனர். அவன் நிலை கவலைக்கிடமாக உள்ளது.

பீஷ்மாவோடு தான் பேச முடியாது ஏனெனில் அது தேவையற்ற ஐயங்களுக்கு வழி வகுக்கும் என்றும் யாகியா அம்பாவிடம் விளக்கினான்.

அம்பாவின் உள்ளத்தில் பல கேள்விகள் எழுந்தன.

"உன்டார்ட்டோ சொன்னவுடன் பீஷ்மா கேத்ரிக்கு அடித்துப் பிடித்து ஓடியது ஏன்? அவர்களிருவருக்கும் அப்படி என்ன உறவு? யாகியா பீஷ்மாவைத் தொடர்பு கொண்டால் ஐயம் ஏன் ஏழ வேண்டும்."

ஆனாலும் இச் செய்தி பீஷ்மாவை பாதிக்குமே என்ற கவலையே அவளிடத்தில் முன்னுரிமை பெற்றது.

யாகியாவோடு அவனது மோட்டார் சைக்கிளில் ஏறிக் கொண்ட அம்பாவின் உள்ளத்தில் அந்த ஊர்தியைக் காட்டிலும் வேகமாக எண்ணங்கள் ஓடின.

'பீஷ்மாவின் நெருங்கிய தோழன் என்றாலும் அவனை நான் வெறுத்தேன். எனினும் இந்த செய்தி கேட்டு நான் ஏன் கலங்கிப் போனேன்? அவனுக்கு ஆபத்தென்றால் பீஷ்மா யோக்யாகரட்டாவிற்கு, அவளிடம் திரும்பி வரக்கூடுமல்லவா? உன்டார்ட்டோவின் செயல்கள் அனைத்தும் திரைமறைவில்தான்.'

முதலில் ரியென் வீட்டிலிருந்து பீஷ்மாவை தொலைபேசியில் அழைக்கலாம் என்று நினைத்தவள், ரியெனை இதில் இழுக்க வேண்டாம் என்று எண்ணி, தொலைத் தொடர்பு அலுவலகத்திலிருந்து பீஷ்மாவோடு தொடர்பு கொண்டாள்.

"நான் இன்றிரவு யோக்கரட்டாவிற்கு வருகிறேன்' என்று சொன்ன பீஷ்மாவின் குரலில் ஒரு பதற்றம் இருந்தது. எதனால் அந்தப் பதற்றம்? கவலையா, பயமா, சினமா எதனால் என்று அம்பாவிற்குப் புரியவில்லை.

உன்டார்ட்டோவின் உடல், மண்டையோடு உடைக்கப்பட்டு, ஆள் அரவமற்ற கட்டிடம் ஒன்றிற்கு அருகில் கிடக்கிறது என்பதை இன்னொரு தொலைபேசி மூலம் எவரிடமிருந்தோ அறிந்து கொண்ட யாகியா நடுங்கிப் போனான்.

மறுநாள் யாகியா அம்பாவை பீஷ்மா இருந்த வீட்டிற்கு அழைத்துப்போனான். வழியெங்கும் இராணுவ வீரர்கள் நின்று கொண்டிருந்தார்கள். அவளை அழைத்துவரும் பொழுது யாகியா

முகத்தை தன் கைகளால் மறைத்துக் கொண்டு வருவதைக் கண்டு அம்பாவிற்கு முதலில் ஏதும் புரியவில்லை. வீதியெங்கும் அவள் பார்த்த கெடுபிடிகள் அவளுக்கு ஒன்றைப் புரிய வைத்தன. யாகியாவும் குறி வைக்கப்பட்ட ஒருவன். யாகியாவின் புடைத்த கழுத்து நரம்புகளும் வெப்பம் வீசிய கண்களும் யாகியா பயந்திருக்கிறான் என்பதை எடுத்துக் காட்டின.

பீஷ்மா இருந்த வீட்டிற்குள் அவர்கள் நுழைந்தபோது, கூண்டிலிட்ட விலங்கு போல, பீஷ்மா உலாவிக் கொண்டிருந்தான்.

அவனைப் பார்த்ததும், அவன் அருகில் உள்ளான் என்ற உணர்வும், அவளை என்னவோ செய்தன. கடும் வெப்ப நாளொன்றில் குளிர்ந்த ஓடையில் பாய்ந்தது போல அவள் குளிர்ந்து போனாள்.

அவர்களின் காலடியோசையைக் கேட்டுத் திரும்பி பீஷ்மா அவளை நோக்கி ஓடோடி வந்தான். கட்டியணைத்தான். பைத்தியம் போல் ஆயிரம் முத்தங்கள் பதித்தான். இதுதான் அவள் விரும்பிய பீஷ்மா, சில சமயம் அவள் இழந்த பீஷ்மா என்று அம்பா உணர்ந்தாள். மறுவிநாடி மற்றொரு பீஷ்மாவும் அவள் நினைவிற்குள் வந்தான். வேறு பலவற்றிற்காக அவளை அவ்வப்போது மறந்துவிடும் பீஷ்மா. யாகியாவின் விசும்பல் ஒலி கேட்டது. இனி பீஷ்மாவின் மனநிலை மாறிப்போகும் என்பதை அம்பா அறிவாள். அந்த சூழலில் அங்கே அமைதி ஆட்சி செய்தது.

அந்த அமைதியைக் கலைத்தவன், பொது நல பீஷ்மா. பிறருக்காக சுயநலமின்றி, எந்த எதிர்பார்ப்பும் இன்றி உழைக்கும் பீஷ்மா. அத்தகைய வேளைகளில் அம்பாவிற்கும் காதலுக்கும் இடமில்லை.

அவள் உள்ளுணர்வு கூறியது போல் அம்மாற்றம் நடந்தது. தட்டையான தொனியில் தோல்வியின் சுவடேறிய உணர்வோடு பீஷ்மா யாகியாவிடம் யோக்யாகரட்டாவிற்கு தான் பயணித்த கதையைச் சொன்னான். ஆங்காங்கே வழியில் காவல்துறை மற்றும் இராணுவத் தடைகளைக் கடப்பதற்கு தனது ஸ்டெதஸ்கோப்பும் சோனோ வாலுஜோ மருத்துவமனை என்ற பெயர் தாங்கிய மருத்துவமனை ஊர்தியுமே உதவின என்றான். இதுபோன்ற திகில் நிறைந்த நிஜ நாடகங்களை அரசியல்தான் உருவாக்கும்.

அந்தக் கணத்தில் அவள் தன்னையே வெறுத்தாள். ஆனால் அதைக் காட்டிலும் அதிகமாக பீஷ்மாவை வெறுத்தாள்.

தணிந்த குரலில் பேச முடியாது உரத்த குரலில் பேசினான் யாகியா.

"உன்டார்ட்டோவிடம் என்னவோ பிரச்சினை உள்ளது. சில நாட்களாக அவன் மனச்சோர்வோடு இருக்கிறான். எப்போதும் ஒரு தலைவன் தன் உணர்வுகளை வெளிக்காட்டக்கூடாது என்று அவன் சொல்வான். நம்பிக்கையை இழக்கும் சூழலில்கூட ஒரு தலைவன் அவநம்பிக்கையை வெளியே காட்டக்கூடாது என்பான்.

தளபதி அய்டிட் மறைவிடத்தில் பாதுகாப்பாக இருக்கிறார் என்று உன்டார்ட்டோ சொன்னான். கட்சியின் அனைத்துப் பிரிவுகளும் ஒற்றுமையாகச் செயல்பட வேண்டும். அதுவே நம்முன் உள்ள ஒரே வழி. நமது எதிரி பலமிழக்கும் பொழுது நாம் தாக்க வேண்டும்'' என்று அய்டிட் சொல்லியிருக்கிறார். தலைவர் சுகர்னோவோடு நீண்ட நாட்கள் நெருக்கமாக இருந்ததன் விளைவாக அய்டிட் அவர்போல பேசியுள்ளார்.''

'எதிரிகள் இப்போது பலமாக அல்லவா இருக்கிறார்கள்'' என்றாள் அம்பா.

"ஆம்! நாமனைவரும் ஒற்றுமையாக செயல்பட்டாக வேண்டும். சங்கத்தில் உள்ள நம் தோழர்களுக்கு நாம் பலம் பெறுவோம் என்ற நம்பிக்கை உள்ளது. நாம் மீண்டும் ஆயுதமேந்த திட்டம் இருப்பதாக, உண்டார்ட்டோ சென்ற வாரம் சொன்னான்.'' என்று பீஷ்மாவைப் பார்த்துச் சொன்னான் யாகியா.

"அது எப்படி சாத்தியம்''

"சென்ற வாரம் நம் தோழர்கள் சிலர் விமானப் படை ஆயுதக் கிடங்கைக் கைப்பற்றி, பெரும் ஆயுதங்களை கைவசப்படுத்தியுள்ளனர்.''

பீஷ்மா பதில் சொல்வதற்குள் யாகியா எழுந்தான். "என்னை இந்த புதிய தொலைபேசி எண்ணில் தொடர்பு கொள்ளவும்'' என்று அவசர அவசரமாகச் சொல்லிவிட்டு யாகியா அவ்விடத்தை விட்டு நீங்கினான்.

மீண்டும் அங்கு மௌனம் குடிகொண்டது. இந்த முறை அம்பா, பீஷ்மாவிடமிருந்து எந்த குறிப்பிற்கும் காத்திருக்கவில்லை. யாகியா

நீங்கிய மறுகணம் இருவரும் ஒருடலெனக் கட்டித் தழுவி முத்த மழையில் நனைந்துபோனார்கள்.

காமம் தணிந்து இயல்பு நிலைக்கு மீண்டதும் அம்பா கேட்டாள்.

"உனக்கென்று எல்லைகள் இருப்பதாக ஒருமுறை சொன்னாயே, அது என்ன?''

சற்று குழம்பிய முகத்தோடு பீஷ்மா.

"எதைச் சொன்னேன் என்று நினைவில்லை. அநேகமாக ஐரோப்பாவைப் பற்றிச் சொல்லியிருக்கலாம். உண்மையான கம்யூனிஸ்ட்களுக்கு மாற்ற முடியாத சில எல்லைகளுண்டு, தோல்வி என்று தெரிகிறபோது, அவர்கள் அதை ஏற்றுக் கொள்ள வேண்டும். அணிகளை பிளவுபடுத்தக்கூடாது. தலைமறைவாகிவிட வேண்டும். ஆனால் இங்கு கம்யூனிஸ்ட்கள் வேறுவிதமாக நடந்து கொள்கிறார்கள். அவர்கள் என்ன செய்ய வேண்டுமென்பதை எதிரிகள் தீர்மானிக்கிறார்கள்'' என்றான்.

"எனது நண்பன் உன்டார்ட்டோ வழிகாட்டும் விளக்காக இருந்தான். அவனது மரணம் ஏதோ ஒன்றை எச்சரிக்கை செய்கிறது. நான் சொல்வது, தவறாகக் கூட இருக்கலாம்' என்று மேலும் சொன்னான் பீஷ்மா.

"இல்லை. நீ சொல்வது சரிதான். என் தோழி ரியென், யார் பலசாலி, யார் பலம் குறைந்தவர், என்ன நடக்கப்போகிறது என்று எவருக்கும் தெரியவில்லை. கம்யூனிஸ்ட் கட்சிகளும் அதன் அரங்கங்களின் எதிரிகளும் எந்நேரத்திலும் ஆபத்து நேரலாம் என்று அஞ்சுகிறார்கள், ஆயுதப் பயிற்சியும் எடுத்துக் கொள்கிறார்கள். உண்மை கடவுளுக்குத் தான் வெளிச்சம்'' என்றாள் அம்பா.

பீஷ்மா இறை நம்பிக்கையாளன் இல்லை. அவன் ஒருபோதும் கடவுளைப் பற்றி பேசியதில்லை. பீஷ்மா பதிலேதும் சொல்லாததால் அம்பா தொடர்ந்தாள். "பீஷ்மா, உள்நாட்டுப் போர் நடந்தால் நம் நிலை என்னவாகும்?''

"யாருக்குத் தெரியும்? நீ சால்வாவிடம் செல்லப்போகிறாய் அல்லவா? என்னைப் பற்றி நீ ஒன்றும் கவலைகொள்ள வேண்டாம்.''

காதலர்கள் என்றும் எப்போதும் காதலர்கள்தான். உடற்பசி உந்தித்தள்ள, இருவரும் கூடி மகிழ்ந்தனர். கூடுவதில் அம்பாவிற்கு எப்போதும் பிரச்சினை இல்லை. பிரச்சினை, அதைத் தொடர்ந்து வரும் ஊடலில்தான்.

அவள் அவ்வளவு சொன்ன பிறகும், அவள் சால்வாவிடம் சென்று விடுவாள் என்று பீஷ்மாவால் எப்படிச் சொல்லப்போயிற்று என்று முதலில் கடிந்து கொண்டாள். அடுத்து, பலமுறை அவர்கள் காதலை அவன் எப்படி இரண்டாம் நிலைக்குப் புறந்தள்ளியிருக்கிறான் என்பதை விளக்கினாள்.

'நீ யாருக்காக யோக்கரட்டாவிற்குத் திரும்பி வந்தாய்? உன்டார்ட்டோவின் மேல் உனக்குள்ள பாசத்தினால் அல்லவா? அவனுக்காக உனது கேத்ரியிலிருந்த மருத்துவப் பணியை தியாகம் செய்ய நீ தயங்கவில்லை. ஆனால் என் மேலுள்ள காதலுக்காக நீ அத்தகைய தியாகம் செய்ய முன்வரவில்லை. அப்படிப்பட்ட தன்னலமற்ற காதலுக்கு நான் தகுதியானவள் இல்லை. உன்டார்ட்டோவைப் போல நான் இறந்துவிடவில்லை என்பதால்தான் இந்த உதாசீனமா?''

தன் கொடும் வார்த்தைகளை மேலும் கொட்டினாள் அம்பா.

"நீ யோக்யாகரட்டாவிற்குத் திரும்பி வந்ததில் என்ன நடந்துவிட்டது? அவன் இறந்து போனான். அவன் மேல் உனக்கிருந்த அர்ப்பணிப்பைக் காட்டுவதற்கு வழியேதும் இல்லை."

எங்கிருந்து வந்தது இந்த கொடூரம்? தான் தவறு செய்கிறோம் என்று அவள் அறிந்திருந்தும் தவறை சரி செய்வதறியாதிருந்தாள். பீஷ்மாவை ஏறிட்டு நோக்கினாள். அவள் பார்வை எதைச் சுமந்தது? சினமா? பதிலடியா? இரக்கமா? உண்மையில் சினந்து கொள்வதற்கு பீஷ்மாவுக்கு நியாயமிருந்தது. அவளின் நல்ல காலம், அவன் பல ஆண்டுகளாக பயிற்சி பெற்ற பொறுமை, அவனைக் கோபப்படாமல் காத்தது.

பெருமூச்சொன்றை வெளிவிட்ட பீஷ்மா, "உண்மைதான். உன்டார்ட்டோ இன்று உயிருடன் இல்லை. ஆனால் தனிநபரைவிட இலட்சியம் மேலானது அதற்காகப் பாடுபட வேண்டும் என்று கற்றுக் கொடுத்துள்ளேன். நான் அந்த முயற்சியில்தான் இறங்கியுள்ளேன். தோல்வியை ஏற்கப் போவதில்லை. நீ என் மீது

நம்பிக்கையற்றுப் போகலாம். சுயநல எல்லைக்குள் அடைப்பட்டுப் போன பூர்ஷ்வா என்று என்னை நீ கருதலாம். என்னைப் போல ஒருவன் புரட்சிக்குத் தகுதியற்றன் என்று கூட நீ சொல்லலாம். ஆனால் அடங்கிப் போவதை ஏற்க மறுப்பது என்பது வேறு. அது வேறொரு நம்பிக்கையைச் சார்ந்தது'' என்றான்.

பீஷ்மாவின் சுய இரக்கம் அம்பாவிற்குப் புதியதாக இருந்தது. கவலையும் தந்தது. சுய இரக்கப் படுவது ஒரு பூர்ஷ்வாவின் இயல்பு. தான் நினைப்பதாக அவன் சொல்வதெல்லாம் அவனைப் பற்றிய அவனது கணிப்பு என்றே அம்பாவிற்குத் தோன்றியது.

பீஷ்மா தன் பேச்சை மேலும் தொடர்ந்தான்.

"ஒவ்வொரு தருணமும் பலவாகிறது. ஒவ்வொரு கணமும் மாறுகிறது. நான் வீதியில் இறங்கிப் போராடுபவன் அல்ல. தடுப்பவனுக்குப் பின்னிருந்து சுடுபவனுமல்ல. நான் வேறு வகையாக செயல்படுபவன். என் முயற்சி முடிவில் தோற்றுப் போகக் கூடும். ஆனால் நான் ஏதும் செய்யாமற் போனால் என் வாழ்வு பொருளற்றதாகிவிடும். நீண்ட காலம் அயல்நாடு சென்று விட்டு நாடு திரும்பியுள்ள நான், நாடு சந்தித்துக் கொண்டிருக்கும் பிரச்சினைகளுக்குத் தீர்வு காண்பேன் என்று நீ கருதலாம். ஆனால் அது நடைபெறவில்லை. நாடு திரும்பியதும் இந்நாடு கொலை காரர்களால் அடக்கியாளப்படுவதைப் பார்த்தேன். நான் ரகசியமாக அறுவை சிகிச்சைசெய்தது யாருக்கு என்பதை நீ அறிய விரும்புகிறாய். அவர் உன்டார்ட்டோவின் தந்தை; பெற்ற தந்தை அல்ல, ஆன்மீகத்தை கம்யூனிஸ்ட் கொள்கையின் கலங்கரை விளக்கமாக இருந்த அவர் தன் நம்பிக்கை முழுவதையும் உன்டார்ட்டோ மீது வைத்திருந்தார். ஆனால் கொலைகாரர்கள் அவனைக் கொன்றுவிட்டனர். அவன் முன்னெடுத்த கொள்கைக்கும் அதே நிலை ஏற்படலாம். இவ்வுலகம் இப்படித்தான் மாறியிருக்கிறது. எனவேதான், நிலைமையை சீராக்கும் என் முயற்சி சில சமயங்களில் பலனளிப்பதில்லை. என்னால் செய்வதற்கு ஏதுமில்லை.'

தன் உணர்ச்சியைக் கட்டுப்படுத்திக் கொண்டு, மென்மையான குரலில் "உனக்கு இதெல்லாம் ஒத்துவராது என்று எனக்குத் தெரியும். என்ன செய்ய வேண்டுமென்று என்னிடம் திட்டம் ஒன்றுமில்லை. கட்சி அணிகளும் அரங்கங்களும் பிளவு பட்டிருக்கும் சூழலில் உன்டார்ட்டோவின் நெருக்கமான தோழர்கள் தாக்குதலுக்கான

இலக்குகளாகவுள்ள சூழலில் நான் இங்கே இருந்தாக வேண்டும். உனக்குப் பாதுகாப்பு இல்லை என்று நீ நினைக்கும் பட்சத்தில், நீ காத்திருக்க வேண்டாம். உன் வழியில் செல்லலாம்'' என்று சொன்னான், பீஷ்மா.

அசைவற்று அமர்ந்திருந்த அம்பாவின் கண்களில் கண்ணீர் வரவில்லை. அதுவே பீஷ்மாவை தன் நீண்ட பேச்சின் முடிவில் விஷ வார்த்தைகளை கொட்ட வைத்தது. அழிவு எவ்வளவு அமைதியாக வருகிறது.

"உனக்கு இப்போது புரியாமல் இருக்கலாம். ஆனால் உண்மையில் சால்வாதான் உனக்குப் பாதுகாப்பு. அவன் உனக்குப் புதிய குடும்பத்தை, புதிய வாழ்வைத் தருவான். நீ திருமணத்தை ஒரு வருடம் தள்ளி வைத்ததும், கேத்ரியில் மொழி பெயர்ப்பாளர் பணியில் சேர்ந்ததும் என்னோடு நெருங்கியதும் இவை யாவும் நீ அவனிடமிருந்து விலகுவதற்காகச் செய்தவை என்பதை சால்வா அறியவில்லை. ஆனால் அவன்தான் உனக்குரிய பாதுகாப்பு என்று நினைத்தால், நீ சால்வாவிடம் சென்றுவிடு'' என்று பீஷ்மா கொடும் வார்த்தைகளைக் கொட்டித் தீர்த்தான்.

அன்று மதியம் தன் அத்தை வீட்டில் தன்னிடமிருந்த மகாபாரதக் கதையை வெளியே எடுத்தாள். அந்தப் புத்தகத்தில், அம்பிகையை பீஷ்மா நிராகரிக்கும் நிகழ்வு எழுதப்பட்டிருந்த பக்கங்களை வெறித்துப் பார்த்தாள். அவள் பார்வை அனலால் அவை எரிந்து விடும் அளவிற்கு வெறித்துப் பார்த்தாள்.

மாலை 7 மணி. அவள் அத்தை அவள் அறைக்குள் வந்து அவளைத் தேடி டாக்டர் ரவுத் என்பவர் வந்திருப்பதாகச் சொன்னாள்.

அம்பா சட்டென்று எழுந்து வாசலுக்கு விரைந்தாள். தேவையில்லாத ஐயங்கள் அவள் அத்தை-மாமாவிற்கு வந்துவிடக்கூடாது என்ற எண்ணமும், பீஷ்மா அவள் வாழ்வில் தேவையற்று நுழையக் கூடாது என்ற எண்ணமும் அவளை விரட்ட, விருட்டென்று ஓடியவளின் முட்டியை கண்ணாடி மேஜை ஒன்று பதம் பார்த்தது. ஆவென்று அம்பா அலற, பீஷ்மா விரைந்து வந்து அவளைத் தாங்கிக் கொண்டான். தான் ஒரு டாக்டர் என்றும், ஒரு நண்பன் குறித்து அம்பாவிடம் விசாரிக்க வந்ததாகவும் அவள்

அத்தையிடம் தான் சொன்ன பொய்யை அவளிடம் விவரித்தவாறு அவள் முட்டியில் ஏற்பட்ட காயத்திற்கு சிகிச்சை செய்தான். கவலையோடு பார்த்துக் கொண்டிருந்த பெரியவர்களிடமும், ‘கவலை வேண்டாம்.. சிறிய காயம்தான்’ என்று பீஷ்மா சொன்னபோது, அம்பா "டாக்டரைவழியனுப்பிவிட்டு வருகிறேன்'' என்று சொல்லிவிட்டு பீஷ்மாவை வாசலுக்கு அழைத்து வந்தாள். பிறர் காதில் ஏதும் விழாது என்று உறுதியானதும் பீஷ்மா அம்பா காதில் முணுமுணுத்தான்.

"நாளை மதியம் டிக்கோரா வீதியில் அதே உணவு விடுதியில் நாம் சந்திப்போமா? மாலை 5 மணிக்கு உன்டார்ட்டோவின் அஞ்சலிக் கூட்டம் ஏற்பாடாகி உள்ளது. நான் அங்கே சென்றாக வேண்டும். அதற்குப் பின்னர் வாழ்நாள் முழுவதும் நான் உனக்காக, உன்னோடு சேர்ந்திருப்பேன்.''

அரசியல் மீண்டும் ஒருமுறை செல்வாக்கு செலுத்தியது.

அம்பா அந்த உணவு விடுதிக்குள் நுழைந்தபோது பீஷ்மாவும் இசாவும் மற்ற பலரோடு பேசிக் கொண்டிருந்தனர். அவர்களிருவரையும் ஒன்றாகப் பார்த்தவுடன் அம்பாவின் முகம் சட்டென்று ஒரு கணம் வாடிப்போனது. பொது வெளியில் பீஷ்மாவும் அவளும் தனித்திருக்க முடியாதா? பீஷ்மாவைப் பார்த்து மெல்லிய புன்னகையை வீசினாள் அம்பா. அவள் அணிந்திருந்த சிவப்புச்சட்டை அவளை மிகவும் கவர்ச்சியாகக் காட்டியது. அம்பா பீஷ்மாவிற்கு அருகில் அமர்ந்தாள்.

"ஜகார்த்தாவிலுள்ள இராணுவத் தளபதிகள் கெட்டிக்காரர்கள். தளபதி அய்டிட் அவர்களுக்கு இணையானவனில்லை. அய்டிட் தனக்குப் பின்னால் மக்கள் படை இருப்பதாகச் சொல்லிக் கொண்டிருக்கிறான். அதெல்லாம் வெறும் அபத்தம். விரைவில் சிறப்பு இராணுவப் படை யோக்யா கரட்டாவை முழுமையாகக் கைப்பற்றிவிடும். நாம் எப்படி இந்த நெருக்கடிக்குள் சிக்கிக் கொண்டோம் என்பது தான் என் முதல் கேள்வி" என்று இஷா சொன்னான்.

அம்பாவை ஏறிட்டுப் பார்த்த பீஷ்மா சட்டென்று குனிந்து அவள் கன்னத்தில் முத்தமிட்டான்.

"என் அன்பே! நீ என்ன நினைக்கிறாய்? உனக்கும் அவநம்பிக்கையாக உள்ளதா?''

தன் தோழர்களின் முன்னர் பீஷ்மா அவளோடு நெருக்கமாக இருந்ததும், அவளையும் விவாதத்தில் இணைத்ததும், அம்பாவிற்கு மகிழ்ச்சி தந்தன. பீஷ்மாவின் கேள்விக்குப் பதில் தரும் வண்ணம் தலையை அசைத்தாலும் அம்பாவிற்கு அவை யாவும் பெரிதாகப் படவில்லை.

சற்று நேரம் கழித்து உணவு விடுதியிலிருந்து சற்றுத் தொலைவிலிருந்த பார்ப்பர்கி கட்டிடம் நோக்கி அவர்கள் நடந்தனர். வீதியில் அஞ்சலகம் முன்பு, படைவீரர்களின் பாதுகாப்போடு கம்யூனிஸ்ட் எதிர்ப்பாளர்கள் கூட்டம் பெருகி வந்தது.

அக்கூட்டத்தின் ஊடாக, அவர்கள் பார்ப்பர்கி கட்டிடம் முன்பிருந்து வெளிமுற்றத்தை வந்தடைந்தனர். அங்குதான் உன்டார்ட்டோவின் அஞ்சலி நடைபெற இருந்தது. அந்த முற்றத்திலிருந்த ஒரு கதவின் வழியாக வேறொரு முற்றத்திற்கு அம்பாவின் கையைப் பிடித்து அழைத்துச் சென்றான் பீஷ்மா. அச்சமயம், கூட்டத்திலிருந்து இராணுவ உடையிலிருந்த யாகியா அவர்களை நோக்கி வந்தான். அவனைப் பார்த்ததும், அவளையும் அறியாமல் அம்பாவிடமிருந்து நிம்மதிப் பெருமூச்சொன்று வெளிப்பட்டது.

அந்த முற்றத்திற்கு அருகில் ஒரு சிறிய அரங்கமிருந்தது. மாணவரணியினர் மற்றும் பிற அரங்கத் தோழர்களால் நிரம்பி வழிந்த அவ்வரங்கத்திற்குள் அவர்களிருவரும் நுழைந்தனர். கூட்டத்திற்குள் இசா மறைந்துபோனான். அனைவரது கண்களும் பீஷ்மா - அம்பா இணையை மொய்த்தன. உன்டார்ட்டோவின் நெருங்கிய நண்பர் இந்த டாக்டர் ரவுத் என்று பீஷ்மாவும், செல்வி அம்பா என்று அவளும் கூட்டத்தினரிடையே அறிமுகப்படுத்தப்பட்டனர். தன்னைப் பற்றி வேறெதுவும் சொல்லாமல் வெறும் செல்வி என்று சொன்னது, அம்பாவிற்கு ஏமாற்றம் தந்தது. பீஷ்மா மற்ற தோழர்களோடு அவளிடமிருந்து சற்று விலக, ஏமாற்றத்திலிருந்த யாகியாவை நோக்கி நகர்ந்தாள். அவள் யாகியாவோடு பேசிக் கொண்டிருந்தபோது ஒரு பேரழகி பீஷ்மாவை நோக்கிச் செல்வதைப் பார்த்தாள்.

"நான் ரிஞ்சனி, உன்டார்ட்டோவின் நெருங்கிய தோழி. நீங்கள்தான் டாக்டர் ரவுத்தா? உங்களைப் பற்றி உன்டார்ட்டோ நிறைய சொல்லி உள்ளார்'' என்று அவ்வழகி பீஷ்மாவிடம் சொன்னது, அம்பா காதில் விழுந்தது.

அவர்கள் இருவரையும் ஒரு சேரப் பார்த்தவுடன் அவர்கள் ஒருவருக்கொருவர் மிகவும் பொருத்தமாக உள்ளதுபோல் அம்பாவிற்குத் தோன்றியது. ரிஞ்சனி அம்பாவைவிட சற்று உயரம்.

மெலிந்த மேனி, நீண்ட கால்கள், பெரிய கண்கள், எடுப்பான மார்பகம், கவர்ச்சி தரும் கையில்லாத ரவிக்கை என்று அனைத்து அங்கங்களிலும் அழகு கொசுசம் ரிஞ்சனி அதிகாரத்தோடு பீஷ்மாவிடம் பேசுவதைக் கண்டதும் அவளே பீஷ்மாவிற்குப் பொருத்தமானவள்என்று அம்பாநினைத்தாள். அவளைவெறுத்தாள். ரிஞ்சனி நீட்டிய கையை வாஞ்சையோடு பீஷ்மா பிடிக்க, அம்பா அக்கணம் அவனையும் வெறுத்தாள். நல்லவேளை நீண்ட நேரமாவதற்குள் அனைவரும் அமருமாறு கேட்டுக் கொள்ளப்பட்டனர்.

ஆனால் அனைவரும் அமரும் அளவிற்குப் போதுமான இருக்கைகள் இல்லை. பீஷ்மா அம்பாவையும் அந்தப் பேரழகியையும் அமரச் சொன்னான். அம்பா, பீஷ்மாவைத் தன்னருகில் அமருமாறு கெஞ்சினாள். அவள் முகத்தில் தெரிந்த கலவரம் அவனை அவளருகில் அமர வைத்தது.

அவ்வரங்கமெங்கும் சோகம் ததும்பி நின்றது. அவள் மட்டுமல்லாமல் பலரும் சிவப்பு உடையில் இருப்பதைக் கண்டாள் அம்பா. தரை விரிப்பும், அதன் மேல் காணப்பட்ட மங்கிய கோடுகளும், அவ்வரங்கம் பாட்மிண்டன் ஆடுகளம் என்று உணர்த்தின. பக்கச் சுவர்கள், இரும்பு உதிரங்கள் என்று அங்கு காணப்பட்ட யாவும் திடீரென உருவான அரங்கம் என்று எடுத்துச் சொல்ல, ஒரு கதவின் மேல் ரெஸ் பப்ளிக்கா பல்கலைக்கழகம் என்ற பெயர் காணப்பட்டது.

ஏழரை மணியளவில் விளக்குகள் யாவும் அணைக்கப்பட்டன. மெழுகுவர்த்திகள் ஏற்றப்பட்டன. யாரோ ஒருவர் ஏதோ அறிவித்துக் கொண்டிருந்தார். எதிரொலியில் எதுவும் சரியாகக் கேட்கவில்லை. வேறு எதைப்பற்றியும் கவலைப்படாமல் அம்பா அருகிலிருந்த பீஷ்மாவையே பார்த்துக் கொண்டிருந்தாள். அவளுக்கு வலதுபுறமிருந்த ஓர் இசைக்குழு பாடத் தொடங்கியது. "எங்கெங்கும் மக்களின் இரத்தம் ஓடுகிறது. எங்கெங்கும் மக்கள் ஏழ்மையிலும் துயரத்திலும்'' என்று பாடல் வரிகள் புரிந்தாலும், அதன் இசை அம்பாவிற்குப் பிடிபடவில்லை. அந்தச் சிந்தனையில் அம்பா

மூழ்கியிருந்தபோது அளைச் சுற்றியிருந்த கூட்டம் எழுந்து பாடத் தொடங்கியது. பீஷ்மாவும், இசாவும் முஷ்டியை உயர்த்திக் காற்றைக் கிழித்தனர். அம்பாவும் எழுந்து நின்றாள். ஆனால் அவள் எண்ண ஓட்டம் வேறுவிதமாக இருந்தது.

"என்ன நினைக்கிறது இந்தக் கூட்டம்? நான் இதோ அருகிலுள்ள ஆண்மைமிக்க இம்மனிதனின் தோழியென்று நினைக்கிறதா? நானும் கட்சி உறுப்பினரா? நான் பீஷ்மாவின் தோழியென்று ரிஞ்சனி எண்ணுகிறாளா? பொறமைப்படுகிறாளா? அவள் நானாக இருக்க வேண்டுமென்று ஆசைப்படுகிறாளா?''

இசைக்குழுவின் பாடல் நின்றது. பெண் ஒருத்தி கவிதை வாசித்தாள். "இந்தப் பிரிவை நாம் தாங்கிக் கொள்வோம். நம் குழந்தைகளுக்காக, அவர்கள் நன்மைக்காக ஏற்றுக்கொள்வோம்'' அறையெங்கும் நிரம்பிய இரைச்சலின் நடுவே இவ்வரிகளை அம்பாவால் ஓரளவு கேட்க முடிந்தது. பொதுவாக அம்பாவிற்குக் கூட்டம் என்றால் பிடிக்காது. ஆனால் அந்தக் கூட்டம் ஓரணியாய் நின்றது கண்டு அம்பா நெகிழ்ந்து போனாள்.

உன்டார்ட்டோவின் படம் சுவரில் வரையப்பட்டிருந்தது. அனைவரையும் கனிவோடு பார்ப்பதுபோல் அப்படம் உயிர்பெற்று இருப்பதை அம்பா கண்டாள். புகை மண்டலமாகக் காட்சியளித்த, வெப்பமாக இருந்த அந்த அறையில், அப்படம் உன்டார்ட்டோவிற்கு மிகப் பொருத்தமான புகழஞ்சலியாக இருந்தது என்று நினைத்தாள். அதற்குள் கவிதை வாசிப்பதை அப்பெண் நிறைவு செய்தாள். கைதட்டப் போன அம்பா தன்னை சட்டென்று சுதாரித்துக் கொண்டாள். அனைவரும் மௌன அஞ்சலி செலுத்துவதைக் கண்ணுற்றாள்.

"ஏன் ஒலிவாங்கி வேலை செய்யவில்லை'' என்று தனக்கருகிலிருந்த இளைஞன் ஒருவனிடம் பீஷ்மா மெல்லிய குரலில் வினவுவது அம்பா காதில் விழுந்தது.

"நாம் இக்கட்டிடத்தை மீட்டெடுத்ததிலிருந்து இங்கு ஓரே ஒரு மின் ஆக்கிதான் உள்ளது. அதன் ஆற்றலும் குறைவு.''

"என்ன சொல்கிறாய்? இக்கட்டிடத்தை மீட்டெடுத்தோமா?''

"நீங்கள் எந்த உலகத்தில் இருக்கிறீர்கள்' என்று கேட்பது போல அவ்விளைஞன் பீஷ்மாவைப் பார்த்தாலும், "இரண்டு வாரங்களுக்கு

முன்னர் தீவிர வலதுசாரிகள் இந்தக் கட்டிடம் உள்ளிட்ட வளாகத்தின் ஒரு பகுதியைக் கைப்பற்றிக் கொண்டனர். அவர்கள் அசந்திருந்த நேரம் பார்த்து நமது கட்சியின் இளைஞரணி உதவியுடன் இதை மீட்டெடுத்தோம்'' என்று சொன்னான்.

உன்டார்ட்டோ படத்தின் முன்னிருந்த சிறிய மேடை மீது நின்று யாரோ ஒருவர் அடுத்து என்ன செய்ய வேண்டுமென்று பேசினான். பீஷ்மாவை பேச அழைத்ததும் அவன் மேடை நோக்கிச் செல்வதை அம்பா வைத்த கண் வாங்காமல் பார்த்தாள். அன்றுதான் தன் காதலனை முதல்முறையாகப் பார்ப்பதுபோல் அவளுக்கு இருந்தது. தாங்கள் முதன்முதலில் சந்தித்தபோது பீஷ்மா ஆலமரத்தின் பின்புறமிருந்து வந்தது அவள் நினைவில் வந்தது. அவனது உயரம், அழகான தோற்றம், கம்பீரமான நடை யாவும் கண்ட அக்கூட்டம் அவன் பேச்சைக் கேட்க அமைதியானது.

பீஷ்மா மிகச்சுருக்கமாகவே பேசினான். அவன் என்ன பேசினான் என்பது தெளிவாக விழவில்லை. சேகுவாரா என்ற பெயர் காதில் விழுந்தது. அடக்குமுறை மற்றும் அநீதி குறித்த சேகுவாராவின் மேற்கோள் ஒன்றைக் குறிப்பிடுவதாகத் தெரிந்தது. அவன் பேச்சு முழுவதும் புரியாவிட்டாலும், அம்பா அதைக் கேட்டு மயங்கிப் போனாள்.

பீஷ்மாவை அடுத்து மூன்று பேர் பேசினர். அதற்கடுத்து பேசுவதற்கு ரிஞ்சனி, மேடையை நோக்கி நடந்தாள். பீஷ்மா மேடையை நோக்கி நடந்தபோது எப்படி அந்த அறை மௌனமானதோ அதுபோல மீண்டும் அமைதியானது. அம்பாவும் அவளைக் கூர்ந்து நோக்கினாள். 'என்ன அழகு! ஒவ்வொரு ஆணும் மயங்கி விழும் அழகு!' என்று எண்ணி வியந்துபோன அம்பா, தன்னைத் தானே நொந்து கொண்டாள். இவளைப் போல, தன் தங்கைகளைப் போல அழகாகப் பிறந்திருந்தால் தன் தலைவிதியே மாறிப்போயிருக்குமே என்று எண்ணினாள். யாரிவள்? மாணவரணியைச் சேர்ந்தவளா? கட்சி உறுப்பினரா? இவளைப்போல அழகானவள் கம்யூனிஸ்டாக இருப்பாளா என்றெல்லாம் அக்கூட்டம் முணுமுணுத்தது எதுவும் அம்பாவின் அறிவில் படவில்லை.

மூன்று மணி நேரத்தில் இரங்கல் கூட்டம் முடிவிற்கு வந்தது. பீஷ்மா மற்றவர்களோடு பேசுவதற்கு வசதியாக அம்பா அவனை

வீட்டு நீங்கினாள். பத்து நிமிடம் கழிந்ததும் பீஷ்மாவும் இசாவும் அம்பாவை நோக்கி வெளியே செல்வோம் என்று சைகை காட்டிவிட்டு நகர்ந்தனர். சட்டென்று எங்கிருந்தோ வந்த ரிஞ்சனி ‘சேகுவாராவின் மேற்கோள் மிகவும் பொருத்தமாக இருந்தது’ என்றாள்.

அச்சமயம் யாகியாவின் குரல் பின்னாலிருந்து ஒலித்தது. “வெளியே வலதுசாரி சக்திகளை எதிர்கொள்ள இளைஞரணி தயாராக உள்ளது. நாமனைவரும் உடனடியாக வெளியேற வேண்டும். நிலைமை மோசமாக உள்ளது.’’

"நீ, இசா, பீஷ்மா மூவரும் உடனடியாக இங்கிருந்து சென்றுவிட வேண்டும்’’ என்று மேலும் சொன்னான் யாகியா.

"மாணவர் கூட்டணி என்பது தேசியக் கட்சியைச் சேர்ந்த மாணவர்கள்தானே? அவர்களா தாக்குவார்கள்?’’ என்று அம்பா கேட்டாள்.

"அவர்கள் மட்டும் என்றால் பெரிய பிரச்சினை இல்லை. ஆனால் அவர்களோடு 72ம் தாக்குதல் படையும் சிறப்பு அதிரடிப் படையும் வருகிறதாம். அது உண்மை என்றால் நாமனைவரும் உயிர்பிழைப்பது கடினம்.’’

பீஷ்மா அவளைப் பார்த்த சமயத்தில் ‘போவோம்’ என்று குறிப்புக் காட்டினாள் அம்பா. அதைப் புரிந்து கொண்ட பீஷ்மா, தன்னைத் தடுத்த ரிஞ்சனியையும் மீறி, அம்பாவை நோக்கி நகர்ந்தான். அதைக் கண்ட அம்பா கர்வம் அடைந்தாள். பீஷ்மா தன்னைத்தான் தன்னை மட்டும் தான் காதலிக்கிறான் என்ற புரிதல் தந்த கர்வம் அது.

திடீரென முற்றத்திலிருந்து காதை செவிடாக்கும் ஓசை வெடித்தது. அந்த அரங்கத்திலிருந்த கூட்டம் அதைக் கேட்டு உறைந்துபோனது. விளக்குகள் யாவும் அணைந்து போக அறையெங்கும் இருள் சூழ்ந்தது.

கூடியிருந்தோர்களின் அலறலும், ஓட்டமுமாக நிலைமை கலவரமானது. அம்பாவை நெருங்கிய பீஷ்மா அவளைத்தன்னோடு அணைத்துக்கொண்டு, "இரண்டாவது வெடி வெடிக்கும் வரை நகரக் கூடாது. அதுவே நடைமுறை விதி’’ என்று அவள் காதில் முணுமுணுத்தான். அப்போது கண்மன் தெரியாமல் சுட்டுக்கொண்டே இராணுவம் உள்ளே நுழைந்தது.

அம்பா சுற்றும் முற்றும் பார்த்தாள். பலர் இராணுவத்தை எதிர்கொள்ள கையில் கிடைத்ததை எடுத்துக் கொண்டு தயாராவதை அரை வெளிச்சத்தில் கண்டாள். யாகியா உருவிய கைவாளோடு நின்று கொண்டிருந்தான். ‘அதோ கையெறி குண்டு’ என்று எவரோ அலற, பீஷ்மா அவளைத் தரையோடு சாய்த்தான். அப்போது யாகியாவின் இராணுவ உடை காற்றில் பறப்பதைப் பார்த்தாள். என்னவாயிற்று யாகியாவிற்கு என்ற கேள்வி அவளுள் எழுந்தபோது யாகியாவை நோக்கி பீஷ்மா போன்ற ஒரு உருவம் ஓடுவதைக் கண்டாள். எங்கே பீஷ்மா?

சிரமப்பட்டு எழுந்து நின்ற அம்பாவின் மனக் கண்ணிலிருந்து யாகியாவின் இராணுவ மேலுடை பறந்த காட்சி அகலவில்லை. அவள் முகமெங்கும் கரி, கண்ணீர், இரத்தச்சுவடுகள். பீஷ்மா, பீஷ்மா என்றலறியவாறு, இங்கும் அங்கும் ஓடினாள். உயிர் பிழைக்க பலரும் ஓடிக் கொண்டிருந்தனர்.

ஓர் இளைஞன் அம்பாவின் கையைப் பற்றி இழுத்துக் கொண்டு வெளியேறும் கதவு நோக்கி ஓடினான். அவர்களுக்குப் பின்னர் ஒரு சிறு கூட்டம் ஓடி வந்தது. சட்டென்று முற்றத்திலிருந்த ஒரு குறுகலான பாதையைக் காட்டி ‘‘கலைந்து செல்லுங்கள்’’ என்று அலறினான். அந்தப் பாதை அவர்களை வேறொரு கட்டிடத்தின் முற்றத்திற்கு கொண்டு சென்றது.

அந்த முற்றத்தை அடைந்ததும் ஒருவன் அலறினான். "நாம் வசமாக மாட்டிக் கொண்டோம்.’’

தப்பி ஓடிவருபவர்களை எதிர்பார்த்து அங்கே ஒரு கூட்டம் நின்றுகொண்டிருந்தது. முழு நிலவின் பட்டொளி அனைவரையும் காட்டிக் கொடுத்தது.

இரத்த வாடையும், வெடி மருந்து துர்நாற்றமும் அம்பாவின் வயிற்றைக் குமட்டியது.

அம்பாவிற்கு ஐயமின்றி ஒன்று தெளிவாயிற்று. பீஷ்மா அவளோடு இல்லை. ஆம்! பீஷ்மாவை எங்கும் காணவில்லை.

பாகம் மூன்று

அம்பாவும் அதல்ஹார்டும்

யோக்யாகரட்டா, 1965

11

மூன்றாவது மனிதன்

அவள் அடையமுடியாத ஒருவன், அவளை அடைய முடியாத வேறு ஒருவன் என்று இரு ஆண்களுக்கு இடையில் ஒரு பெண் மாட்டிக் கொள்கிற போது அவள் மூன்றாவது மனிதனை எதிர்கொள்கிறாள். இதுபோலத்தான் அம்பாவின் வாழ்வில் மூன்றாவது மனிதன் நுழைந்தான்.

அம்பாவிற்கு நல்ல கனவும் கெட்ட கனவும் கலந்தே வந்தன. அதுவே மூன்றாவது மனிதன் நுழைந்த கதையின் தொடக்கம்.

பீஷ்மா காணாமற்போன நாள் முதல் அம்பாவிற்கு பல விதமான கனவுகள் வந்தன. பேய்கள், சூனியக்காரி, விகாரமான கடவுள்கள் கனவில் வந்தனர். கடிப்புரா, பெற்றோர்கள், தங்கைகள், குடும்பத்தோடு மதியம் தேநீர் அருந்தும் முற்றம், அவள் தந்தை அவளுக்கு மகாபாரதம் படித்துக் காட்டும் ஏரிக்கரை என்று பல மலரும் நினைவுகளும் வந்தன.

மகாபாரதக் கதை சொல்வதற்கு மாறாக, அவள் கனவில் தோன்றிய பீஷ்மாவும் சால்வாவும் ஒருவரையொருவர் எதிர்த்து ஆயுதம் ஏந்தவில்லை. மிகப் பெரிய ஆலமரத்தடியில் அமர்ந்து புரட்சி பற்றி, உலகை மாற்றும் கருத்தாக்கம் குறித்து விவாதித்தனர்.

வேறொரு மரத்தின் மறைவிலிருந்து அம்பா வில்லேந்தி நின்றாள். சால்வாவைக் குறித்து வைத்து சரியான தருணத்திற்குக் காத்திருந்தாள். சால்வாவைக் கொன்றுவிட்டு அவன் தன்னை மாய்த்துக் கொள்ள வேண்டும் என்பது கனவின் கட்டளை. உயிர் காக்கும் மருத்துவமனை பீஷ்மா உயிர் வாழட்டும்; மூவரின் துன்பமும் நீங்க வழி பிறக்கும்.

கனவில் காட்சி மாறுகிறது. தன் பரமவைரியான சால்வாவை நெருங்கி, "நான் அவளை நீங்கியாக வேண்டும். இது அவளுக்குத்

தெரியாது. நான் நீங்கினால் தான் அவளுக்கு எதிர்காலம்'' என்று சொல்கிறான்.

கனவில் இந்த பயங்கரத் திருப்பம் வர, அம்பா விழித்துக் கொள்கிறாள். அதற்கு முன்னர் அந்த பயங்கர திருப்பம் தோன்றிய ஒரு கணத்தில் அவளின் குறி திசை மாற, ஆவென்று அலறியபடி பீஷ்மா பூமியில் சாய்கிறான்.

சோகமான கனவுகளும் சில வந்தன. ஒரு கனவில் அவள் தந்தை போர்க்களத்தில் பாய்ந்து வரும் குண்டுகளுக்கும், அம்புகளுக்கும் மத்தியில், அவரைச் சுற்றிலும் வீரர் மடிந்து சாய்கிறார்கள். அவள் அம்மாவின் கையில் மகாபாரதம் திறந்தபடி இருக்கிறது. எதை அவர் தவிர்க்க எண்ணுகிறாரோ அது அவரை விட்டபாடில்லை. சட்டென்று ரிஞ்சனியைப் போல் தோன்றும் ஒரு பெண் முழு நிர்வாணமாகத் தோன்றுகிறாள். அவள் படைவீரர்களை உயிரோடோ பிணமாகவோ மடமடவென்று விழுங்குகிறாள்.

மற்றுமொரு கனவு! காமப்பசியோடு பீஷ்மா- சால்வா இருவரும் அவள் அறைக்குள் நுழைகிறார்கள். ஒருவர் பின் ஒருவராகச் சுற்றுமுறையில் அவளோடு கலவியில் இணையலாம் என்ற முடிவிற்கு வருகிறார்கள். அம்பா மறுப்புத் தெரிவிக்க,

"ஏன் கூடாது? அது நல்ல கேளிக்கையல்லவா?'' என்கின்றனர், அவ்விருவரும்

உன்டார்ட்டோவின் இறுதி அஞ்சலியில் ஏற்பட்ட குழப்பத்திற்குப் பின்னர், பீஷ்மா தன்னோடு இல்லை என்று புரிந்தவுடன், அச்சத்தை முழுங்கிவிட்டு அம்பா வெறி கொண்டவளைப் போல பீஷ்மாவைத் தேடத் தொடங்கினாள்.

ஆள் அரவமின்றித் தெருக்கள் வெறிச்சோடி இருந்தன. கண்ணில் படுவோரிடமெல்லாம் டாக்டர்.ரவுத்தின் அடையாளம் சொல்லி, அவரை எங்கேனும் பார்த்தீர்களா என்று கேட்டவாறு அலைந்து கொண்டிருந்தாள், அம்பா. ஆனால் பீஷ்மா எங்கு போனான் என்று எவரும் அறிந்தாரில்லை.

அரை மணி நேரத்திற்கு மேலாக பீஷ்மாவைத் தேடிக் கொண்டிருந்த அம்பா, பின்னர் தன் முயற்சியைக் கைவிட்டு தன் தோழி ரியென் வீட்டிற்குச் சென்றாள். தனக்கு ஒரு மாற்று மேல்

சட்டை தருமாறு தன் தோழியிடம் வேண்டிக் கொண்டு நடந்த நிகழ்வுகள் அனைத்தையும் விவரித்தாள். அதைக் கேட்ட ரியனின் முகம் வெளிறிப் போனது.

தான் மீண்டும் திரும்பப் போவதில்லை என்று சொல்வதற்கு மனமில்லாமல், தன் தோழியைக் கட்டியணைத்துக் கன்னத்தில் முத்தமிட்டு 'வருகிறேன்' என்று சொல்லிவிட்டு தோழியிடமிருந்து விடைபெற்றாள்.

அங்கிருந்து தன் அத்தை வீட்டிற்குச் செல்லும் வழியில் ஒரு புதரில் இரத்தம் தோய்ந்த தன் மேல் சட்டையை வீசிவிட்டு, அத்தை வீட்டிற்கு அம்பா வந்து சேர்ந்தாள். அத்தையின் முகத்தை நிமிர்ந்து பார்க்காமல் முதல் நாளிரவு தோழி வீட்டிலேயே தங்க நேர்ந்து விட்டது என்று பொத்தாம் பொதுவாக சொல்லிவிட்டு தன் அறைக்குள் சென்ற அம்பா மனம் அமைதி பெறும் வரை அழுது தீர்த்தாள். அப்படியே தூங்கியும் போனாள்.

மறுநாள் காலை ஒரு வாடகைக் காரை அமர்த்திக் கொண்டு 'பூமிதரங்' கலைக்கூடத்திற்குச் சென்றாள். பூமிதரங்கில் எவருமின்றி மயான அமைதி குடியிருந்தது. செய்வதறியாது நின்ற அம்பா தான் அங்கு முன்னர் சந்தித்த 'தாரிகன்' என்ற கலைஞரைச் சந்திக்க நேர்ந்தது.

இசாவும் மற்றும் மாணவரணியினர் சிலரும் நேற்றிரவே கைது செய்யப்பட்டதாகவும், மற்ற அனைவரும் தலைமறைவாகி விட்டதாகவும் தாரிகன் சொன்னான். பீஷ்மா குறித்து ஏதும் தெரியவில்லை என்றும் அவன் சொன்னவுடன் அம்பா நம்பிக்கை இழந்துபோனாள். பீஷ்மாவைத் தேடாமல் ஓயப் போவதில்லை என்று அவனிடம் சபதம் செய்துவிட்டு பூமிதரங்கைவிட்டுக் கிளம்பினாள்.

புராதனப் புத்தகங்களில் சொல்வதுபோல இது போன்ற வார்த்தைகள் சொல்லப்பட்டவுடன் புனிதமடைகின்றன.

சால்வாவின் நினைவு அம்பாவிற்கு வரவே இல்லை. "அன்பே! என்னுடன் பணியாற்றும் பலர் கைதாகி விட்டதால் வேலைப் பளு கூடிவிட்டது. எனவே, யோக்யாகரட்டாவிற்கு வரமுடியவில்லை. பொறுத்துக் கொள்ளவும்'' என்ற மின்னஞ்சல்

ஒன்று சால்வாவிடமிருந்து வந்தது. அதைப் பார்த்ததும் வழக்கம்போல் நிம்மதிப் பெருமூச்சு அவளையும் அறியாமல் அவளிடமிருந்து வெளிப்பட்டது.

பீஷ்மா மறைந்த பிறகு பல நாட்கள் நகரமெங்கும் இறுக்கம் தளர்ந்திருந்தது. தெருக்கள் தோறும் கம்யூனிஸ்ட்கள் விரட்டப்பட்டார்கள் என்ற மகிழ்ச்சிக் கொண்டாட்டம். ஊரெங்கும் சிறப்புப் படைகளின் அணிவகுப்பு. வந்தேன், கண்டேன் வென்றேன் என்ற வெற்றிப் பாடல்களின் முழக்கம். சிறப்புப்படைகள் ஓரிரவில் நூற்றுக்கணக்கான எதிரிகளைக் கைது செய்தன. கொலைகார கம்யூனிஸ்ட் கலகக்காரர்களும், அவர்களின் கொடூர செப்டம்பர் 30 இயக்கமும் மற்றும் இளைஞர் அணியினரும் மீண்டும் எழ முடியாதவாறு அழிக்கப்பட்டனர் என்று மக்கள் ஐயமின்றி நம்பினர்.

பாசிசத்தின் முகத்தை சுதந்திரத்தின் முகம் என்று நினைக்கும் கொடுமையை என்னவென்று சொல்ல!

மிகச் சிலரைத் தவிர எவரும் தங்கள் வரலாற்றுச் சுவடுகளை அழிக்க விரும்புவதில்லை. அம்பா போன்ற சிலருக்கு கடந்த கால தடம் தெரியாமல் மறைந்து விடத் தோன்றும்.

உள்ளுக்குள் மனம் புழுங்கினாலும் சிரித்த முகத்துடன் தன் அத்தை வீட்டில் அம்பா வலம் வந்தாள். இந்த நாடகம் நீண்ட நாட்கள் நீடிக்காது என்பதை உணர்ந்த அம்பா யோக்யாகரட்டாவைவிட்டு தடந்தெரியாமல் மறைந்து விட முடிவு செய்தாள். அக்டோபர் இறுதியில் சால்வா வருவதாகச் சொல்லியிருந்தான். அவனிடமிருந்தும் தன் குடும்பத்தினரிடமிருந்தும் அவர்களின் அன்புப் பிடிக்குள் சிக்கிவிடாமல் பறந்து சென்றுவிட வேண்டுமென்று நினைத்தாள். அத்தை வீட்டில் நீண்ட நாட்கள் தங்குவது பாதுகாப்பற்றது என்று உணர்ந்தாள். உன்டார்ட்டோ இறுதி அஞ்சலியின் போது பீஷ்மாவோடு தன்னைப் பார்த்த எவரேனும் காட்டிக் கொடுக்கலாம். பீஷ்மா கைதாகி இருக்கலாம். சித்ரவதை தாங்காமல் தன் நண்பர்களின் ஆதரவாளர்களின் பெயரைச் சொல்லியிருக்கலாம். எந்நேரமும் அவளைத் தேடி அதிகாரிகள் வரலாம்.

தன்னால் சால்வாவிற்கும் தன் பெற்றோருக்கும் எவ்வித தொல்லையும் வரக்கூடாது என்று அம்பா நினைத்தாள்.

பூமி தரங்கில் தன்னைப் பார்த்தவர்கள், அவளை மாணவரணியைச் சார்ந்தவள் என்று நினைத்திருக்கலாம். இதனால் விசாரணை அதிகாரிகள் சால்வாவை, அவள் பெற்றோரைத் தேடிச் செல்லக்கூடும் என்று பலவித சிந்தனைகள் அவளை அலைக்கழித்தன.

பீஷ்மாவிடமிருந்து ஏதேனும் செய்தி வரலாமென்று தன் அத்தை வீட்டிலேயே மேலும் சில நாள் பழியாய் காத்துக் கிடந்தாள். என்ன செய்வதென்று அவள் விழித்துக் கொண்டிருக்கும்போது ஒரு நாள் அவளின் அத்தையும், மாமாவும் ஒரு வாரம் சொந்த ஊருக்குச் சென்று வருகிறோம் என்று சொல்லிவிட்டுக் கிளம்பினர். "நான் பணிப்பெண்ணோடு இருப்பதில் பிரச்சினை ஏதுமில்லை'' என்று சொல்லி அவர்களை வழியனுப்பிவைத்தாள்.

தன் அத்தை வீட்டிலிருந்து மட்டுமல்லாது யோக்யாகரட்டாவிலிருந்தும் பறந்துவிட வேண்டுமென்று அம்பாவிற்குப் புரிந்தது. ஜகார்த்தாவிற்குச் சென்று வேலை தேடிக் கொள்ள வேண்டும் என்று நினைத்தாள். வேலை கிடைப்பது, அதிலும் பட்டப் படிப்பைப் பாதியிலேயே நிறுத்திவிட்டவளுக்கு எளிதல்ல. கையிலுள்ள பணம் சில வாரங்களுக்குப் போதுமானது. அதற்குள் வேலை கிடைத்தாக வேண்டும் என்றும் நினைத்துக் கொண்டாள்.

அத்தையும், மாமாவும் சென்று இரண்டு மணி நேரம் கழித்து அம்பாவும் வீட்டைவிட்டு வெளியேறினாள். நகரத்தின் வேறொரு பகுதியில் ஒரு வீட்டில் ஓர் அறையை வாடகைக்கு எடுத்துக் கொண்டாள். பாதியில் விட்ட படிப்பைத் தொடர முடிவு செய்தாள், ஆனால் அதே பல்கலைக்கழகத்தில் அல்ல-ஜகார்த்தா பல்கலைக்கழகத்தில் தன் படிப்பைத் தொடர நினைத்தாள். ஜகார்த்தா என்றதும் அவள் உள்ளத்தில் அச்சம் குடியேறியது. ஆனால் அவளை ஜகார்த்தாவிற்கு அழைத்துச் செல்வதாக பீஷ்மா சொன்னது நினைவிற்கு வந்ததும் சற்று நிம்மதியும் வந்தது.

மேலும் ஒரு வாரம் சென்றது. பீஷ்மாவிடமிருந்து செய்தி ஒன்றும் வரவில்லை. ஆனால் வேறொரு அறிகுறி தெரிந்தது. உடலில் புது மாற்றம் தெரிந்தது. உள்ளத்தில் புது உணர்வு பிறந்தது.

வயிற்றில் புதிய உயிரொன்று வளர்ந்தது. அந்த இனிய இரவு நினைவிற்கு வந்தது. பீஷ்மா உயிர் விதையை அவளுக்குள் செலுத்திய அக்கணம் சட்டென்று மனக்கண்ணில் தோன்றி மறைந்தது.

நிறைவும், மகிழ்வும், பெருமிதமும் கொண்ட உணர்வுக் கலவை நெஞ்சில் நிறைந்தது.

காதலின் பரிசை ஏற்றுக் கொண்டாக வேண்டும். ஏற்றுக் கொண்டதைப் பாதுகாக்க வேண்டும். அதுவே முன்னுரிமை பெற்றாக வேண்டும்.

அம்பா, கருவுற்ற தன் உடலை ஆராதிக்கக் கற்றுக் கொண்டாள்.

பீஷ்மா தன்னருகில் இல்லாத சூழலில் தன் வாழ்வைத் தானே அமைத்துக்கொள்ள வேண்டிய காலம் வந்துள்ளது என்பதை அம்பா புரிந்து கொண்டாள். அதனால் வாய்ப்புக் கிடைக்கும் பொழுதெல்லாம் பல்கலைக்கழக நூலகத்தில் இருந்தாள். அதே சமயம் ஜகார்த்தாவிற்குச் சென்று விடுவதற்கும், மாதா பல்கலைக்கழகத்தில் தான் ஈட்டியுள்ள கல்வி மதிப்புகளை ஜகார்த்தா பல்கலைக்கழகத்திற்கு இடமாற்றம் செய்வதற்குமான வழிவகைகளைத் தேடிக் கொண்டே இருந்தாள்.

அவளுக்கான அந்த நாளும் வந்தது. பல்கலைக்கழக வளாகத்தை வலம் வந்தவள் கண்ணில் அன்றைக்கு அந்த அறிவிக்கை தெரிந்தது. கேத்ரி மருத்துவமனைப் பணி குறித்து அறிக்கை, பல வாரங்களுக்கு முன்னால் எப்படி அவள் பார்வையில் பட்டதோ அதுபோலவே இந்த முறையும் நிகழ்ந்தது. அன்றைக்குப் பார்த்த அதே இடத்தில், பார்ப்பாரின்றி அந்த அறிவிக்கை இருந்தது.

"Private Classes. Native Speater of English. An FF Program Veteran. Every Week day From 10.00 A.M. to 3.00.P.M. Apply Room 11.

இப்படியிருந்த அந்த அறிவிக்கையில் ஏதோவொன்று அம்பாவிற்கு வித்தியாசமாகப்பட்டது.

'யாராக இருக்க முடியும்? அந்த ஆங்கிலம் பேசும் ஆங்கிலேய ஆசிரியர்? அந்நியரை அனுமதிக்காத சுகர்னோவின் காலத்தில் தன்னைக் குறித்து விளம்பரம் செய்யும் துணிச்சல் எங்கிருந்து வந்தது.

அக்டோபர் 1ம் தேதிக்குப் பிறகு காட்சிகள் மாறிவிட்டனவா? இவரென்ன இன்னொரு தாராவா? என்றெல்லாம் சிந்தனை வடம் பிடித்த அம்பாவின் உள்ளத்தில் நம்பிக்கைத் தடம் பதித்தது.

அறை எண் 11க்குள் அம்பா நுழைந்தாள்.

சாதாரண மனிதர்களிடம் பார்க்க முடியாத பல நற்பண்புகளை அதல்ஹார்டு எய்லெர்ஸ் தன்னகத்தே கொண்டிருந்தான். எதிலும் நிறைவு கொள்வது அத்தகைய பண்புகளில் ஒன்று. ஆனால் அம்பாவின் மீது அவனுக்கு காதல் மலர்ந்தபோது, அதுவரை அவன் காணாத மகிழ்வை அவன் உணர்ந்தான். அவனது அறைக்குள் அவள் நுழைந்த அக்கணமே அவன் காதல் கருவுற்றது. அம்பா, தன் வாழ்க்கையில் நுழைந்த மற்ற இரு ஆண்களிடமும் அவளுக்கிருந்ததுபோல அச்சம் ஏதுமின்றி அதல்ஹார்டிடம், அவன் நடத்தும் வகுப்பிற்கு தான் வரப் போவதில்லை எனவும் மாறாக அவனுடன் ஆங்கிலத்தில் உரையாட நாள்தோறும் அவனைச் சந்திக்க வேண்டுமென்றும் சொன்னாள்.

அவளிடம் ஓரிரு நிமிடங்கள் உரையாடிய போது அவன் ஒன்றை உணர்ந்து கொண்டான். அவன் ஜகார்த்தாவிலிருந்து நீங்கிய பின்னர் அன்று வரை அவளைப் போல ஆங்கிலத்தில் மிகச் சரியாகப் பேசிய எவரையும் பார்த்ததில்லை. ஆனால் அவளிடம் அதைச் சொல்லவில்லை.

அவள் வெளித் தோற்றத்திற்கு அமைதியாக இருப்பது போல் காணப்பட்டாலும் அவளிடம் உள்ளார்ந்த சோகமிருப்பதாக அவன் எண்ணினான். ஆனால் அவன் ஒன்றும் உளவியல் நிபுணன் அல்ல.

"உனக்குச் சரியென்றால் இப்போதே தொடங்கலாம்'' என்றான் அதல்ஹார்டு.

அவள் அவன் சம்மதம் அவ்வளவு எளிதாகக் கிடைக்கும் என்று எதிர்பார்க்கவில்லை. தனக்கு வேண்டியதைப் பெறுவதற்கு அவள் எதையும் செய்வாள் என்பது அவள் கண்ணில் தெரிந்தது.

அறுபட்ட பல்லியின் வால், எல்லாவற்றையும் இழந்த பின்னும் போராட உறுதியுடன் இருப்பதுபோல் அவளிருப்பதாக அவனுக்குத் தோன்றியது.

"இப்போதே தொடங்கலாம்'' என்று சொன்னாள் அம்பா.

ஜாவா மொழியில் அவளை அமரச் சொன்னவன்,

'உன் பெயர் என்னவென்று சொல்வதன் மூலம் நாம் பயிற்சியைத் தொடங்குவோம்' என்றான்.

"அதற்கு முன்பு உங்களுக்குக் கட்டணம் எவ்வளவு என்று முடிவு செய்ய வேண்டும். நீங்கள் என்ன கட்டணம் பெறுவீர்கள் என்று எனக்குத் தெரியாது.

என்னால் மிக அதிகமாக தர இயலாது. என்னிடம் சிறிதளவுதான் பணம் உள்ளது. மேலும் நான் இரு வாரங்களுக்குள் ஜகார்த்தா சென்று விடுவேன். அதற்குள் எனது ஆங்கிலப் புலமையை வளர்த்துக் கொள்ள வேண்டும்.''

அதல்ஹார்டு புன்னகையோடு சொன்னான்;

"கட்டணம் எதுவும் தேவையில்லை. நான் இங்கு பணியாற்றிக் கொண்டிருக்கிறேன். நல்ல மாணவர் கிடைப்பதே பெரும் மகிழ்ச்சி. இந்தோனேசியரல்லாத கல்வியாளர்களை உங்கள் அரசாங்கம் விரும்புவதில்லை என்பதை நீங்கள் அறிவீர்கள். எனது ஆய்வு முடிந்தவுடன் நானும் என் நண்பர்களோடு சென்றிருக்கலாம்''

"பின் ஏன் செல்லவில்லை"

"அவனிடமிருந்து பதிலேதும் வரவில்லை. எனவே அம்பா மீண்டும் அதே கேள்வியைக் கேட்டாள். அப்போது அவள் கண்களை நோக்கிய அதல்ஹார்டுக்கு அவை ஒரு விதவையின் கண்கள் போலிருந்தன.

"ஆங்கில அறிவை வளர்த்துக் கொள்ள விரும்பும் மாணவர்களுக்கு உதவ இங்கேயே இருக்க வேண்டுமென்று பல்கலைக்கழகத் தலைவர் கேட்டுக் கொண்டார். எனக்கும் செல்வதற்கென்று இடமேதுமில்லை.''

"குடும்பம்.. வீடு..''

இதுபோன்ற கேள்வியை அவன் ஜாவாவில் பல ஆண்டுகளாக சந்தித்து வருகிறான். ஆனால் அம்பாவின் கேள்வியில் உண்மையும் இரக்கமும் இருந்ததைக் கண்டான்.

"குடும்பம் என்று எதுவும் இல்லை. இந்தோனேசியாவில் இது அதிர்ச்சியாக இருக்கலாம். அண்மையில்தான் என் தந்தை இறந்துபோனார். என் சிறு வயதிலேயே தாயை இழந்துவிட்டேன். குழந்தை எவருமில்லை. அதற்கு நான் தகுதியானவன் இல்லை போலும்."

இதைக் கேட்டதும் அவள் முகத்தில் வெட்கத்தின் ரேகை தெரிந்தது. ஏதோ நினைத்தவள், தன்னைக் கட்டுப்படுத்திக் கொண்டதாக அவனுக்குத் தோன்றியது.

"நீங்கள்?'' என்று அம்பாவிடம் அவன் கேட்க,

"நான் முன்பே சொன்னேன். நான் ஜகார்த்தா சென்று விடுவேன்'' என்று சொன்னாள், அம்பா.

'ஆக, எவரிடமிருந்தோ தப்பிச் செல்கிறாள்' என்று அதல் நினைத்துக் கொண்டான்.

"சரி! நான் ஜகார்த்தாவிலிருந்து நம் உரையாடலைத் தொடங்குவோம். அங்கு என்ன செய்யப்போகிறீர்கள்?''

"ஆங்கிலம் கற்றுத்தரலாம். மொழிபெயர்ப்பாளராக பணியாற்றலாம். அதில் எனக்கு முன் அனுபவம் உள்ளது.

"எனக்கு வாசிப்பது மிகவும் பிடிக்கும். கவிதைகள் என்றால் கொள்ளைப் பிரியம். கவிதை ஒன்று சொல்லட்டுமா'' என்று அவள் கேட்டவுடன் அதில் மகிழ்ந்து போனான்.

தன் கைப்பையிலிருந்து ஒரு நோட்டுப் புத்தகம் எடுத்தாள். அதிலிருந்த ஒரு கவிதையை வாசித்தாள்.

"ஆகா! இது மகாகவிஞன் எலியட்டின் கவிதை அல்லவா. *Burnt Norton* என்ற தொகுப்பிலுள்ள *Four Quarters* என்ற முதல் கவிதை. எங்கிருந்து கிடைத்தது'' என்று பரவசத்துடன் கேட்டான் அதல்ஹார்டு.

"கல்லூரி அலுவலகத்தில் ஒரு புத்தகத்திலிருந்து நகல் எடுத்துக் கொண்டேன். எப்போதும் என்னுடன் எலியட்ஸ் இருப்பார்.''

"கவிதையை நீ அவ்வளவு விரும்புகிறாயா? மகிழ்ச்சி''

"நான் நாள்தோறும் எனக்காகவே கவிதை வாசிப்பேன்.''

"ஆங்கிலக் கவிதைகள் மட்டுமா? இந்தோனேசியக் கவிதைகள்?''

"இந்தோனேசியக் கவிதைகளும் படிப்பேன், ஆனால் அதிகமில்லை. அண்மையில் மிகவும் குறைந்துவிட்டது. இந்தோனேசியக் கவிஞர்கள் என்ன எழுதுவார்கள் என்பதை ஊகித்து விடலாம். முழக்கங்கள் போல் கவிதை வரிகள் அமையத் தொடங்கி விட்டன. பல கவிதைகள் போராட்டம் குறித்தே பேசுகின்றன. "உலகத் தொழிலாளர்களே ஒன்றுபடுங்கள்' என்பது போல. கவிதையில் எதனையும் வலிந்து திணிக்கக்கூடாது. கவிதை என்பது பிரச்சாரக் கருவியல்ல."

அதல்ஹார்டு ஒரு பொருளாதார அறிஞன். எனினும் பென், ரில்க் போன்ற தன் நாட்டு அமெரிக்க கவிஞர்களின் கவிதைகளைப் படித்திருக்கிறான். கலை கலைக்காக மட்டும் என்பதே என் எண்ணமும் என்று சொல்ல வந்தவன், தன்னைக் கட்டுப்படுத்திக் கொண்டான். பென்னின் ஒரு கவிதை நினைவிற்கு வந்தது. மீண்டும் பென் கவிதைகயைப் படிக்க வேண்டுமென்று ஏனோ சட்டென்று அவனுக்குள் தோன்றியது. இந்தப் பெண் என்னை வென்று விட்டாள் என்று தனக்குள் சொல்லிக் கொண்டான்.

ஆனால் அதை வெளியில் சொல்லவில்லை. அந்த கணத்தில் அவனுக்குத் தோன்றிய தெல்லாம் ஒன்றுதான். 'அவளைக் கவனித்துக் கொள்வதன்றி வேறொன்றும் தேவை இல்லை.'

'என் பெயர் உங்களுக்குத் தெரியும். உங்கள் பெயரைச் சொல்லவேயில்லையே.'

'என் பெயர் அம்பா. இருமுறை மறுக்கப்பட்ட பெண் நான்.'

அந்தச் சூழலுக்குப் பொருத்தமான பாட்டொன்று எங்கிருந்தோ ஒலித்தது.

"உங்களை மறுத்த அவ்விருவரும் இப்போது எங்கே இருக்கிறார்கள்.''

அப்படியொரு கேள்வியைத் தான் கேட்டதை அவனாலேயே நம்பமுடியவில்லை. அவளாலும் நம் முடியவில்லை.

அதல்ஹார்டு 1963ல் ஆய்வு மானியம் பெற்று ஜகார்த்தாவிலிருந்த இந்தோனேசிய பல்கலைக்கழகத்தின் பொருளாதாரத் துறையில்

வந்து சேர்ந்தான். அங்கிருந்து யோக்யா கரட்டாவின் கத்ஜா மாதா பல்கலைக்கழகத்திற்கு அனுப்பி வைக்கப்பட்டான். பிற அமெரிக்கர்களைப் போல அவன் உரக்கப் பேசுபவனில்லை. மேலும் இந்தோனேசிய மொழியை ஓரளவு சரளமாகப் பேசத் தெரிந்தவன், எனவே, யோக்யாகரட்டாவில் அவனுக்குப் பிரச்சினை ஏதும் இருக்காது என்று அவனது ஜகார்த்தா நண்பர்கள் சொன்னார்கள்.

அவர்கள் சொன்னதற்கு ஏற்ப, ஆய்வு உதவியாளர்கள், பல்கலைக்கழக அதிகாரிகள், தலைவர் உள்ளிட்டு யோக்யாகரட்டாவில் அனைவருக்கும் அவனைப் பிடித்துப் போயிற்று. அவனுக்கென்று தனியாக ஒரு சிறிய அலுவலகம் கூட தரப்பட்டது. பக்கத்தில் புரபலிங்கா என்ற ஒரு கிராமத்தில் அதல் தங்கியிருந்தான். அவன் தங்கியிருந்த வீட்டின் உரிமையாளர், வழக்கமான வாடகையோடு நேரம் கிடைக்கும்போது ஆங்கிலம் கற்றுத் தர வேண்டுமென்று கேட்டுக் கொண்டார்.

கிராமத்தில் அவன் வகுப்பிற்கு பெண்களும் குழந்தைகளும் குவிந்துவிட்டனர். அவன் நல்ல தந்தையாக தனிச்சிறப்பு மிக்க ஆசிரியனாக இருந்தான். எனவே தயக்கமின்றி மக்கள் அவனை அணுகினர்.

அவனது சிறு வயதிலேயே இறந்துபோன தன் அம்மாவைப் புகைப்படத்தில்தான் அதல்ஹார்டு பார்த்திருக்கிறான். பாசமிக்க அவன் தந்தை அவனை அன்போடு வளர்த்தார். வேலை நிமித்தம் தான் சென்ற ஊருக்கெல்லாம் அவனை அழைத்துச் சென்றார். அதல் பிரின்ஸ்டன் பல்கலைக்கழகத்தில் ஆய்வு மாணவனாக இருந்தபோது அவனது தந்தை இறந்துபோனார். தன் ஆய்வுப்படிப்பு முடிந்ததும் வெளிநாட்டினரைப் பணியில் அமர்த்தும் நாடுகளின் பட்டியலைக் கூர்ந்து கவனித்தான். அவை பெரும்பாலும் தென்கிழக்காசிய நாடுகளாக இருந்தன. அவற்றுள் அதல் இந்தோனேசியாவைத் தேர்ந்தெடுத்தான். அதற்கு ஒரு காரணம் இருந்தது.

முன்பு ஒருமுறை அவன் இந்தோனேசியாவின் மதப்பண்பாட்டை, வரலாற்றை விருப்பப்பாடமாக தெரிவு செய்து படித்திருந்தான். இந்தோனேசியாவின் இன்னிசை நயம் கொண்ட மொழி அவனுக்கு மிகவும் பிடித்திருந்தது.

இந்தோனேசியாவில், ஜாவாவில் ஓர் ஆய்வுப் பணியிடம் காலியாக இருந்ததை அறிந்தவுடன், மறுநாள் பிரின்ஸ்டன் ஆய்வு

மையத்தில், ஜாவா ஆய்வுப் பணிக்கான தன் மனுவை சமர்ப்பித்தான். அதலின் சிறப்பான கல்வித்தகுதியும் அவனது பன்மொழி அறிவும் கண்டு ஆய்வு மைய இயக்குநர் வியந்துபோனார். இருப்பினும் அயல்நாட்டில் ஆய்வுப் பணி செய்யப்போவது குறித்து மீண்டும் ஒருமுறை சிந்தித்துவிட்டு பின்னர் வருமாறு அனுப்பி வைத்தார். மறுநாள் காலை முதல் ஆளாக ஓய்வு மையம் சென்ற அதல் தான் ஜாவா செல்வதை உறுதி செய்தான். அன்றிலிருந்து ஒரு வாரம் முடிவதற்குள் ஜாவாவிற்கு விமானம் ஏறினான். தன் தந்தை வீட்டிலிருந்து கிடைத்த மூவாயிரம் டாலர் பணத்தோடு கிளம்பி விட்ட அதலுக்கு ஜாவா செல்ல வேண்டுமென்பதைத் தவிர வேறெந்த திட்டமுமில்லை. எவ்வளவு காலம் ஜாவாவில் தங்குவது என்பது பற்றிய சிந்தனை எதுவுமில்லை. அதிலும் குறிப்பாக காதலில் வீழ்வது குறித்து அவன் கிஞ்சித்தும் சிந்திக்கவில்லை.

அம்பாவும் அதல்ஹார்டும் நாள்தோறும் சந்தித்துக் கொண்டனர். அந்த நகரத்தில் தன் விருப்பப்படி செயல்பட அம்பாவிற்கு ஓர் அரண் தேவைப்பட்டது. அதற்கு ஏற்றவனாக அதல் இருந்தான். அதல் அம்பாவிடமிருந்து எதையும் எதிர்பார்க்கவில்லை. அவளுக்குப் புரியக்கூடிய மொழியில் இனிமையாக அவளிடம் உரையாடினான்.

தன்னுடைய முன் உறவுகளைப் பற்றி அறிந்து கொள்ளத் தயாரா என்று அம்பா வினவியபோது என்னசொல்வதென்று அதலுக்குப் புரியவில்லை. அவன் பார்த்திராத இருவரோடு அவளுக்கிருந்த உறவு குறித்து, அந்நியோன்யம் குறித்து அறிந்து கொள்வதில் அவனுக்கு ஒரு தயக்கமிருந்தது. ஆனால் அவளைப் பார்க்கும் பொழுதெல்லாம் அவன் நெஞ்சு காதலில் நொறுங்கிப்போனது. அம்பாவை மகிழ வைத்த, அழ வைத்த, அவள் தேவைகள் என்று அவள் தொடர்பான அனைத்தையும் அறிந்து கொள்ள மறுபுறம் அவன் மனம் அடித்துக் கொண்டது. ஆக, அதல் தனக்கே உரிய மௌனத்தோடு அம்பாவின் கதையைக் கேட்கத் தலையசைத்தான்.

அம்பாவின் வாழ்க்கையில் இரண்டு பேருக்கு இடமிருந்தாலும், அம்பா 'என் அவர்' என்று குறிப்பிடுவது ஒருவனைத்தான். அந்த ஒருவன்குறித்து அவள் 'அவர்' என்று அம்பா சொல்கிறபோதெல்லாம் அந்த ‘அவர்’ என்ற சொல்லில் பூமியின் கனம் இருக்கும். காற்றின்

வேகம் இருக்கும். தீயின் ஒளி இருக்கும். அம்பாவின் வயிற்றில் தன் வாரிசு விதையை விதைத்த பீஷ்மா என்ற 'அவரின்' இடத்தைத் தன்னால் நிரப்ப முடியாது என்பதை அதலின் உள்ளுணர்வு எடுத்துச் சொன்னது. ஆனால் அம்பாவின் வாழ்கை தடுமாறாமல் நிலைத்து நிற்கும் நங்கூரமாக இருப்பதே தன் பணி என்றறிந்திருந்தான், அதல் அம்பாவின் பின்னால், ஓரடி விலகி நின்று அவளின் மூச்சு தரையைத் தொடுவதற்கு முன் தாங்குபவனாக அதல் இருப்பான். அம்பாவின் சோகங்களின் வடிகாலாக, அவள் மகிழ்ச்சியின் பாதுகாவலனாக அவள் குறித்த நினைவுகள் யாவற்றையும் பசுமையாக சுமப்பவனாக, அவள் வீழ்கிறபோது தோள் கொடுப்பவனாக, சோர்வுற்றுச் சாய்கிற போது அவளை நிமிர்த்துபவனாக தான் இருக்க முடியும் என்று அதல் நம்பினான். அம்பாவின் கனவு நாயகனாக பீஷ்மா இருக்கலாம். ஆனால் அவளை விட்டு என்றும் நீங்காதவனாகத் தன்னால்தான் இருக்க முடியும் என்றும் அதல் அறிந்திருந்தான்.

ஒருநாள் அதல்ஹார்டும் அம்பாவும் பல்கலைக்கழக வளாகத்திலிருந்து ஒன்றாக வெளியே வந்தார்கள். அப்போது மதிய வேளை. மேகங்களைக் காற்று விரட்டிக் கலைத்துப் போட்டிருந்தது. சூரியனின் பொன்னிற கதிர்வீச்சில் நனைந்தபடி இருவரும் நடைபோட்டனர். அந்த ஒரு மணி நேரம் அதலுக்குப் பொன் மாலைப் பொழுதாக அமைந்தது. இயற்கை தந்த இதம், காதல் தந்த மயக்கம் இரண்டும் அம்பாவின் கையோடு கை கோர்க்க அதலைத் தூண்டின. ஆனால் அம்பாவில் பீஷ்மா நிறைந்திருப்பதை அவன் அறிவு சுட்டிக்காட்ட, அதல் தன்னைக் கட்டுப்படுத்திக் கொண்டான்.

கண்ணில்பட்ட ஒரு உணவு விடுதியில் இருவரும் அமர்ந்தனர். அங்கு கிடந்த நாளிதழ் ஒன்றை இருவரும் தோளோடு தோள் உரச படிக்கத் தொடங்கினர். அன்றைய கொடுமைகளைப் பட்டியலிட்டது அந்நாளிதழ். பொயொலாலி மாவட்டத்தில் 250க்கும் மேற்பட்டோர் படுகொலை, பன்னிரெண்டிற்கும் மேற்பட்ட அமைப்புகள் கலைக்கப்பட்டன. நூற்றுக்கும் மேற்பட்ட மாணவர்கள், கலைஞர்கள், பெண் செயல்பட்டாளர்கள், விரிவுரையாளர்கள் என்று எங்கெங்கும் மக்கள் பிடித்து வைக்கப்பட்டுள்ளனர். பூமி தரங் வளாகத்தில் நுழைந்த இராணுவம் பல கலைஞர்களை சிறைப்பிடித்தது என்ற செய்தியை வாசித்த அம்பா சட்டென்று ஒரு முடிவிற்கு வந்தாள்.

"அதல்ஹார்டு! இனி உனக்கு நான், எனக்கு நீ! நான் என் பெற்றோரிடம் செல்ல முடியாது. சால்வாவிடம் செல்ல எனக்கு விருப்பமில்லை. என் வயிற்றில் வளரும் என் குழந்தைக்கு பாதுகாப்பான இடம் வேண்டும். நாங்கள் புதிய வாழ்வைக் கண்டாக வேண்டும். எனக்கு நீ உனக்கு நான்'' என்று அம்பா தனக்குள் சொல்லிக் கொண்டாள்.

உணவு விடுதியின் வாசலில் ஓர் இசைக் கலைஞன் சிதாரை இசைத்துக் கொண்டிருந்தான். விதிகளின் வகைகளை விலாவாரியாக அந்த இன்னிசை எடுத்துச் சொன்னது. ரசித்துக் கொண்டிருந்த அம்பாவின் முகம் ஒரு கணம் சட்டென்று மாறிப்போனது. ஏன் என்னவாயிற்று'' என்று அதல் கேட்க, ரிஞ்சன் என்ற பெயர் கேட்டது. அப்பெயர் கொண்ட பெண்ணை நானறிவேன். அவள் பேரழகுக் காரி. அவள் அழகு வருந்த வைக்கும் அழகு. என் பொறாமைத் தீக்கு நெய்யூற்றும் அழகு'' என்றாள் அம்பா.

"பேரழகா? சரி இருந்தாலென்ன?" என்று அதலின் வாய் வினவ, 'நீயும் தான் பேரழகு என்று அவன் மனம் சொன்னது.

அம்பா பதிலேதும் சொல்லாவிட்டாலும், பதில் தேடி அவள் மனம் அலைபாய்ந்தது.

பொறாமை அறிவை மறைக்கும், தேவையற்ற சந்தேகங்களுக்கு வழிவகுக்கும் என்று அம்பா அறிந்திருந்தாள். இருப்பினும் அவளால் தன் மன ஓட்டத்தை நிறுத்த முடியவில்லை.

பீஷ்மா மறைந்து போனான். ரிஞ்சனியும் மறைந்து போனாள். இருவரும் காணாமற் போனார்களே தவிர ஒன்று சேர்ந்து போனார்கள் என்பதற்குத் தடமேதுமில்லை. இப்படி எண்ணிக் கொண்டிருந்தபோது அம்பாவின் நினைவுக் குவியலிலிருந்து சட்டென்று ஒரு பொறி வெளிப்பட்டது.

குழப்பம் நிறைந்த அந்த அரங்கத்தில், விழுந்து கிடந்தவள் தட்டுத்தடுமாறி எழுந்து நின்றது நினைவிற்கு வந்தது. எழுந்து நின்றவள் கண்களில் வெகு தொலைவில் பீஷ்மா அங்குமிங்கும் பரபரப்பாகப் பார்த்துக் கொண்டிருந்தது தெரிந்தது. தன்னைத் தேடுகிறானா அல்லது எந்தத் திசையில் ஓடுவது என்று யோசிக்கிறானா என்று அவள் மனம் சிந்தித்தது. அவனை அழைத்தது அவளுக்கு நினைவிலிருக்கிறது. ஆனால் அவள் குரல் தொண்டைக்குள்ளேயே நின்று போனது. சட்டென்று, எதிர் திசையில் செஞ்சட்டை அணிந்திருந்த ஓர் உருவத்தின் பின்னால் பீஷ்மா பாய்ந்தோடியது நினைவிற்கு வருகிறது. அந்த உருவம்

ரிஞ்சனியைப் போலிருந்தது என்பது உறுதி என்று அவன் நினைவுச் சங்கிலித் தொடரின் கண்ணிகள் அவளுக்குப் புலனாயிற்று.

இழந்ததை எண்ணிக் காத்திருப்பதில் பயன் ஏதுமில்லை என்பதை அம்பா அறிந்திருந்தாள். பணிவு உண்மைக் காதலின் உயர் அம்சம் என்று துறவிகள் சொல்லலாம். ஆனால் இருவரில் ஒருவர் மற்றவர் மீது கூடுதலாக காதல் கொள்கிறபோது அக்காதல் நிறைவேறாது. இந்த உண்மையை அம்பா தன் அனுபவத்தில் அறிந்து கொண்டாள். அம்பாவிற்கு சால்வா மீதிருந்த காதலைவிட சால்வா. அம்பாவைக் கூடுதலாக காதலித்தான். அம்பா மீதான பீஷ்மாவின் காதலைவிட அம்பாவின் காதல் பன்மடங்கு பெரியது. இரண்டு காதலும் ஈடேறவில்லை.

இந்த உண்மை புரிந்ததும், பீஷ்மாவும், சால்வாவும் இல்லாத ஒரு புதிய வாழ்க்கை தேவை என்று புரிந்து கொண்டாள். அவளையும், அவள் வயிற்றில் வளர்கிற புதிய உயிரையும் மையமாகக் கொண்டமைகிற வாழ்க்கையை ஏற்றுக் கொள்கிற ஒரு புதிய ஆண்மகன் அவளுக்குத் தேவைப்பட்டான். ஏனெனில் அவள் வாழ்க்கை என்பது அப்புதிய உயிரன்றி வேறொன்றுமில்லை.

யோக்யாகராட்டாவிற்குச் சற்றுத் தொலைவிலிருந்த அந்தக் குன்றின் மீது அவர்கள் அமர்ந்திருந்தார்கள். ஒருபுறம் பள்ளத்தாக்கு, பாய்ந்தோடும் நதி அதன் எல்லைக் கோடாய்.. சூரிய ஒளியில் குளித்தபடி அம்பா, அருகே அதல்ஹார்டு. அதலுக்கு ஒன்றும் புரியவில்லை. அவள் ஏன் இனி பீஷ்மாவைத் தேடியலைய வேண்டாம் என்ற முடிவிற்குச் சட்டென்று ஆனால் உறுதியாக வந்தாள் என்று அவனுக்குப் புரியவில்லை.

"நீ உன் முயற்சியைக் கைவிடவேண்டாம். நான் உதவுகிறேன்'' என்றான் அதல்.

அம்பா எப்படிச் சொல்வாள்? எதைச் சொல்வாள்? இதுவரை அதலிடம் தன் வாழ்க்கையில் பெரும் பகுதியை மறைக்காமல் சொன்ன அம்பா, தனது நினைவலைகள் கொடுத்த புதிய புரிதலை எப்படிச் சொல்வது? பீஷ்மா குறித்து நினைவுகள் எழுகிறபோதெல்லாம் அவற்றிற்கு இடையூறாக, களங்கமாக உடன் தோன்றுகிற ரிஞ்சனியின் கண்கள், உதடுகள், மார்பகங்கள், இடை, பீஷ்மா அவளைப் பின் தொடர்ந்து ஓடி மாயமாகிப் போன நிகழ்வு என்று அவளின் நினைவலையில் தோன்றிய புதிய புரிதலை

அவளால் வெளியே சொல்ல முடியாது. எது உண்மை எது கற்பனை என்று பிரித்து அறிய முடியாதபடி பொறாமை அவள் கண்களைக் கட்டிப்போட்டது.

அம்பா அவன் விழியோடு தன் விழி கோர்த்தாள். இந்த அந்நியனிடம் அப்படி என்ன இருக்கிறது. எப்போதும் அவளுக்கு ஆதரவாய், ஆறுதலாய்.. அவன் அவளைப் புரிந்து கொண்டான், ஏற்றுக் கொண்டான், அவளின் ஆத்திரத்தைக் கொட்டித் தீர்க்கும் குப்பைக் கூடையாகக் கூட இருக்கத் தலைப்பட்டான். சில தருணங்களில் தனது சுயநல சிந்தனையை, செயலை எண்ணி அம்பா வெட்கினாள். அவள் சொன்னதையெல்லாம் அவன் ஏற்றுக் கொண்டான். அவனுக்கு அவளே உலகமாகிப் போனதன் மூலம், அம்பா குற்ற உணர்வால் தவித்துப் போனாள். தலையாய நன்றி உணர்வின் வசப்பட்டாள், அப்பேதை.

"பீஷ்மாவை இனி தேட வேண்டாம். அது முடிந்துபோன ஒன்று. அவன் என்னைத் தேடுகிறானா என்றே தெரியவில்லை. நாம் ஜகார்த்தாவிற்கு செல்வோம்'' என்று அம்பா உறுதியாகச் சொன்னாள்.

அதல்ஹார்டு எழுந்து நின்று அம்பாவின் கரங்களைப் பற்றிக் கொண்டான். அவன் முகத்தில் உண்மை சுடர்விட்டது. எப்படி துணிவோடு அம்பாவின் கைகளைப் பிடித்தோம் என்பது அவனுக்கே தெரியவில்லை. அம்பா தன் கைகளை விலக்கிக் கொள்ளவில்லை.

மெல்லிய குரலில்; ஆனால் உறுதிபடப் பேசத் தொடங்கினான் அதல்.

"நான் சொல்வது முட்டாள்தனமாக இருக்கலாம். வாழ்நாள் முழுவதும் விளைவுகளை ஏற்படுத்தும் பெரும் முடிவை சட்டென்று தோன்றிய கணத்தில் எடுக்கும் முடிவாகக் கூட நான் சொல்லப்போவது இருக்கலாம். உன் வயிற்றில் வளர்கிற குழந்தையையும் உன்னையும் குறித்து நீ சிந்தித்தாக வேண்டும். நான் சொல்வது உனக்கு ஏற்புடையதில்லையென்றால் இப்போதே சொல்லிவிடு. நான் என் பெட்டி படுக்கைகளைத் தூக்கிக்கொண்டு எனது ஊருக்கு நியூஜெர்சி சென்றுவிடுகிறேன். ஆனால் என் இதயத்தை மட்டும் விட்டுச் செல்வேன். என்னை நீ ஏற்றுக் கொள்வதாக இருந்தால், என்னோடு வாழ நீ சம்மதித்தால் இதோ நான் சொல்லவிரும்புவதைச் சொல்கிறேன்'' அம்பா அசைவின்றி இருந்தாள். ஆழ்ந்த மூச்சொன்றை எடுத்துக் கொண்டு அதல் தன் திட்டத்தை முன்வைத்தான்.

12
சென்று வருகிறேன்

நவம்பர் 1965

மதிப்பிற்குரிய சால்வா!

நான் என்ன சொல்லப் போகிறேன் என்பதை என் நீண்ட நாள் மௌனம் உனக்கு உணர்த்தியிருக்கும். மன்னிக்கவும், என்னால் உன்னைத் திருமணம் செய்ய இயலாது.

என் செய்கையை நியாயப்படுத்துவதற்காக நான் இக்கடிதத்தை எழுதவில்லை. ஏனெனில் எனது நன்றி கொன்ற செயலை எந்த விளக்கமும் சரி செய்ய முடியாது. எனது பெற்றோர் ஒரு விசுவாசமிக்கவளாக என்னை வளர்க்க விரும்பினர். ஆனால் நான் அவர்கள் எதிர்பார்த்தது போல் அமையவில்லை. உன்னைப்போன்ற நேர்மையானவனின் உலகத்தில் என்னைப் போன்றவளுக்கு இடமில்லை என்பதை நானறிவேன்.

என்னை நியாயப்படுத்தும் முயற்சியின் மூலம் உன்னை நான் காயப்படுத்த விரும்பவில்லை. எனினும் இக்கடிதம் நான் உனக்கு எழுதுகிற இறுதிக் கடிதமாக இருக்கும் என்பதால், என் நினைவில் ஆழமாகப் பதிந்து போன சில தருணங்களை மீண்டும் நினைத்துப் பார்க்க விழைகிறேன்.

நான் யோக்யாகரட்டாவிற்குச் செல்வதற்கு ஒரு வாரம் முன்பு, புஜாசாரிக் கருகிலிருந்து வயல் வெளிக்கு நாமிருவரும் சென்றோமே, அந்த நாள் உனக்கு நினைவிருக்கிறதா? மெல்லிய காற்றும் வெளிச்சமும் நிறைந்திருந்த அந்நாளில் ஓரணையின் விளிம்பில் நடந்து கொண்டிருந்தோம். நடப்பதை சட்டென்று நிறுத்திக் கொண்டு, நீ சொன்னாய்.

"கீழே பார்! இந்த கரைகளுக்கடியில் ஒரு காலத்தில் நரகத்திற்கான பாதை இருந்தது.

உன் விழிகளின் வழியே உற்றுப் பார்த்த எனக்கு உறைந்துபோன நடைபாதையும், அதன் விரிசல்களின் வழியே துளிர்விடத் துடித்துக் கொண்டிருந்த புற்களையும் தவிர வேறெதுவும் தென்படவில்லை. அந்த இடத்தில் நூற்றுக்கணக்கான மக்கள் படுகொலை செய்யப்பட்டார்கள் என்ற செய்தியை நீ சொல்ல என்னிதயம் நொறுங்கிப்போனது.

நடைப்பாதையின் விரிசல்களைச் சுட்டிக்காட்டி, "இக்கோடுகள் நம்பிக்கைகளின் எல்லைக்கோடுகள். பாதைகளின் முடிவு மனிதர்களின் மரணத்தைக் குறிக்கிறது. இது இயற்கை காட்டும் விநோதமான அறிகுறி. வயல் வெளிகளுக்கு அப்பால் எனக்கு தொடுவானம் ஏதும் தெரியவில்லை'' என்று சொன்னது உனக்கு நினைவிருக்கிறதா?

எனது புதிய வாழ்க்கையை ஜகார்த்தாவில் தொடங்கும் முன்னர், நான் மீண்டும் அந்த இடத்திற்குச் சென்றேன். நீ நெஞ்சில் நீரூற்றும் நினைவுகளை மீண்டும் நினைத்துப் பார்க்க விரும்பினேன். என்னைக் காதலித்ததற்கு, நான் உனக்கிழைத்த ஆயிரமாயிரம் சிறுசிறு காயங்களை மௌனமாக ஏற்றுக்கொண்டு, தொடர்ந்து என் மீது மாறாத காதல் கொண்டதற்கு நன்றி சொல்ல விரும்பினேன். உன்னிடமிருந்து விடைபெறுவதற்கு அந்த இடமே பொருத்தமானது என்று நினைத்தேன்.

என் நினைவுகள் மெய்யானவையா என்று பார்க்கவும் விரும்பியே அங்கு சென்றேன். இப்போதும் தொடுவானம் தெரியவில்லை. நம்மிருவரையும் ஒருவரோடு ஒருவராக, உயிரோடு உயிராக பிணைப்பதற்கான அறிகுறி ஏதும் அன்று எனக்குப் புலப்படவில்லை.

திரு.சால்வா! உன்னைப் பொறுத்தவரை இது உண்மைக்கு மாறாக இருக்கலாம். ஆனால் எனக்கு என் நினைவுகளைப் போல அதுவும் மெய்யானதுதான்.

விடைகொடு, தோழா! மீண்டும் ஒரு முறை மன்னிக்க வேண்டுகிறேன். எப்படி எடுத்துக்கொண்டாலும் சரி, என் வேண்டுதல் அன்பில் தோய்ந்த வேண்டுதல் என்பதை புரிந்துகொள்.

அம்பா.

ஜகார்த்தா, நம்பர்- 5 1966

அன்புள்ள அப்பா.

நான் ஜகார்த்தாவிலிருந்து இம்மடலை வரைகிறேன் என்பது உனக்குப் புரிந்திருக்கும். என்றேனும் ஒருநாள் ஜகார்த்தாவிலிருந்து செல்ல வேண்டும் என்ற கனவு நிறைவேற, இங்கு வந்திருக்கிறேன். ஆனால் நான் விரும்பிய சூழல் இதுவல்ல. இந்நகரத்தை நான் முழுமையாகப் புரிந்து கொள்ளவில்லை. மயக்கம் தரும் உயர்ந்தோங்கிய கட்டிடங்களும் சிலைகளும் நிறைந்த விநோத நகரமிது.

நான் இக்கடிதத்தை, எழுதி, திருத்தி மறுபடியும் எழுதி என்று பலமுறை எழுதிவிட்டேன். நான் ஏன் மாயமாகிப் போனேன் என்பதை விளக்கி ஓராண்டிற்கு முன்பாகவே இக்கடிதத்தை எழுதியிருக்க வேண்டும். பல பிரிவுகளையும், விடைபெறுதல்களையும் நீ உன் கதைகளில் எனக்குச் சொல்லி இருக்கிறாய். நம் அன்புக்குரியவர்களை நாம் ஒருபோதும் பிரிவதில்லை, ஏனெனில், நம்மீது அன்பு செலுத்தும் ஒருவரின் கண்களில் நம் அன்புக்குரிய அனைவரையும் நாம் பார்த்துவிடுகிறோம் என்று நாம் விவாதித்திருக்கிறோம். ஒரு மகள் தன் தந்தையிடமிருந்து பிரிய நேரிடும், வெகு தொலைவிலுள்ள நகரங்களுக்குப் பயணப்பட நேரிடும். ஆனால் அம்மகள் தன் தந்தையின் குரலைக் கேட்காத நாள் என்று எந்த ஒரு நாளும் இருந்திடாது என்பதை நாமிருவரும் அறிவோம்.

எனக்குத் தெரிந்ததெல்லாம் நான் உன்னிடமிருந்து கற்றுக் கொண்டவையே. நான் கற்றுக்கொள்ள வேண்டியவை ஏராளம் என்பதையும் உன்னிடமிருந்தே கற்றுக்கொண்டேன். முழு உடைமை கோராமல் சொந்தம் கொள்வது பாதுகாப்பானது என்பதை உன்னிடமிருந்து உணர்ந்து கொண்டேன். இப்போதும் உன் மகள் என்று சொல்லிக்கொள்ள எனக்குத் தகுதி இருக்கிறதா? விதிவழி நடக்குமென்று என்னையும் என் பெயரையும் உன் இதயத்திலிருந்து தூக்கி எறிந்துவிட்டாயா என்று எழுதுகிற இத்தருணத்தில் நெஞ்சம் கனக்கிறது. எனக்கு மன்னிப்பு கிடைக்குமா என்று தெரியவில்லை.

ஆனால் என் விளக்கங்களைச் சொல்கிற நேரமிது. உன் ஒப்புதலைப் பெறாமல் என் எதிர்காலம் குறித்து முடிவெடுத்தேன்.

சுய சிந்தனையோடு இருப்பதற்கு எனக்குச் சொல்லிக் கொடுத்தாய். என் முடிவுகளை அவை சரியோ, தவறோ ஏற்றுக்கொள்ள பல தியாகங்களைச் சுமந்திருக்கிறாய் என்று நானறிவேன். நான் யோக்யாகரட்டா பல்கலைக்கழகத்தில் படிப்பதற்கு உனக்கு உடன்பாடில்லை. இருப்பினும் வாழ்த்தி வழியனுப்பினாய். ஆங்கில இலக்கியம் படிக்க வேண்டும் என்ற என் முடிவு உன்னை வாட்டியது. ஆங்கில மொழியின் மதிப்பை அறிந்திருந்தாலும், எங்கே நான் என் இன வேர்களை இழந்துவிடுவேனா என்ற அச்சம் உன்னிடமிருந்தது. நீ அறியாத வேறொருவளாக உன் மகள் மாறிப்போவாளோ என்று பயந்தாய், ஏனெனில் தாய் மொழியற்ற அந்நிய மொழியில் தன் சிந்தனைகளையும் உலகத்தையும் செதுக்கும் ஒருவன் தன் இனத்திலிருந்து அந்நியப்படுவான்.

எல்லாவற்றிற்கும் மேலாக நானும் சால்வாவும், ஒரு வருடம் முழுவதும் பிரிந்திருப்பது என்ற எங்கள் முடிவு உன்னை மிகவும் வருத்தியதை நானறிவேன். இப்போது நான் எடுத்துள்ள முடிவு என் சந்தோசத்திற்காக மட்டுமல்ல, அப்பா, அம்மா! உங்களிருவரின் மகிழ்ச்சியை நான் பெரிதும் மதிக்கிறேன் என்பதை தயவு செய்து நம்புங்கள். நான் மிகவும் நேசித்த ஏரிக்கருகில், என் சிறு வயதில் நீங்கள் என்னிடம் சொன்னது எனக்கு நன்றாக நினைவில் உள்ளது.

‘உலகில் இது கருப்பு இது வெள்ளை என்று அறுதியிட்டுச் சொல்ல முடியாது. இது தான் சரி இதுதான் தவறு என்றும் உலகில் எதுவுமில்லை’ என்று நீங்கள் அன்று சொன்னீர்கள்.

அப்பொழுது எனக்கு ஆங்கில மொழியின் உன்னதம் குறித்தும் விநோதங்கள் குறித்தும் அவ்வளவு பரிச்சயம் கிடையாது. அப்பொழுது எனக்கு கருமை நிறத்தின் பல வண்ணச் சாயல்களைக் குறிக்கும் *jet, ink , ebony, Coal, raven* ஆகிய சொற்கள் தெரியவில்லை. கரியுடன் சாயங்களைக் கலந்து உருவாகும் பல்வேறு கருநிறங்களின் பெயர்களான *bone, Lampblack drop black* ஆகியவை பற்றி சொல்லவே வேண்டாம். என்னுள் கலந்துபோன இந்த அந்நிய மொழியில் கருமை என்றால் தீமை என்று எப்போதும் பொருள் கொள்ளத் தேவையில்லை என்பது நான் இதுகாறும் அறியாத ஒன்று. காதலர்கள் மற்றும் தோற்றவர்கள் குறித்த இருவித கவிதைகளிலும் அமைதியைத் தரும் நிறமாக கருமை கையாளப்படுவதை நானறிவேன். கருமையும், வெண்மையும் ஒன்றுக்கொன்று முற்றிலும் எதிரெதிர் என்ற சிந்தனையே நாங்கள் நீங்கள் என்ற

வன்முறைக்குக் காரணம். நீங்கள் ஒருமுறை போகிற போக்கில் கருமையும் ஒருவிதத்தில் ஒளியின் நிறம்தான் என்று சொன்னது நினைவிலுள்ளதா?

அப்பொழுது நீங்கள் சொன்னதன் பொருள் எனக்குப் புரியவில்லை. ஆனால் அதை மனதில் கொண்டே நிறங்களையும், ஒளியையும் பார்க்கத் தொடங்கினேன்.

இதன் காரணமாகவே சால்வாவை ஏமாற்றத்திற்கு உள்ளாக்க நேர்ந்தது. அவரைக் காயப்படுத்த வேண்டும் என்பதல்ல என் நோக்கம். அவரை நான் மிகவும் மதிப்பதால்தான் அவரை என்னால் ஏற்றுக்கொள்ள முடியவில்லை. என்னைப் போன்ற அவருக்குத் தகுதியற்ற ஒருவரோடு அவரை எப்படி இணைப்பது? காதலை கடமையாகக் கருத முடியாத என்னால் அவருக்கு எப்போதும் ஏமாற்றமே மிஞ்சும். மிகவும் தூய்மையான, உன்னதமான, பெருங் கருணை கொண்டவரை என்னால் காதலிக்க இயலாது. என்னைப் பொறுத்தவரை உள்ளத்தையும் உடலையும் ஒரு சேர விரும்புவது தான் காதல்.

என் வரையறையை ஒவ்வொருவருக்கும் பொருத்த வேண்டிய அவசியமில்லை.

இந்த உலகில் மறுக்கப்பட்ட பல விநோதங்களை நன்குணர என் காதல் எனக்குக் கற்றுக் கொடுத்தது. அந்த காதல் புது வாழ்க்கையைத் தந்தது. புதுப் பாதையைக் காட்டியது. எனக்கே உரிய உறவை, சின்னஞ்சிறு உயிரை, உங்கள் பேத்தியை எனக்குத் தந்தது. நீங்கள் என் சிறுவயதில் எனக்குப் படித்துக் காட்டிய மகாபாரதத்தின் பக்கங்களிலிருந்தும், நான் வாசித்த அந்த பக்கங்களிலிருந்தும் நான் புரிந்து கொண்ட காதலின் பரிசு உங்கள் பேத்தி. நான்கு மாதங்களுக்கு முன்னர் ஜூலை மாதம் அவள் பிறந்தாள். அவளை நான் சால்வாவின் மூலம் பெற்றிருக்க முடியாது. இப்படிச் சொல்வதற்கு மன்னித்து விடுங்கள். ஆனால் உங்கள் உள்ளத்தின் ஆழத்தில் சால்வா எனக்குரியவனல்ல' என்பதை உணர்ந்திருப்பீர்கள்.

எனது இன்றைய முடிவிற்கு நான் அவ்வளவு எளிதாக, சிரமமின்றி வந்துவிடவில்லை. என்ன முடிவு எடுப்பது? எந்த முடிவு பெருந்தன்மையாக இருக்கும் என்று தீர்மானிப்பதில் பெரும் சிரமம் இருந்தது. மீண்டும் குடும்பத்தோடு இணைந்து கொண்டு, என்னால் ஏற்பட்ட இழப்பாலும் அவமானத்தாலும் எந்நாளும் சோகத்தில்

மூழ்கி இருக்கும் உங்களை நாள்தோறும் கண்டு கண்டு துவண்டு விடுவதா அல்லது நானே தேர்வு செய்த ஒருவனோடு உங்களை விட்டு நீங்கி விடுவதா?

என் முடிவால் ஏற்பட்டுள்ள விளைவுகளை நானே சந்திப்பது என்று முடிவு செய்தேன். இம்முடிவு எடுத்தபோது, செந்தினி குறித்த நூலின் The book of Centhini 136 வது பாடலில் வரும் காட்சி என் நினைவிற்கு வந்தது. அக்காட்சியில் தம்பங்கரராஸ் தன் கணவனைத் தேடி வீட்டைவிட்டு வெளியேறுகிறாள். என் பயணத்தை, ஆழ்ந்த சிந்தனைக்கான பயணத்தை தொடங்குகிறேன்.

இந்த எண்ணம் எனக்கு அன்று துணிவு தந்தது. இன்றும் துணிவு தருகிறது. என் செயலின் காரணத்தை என் பெற்றோர்கள் புரிந்து கொள்வார்கள் என்று நம்புவதற்கான துணிவு தருகிறது. என் அன்பிற்குரியவர்களின் நெஞ்சில் நான் என்றும் நீங்காமல் இருக்க வேண்டுமென்பதற்காக, நான் பயணம் செய்கிறேன். அதுபோல நான் நேசிக்கும் இடங்களும், மனிதர்களும் என் நினைவில் நெருக்கமாக என்றும் இருப்பதற்காக உங்களை விட்டுவிட்டு பயணம் செய்கிறேன். அமான்கார்கா தம்பங்கரராஸ் திருமணநாளன்று இரவில் தம்பங்கரராஸ் என்ற செந்தினி வீட்டை விட்டுவெளியேறி மறைந்துபோவதைப் போற்றும் விதமாக அந்தப் புத்தகத்திற்கு செந்தினியின் பெயரை மக்கள் வைத்தனர் என்று நீங்கள் தான் எனக்கு எடுத்துச் சொன்னீர்கள். ஒளியின் நிறமாக கருமை இருப்பதுபோல மறைந்துபோவது மீண்டும் தோன்றுவதற்கான குறியீடே என்பதை எனக்குக் கற்றுக் கொடுத்தவர் நீங்கள்தான். உலகை எப்போதும் வெறும் கருப்பும் வெள்ளையுமாக மட்டும் பார்த்துவிடக்கூடாது என்று கற்றுக் கொடுத்ததும் தாங்கள்தான்.

அடுத்த அறையில் உங்கள் பேத்தி உறங்குகிறாள். அவளின் மெல்லிய மூச்சொலி எனக்குக் கேட்கிறது. அழகான உங்கள் பேத்திக்கு ஸ்ரீதண்டி என்று பெயர் வைத்துள்ளேன். அதைத் தவிர வேறென்ன வைக்க முடியும்? உலகின் உண்மையான அன்பு பெற்றோரின் அன்பு என்பதை நான் உணர்ந்து வருகிறேன். தங்கள் குழந்தைகளின் மகிழ்ச்சியே பெற்றோரின் மகிழ்ச்சி இல்லையா?

அப்பா! சொர்க்கம் நியாயத்திற்கு வெகு தொலைவில் உள்ளதை அறிந்திருப்பீர்கள், தானே? அநீதியில் நியாயம் உள்ளதல்லவா?

கடவுளை, நிராகரிக்கலாம், தோழமை கொள்ளலாம், வாதிடலாம், கடவுள் மீது பேரன்பு கொள்ளலாம்.

ஆனால் கடவுளின் நல்லெண்ணத்தை, முழுவதுமாக எதிர்பார்க்கக்கூடாது என்று நீங்கள் சொன்னதுண்டு. எனக்கும் என் தங்கைகளுக்கும் புராணப் பெயர்களை வைத்தீர்கள். அதன் காரணமாக என்ன செய்ய வேண்டுமோ அதை தன் பங்கிற்கு விதி செய்துவிட்டுப் போகட்டும். எங்கள் பங்கிற்கு என்ன செய்ய வேண்டுமோ அதை நாங்கள் செய்து கொள்கிறோம்.

இந்தத் தருணத்தில் நீங்கள் என்னருகில் இருப்பதுபோல் உணர்கிறேன். இந்த பெரிய அறையில் இரத்தமும் சதையுமாக இருப்பதுபோலவும், 'வீட்டிற்கு வா' என்று என்னை அழைப்பதுபோலவும் உணர்கிறேன்.

என்றும் உங்கள் அன்புமகள்

அம்பா.

பகுதி - நான்கு

சாமுவேலும் அம்பாவும்

பிப்ரவரி - மார்ச் 2006

13

ஒரு முரட்டுத் தரையிறக்கம்

அம்பான் மாநகரும் பின்னர் புருதீவும், 2006, ஃபிப்ரவரியின் இறுதியில் ஒருநாள் லம்பெலு ஓர் அரசு கப்பல். அந்தக் கப்பலில் தனக்கு ஒதுக்கப்பட்ட அறையில் நுழைந்தபோது சாமுவேல் லாவரிசா அறையிலிருந்த கீழடுக்குப் படுக்கைகளில் எதிர் எதிரே ஒரு பெண்ணும் ஒரு ஆணும் அமர்ந்திருப்பதைப் பார்த்தான். அவர்களிருவரும் ஒருவரோடு ஒருவர் பேசிக்கொள்ளவில்லை. இருவரும் 50 வயதைக் கடந்திருந்தனர். அப்பெண் தன் மடியில் ஒரு பழைய இற்றுப்போன பெட்டியை இறுகப் பற்றியிருந்தாள். அவள் முகத்தைப் பார்க்கும் துணிச்சல் சாமுவேலுக்கில்லை. அவர்களின் விஷயத்தில் தலையிட அவன் விரும்பவில்லை.

ஆனால் அவளை ஏற்கனவே பார்த்திருக்கிறான். கப்பலில் நெருக்கியடித்து ஏறமுயன்ற மக்களுக்கு மத்தியில் அவள் முகம் தனித்துத் தெரிந்தது. அம்பான் நகரத்திலிருந்து புரு தீவிற்குச் செல்லும் அக்கப்பலை நோக்கி நகர்ந்து கொண்டிருந்த மக்கள் திரளில் அவள் முன்னேறிக் கொண்டிருந்தபோதுதான் அவளை சாமுவேல் முதலில் பார்த்தான். அந்த நெருக்கடியான சூழலில்கூட அவளது மேன்மை தனித்துத் தெரிந்தது. அவள் முகத்தில் ஒரு பதற்றம் தெரிந்தது. ஒற்றைச் சிந்தனையோடு காணப்பட்டாள். அவளை மீண்டும் சந்திப்போம் என்று சாமுவேல் எதிர்பார்க்கவே இல்லை. அதிலும் ஒரே அறையில் பயணம் செய்ய நேரிடும் என்று கிஞ்சித்தும் எதிர்பார்க்கவில்லை.

தன் நண்பனின் பயணம் கடைசி நேரத்தில் ரத்தாக, அவனது பயணச்சீட்டோடு கப்பல் ஏறினான் சாமுவேல். அது முதல் வகுப்புப் பயணச்சீட்டு என்றறிந்த போது சாமுவேல் வியந்துபோனான். முதல் வகுப்பில் பயணம் செய்வது அவனுக்கு அதுவே முதல்முறை.

சடாரென்று கதவைத் திறந்து கொண்டு சாமுவேல் உள்ளே நுழைந்ததும், கதவுகள் படபடவென்று மூடித்திறந்ததும்கூட

அப்பெண்மணியிடம் எவ்வித அசைவையும் ஏற்படுத்தவில்லை. அவளுக்கெதிரில் 'நான் உன்னோடு இத்திட்டத்தில் இருக்கிறேன். என்னிடமிருந்து நீ பெரிதாக எதையும் எதிர்பார்க்க வேண்டாம். நான் என் விருப்பப்படிதான் செய்வேன்' என்று சொல்வதுபோல அந்த ஆண்மகன் கால்மேல் கால் போட்டு அமர்ந்திருந்தான்.

அறையிலிருந்த மூன்றாவது கீழடுக்குப் படுக்கையில் தன் பையை வைத்துவிட்டு அமர்ந்தான். சாமுவேல். எவரும் எதுவும் பேசிக்கொள்ளவில்லை. அவர்களைப் பார்க்கிறபோது அவர்களிருவரும் கணவன் மனைவி இல்லை என்றும் அவர்கள் சமீபத்தில்தான் சந்தித்துக் கொண்டார்கள் என்றும் சாமுவேலின் உள்ளுணர்வு சொல்லியது. அப்பெண், அந்த ஆண் மகனை எதையோ எதிர்பார்த்து சார்ந்திருப்பதாகவும் அவனுக்குப்பட்டது.

நமது தனிமை இப்போது பறிபோய்விட்டது. இனி என்ன செய்வது என்று கேட்பதுபோல் பொருள் பொதிந்த பார்வையொன்றை அப்பெண் அந்த ஆணின் மீது வீசியதை சாமுவேல் கவனித்தான்.

அங்கு நிலவிய நீண்ட மௌனத்தை உடைத்தவாறு "காலை வணக்கம்" என்றான் சாமுவேல்.

"காலை வணக்கம்''

"என்னிடம் ஏதும் வைத்துக்கொள்ளாதே. நான் உன்னைப் போல பலரை பார்த்திருக்கிறேன்' என்று சொல்வதுபோல அவன் சாமுவேலை உற்று நோக்கினான். ஒரு வழியாகக் கப்பல் பயணம் புறப்பட்டது. அறுபது வயதைத் தொட்டிருந்தாலும் அப்பெண்ணின் வளமான கன்னக் கதுப்பும் இளமை கொஞ்சும் உதடுகளும் கவர்ச்சிகரமாக இருப்பதை சாமுவேல் கவனிக்கவே செய்தான். அதே சமயம் அந்த அழகியிடம் பதட்டம் குடியிருப்பதையும் அவனால் காண முடிந்தது. அவளுடனிருந்த ஆண் மகன் வெளித்தோற்றத்திற்கு அமைதியாகத் தெரிந்தாலும், உள்ளுக்குள் பதற்றமாக இருப்பதை சாமுவேல் கண்டுகொண்டான். எதிரெதிர் முனைகளாகவுள்ள அவ்விருவருக்குமுள்ள தொடர்பு என்ன? இவன் முகம் பார்த்த முகம்போல் தெரிகிறதே'' என்ற எண்ணம் சாமுவேலின் உள்ளத்தில் ஓடியது.

"நான் இந்தப் பெட்டியைக் கொண்டுவந்திருக்கக் கூடாது. இன்னும் இலகுவான பெட்டியோடு வந்திருக்கலாம்' என்று

தன்னிடமுள்ள பெட்டியைக் காட்டிச் சொன்னாள் அம்மங்கை. ஆனால் இம்முறை அவள் சாமுவேலைப் பார்த்துப்பேசினாள்.

அவள் அப்படி வெளிப்படையாக பேசியதை ரசிக்காத அவள் நண்பன் "பெட்டி அப்படி ஒன்றும் மோசமில்லை'' என்று சொல்லிவிட்டு சாமுவேலிடம் 'எங்கிருந்து வருகிறீர்கள்' என்று வினவினான்.

"அம்பான். நீங்கள்...''

அப்பெண் "ஜகார்த்தாவிலிருந்து வருகிறேன். எனக்கென்று ஊரேதுமில்லை. நான் எங்குமிருப்பவள்'' அவன் ஜகார்த்தா என்றதும், என்றாவது ஒருநாள் ஜகார்த்தா செல்ல வேண்டுமென்பது அனைவரின் விருப்பம் என்று தனக்குள் சொல்லிக்கொண்டான். அப்பெண்ணின் கூர்மையான நாசி, அகன்ற நெற்றி, அழகான குவிந்த உதடுகள் யாவும் அவளை ஜவானிப்பெண் என்று உறுதி செய்வதாக எண்ணிக்கொண்டான்.

"நீங்கள் நமீலாவில் தங்குவீர்களா?" பணிவோடு கேட்டான் சாமுவேல். சிறிய அறை, குறைவான வெளிச்சம் என்ற சூழல் தந்த நெருக்கத்தில் அப்பெண் பதிலேதும் சொல்லவில்லை.

உடன் வந்தவன், ''நமீலா பாதுகாப்பான இடம், நாங்கள் தங்கினாலும் தங்குவோம்'' என்றான்.

"அந்த தீவிற்கு இதற்கு முன் வந்துள்ளீர்களா?''

"நான் வந்திருக்கிறேன்'' என்றான் அவன்.

"வாய்ப்புகள் கிடைத்தால், அப்பெண் மணியை நீங்கள் ஜிக்குமெரேசா கடற்கரைக்கு அழைத்துச் செல்ல வேண்டும். அங்கு பூத்துக்குலுங்கும் பல்வேறு நீர் வண்ணப் பூக்களின் அழகோ அழகு'' என்று சாமுவேல் சொன்னதும் அப்பெண் ஆர்வத்தோடு அவனை நோக்கினாள்.

"கடல், நீலத்திலும் நீலமாக ஜொலிக்கும்.'' மேலும் சொன்னான் சாமுவேல்.

'அங்கு தங்க இடம் கிடைக்குமா?' என்று அந்த ஆண் கேட்டான்.

"ஹோட்டல்கள் ஏதும் இன்னும் வரவில்லை. ஆனால் அங்குள்ள மீனவர்களின் வீடுகளில் தங்கலாம். மின்வசதி கிடையாது. நீங்கள் விரும்பினால் நான் ஏற்பாடு செய்கிறேன்.''

"உனக்கு புருவில் வீடுள்ளதா? குடும்பம்?

'முன்பு இங்கு வாழ்ந்திருக்கிறேன்' அவ்வப்போது புரு வருவேன். பெரும்பாலும் அம்பானில்தான் வாழ்கிறேன்.''

"புருவில் வாடகைக் கார் ஏதும் கிடைக்குமா?"

சற்றுத் தயங்கியபின், "என்னால் முடியும்'' என்று சாமுவேல் சொன்னான்.

அப்பெண் அந்த உரையாடலை விரும்பவில்லை என்பது அவள் முகஅசைவில் தெரிந்தது.

இடைவெளி ஊடே பாய்ந்த சூரிய ஒளிக்காற்றைப் பார்த்து ரசித்த அந்த ஆண் தனக்குள், ஆனால் சற்று உரக்கச் சொன்னான்.

"ஒரு காலத்தில் பொழுதுசாய்ந்ததும் எங்களை அவர்கள் ஒதுக்கி விடுவார்கள்.'

அவன் குரலில் சோகமும், தளர்வும் இருந்தன.

"என்ன?''

"எப்போதும் இந்த தீவில் ஒருவித மௌனம் இருக்கும். ஏனந்த மௌனம், இன்று வரை பதிலில்லை.''

ஒரு கணம் மேலே பேசுவதா வேண்டாமா என்று தயங்கி விட்டு அவன் தொடர்ந்தான்.

"எங்களுக்குத் தேவைக்கு மேல் உணவு வழங்கப்படும். வயிறு புடைக்க உண்போம். மிதமிஞ்சி உண்டால் எப்போதும் அடங்கிப் போவோம். எதையும் எதிர்க்க மாட்டோம். அதுதான் அவர்களுக்கு வேண்டியது.''

அந்தப் பெண் கண்மூடி அவன் பேசியதைக் கேட்டுக் கொண்டிருந்தாள். அவன் இப்படி பேசுவான் என்று அவள் எதிர்பார்த்தாள் போலும்.

"அடிமைகளாக உழைத்தோம். அளவுக்கு மீறி உண்டோம். ஊளைச் சதை தோல்வியைக் குறிக்கும். அடிமைத்தனத்தைக் குறிக்கும்.''

சாமுவேலுக்குப் புரிந்துவிட்டது. கம்யூனிஸ்ட்களும் கம்யூனிஸ்ட்கள் என்று சந்தேகிக்கப்பட்டவர்களும் பல

ஆண்டுகளுக்கு முன்னர் இங்கு புருதீவில் சிறை வைக்கப்பட்டனர். அந்த மனிதன் அக்கைதிகளில் ஒருவன் என்று சாமுவேல் புரிந்து கொண்டான்.

"இவன் இப்படித்தான் ஆள் கிடைத்தால் தன் கதையைக் கொட்டிவிடுவான்'' என்று சொல்வதுபோல சாமுவேலை ஏறிட்டுப் பார்த்தவள்,

'உங்கள் பெயரைத் தெரிந்துகொள்ளலாமா?' என்றாள்.

'சாமுவேல்.. உங்கள் பெயர்..''

'என் பெயர் அம்பா. எல்லா போர்களின் போரை முடிவிற்குக் கொண்டு வந்த பெயர் அதுவென்று தெரியுமா?''

புராணத்தை சரியாக தெரிந்துகொள்ளாமல் போய் விட்டோமே என்று சாமுவேல் தன்னை நொந்து கொண்டான். ஒரு மாவீரன் ஓர் இளவரசியைக் கடத்திய கதை சிறிதளவு தெரியும். அம்பா என்ற பெயர் தெரிந்த பெயராக உள்ளது. அதற்கு மேல் ஒன்றும் தெரியவில்லையே என்று சாமுவேல் வருத்தப்பட்டான்.

'எனக்குப் பசிக்கிறது. சாமுவேல் என்னோடு சாப்பிட வர முடியுமா?''

கப்பலின் மிகச் சுத்தமான இடம் அந்த உணவு விடுதிதான். ஆனாலும் பெரும்பாலான பயணிகள் அங்கு வருவதில்லை. அதற்கு பல காரணங்கள் இருக்கலாம். ஒன்று, அங்குள்ள பழங்காலத்து குளிரூட்டி சாதனம், அந்த இடத்தில் முதலாம், இரண்டாம் வகுப்புப் பயணிகளுக்கு மட்டுமே அனுமதி உண்டு என்பதால் இருக்கலாம். கப்பலில் எங்கும் அலைந்து திரியும் அம்பான் ரௌடிகள் கூட அங்கு வருவதில்லை.

சாமுவேலும் அம்பாவும் ஒரு மேஜையைத் தேர்ந்தெடுத்து அமர்ந்தவுடன் அம்பா,

"சாமுவேல், நீங்கள் என்ன செய்துகொண்டு இருக்கிறீர்கள்?' என்று கேட்டாள்.

மேஜை மேல் வைத்திருந்த கூடையிலிருந்த உலர் பழங்களில் ஒன்றை எடுத்தவாறு, அவளுக்கு மிக அருகில் இருந்ததால் ஏற்பட்ட கூச்சத்தில் நடுங்கும் குரலில்,

"இது ரொட்டிப்பழம். மிக மிகச் சுவையாக இருக்கும்'' என்றான் சாமுவேல்.

அம்பா புன்னகைத்தவாறு ஒரு துண்டை எடுத்து, சுவைத்துப் பார்த்தாள். பின்னர்

"நான் பொதுவாக அதிகம் வறுக்கப்பட்டவற்றை உண்பதில்லை. என் வயதிற்கு அவை நல்லதில்லை. ஆகா! இந்த பழம் மிகவும் சுவையாக உள்ளது. இது வளரும் மண் மிகச் சிறந்த மண்ணாக இருக்க வேண்டும் என்றாள்.

'ஆம்! புருதீவின் மண் மிகச் சிறந்தது. இன்னும் கொஞ்சம் சாப்பிடுங்கள்.''

அந்த ரொட்டிப்பழத்தை கஞ்சியில் நன்கு நனைத்துப் பின் கடித்துச் சுவைத்தவாறு அம்பா சொன்னாள்.

"இதைக் கண்டுபிடித்தது யார்? ஆச்சரியமாக உள்ளது.''

"இதுதான் நமது உணவுகளின் சிறப்பு. யார் கண்டு பிடித்தார்கள். எப்போது தொடங்கியது என்பதெல்லாம் தெரியவில்லை. காலங்காலமாக பழக்கத்தில் உள்ளது. இதில் பல வகைகள் கூட உண்டு. எனது நண்பருக்கு இதுவே காலை உணவு."

அம்பாவின் அழகான நீண்ட விரல்கள் உணவை எடுக்க, தலை சற்றே குனிய, கூர்மையான, செங்காந்தள் நாக்கு உணவை மொத்தமாக உள்வாங்க.. அம்பா உண்ணும் அழகில் தன்னை மறந்து சாமுவேல் லயித்துப்போனான்.

அவன் என்ன செய்து கொண்டிருக்கிறான் என்ற தன் கேள்வியை அம்பா மீண்டும் வீச,

"அம்பான் வானொலி நிலைய எழுத்தாளராக பணிபுரிந்தேன். அதற்கு முன்னர் சூரியபயாவில் பகுதி நேர எழுத்தாளராக இருந்தேன். வருமானம் போதவில்லை. எனவே, நகல் எடுப்பவராக, ஜாவா போஸ்ட் என்ற நாளிதழில் செய்தித் தொகுப்பாளராக பணியாற்றினேன்." என்றான் சாமுவேல்.

அம்பா அவனையே பார்த்துக்கொண்டிருந்தாள். "சூரிய பயாவை விட அம்பானில் பல வாய்ப்புகள் கிடைத்தன. கிடைத்த வேலைகளைச் செய்தேன். வேன் ஓட்டியாக, சுற்றுலா வழி காட்டியாகக் கூட வேலை செய்தேன்'' என்று சாமுவேல் மேலும் சொன்னான்.

"உன் குடும்பம்?''

எதிர்பார்த்த கேள்விதான். அவள் என்ன பதிலை எதிர்பார்க்கிறாள் என்பது தெரியவில்லை. ஊதாரித்தனமாக வாழ்வதற்காக

மனைவியையும் குழந்தைகளையும் கைவிட்ட பாவி என்று சொல்வதா? நல்ல வசதியான குடும்பத்தில் பிறந்தும் கிடைத்த வாய்ப்புகளையெல்லாம் தொலைத்துவிட்டவன் என்று சொல்வதா? என்று எண்ண அலைகள் பாய, தன் கதையை சுருக்கமாகச் சொல்வதென முடிவெடுத்தான், சாமுவேல்.

"என் குடும்பம் அம்பானிய புரொட்டஸ்டாண்ட் குடும்பம். டச்சுக்காரர்கள் போல உடை உடுத்தி, அவர்கள் போல பேசும் குடும்பம். டச்சுக்காரர்கள் தங்களது எஜமானர்கள் என்ற எண்ணம் கொண்ட குடும்பம். எனது தாத்தா ஜப்பானிய படையெடுப்பின்போது டச்சு இராணுவத்தில் பணியாற்றியவர். அவர்களது முன்னோர்களும் அவ்வாறே. டச்சு கிழக்கிந்திய கம்பெனியில் காலனியாதிக்கமெங்கும் பணியாற்றுவதற்காக என் தாத்தா அம்பானிலிருந்து வெளியேறினார். டச்சுக்காரர்களை விட சிறந்தவர்கள் எவருமில்லை என்று என் தந்தை நம்பினார். காலனியாதிக்கத்தோடிருந்த அந்தப் பற்றுதலுக்காக என் தந்தை கேவலமாக நடத்தப்பட்டார். துன்புறுத்தப்பட்டார். தன் மேல் வீசப்பட்ட அவமானங்களை என் தந்தை பெருமையாக எடுத்துக் கொண்டார். உணவிடும் கைகளை கடிக்கக்கூடாது' என்று என்னிடம் அவர் சொல்வதுண்டு.

'மன்னிக்கவும்' என்று சொல்லி ஏதோ இடைமறித்துக் கேட்க வந்தாள், அம்பா.

'மன்னிப்பெல்லாம் வேண்டாம். இந்தோனேசியத் தீவுகளில் வாழும் நமக்கு நம்மருகிலுள்ள தீவில் வசிப்பவர்களின் வரலாறு தெரியாது என்பதே உண்மை.''

"ஆக உன்தந்தை தெற்கு மொலுக்கா குடியரசில் டச்சுக்காரர்களுக்கு சேவை செய்துள்ளார். பின்னர், இந்தோனேசியாவிலிருந்து உங்கள் மக்களுடைய பிரிவினைப் போராட்டத்தில் பங்கேற்றுள்ளார் அப்படித்தானே?

"1950களிலும் 60களிலும் கிராம்பு ஏகபோகம் வீழ்ந்தவுடன், நமது சகோதரர்களைக் கொன்று குவித்த, அடக்கியாண்ட வெள்ளையருக்கு உதவிய கேவலமானவர்கள் என்றும் தேசத் துரோகிகள் என்றும் எல்லோரும் நினைப்பதுபோல, நீங்களும் நினைக்கிறீர்கள். ஆனால் அது உண்மையல்ல. மலுக்கு மக்கள் போல நாங்களும் எங்கள் பாரம்பரியத்தைப் பெருமைக்குரியதாக நினைக்கிறோம். வரலாற்றை மாற்ற முடியாது என்பதை நாங்களறிவோம்.''

"நீயும் நானும் இரவு - பகல் போன்று எதிரெதிரானவர்கள். நமது பார்வைகளும் கருத்துகளும் வேறு வேறானவை. நமக்குள் எந்த ஒற்றுமையும் இல்லை. பின் எப்படி நாம் சகோதரர்களாக, அடுத்த வீட்டுக்காரர்களாக, ஒரே தேச அடையாளம் கொண்டவர்களாக இருக்க முடியும்?''

நிமர்ந்து அமர்ந்து கொண்டு அம்பா தன் பேச்சைத் தொடர்ந்தாள்.

"உன் முன்னோர்கள் தொலைதூரத்திலிருந்து வந்திருக்கலாம். அவர்கள் அரேபியர்களா?' அப்படிக் கேட்பது அவனுக்கு ஒன்றும் புதிதல்ல. தன் உருவத்தின் சாயல் சீனர்களுடையது என்றவன், "அதன் காரணமாக சீன முஸ்லீம் குடும்பங்களின் ஐந்தாவது தலைமுறையினரோடு இணைந்து கொண்டு கிறித்துவர்களுக்கு எதிரான போரில் கலந்து கொண்டோம்."

"அந்த கலவரம் கொடூரமானது. நீ யாரையாவது கொன்றாயா, சாமுவேல்?''

"இரண்டு பேர்களை, இல்லையென்றால் அவ்விருவரும் என்னைக் கொன்றிருப்பார்கள்.''

அதைக் கேட்டதும் அம்பா சற்று அதிர்ந்து போனாள்.

"நீ புரு தீவில் யாரைத் தேடுகிறாய்?" என்று சாமுவேல் கேட்டதும், அவள் கண்களில் ஈரம் கண்டன.

அம்பாவும் சாமுவேலும் அறைக்குத் திரும்பினர். அம்பாவுடன் வந்தவனிடம் ஏதோ மாற்றம் தெரிந்தது. அவன், அம்பாவிடம் "புறப்படுங்கள், இறங்கும் நேரம் வந்துவிட்டது" என்றான். "ஆறு மணி நேரம் மேற்கு நோக்கி பயணம் செய்துள்ளோம். எனினும் இவ்வளவு சீக்கிரம் கரை வரும் என்று எதிர்பார்க்கவில்லை'' என்றாள் அம்பா.

"நாம் இன்னும் கரைக்கருகில் வரவில்லை. கப்பல் நிற்கும் தளம் ஒன்று புதிதாகக் கட்டப்பட்டு வருகிறது. அவன் நினைப்பது போல கப்பல் கரை சேருவது இனிமேல் கடினமாக இருக்காது. இப்போது கரையிலிருந்து அரைமைலுக்கு அப்பால் கப்பல் நங்கூரம் இடப்படும். அங்கிருந்து நாம் படகில் கரைக்குச் செல்ல வேண்டும்' என்று சாமுவேல் விளக்கினான்.

"தளம் கட்டும் பணி எப்போது நிறைவடையும்?’

"தெரியவில்லை. உலகின் இந்தப் பகுதியில் கட்டுமானப் பணி சிறப்பாக நடைபெறுகிறது. ஜாவாவில் உள்ளது போல இங்கு ஊழல் இல்லை. அம்பான் விமான நிலையத்தைப் பார்த்திருப்பீர்களே’’

படகில் ஏறுவதற்குப் பயணிகள் நெருக்கியடித்துக் கொண்டிருந்தனர். அந்த நெரிசலில் சிக்கி மூச்சுத் திணறிய சாமுவேல் தனக்கு சற்று முன்னால் அம்பா பெட்டியை இறுகப் பிடித்தபடி தவித்துக் கொண்டிருப்பதைப் பார்த்தான். நெரிசலில் சற்று தளர்வு ஏற்பட்டதும், சட்டென்று அம்பாவை தன்னருகில் இழுத்துக் கொண்டான். அவளைச் சுற்றி அரண்போல் தன் கைகளை வளைத்துக் கொண்டு, பாதுகாப்பாக, கப்பலிலிருந்து படகில் இறங்கும் இடத்திற்கு அழைத்து வந்தான்.

எவரும் விரும்பக்கூடிய சூழல் அங்கு நிலவவில்லை. எந்நேரமும் கீழே விழுவதற்கும், நெரிக்கும் கூட்டத்தின் கால்களால் மிதிபடும் ஆபத்திற்குள்ளாகவும் பெரும் வாய்ப்பு நிலவியது. படகின் விளிம்பில் இறங்குவதற்கு ஏதுவாக கப்பலின் பக்கவாட்டில் பல கயிறு ஏணிகள் தொங்கிக் கொண்டிருந்தன. ஏணியின் உச்சத்தில் அம்பா பயத்தில் உறைந்து போனாள். பெட்டியை விட்டுவிடுமாறு வற்புறுத்தியும் அம்பா கேட்கவில்லை. எனவே, சாமுவேல் சட்டென்று அவளை அப்படியே தூக்கி, ப டகுக்காரன் கைகளில் இறக்கினான்.

அவளை சாமுவேல் மெல்ல இறக்கியபோது, "நான் சமாளித்துக் கொள்வேன். பிரச்சினையில்லை.'' என்று அம்பா சொல்லிக் கொண்டிருக்கும் போதே பெட்டி அவள் கைகளிலிருந்து நழுவியது. அதைப் பிடிப்பதற்கு சற்று அதிகம் குனிய, சாமுவேல் நிலைதடுமாறிப் போனான். எனினும் சமாளித்துக் கொண்டு பெட்டியை இறுகப்பிடித்துக் கொண்டான். இதற்குள் அம்பாவுடன் வந்த நண்பன் அம்பாவிற்கு அடுத்து அதே படகில் இறங்கிக் கொண்டான். சாமுவேல் படகிற்குள் குதிக்க முற்பட்டபோது, அலைகளின் வீச்சில் படகு கப்பலை விட்டு விலகிச் சென்றது.

"சாமுவேல் கவனம்! பெட்டியைப் பற்றி கவலைப்பட வேண்டாம்’’ என்று அம்பா கூவினாள்.

மற்றொரு படகின் விளிம்பில் நின்று கொண்டிருந்த வேறொரு படகுக்காரன் சாமுவேலை நோக்கி, "பெட்டியை என்னிடம் தூக்கி எறியுங்கள். அந்த படகில் சேர்த்துவிடுவோம்' என்று கத்தினான். அம்பாவை ஏறிட்டுப் பார்த்துவிட்டு பெட்டியை எறிந்தான் சாமுவேல். சாகசம் செய்து முடித்த கதாநாயகன் போல அம்பாவை நோக்கி தன் வீரப்பார்வையை சாமுவேல் வீச, அம்பா ஏறியிருந்த படகு கரையை நோக்கி நகர்ந்து மெல்ல, மெல்ல சாமுவேலின் பார்வையிலிருந்து மறைந்தது.

நம்லீ என்ற அந்த நகரம் ஒரு துறைமுக நகரம். அரை மைலுக்கு அப்பால் நங்கூரமிட்டுள்ள கப்பலில் வந்த ஆயிரம் பேரும் நிறைவடையாத கப்பல் தளமெங்கும் நின்று கொண்டிருந்தனர். நகரத்தின் நடவடிக்கைகள் யாவும் அவர்களைச் சுற்றியே இருந்தன. கரையிலிருந்து கடலுக்குள் நீண்டு சென்ற கப்பல் நிற்கும் தளம் மரத்தால் கட்டப்பட்டுவந்தது.

சற்றுத் தொலைவில் அம்பா அமர்ந்திருப்பதை சாமுவேல் பார்த்தான். கடற்கரையிலிருந்து வெளியேறிக் கொண்டிருந்தவர்களைப் பார்த்தவாறு அமர்ந்திருந்தாள் அம்பா. தன் செருப்பைக் கழற்றி, உதறி மீண்டும் காலில் அணிந்துகொண்டவள், மேலே இழுத்துவிடப்பட்டிருந்த பேண்ட்டின் கால்களை கீழே இழுத்துவிட்டுக் கொண்டாள். தலையைச்சுற்றிக் கட்டியிருந்த துணியை நீக்கிக்கொண்டாள்.

கப்பலிலிருந்து படகில் இறங்கும்போது பார்வையிலிருந்து மறைந்துபோன அம்பாவை மீண்டும் கரையில், தொலைதூரத்தில் பார்த்த போது, அவள் மேல் வைத்த கண்ணை அவனால் எடுக்க முடியவில்லை. அப்போது அவள் தனியாக இருப்பதைப் பார்த்தான். உடன் வந்தவன் எங்கே போனான் என்று சாமுவேல் யோசித்துக் கொண்டிருந்தபோது, அவன் சுமைதூக்கி ஒருவனோடு அம்பாவை நோக்கி வந்தான். சுமைதூக்கியின் கையில் தன் பெட்டியைப் பார்த்ததும் அம்பாவின் கண்கள் மகிழ்ச்சியில் விரிந்தன.

அவர்கள் அருகில் செல்லவிரும்பாமல், தொலைவிலிருந்து அவர்களைக் கவனித்துக் கொண்டிருந்தான், சாமுவேல். அவர்கள் வேறு எவரையோ எதிர்பார்த்திருப்பதுபோல் அவனுக்குத் தோன்றியது.

ஒரு பருத்த உள்ளூர்க்காரன் அவர்களை நோக்கி வந்தான். சற்று நேரம் அமைதியாகப் பேசிக்கொண்டிருந்தவர்களுக்கிடையே சட்டென்று வாக்குவாதம் தோன்றியது. அவர்களின் உடல்மொழிகள் அவர்களுக்குள் சமூக உறவு இல்லை எனக் காட்டின. உள்ளூர்க்காரன் விரைவில் அங்கிருந்து வெளியேறினான்.

சாம்பல் நிற வானம் கருப்பு வண்ணம் பூசி நின்றது. சாமுவேல் மணி என்னவென்று பார்த்தான். மணி 8.30க்கு மேலிருக்கும். நம்லீயில் கூட இரவில் போதிய ஆதரவின்றி இருப்பது ஆபத்தானது என்பதை உணர்ந்திருந்த சாமுவேல் அம்பாவை நோக்கிச் சென்றான்.

"சாமுவேல்! வாருங்கள் எங்களோடு இணைந்து கொள்ளுங்கள்'' என்றாள் அம்பா.

சாமுவேலைப் பார்த்ததும் அவளிடம் ஓர் அமைதி தெரிந்தது.

"நீங்கள் கரை சேர்ந்ததைப் பார்த்தேன்.''

"நான் மட்டுமல்ல, என் பெட்டியும்தான்''

அம்பாவுடன் வந்தவன் சாமுவேலைப் பார்த்து,

"நீங்கள் ஊருக்குள் செல்லப் போகிறீர்களா' என்று கேட்டான்.

'ஆம்..'

"எங்களுக்கு வேன் ஏற்பாடு செய்வதாகச் சொல்லியிருந்தவன் ஏமாற்றிவிட்டான். எங்களை உங்களோடு அழைத்துச் செல்ல முடியுமா?''

"நான் கப்பலில், உங்களுக்கு வேன் ஏற்பாடு செய்ய முடியும் என்று சொன்னேனே அன்றி என்னிடம் கார் இருப்பதாகச் சொல்லவில்லை.''

"ஒரு கார் ஏற்பாடு செய்தால் உதவியாக இருக்கும். ஆனால் நாங்கள் நம்லீ ஊருக்குள் செல்லப் போவதில்லை' என்று அவன் சொன்னதும் சாமுவேலுக்குத் தூக்கி வாரிப்போட்டது.

அவள் மேலும் கேட்டாள்.

"இப்பொழுதிலிருந்து நாளை இரவு 8.30 மணி வரை ஒரு நாளுக்கான கார் வாடகை எவ்வளவு இருக்கும்?''

'என்ன நினைத்துக் கொண்டான் இவன்? நான் என்ன காரோட்டியா? வழிகாட்டியா? அவர்களின் பாதுகாவலனா?' என்று

ஒரு கணம் கோபம் தலைக்கேறினாலும், அம்பாவின் கவலை தோய்ந்த முகமும், அவள் நண்பனிடம் தோன்றிய பணிவும் சாமுவேலை நிதானம் கொள்ளச் செய்தன.

"சரி ஏற்பாடு செய்கிறேன். என்னோடு வாருங்கள்.''

சாமுவேல் எதிர்பார்த்ததுபோல அவனுடைய காவல்துறை நண்பன் ஹசன் தன்னுடைய வேனை வாடகைக்கு விடுவதற்குத் தயாராக இருந்தான்.

"காரை பத்திரமாக எந்த சேதாரமும் இல்லாமல் திருப்பித் தர வேண்டும். அப்போது வாடகையை கொடுத்தால்போதும். காருக்கும் வாடகைக்கும் நீயே பொறுப்பு' என்று சாமுவேலிடம் சொல்லியவாறு கார் சாவிகளைக் கொடுத்தான் ஹசன்.

'கவலை வேண்டாம், நான் பொறுப்பு.''

"இவர்கள் எந்த ஊரிலிருந்து வருகிறார்கள்? ஜகார்த்தாவா? எங்கு தங்கப் போகிறார்கள்? யாரைப் பார்க்க வந்துள்ளார்கள்?'' என்று ஹசன் கேள்விகளை அடுக்க, சாமுவேல் ஒற்றை வரியில் பதில் சொன்னான்.

"உன்னைப் போல் எனக்கும் தெரியாது.''

"அந்தப் பெண் கவர்ச்சியாக இருக்கிறாள்.''

"அவள் சற்று வயதானவள். எனினும் உன்னைப் போன்ற வக்கிரம் படைத்தவர்களுக்குப் பயந்துதான், இரவில் தங்காமல் பயணம் செய்ய நினைக்கிறாள்.''

"அவள் நண்பனைப் பார்த்தால், நல்லவனாகத் தோன்றவில்லையே காவல்துறை தலைமையகம் இவர்கள் யாரென்று விரைவில் கண்டுபிடித்துவிடும்.''

"கொஞ்சம் பொறுத்துக்கொள் நண்பா! அவர்கள் யாரென்பதை அறிந்து கொண்டு நானே உன்னிடம் சொல்வேன்'' என்று சொன்னாலும், தவறு செய்து விட்டோமோ, அறியாதவர்களிடம் மாட்டிக்கொண்டு விட்டோமோ' அதுவும் இந்த முன்னாள் கைதியிடமல்லவா மாட்டிக்கொண்டோம்'' என்ற கவலை அவன் மனதைக் குடையத் தொடங்கியது.

அம்பா வழிகாட்ட, சாமுவேல் காரை ஓட்டி வந்தான். நம்லீயை விட்டு கார் அகன்று, காரில் அமர்ந்திருந்த மூவரும் மௌனம் காத்தனர். எங்கு செல்கிறோம் என்பது குறித்து சாமுவேலுக்கு ஏதும் தெரியவில்லை. அம்பாவுடன்வந்தவனின் பெயரும் தெரியவில்லை.

ஹசன் சொன்னது சாமுவேல் மனதில் பசுமையாக பதிந்திருந்தது. 'கையில் பணத்தோடு வருகிற அந்நியர்களுக்கு புரு ஆபத்தான பூமி எந்நேரமும் அவர்களுக்கு ஆபத்து காத்திருக்கும்.'

சிறு வயது முதலே சாமுவேலுக்கு அதிர்ஷ்டத்தின் மீது நம்பிக்கை இல்லை. எவரோடு இருக்க வேண்டும் என்று அதற்கு எப்போதும் தெரியும் என்பது அவனுக்குப் புதிதல்ல. கம்யூனிஸ்ட்களை வெறுப்பவர்களைக் கண்டால் அவன் மௌனமாகி விடுவான். அப்போதுதான் காற்றையே மாசுபடுத்தும் நாராச வார்த்தைகள் வெளியே வந்துவிழும். தொடக்கத்தில் அவன் ஏதும் அறியாதவனாகவே இருந்தான். விரைவில் இதுபோன்ற செய்திகளை குறித்துக் கொள்ளக் கற்றுக் கொண்டான். ஆறேழு வருடங்கள் அவற்றை நாளிதழ்களுக்கு விற்றுக் காசாக்கவும் கற்றுக் கொண்டான்.

அம்பாவுடன் வந்தவன் ஏதோ செய்வதற்காக நடித்துக் கொண்டிருப்பதுபோல் சாமுவேலுக்குத் தோன்றியது. அவன், ஒரு கம்யூனிஸ்ட்டாக இருக்க வேண்டும் என்று சாமுவேல் நினைத்தான்.

சாமுவேலுக்கு வேவு பார்ப்பதற்கான இலக்குகள் எளிதில் கிடைத்துவிடும். அம்பாவையும் அந்த எண்ணத்தோடு தான் அவன் அணுகினான். அம்பாவும் அவள் உடன் வந்தவனும் ஏதோ ஒரு அசாதாரண நோக்கத்தோடு வந்திருப்பதாக அவனுக்குத் தெரிந்தது. அவர்களிருவருக்குள்ளும் நெருங்கிய நட்பு இல்லை. எனினும் அம்பாவின் நண்பன் அவளிடம் மிகவும் மரியாதையோடு நடந்து கொள்வதாகத் தெரிந்தது. எனவே, அவர்கள் அழைத்தவுடன், அவர்களது காரோட்டியாக இருப்பதற்குச் சம்மதித்தான். அது, அவர்களோடு நெருங்கிப் பழகும் வாய்ப்பாக இருக்கும் என்று எண்ணினான். இதுபோன்ற பணியில் அவன் நன்கு பயிற்சி பெற்றிருந்தான்.

தன்னிடம் இலக்குகள் சிக்கியுள்ளன என்றும், காவல்துறையின் உதவி எப்போது வேண்டுமென்ற தகவலையும் சாமுவேல், இலக்குகள் கிடைத்த சிறிது நேரத்தில் காவல்துறை தலைமையக அதிகாரி குஸ்மனாவிடம் சொல்லிவிடுவது வழக்கம். ஆனால் பல

சமயங்களில் தேவைக்கு முன்பாக காவலர்கள் வந்து, குழப்பங்கள் ஏற்படும் அனுபவமும் அவனுக்குண்டு.

ஆனால் அம்பா விஷயத்தில் அப்படி ஏதும் நடப்பதை சாமுவேல் விரும்பவில்லை. நண்பன் ஹசனிடமிருந்து விடைபெறும் போதே அம்பாவை எப்படியும் பாதுகாப்பது என்று அவன் உள்ளுணர்வு உறுதி பூண்டது.

அந்த வேன் இருளைக் கிழித்துக்கொண்டு மெதுவாக சென்று கொண்டிருந்தது. வேனை ஓட்டிவந்த சாமுவேலுக்கு சேருமிடம் எதுவென்று தெரிந்திருக்கவில்லை. அவனருகில் அமர்ந்திருந்த அம்பாவின் நண்பன், பின்னால் திரும்பி அம்பாவிடம் பேசிவிட்டு,

"நாம் செல்ல வேண்டிய இடம் வெகு தொலைவில்லை. இன்னும் 20 அல்லது 30 நிமிடங்களில் வந்துவிடும்'' என்று சொன்னான்.

சாமுவேல் கண்ணாடி வழியாக அம்பாவைப் பார்த்தான். பேயறைந்தது போல் அவள் முகம் இருந்தாலும் காரினுள் இருந்த சிறு வெளிச்சத்தில் அவளின் புன்னகை தெரிந்தது. அந்த வயதிலும் அவள் அழகு அவனைக் கவர்ந்தது. அவளின் அழகு வலையில் வீழ அவன் துடித்துக் கொண்டிருந்தான்.

"புரு தீவில் மூன்றில் இரண்டு பாகம் மலைகளும் குன்றுகளும்தான். வடமேற்கிலிருந்து வடக்கு நோக்கியும் தெற்கு நோக்கியும், வடக்கிலிருந்து தெற்காகவும் மலைகளின் முகடுகள் புரு தீவை வளைத்துக் கொண்டுள்ளன. மத்தியில் ரானா ஏரியையும் வேய்ப்போ ஆற்றையும் இணைக்கிற நீர்ச்சங்கிலி உள்ளது. வேய்ப்போ ஆறு மேற்கு கிழக்காக ஓடி, புருதீவை இரண்டாகப் பிரிக்கிறது" என்றான் அம்பாவின் நண்பன்.

காரின் வெளியே இருளை ஊடுருவிப் பார்த்த அம்பா,

"வெளியே நிழலாகத் தெரிவது என்ன-?'' என்று கேட்டாள்.

"பனை மரங்களும், காட்டுப் புதர்களும், புருவில் நகரப்புறங்களில்மாற்றம் வந்துள்ளது. ஆனால் கிராமப் புறத்தில் எந்த மாற்றமும் இல்லை'' என்று இடைமறித்து தகவல் தந்தான் சாமுவேல்.

'ஓ!''

"அப்படியா. நம்லீ?"

அம்பாவின் ஆவலை உணர்ந்த சாமுவேல் "1919ல் நம்லீயை டச்சுக்காரர்கள் தலைநகரமாக்கினார்கள். அதற்கு முன் தலைநகரமாக இருந்த கெய்லி வேப்போ ஆற்றின் வெள்ளத்தில் அழிந்துபோனது'' என்று சொன்னான்.

"ஏதோ குறிப்பாகக் கேட்க வேண்டுமென்று காத்துக் கொண்டிருந்த அம்பாவின் உணர்வுகளைக் கண்டுகொள்ளாமல் அவன் நண்பன் தேவையற்ற பூகோள விவரங்களைக் கொட்டிக் கொண்டிருந்தான்.

அவன் பேச்சை இடைமறித்து

"மலைகள் தீவிற்குள் போவதற்குத் தடையாக உள்ளன. இந்த ஒரு பாதை வழியாகத்தான் தீவிற்குள் செல்ல முடியும். இன்னொரு சாலை அமைப்பதற்கு அரசு தயாராக இல்லை. சில வருடங்களுக்கு முன்னர் நாட்டின் தலைவர் இங்கு வந்தபோது இந்த சாலை செப்பனிடப்பட்டதோடு சரி'' என்றான் சாமுவேல்.

"இப்போதுள்ள தலைவர்'' என்று அம்பாவின் நண்பன் திருத்தம் சொல்ல,

"நாற்பது ஆண்டுகளுக்கு முன்னர், 12000 பேர்களை சிறைக் கைதிகளாக இங்கு இந்தோனேசிய அதிபர் சுகர்த்தோ அடைத்து வைத்தது முதல் எத்தனை தலைவர்களை இந்த தீவு பார்த்துவிட்டது" என்று அம்பா சொல்ல, அதிலிருந்த அரசியல் நெடியை சாமுவேல் புரிந்துகொண்டான்.

"அந்த 12000 பேர்களில் பலர் தாங்கள் செய்யாத குற்றத்திற்காகத் தண்டிக்கப்பட்டவர்கள்'' என்று மேலும் சொன்னாள், அம்பா.

தன்னருகில் இருந்தவனை சாமுவேல் கவனித்தான். அவன் ஏதுமறியாதவன் போல எவ்வித உணரச்சியையும் வெளிக்காட்டிக்கொள்ளாமல் அமர்ந்திருந்தான். சரியான கல்லுளி மங்கன் என்று சாமுவேல் நினைத்துக் கொண்டான்.

"ஜாவா சந்தையில் விற்கப்படுகிற பனை, சவ்வரிசி எல்லாம் இங்கு விளைவதுதான்'' என்று சொல்லியவாறு அம்பாவை கண்ணாடி வழியே கவனித்தான் சாமுவேல். அவள் கண்களில் ஓர் ஆர்வம் தெரிந்தது.

"நான்காம் கைதிமுகாம் அமைந்திருந்த இடத்தில்தான் நாம் தங்கப் போகிறோம். அந்த கைதிமுகாம் கடலுக்கருகில் இருந்தது.''

"சவனஜயா?'' என்று முணுமுணுத்தாள் அம்பா.

"ஆக இந்த இடம் இவளுக்குத் தெரிந்திருக்கிறது. தான் இதற்கு முன் இங்கு வந்ததில்லை என்று சொன்னாளே, அப்படி என்றால் இந்த இடம் எப்படித் தெரியும்' என்று சாமுவேல் மூளைக்குள் பல கேள்விகள் உதித்தன.

குழம்பி நின்ற சாமுவேலிடம் சட்டென்று அம்பாவின் நண்பன் கேட்டான்.

"நாம் தங்குமிடம் அருகில் உணவு விடுதி இருக்கிறதா? உண்டு என்று சிலர் சொல்கிறார்களே?

சாமுவேலுக்கு இப்போது ஐயமின்றிப் புரிந்து போயிற்று. 'அம்பாவும் அவள் நண்பனும் ஏற்கனவே இங்கு வந்துள்ளனர். இவன் நம்மிடம் நடிக்கிறான். இங்கு உணவு விடுதி இருப்பது பல பேருக்குத் தெரியாது. இவர்கள் இருவரும் ஏதோ முக்கிய பணிக்காக வந்துள்ளனர்' என்று சாமுவேல் புரிந்து கொண்டான். அம்பாவின் நண்பனுக்கு இந்த இடம் புதியதல்ல என்பதும் தெரிந்தது.

"ஆர்.எம்.விடுதியையா சொல்கிறீர்கள்?''

"ஓகோ! அதுதான் பெயரா? நாம் விடுதி மூடுவதற்கு முன் ஏதாவது சாப்பிட்டு விடுவோம். என் பெயர் என்னவென்று நான் சொல்லவேயில்லையே. நான் ஜூல்பிகார் ஹம்சா."

சவனஜயா கட்டிடத்தின் முன்பு சாமுவேல் வேனை நிறுத்தியபோது இரவு மணி 9.30. நான்காம் அலகு என்றறியப்பட்ட இந்த முகாம்தான் 1972ல் முதலில் கலைக்கப்பட்டது. சிறையிலிருந்த பொருட்கள் எல்லாம் ஓரிரவிற்குள் ஒரு கிராமத்திற்குக் கொண்டு செல்லப்பட்டன. ஆர்.எம். உணவு விடுதி ஒரு வீதியோர விடுதி. புருவிலும், இந்தோனேசியத் தீவுகளிலும் எதிர்பார்க்கக்கூடிய தரத்தைக் கொண்ட விடுதி அது. அவர்கள் மூவரும் விடுதிக்கு வெளியே போடப்பட்டிருந்த மேஜை முன் அமர்ந்து கொண்டனர். விரைவில் இரண்டு கிண்ணத்தில் சிக்கன் சூப்பும் உடன் ஒரு தட்டு நிறைய பச்சைக் காய்கறிகளும் மற்றும் வறுக்கப்பட்ட சோயா பீன்ஸும், சோயாமொச்சைகளும் வந்து சேர்ந்தன.

ஜூல்பிகார் இரண்டு விதமான இனிப்புக் கஞ்சிகள் வரவழைத்தான். அந்த வகை உணவு புரு தீவின் பாரம்பரியமானது. அம்பா அவை குறித்து ஏதும் அலட்டிக்கொள்ளவில்லை. அம்பாவின் கவனம் எல்லாம் வேறெங்கோ நிலைகுத்தி நின்றுபோனது.

"இந்த விடுதியை நடத்துகிற குடும்பம் ஜாவா நகரம் ஒன்றிலிருந்து 1979ல் இங்கு வந்து சேர்ந்தனர். குடும்பத்தின் தலைவன் ஒரு முன்னாள் கைதி'' என்று சொல்லிய சாமுவேல், முன்னாள் கைதி என்பதை வேண்டுமென்றே சற்று அழுத்தமாகச் சொன்னான்.

"உங்களுக்குத் தெரிந்திருக்க வாய்ப்பில்லை என்று கருதுகிறேன். சிறைமுகாம்கள் அழிக்கப்பட்டபோது குடும்பத்தோடிருந்தவர்களுக்கு நிலம் கொடுக்கப்பட்டது. அவர்களது உழைப்பினால்தான் இன்று இந்த பூமி பொன் விளையும் பூமியாக மாறியிருக்கிறது'' என்று மேலும் சொன்னான். சாமுவேல்.

"தொழிலாளர்கள், படைவீரர்கள் தங்கியிருந்த இடங்கள் என்னவாயிற்று. அவற்றில் ஏதேனும் இன்றும் உள்ளதா?'' என்று மெல்லிய நடுங்கும் குரலில் அம்பா கேட்டபோது, அவள் இதயம் துடிப்பதை சற்று நிறுத்திக்கொண்டது.

புரு தீவின் பழமையான பகுதிகள் மீது அம்பா காட்டும் ஆர்வம் கண்டு சாமுவேல் திகைப்படைந்தான். இவர்களிருவரும் எதைத் தேடி வந்திருக்கிறார்கள்? காவல்துறை தலைமையகம் அவனுக்குத் தந்துள்ள அறிவுரையின் படி, சாமுவேல் இதற்குள் அவர்களைப் பற்றிய அறிக்கையை அனுப்பியிருக்க வேண்டும். புருதீவிற்கு வரும் ஜாவானியர்களைப் பற்றி - குறிப்பாக வசதிபடைத்தவர்கள் குறித்து - தகவல் அனுப்ப வேண்டும். வசதி படைத்தவர்கள் பெரும்பாலும் வர்த்தகத்திற்காக வாய்ப்பைத் தேடுவார்கள். காவல்துறை அவர்களிடமுள்ள செல்வத்தைப் பறித்துக் கொள்ள திட்டமிடும். ஆக, சாமுவேல் அவர்களிருவரையும் விரைவில் சாமர்த்தியமாக விசாரணைக்காக காவல்துறை தலைமையகத்திற்கு அழைத்துச் செல்ல வேண்டும். காலம் தாழ்த்தினால், இராணுவம் அவர்களிருவரையும் அழைத்துச் சென்றுவிடும். அதன் பிறகு அவர்கள், காவல்துறை கட்டுப்பாட்டிற்கு மட்டுமல்ல, சாமுவேலின் கட்டுப்பாட்டிற்குள்ளும் இருக்க மாட்டார்கள். எது எப்படியாயினும் அவர்கள் அவனது கட்டுப்பாட்டிற்குள் வெகுநேரம் இருக்கப்போவதில்லை என்பது உறுதி.

அம்பாவும், ஜூல்பிகாரும் வர்த்தகத்திற்காக புருவிற்கு வரவில்லை என்று சாமுவேலின் உள்ளுணர்வு கூறியது. அம்பாவிற்குப் பல இடங்கள் நன்கு தெரிந்திருப்பதைப் பார்க்கும்பொழுது சுற்றுலா நிமித்தமும் அவள் வரவில்லை என்று தெளிவாகிறது. ஜூல்பிகார் இந்த இடத்திற்குப் புதியவனல்ல என்பதும் உறுதி

"இங்கு தொழிலாளர்கள், படைவீரர்கள் தங்குவதற்கான 22 தளங்கள் இருந்தன. சவனஜையாவிலுள்ள சித்திரக் கூடத்தைத் தவிர மற்ற யாவும் இப்போதில்லை'' என்று அம்பா கேட்ட கேள்விக்கு பதிலளித்தான் சாமுவேல்.

"மற்ற இடங்களை விட சவனஜையாவிற்கு ஒரு சிறப்பான வரலாறுண்டு. இந்த இடத்தைச் சுற்றிலும் வயல்வெளிகள் உள்ளன. 1969ல் இல் கொண்டுவரப்பட்ட முதற் கைதிகள் கூட்டம் இந்த பூமியைத் தங்கள் உழைப்பால் குட்டி ஜாவாவாக மாற்றியுள்ளனர். விரைவில் இப்பகுதி சாலை, கட்டிடங்கள், சுகாதாரம் உள்ளிட்ட கட்டமைப்புகள் கொண்ட ஓர் இந்தோனேசியக் கிராமம் போல் மாற்றம் கண்டது'' என்று தன் பங்கிற்கு ஜூல்பிகார் சொன்னான்.

இங்கே நீண்டகாலமிருந்த கைதிகளுக்குப் பரிசளிக்கும் வகையில் ஜாவாவிலிருந்து கைதிகளின் குடும்பங்களை அரசாங்கம் இங்கு வரவழைத்தது. பலர் சொல்வது போல் அரசாங்கம் கொடுமையானதல்ல. மாறாக கருணை கொண்டது என்ற எண்ணத்தை உண்டாக்க வேண்டும் என்ற அரசியல் அதிலிருப்பதை சர்வாதிகாரத்தின் வேர்களை அறிந்தவர்கள், உணர்ந்திருந்தனர்.

"சிறை முகாம்கள் கலைக்கப்படுவதற்கு முன்பாவே சவனஜையா ஒரு கிராமமாக உருமாறிவிட்டது. குடும்பத்தோடு இருந்த கைதிகள் -குடியுரிமை பெற்று வாழ்ந்தார்கள்.''

"குடும்பமற்றவர்கள் என்னவானார்கள்" என்று அம்பா கேட்டாள்.

"அவர்கள் பிற முகாம்களுக்கு அனுப்பப்பட்டனர்.''

"அப்படியென்றால் குடும்பம் இருந்திருந்தால் நல்லது கிடைத்திருக்கும் அல்லவா?''

ஜூல்பிகார் இடைமறித்தான்.

"ஆம் என்றும் சொல்ல முடியாது. இல்லை என்றும் சொல்ல முடியாது. எனக்குத் தெரிந்த பல கைதிகள் தங்கள் குடும்பங்களை இங்கு வரவழைக்கவில்லை. ஏனெனில் இங்கு வந்துவிட்டால், அவர்களும் குடும்பமும் சாகும் வரை புரு தீவைவிட்டு நீங்க முடியாது என்பது அவர்களுக்குத் தெரியும். புரு தீவை விட்டுத் தொலைவில் இருந்தாலும் குடும்பம் சுதந்திரமாக இருந்தாலே போதும் என்று அவர்கள் நினைத்தனர்."

இதைச் சொல்லும்போது ஜூல்பிகாரின் குரல் சற்று உடைந்து போனது. பழைய நினைவுகள் வருவதைத் தடுப்பதுபோல அம்பாவின் முகம் இறுகிப்போனது.

"காலை வெளிச்சத்தில் யாவும் தெளிவாகத் தெரியும். நீங்களே புரிந்து கொள்வீர்கள்'' என்றான் ஜூல்பிகார். அருகிலிருந்த வீட்டுத் தொகுதி ஒன்றை அடைந்தனர். அத்தொகுதியில் வீடுகள் நெருக்கமற்று அங்கொன்றும் இங்கொன்றுமாக இருந்தன. அவற்றுள் சுகாதாரமிக்க ஒரு வீட்டைத் தேர்வு செய்தான். அவ்வீட்டிற்குப் பொறுப்பானவனிடம் பேரம் பேசி மூன்று அறைகளை வாடகைக்கு அமர்த்தினான். அவனுக்கும் அம்பாவிற்கும் அறைகள் பின்புறம் இருந்தன. சாமுவேலின் அறை, முன்பும் தெருவை நோக்கியதாக இருந்தது.

"இங்கே மின்விளக்கு வசதி இல்லை. மெழுகுவர்த்திதான். பிரச்சினையில்லையே'' என்று கேட்டான், வீட்டின் பாதுகாவலன்.

"அதைப்பற்றி கவலை ஏதுமில்லை'' என்ற சாமுவேலிடம் "சற்று நேரம் சீட்டு விளையாடுவோமா" என்று கேட்டான், ஜூல்பிகார்.

"மன்னிக்கவும், நான் தூங்கியாக வேண்டும்."

சாமுவேல் உடனடியாக படுக்கைக்குச் சென்றதற்குப் பல காரணங்கள் உண்டு. முதலாவதாக, இராணுவ வீரர்கள் அவர்களைக் காண்பதற்குள் எங்கேனும் மறைவாக இருக்க வேண்டும். இரண்டாவது தன்னிடமிருந்து தகவல்களைப் பிடுங்கும் எண்ணத்தில் சீட்டு விளையாட அழைத்த ஜூல்பிகாரின் சதியை முறியடிக்க வேண்டும்.

இறுதியாக, மெழுகுவர்த்தி எரிந்து கரைந்து போவதை அவன் காண விரும்பவில்லை. கரையும் மெழுகுவர்த்தியில் அம்பாவின் முகத்தில் படர்ந்திருந்த சோகம் தெரிந்தது. அம்பாவின் முகத்தை

இருளில் நினைத்தவாறு படுக்கையில் கிடக்கவே அவன் விரும்பினான். அந்த எண்ணத்தோடு படுத்தவனை விரைவில் தூக்க தேவதை சிறைப்பிடித்தாள்.

சாமுவேலும் சரி; ஜூல்பிகாரும் சரி; அம்பாவைப் பாதுகாக்கும் முனைப்பில் பாதி நேரம் தூங்கவில்லை. அம்பாவும் நடு இரவிற்கு மேலாக விடியல் தோன்றும் வரை பலமுறை படுக்கையிலிருந்து எழுந்ததைக் கண்ட சாமுவேல் அவளும் சரியாக உறங்கவில்லை என்பதைப் புரிந்து கொண்டான்.

தூக்கம் கலைந்து பொது அறைக்கு சாமுவேல் சென்றபோது அவனுக்கு முன்பாக ஜூல்பிகார் அங்கிருந்தான். அவனைக் கண்டதும் விரைந்து சென்று குளித்து முடித்து வந்தான். அப்போதும் ஜூல்பிகார் அங்குதானியிருந்தான்.

"நம்மை இங்கு அழைத்து வந்தவன் மீது எனக்கு நம்பிக்கை இல்லை. நாமிங்கு இருப்பதாக இராணுவத்திற்குத் தகவல் கொடுத்திருப்பான்'' என்றான் ஜூல்பிகார்.

சாமுவேலுக்கு என்ன சொல்வதென்று தெரியவில்லை. "அம்பா எப்படி இருக்கிறாள். இங்கே பல ரகசியங்கள் உள்ளன. அம்பா அச்சப்படவில்லையா? என்று சாமுவேல் கேட்க,

"அச்சப்படாமல் எப்படி இருக்க முடியும்?' என்று திருப்பிக் கேட்டான் ஜீல்பிகார்.

"நான் இங்கு பலவற்றைப் பார்த்தவன். கத்திக்குத்து, அடிதடி, தற்காப்பிற்காக நடைபெறும் துரோகம், அச்சமுடன் கழித்த இரவு என்று பல அனுபவங்கள் எனக்கு அச்சம் என்றால் என்னவென்று கற்றுக் கொடுத்துள்ளன.

"இந்த வாழ்க்கை வெறுத்துப்போக, புருதீவை விட்டு வெளியேறி, நேர்வழியில் வாழ்ந்து வருகிறேன்'' என்று சாமுவேல் மேலும் சொன்னவுடன் ஜூல்பிகார் நெகிழ்ந்து போனான்.

"நான் ஒரு முன்னாள் கைதி என்று நீ ஊகித்ததை நான் அறிவேன். நீ கெட்டிக்காரன். உன் ஊகம் சரி. நான் மூன்றாவது கைதிகள் குழுவில் இருந்தேன். நீ எனக்கு ஒரு உதவி செய்ய வேண்டும். முன்னாள் கைதி ஒருவன் இறந்துவிட்டதாகக் கேள்விப்பட்டேன். அவனது கல்லறையைக் கண்டுபிடிக்க நீ உதவ வேண்டும்'' என்று சாமுவேலிடம் ஜூல்பிகார் வேண்டிக்கொண்டான்.

ஜூல்பிகார் தன்னை நம்பத் தொடங்கிவிட்டான் என்ற புரிதல் சாமுவேலுக்கு மகிழ்வைத் தந்தது.

"நீ சொல்லும் மனிதன் எந்த கைதி முகாமில் இருந்தான்.''

"பதினாறாவது முகாம்''

"நீ?''

"நானும் அதே முகாம்தான். ஆனால் தளம் வேறு. நானும் அவனும் நல்ல நண்பர்கள். எங்களை - ஆயிரத்திற்கும் அதிகமானோரை - ஆட்டு மந்தையைப்போல கப்பலில் அடைத்து அழைத்து வந்தனர். பயணத்தின் போது நாங்கள் பார்த்துக்கொள்ளவில்லை. முகாம் கிடங்கில் இருந்து அவரவர் கருவிகளை வாங்க வரும்பொழுது சந்தித்துக் கொள்வோம். சில சமயம், நம்லீ கட்டிடங்களிலிருந்து முகாம் கட்டிடங்களுக்கு அரிசி, எண்ணெய், சர்க்கரை, உப்பு, வேளாண் கருவிகள் போன்றவற்றை சுமந்து வருவோம். கூலியற்ற அந்த உழைப்பைப் பகிர்ந்து கொள்வதுண்டு. நெருங்கிய நண்பர்களானோம். கலை அரங்கக் கூடத்தில் தேடிப்பிடித்துப் பழகுவோம். அவனுக்குப் பாட வராது. ஆனால் கவிதைகள் தெரியும். அவை பெரும்பாலும் மேற்கத்திய கவிதைகள். விரைவில் அவன் ஒரு சிறந்த மருத்துவன் என்று அறிந்து கொண்டேன்.

அவனது குடும்பப் பெயரிலிருந்து அவன் பெரிய வசதியான குடும்பத்தைச் சேர்ந்தவன் என்று தெரியவந்தது. அவன் எப்படி இங்கு வந்து மாட்டிக் கொண்டான் என்பது அனைவருக்கும் புதிராக இருந்தது.

பின்னர் அவனைப் பற்றிய விவரங்கள் தெரியவந்தன. அவன் ஓர் இலட்சியவாதி. இன்றைய அரசியலில் அது ஒரு தவறான வார்த்தை. அவன் தனிமனிதர்களை மட்டுமல்ல; சமூகத்தையும் குணமாக்க வேண்டுமென்று விருப்பம் கொண்டவன். எதையும் வித்தியாசமாக செய்பவன். ஆனால் உண்மையில் கம்யூனிஸ்ட் கட்சி உறுப்பினரல்லன். கம்யூனிஸ்ட் கட்சியின் எந்த அரங்கத்திலும் பொறுப்பு வகித்தவனல்லன். ஆனால் 1969ல் ஒருநாள் ஜகார்த்தாவில் கைது செய்யப்பட்டு சலேம்பா சிறைச்சாலையில் அடைக்கப்பட்டான். யோக்யாகரட்டாவின் கம்யூனிஸ்ட் கட்சியின் மாணவர் அமைப்பில் அவனுக்கு நண்பர்கள் இருந்தனர். அதுபோல

கலைஞர்கள் அமைப்பிலும் நண்பர்கள் இருந்தனர். தோழர்கள் பலருக்கு மருத்துவ உதவி அளித்திருக்கிறான்.

தஞ்சுங் பிரியோக் என்ற இடத்தில் கம்யூனிஸ்ட் கட்சியின் பெண்கள் அமைப்பான ஜெர்வானி நடத்தி வந்த மருத்துவமனையிலும் கேதிரி என்ற சிறிய ஊரில் ஒரு மருத்துவமனையிலும் மருத்துவ சேவை புரிந்திருக்கிறான். கிழக்கு ஜெர்மனி பல்கலைக்கழகம் ஒன்றில் பட்டம் பெற்றவன். இவை யாவும் சேர்ந்து அவன் கைதாகக் காரணங்களாகிவிட்டன.

ஜூல்பிகாரைவிட சாமுவேல் வயதில் இளையவன் என்றாலும் அவனுக்கு கம்யூனிஸ்ட் கட்சியின் அரங்கங்களின் *HSI, CGMI* என்ற பெயர்கள் எல்லாம் தெரியும். அவனுக்கு மட்டுமல்ல; புரு தீவில் சில காலம் வாழ்ந்த எவருக்கும் இவை தெரியும்.

சற்று நேரம் மௌனம் காத்த ஜூல்பிகார் ஏதோ நினைவு வந்தவன் போல மேலும் பேசினான். "என் நண்பனை இங்கு எல்லோருக்கும் தெரியும். ஒன்று எவருக்காவது உதவி செய்து கொண்டிருப்பான். இல்லையென்றால் தானுண்டு தன் வேலையுண்டு என்று அமைதியாக இருப்பான். பெண்களைப் பற்றி அவன் ஒரு நாளும் பேசிக் கேட்டதில்லை. அதனால்தான் அம்பா அவனைப் பற்றி விசாரித்ததும் ஆச்சரியப்பட்டுப்போனேன். அதேசமயம் ஒரு பெண் அவனைப்பற்றி விசாரித்ததில் என்ன ஆச்சரியம் என்று என் உள் மனசு சொன்னது. ஏனெனில் அவனைப்போல ஓர் அழகனை நான் கண்டதில்லை.''

அவன் இதைச் சொன்னதும், சாமுவேலின் சிந்தனையில் பொறி தட்டியது. எங்கோ ஜூல்பிகாரை சந்தித்து இருக்கிறோம். ஜூல்பிகாரின் நண்பனைக் கூடப் பார்த்திருக்கக் கூடுமென்று சாமுவேலுக்குத் தோன்றியது.

"உன் நண்பன் பெயர் என்ன?''

சுவருக்கும் காதிருக்கும் என்பதுபோல, ஜூல்பிகார் சாமுவேலை நெருங்கி காதில் முணுமுணுத்தான்.

"பீஷ்மா ரவுத்.''

உடனே சாமுவேலுக்கு "ஜூல்பிகாரை எப்படித் தெரியும்'' என்பது புரிந்துவிட்டது. ஆனால் அவன் ஏதும் சொல்வதற்குள், அம்பா அவள் அறையிலிருந்து வெளிப்பட்டாள்.

"காலை வணக்கம் நண்பர்களே!"

அந்த இடத்தைப் பற்றி நன்கு தெரிந்துகொள்ள வேண்டும் என்று அம்பா சொன்னாள். வேறெதுவும் செய்வதற்கு முன் நாம் இந்த இடத்தைச் சுற்றிப் பார்ப்போம் என்று ஜூல்பிகார் யோசனை சொன்னான்.

காலை 9 மணியிலிருந்து காவல்துறை தலைமையகத்திலிருந்து சாமுவேலுக்கு கேள்வி மேல் கேள்வி வந்த வண்ணம் இருந்தது. "அவர்கள் என்ன செய்கிறார்கள்?'' "அவர்களைப் பற்றி என்ன தெரிந்து கொண்டாய்?'' சாமுவேல் தன் கைபேசியை மௌனமாக்க, அது துடித்துக் கொண்டிருப்பதை சாமுவேலால் உணர முடிந்தது. அவனும் அவனது சகபயணிகளும் வெகுநேரம் மறைந்திருக்க சாத்தியமில்லை என்பதை அவன் தெரிந்திருந்தான்.

கரடுமுரடான பாதையில் அவர்கள் வாகனம் சென்று கொண்டிருந்தது. இம்முறை அம்பா, வாகனத்தின் முன்பகுதியில் ஜூல்பிகாருக்கும் சாமுவேலுக்கும் இடையில் அமர்ந்திருந்தாள். அம்பாவின் இடுப்பும், கையும் சாமுவேல் மீது உரச, அவளின் வெப்பத்தை உணர்ந்தவாறு வாகனத்தை அவன் ஓட்டிவந்தான். அம்பாவின் கவர்ச்சிகர உதடுகளையும் காந்தக் கண்களையும் அவ்வப்போது பார்த்துக் கொண்டான், சாமுவேல்.

கடந்து செல்லும் நிலப்பரப்பில் முன்னமிருந்த கட்டிடங்கள் குறித்தும், பிற செய்திகள் குறித்தும் ஜூல்பிகார் விவரித்துக் கொண்டிருந்தான். ஏதோ பல்கலைக்கழகப் பட்டம் பெறுவதற்குரிய விவரங்களை சேகரிக்கப்போவது போல் அம்பாவும் கூர்மையாகக் கேட்டுக்கொண்டிருந்தாள். சாமுவேல் புருதீவைப் பற்றி நன்கறிவான். இருப்பினும் அவனும் ஜூல்பிகார் சொன்னதையெல்லாம் கவனமாகக் கேட்டுக் கொண்டிருந்தான். அவன் சட்டைப்பைக்குள் இருந்த கைபேசி துடிப்பதை நிறுத்தவில்லை.

ஜூல்பிகார் ஒரு கட்டிடத்தைக் காட்டி, அதன் முன் வாகனத்தை நிறுத்தச் சொன்னான். தொழிலாளர்களும் படைவீரர்களும் தங்கியிருந்த தளங்களில் அதுவும் ஒன்று என்று விளக்கினான்.

அது ஒரு இனிமையான காலைப்பொழுது. வண்ணமயமான இயற்கையை ரசிக்கும் உயிர்ப்புள்ள உயிரினமாக இருப்பதை எண்ணி உணர்ச்சிவசப்படுத்தும் காலைப்பொழுது, புற்களின்

நுனியில் உடைந்தும் உடையாமலும் உறங்கிக்கொண்டிருந்த பனிக்கூட்டம் பரவசப்படுத்தியது.

உணர்ச்சிவசப்பட்டுப்போன ஜுல்பிகார் தன்னை மறந்து மெல்ல பேசத் தொடங்கினான்.

"எங்களுக்கு ஒரு பழக்கம் உண்டு. எங்கள் ரகசியங்களை பாதுகாப்பாக மறைத்துவைக்க இடம் தேடுவோம். அதிகாரத்தை எதிர்க்கும் அடையாளம் அது. உதாரணமாக, என்னால் எழுதாமல் ஒருபோதும் இருக்க முடியாது. ஆனால் தீவிற்குள்ளேயும், வெளியேயும், காவலர்களின் பார்வையைத் தாண்டி எதையும் பேசிக்கொள்ள முடியாது; கடிதங்களைப் பரிமாறிக்கொள்ள முடியாது. நான் எழுத விரும்புவதையெல்லாம் எழுதி, அவற்றை, மூங்கில் புதருக்குள் முளைத்திருக்கும் நீண்ட மூங்கில் குழாய்களில் மறைத்து வைப்பேன். அதை எவரும் படிக்காமல் போகலாம். ஆனால் எழுதிவிட்ட நிறைவில் என் மனம் அமைதியுறும்.''

"உன்னைப் போல் வேறுஎவரேனும் செய்வார்களா?'' என்று கேட்டாள் அம்பா.

'உன் நண்பன் பீஷ்மா''

"ஆம்!''

அதைக் கேட்டதும் எழுந்த உணர்ச்சிகளை அவள் அடக்கிக் கொள்வது சாமுவேலுக்குத் தெரிந்தது.

ஜுல்பிகார் பழங்கதைகளைச் சொல்லத் தொடங்கினான். அதிலும் குறிப்பாக அவனோடிருந்த அரசியல் கைதி ஒருவனின் சாகசங்களை விவரித்துக் கொண்டிருந்த ஜுல்பிகார் திடீரென "நிறுத்து சாமுவேல் நிறுத்து'' என்று கத்தினான். சுதாரித்துக் கொண்ட சாமுவேல் சட்டென்று வாகனத்தை நிறுத்தினான். சற்று கவனம் தப்பியிருந்தால் வாகனம் மலைமுகட்டிலிருந்து தலைகீழாக விழுந்திருக்கும். ஏனெனில் அந்த சாலை மலைமுகட்டின் விளிம்பை நோக்கி சென்று கொண்டிருந்தது.

வாகனத்திலிருந்து இறங்கிய மூவரையும் நீண்ட பரந்த வயல்வெளி வரவேற்றது. ஒரு காலத்தில் காட்டு மரங்களும் அடர்புதர்களுமாக இருந்த அந்த இடம் பொன்விளையும் பூமியாக மாறிப்போயிருந்தது. மனித உழைப்பும், அவமானங்களைச் சுமந்த மக்களின் இரத்தமும் உண்டாக்கிய இந்த மாற்றங்கண்டு சாமுவேல்

மலைத்துப்போனான். ஆனால் அவன் மலைப்பிற்கு காரணம் அதுமட்டுமல்ல; மௌனம் கலைந்து உடைந்த குரலில் ஜூல்பிகார் சொன்ன விளக்கமும் காரணம்.

“இந்த புரு தீவு கம்யூனிஸ்ட்டுகளின் சவக்கிடங்காகும் என்ற சுகர்த்தோவின் கணக்கு தப்புக்கணக்காகிப் போனது. ஆனால், நாங்கள் கைதிகள் இந்த பூமியை நெற்களஞ்சியமாக்கினோம். புதிய மண்ணாக்கினோம், புதிய வாழ்வு கண்டோம். இந்த மண்ணில் வீழ்ந்த எதுவும் முளைக்கும், கைதி உட்பட.

இதைச் சொன்னபோது ஜூல்பிகாரின் கண்கள் ஈரம் கண்டன. இதைக் கண்ணுற்ற அம்பா தன் சோகம் தன்னைக் கவ்வாதிருக்க முகத்தைத் திருப்பிக் கொண்டாள்.

பள்ளத்தாக்கைச் சுற்றி வளைத்து நின்ற மலைகளைப் பார்த்ததும் அம்பாவிற்கு ஜெர்மானிய தத்துவக் கவிஞன் நீட்சேயின் கவிதை நினைவிற்கு வந்தது. ஆல்ப்ஸ் மலையின் மேலிருந்து அந்த வித்தாரக் கவிஞன் எழுதிய கவிதைகள் மக்களின் வாழ்க்கையில் மாற்றங்களை ஏற்படுத்தின.

ஜூல்பிகார் மீண்டும் நினைவுகளில் மூழ்கி முத்தெடுக்கத் தொடங்கிவிட்டான்.

சாமுவேல் தன் கைபேசியில் தோன்றிய செய்தியைப் பார்த்தான். "நீங்கள் இருக்குமிடத்திலிருந்து எங்களுக்கு செய்தி வந்துவிட்டது. உங்களைச் சந்திக்க ஓர் அதிகாரி வந்துகொண்டிருக்கிறார். சவனஜையாவிலிருந்து வெகு தூரம் சென்றுவிட வேண்டாம்.” இந்த செய்தியைப் பார்த்தவுடன், சற்று விலகிச் சென்று ஜூலியஸ் என்பவனைத் தொலைபேசியில் தொடர்பு கொண்டான். முன்னாள் கைதிகளைப் பற்றிய விவரமறிந்தவன் ஜூலியஸ். சாமுவேல் அவனிடம் பீஷ்மாவைப் பற்றி விசாரித்தபோது தனக்கு பீஷ்மாவைத் தெரியும் என்று அவன் சொன்னான். கைபேசி சமிக்ஞை மூலம் காவல்துறைக்கு அவர்கள் இருக்குமிடம் தெரிந்துவிடக்கூடாது என்ற எண்ணத்தில் சாமுவேல் பேசிமுடித்த பிறகு கைபேசியை அணைத்தான்.

மீண்டும் தன் நண்பர்களை நெருங்கிய சாமுவேல் பீஷ்மா குறித்த விவரமறிந்த ஒரு நண்பனைத் தொடர்பு கொண்டதாக சொல்ல, ஜூல்பிகார் "நானும் ஒரு நண்பனைத் தொடர்புகொள்ள வேண்டும். விரைந்து செல்வோம்” என்றான்.

சாமுவேல் மீண்டும் ஜூலியஸை தொடர்புகொண்டு எங்கு சந்திப்பது என்பதை உறுதி செய்து கொண்டான். அப்போது இயற்கை உபாதையிலிருந்து விடுபட அம்பா ஒரு புதருக்குப் பின்னால் மறைந்துகொண்டாள்.

அவள் அகன்றதும் சாமுவேலிடம் ஜூல்பிகார், "உன் நண்பன் நம்பிக்கைக்கு உரியவனா? அவனை உனக்கு எப்படித் தெரியும்?'' என்று கேட்டான். சாமுவேல் பதில் சொல்லத் தயங்கியவுடன், "அதுபற்றி கவலை இல்லை. நாம் நொடிப்பொழுதில் இத்தீவிலிருந்து மறைந்துவிடலாம். நாம் கேள்விப்படுகிற வதந்திகள் உண்மைதானா என்பதை அறிய வேண்டும்'' என்றான் ஜூல்பிகார்.

"வதந்தியா? என்ன சொல்கிறாய்? எனக்கு ஒன்றும் புரியவில்லை.''

"பீஷ்மாவின் மரணம் குறித்து ஒரு வதந்தி உள்ளது.''

"வதந்தி பொய்யென்றால்? பீஷ்மா உயிரோடுள்ளான் என்றால்?''

"பீஷ்மாவும் அம்பாவும் 40 வருடங்களுக்கு முன் ஒருவரையொருவர் காதலித்து வந்தனர். ஆனால் எதிர்பாராத விதமாக அவர்கள் பிரிய நேர்ந்தது. அதற்குப் பிறகு அவர்கள் சந்தித்துக்கொள்ள முடியாமற் போய்விட்டது. எனக்கு பீஷ்மா உயிரோடிருப்பான் என்ற நம்பிக்கை இல்லை. ஆனால் அப்படி இருக்கிறான் என்று சிறிய சந்தேகம் ஏற்பட்டால்போதும், அம்பா அவனைக் கண்டுபிடிக்காமல் ஓயமாட்டாள். அதுதான் அவள் இயல்பு. நாமும் அவளை விட்டுவிட்டுச் செல்லமுடியாது. மாறாக இறந்துபோனான் என்பது உறுதியானால், அம்பா தன் இனிய நினைவுகளில் அமைதி காண்பாள். அமைதியான வாழ்க்கைதானே நம்மனைவரின் இறுதி லட்சியம்.''

வால்கன் கிராமம் குறித்து சாமுவேல் நன்கறிவான். அது ஒரு காலத்தில் தீவாந்திர தண்டனைக் குடியிருப்பின் ஒரு பகுதியாக இருந்தது. புரு தீவிற்கு வருகிற எவரும் வால்கன் கிராமத்திற்கு பெரும்பாலும் வருவதில்லை. எனவே, அவர்களைத் தேடி காவல்துறையும் இராணுவமும் அந்தக் கிராமத்திற்கு வருவதற்கு வாய்ப்புகள் குறைவு.

அவர்கள் வாகனம் மலையிலிருந்து இறங்கி வால்கன் கிராமம் நோக்கி சென்று கொண்டிருந்தது. அங்கே மௌனம் ஆட்சி புரிய சாமுவேல் சிந்தித்துக் கொண்டிருந்தான். ஜூல்பிகார் குறித்து அவனால் ஒரு முடிவிற்கும் வரமுடியவில்லை. அப்படியென்ன கொடுமையை ஜூல்பிகார் அனுபவித்துவிட்டான். இந்தோனேசியாவில் எவர்தான் கொடுமைக்கு ஆளாகவில்லை? 1950களில் சாமுவேல் குடும்பம் படாத துயரமா? அவர்கள் வாழ நல்ல இடம் கிடைத்ததா? நாஜிக்களின் முன்னாள் சிறைமுகாம்களில்தான் அவர்கள் தங்க வேண்டியிருந்தது. சாமுவேலுக்கு நேராத துயரமா? தன் பெற்றோர், உடன்பிறந்தோரை விட்டு விலகி அவன் புருதீவிற்கு கப்பலேற வேண்டியிருந்ததே.

தன்னை அம்பா கவனித்துக்கொண்டிருக்கிறாள் என்பதை வாகனம் ஓட்டியவாறே புரிந்துகொண்டான் சாமுவேல். தன் உள்ளுணர்வை அம்பா புரிந்துகொண்டுவிட்டாளா என்று ஒரு கணம் யோசித்தவன் வாகனத்தை ஒரு பள்ளியின் முன்பு மெல்ல நிறுத்தினான். "நம்மைச் சந்திக்க வேண்டியவர்கள் விரைவில் இங்கு வருவார்கள்" என்று சொன்னான்.

அந்த பள்ளி மூன்று தளங்களை அடுக்கடுக்காகக் கொண்டிருந்தது. பள்ளி மேற்கூரை சிவப்பு நிறத்தில் ஜவானிய பாணியில் அமைந்திருந்தது. கட்டிடத்தின் முன்பு பரந்த வெளி. முன்புறமிருந்த புல்வெளியில், கிளைகளைப் பரப்பி பெரிய மர நிழலில் கல்மேசைகள் மூன்றும், அவற்றுக்கு அருகில், ஏதுவாக கல் இருக்கைகள் மூன்றும் காணப்பட்டன.

"அதோ பாருங்கள், என்ன அழகு! கட்டிடத்தின் சிவப்பு நிறம், படர்ந்திருக்கும் கிளைகளில் பூத்திருக்கும் இரத்த சிவப்பு நிறம், வேலிகளின் நீல நிறம், இந்த வண்ணக்கலவை பிளந்து நிற்கும் மரத்தின் மரகதப் பச்சை பின்புலத்தில்.. என்ன அழகான வண்ணத் தோற்றம்.''

என்று வியந்தவாறு வாகனத்திலிருந்து அம்பா இறங்கினாள். அவள் நின்ற அந்த பூமியை ஒரு காலத்தில் செப்பனிட்ட நூற்றுக்கணக்கான கைதிகளை நினைத்துப் பார்த்துப் பெருமூச்சுவிட்ட அம்பா சொன்னாள்.

"சிறை முகாமில் இப்படி ஓர் அழகுப் பள்ளியை எப்படிக் கட்டினார்கள்?''

மதியப் பொழுது நெருங்கிக் கொண்டிருந்தது. பள்ளிக்கும், அருகிலிருந்த மசூதிக்கும் மக்கள் வந்த வண்ணம் இருந்தனர். சாமுவேல் சுற்றும் முற்றும் பார்த்துக் கொண்டான். காவல்துறைக்குத் துப்பு சொல்லும் நபர்கள் தன்னை அடையாளம் காண மாட்டார்கள் என நம்பினான். அந்தத் தீவில் வாழும் ஒவ்வொருவரும் துப்பு சொல்பவர்கள் என்பதால் சாமுவேலின் நம்பிக்கையில் எந்த பொருளும் இல்லை. வீதியின் மறுபக்கம் இரண்டு கட்டுமானத் தொழிலாளர்கள் சுவர் ஒன்றைக் கட்டிக்கொண்டு இருந்ததைப் பார்த்தான். அவர்களிருவரும் அம்பாவை கடைக் கண்ணால் கவனித்துக்கொண்டிருந்தனர். அம்பாவும் அவளோடு இருந்த மற்ற இருவரும் அந்நியர்கள் என்பதும், அந்த இடத்தில் அவர்களுக்கு எந்த வேலையுமிருக்க வாய்ப்பில்லை என்பதையும் அந்த தொழிலாளர்கள் அறிவர். விரைவில் அவர்கள், இம்மூவரைப் பற்றி சொல்ல வேண்டிய இடத்திற்கு தகவல் அனுப்பிவிடுவார்கள்.

காலம் கரைந்து கொண்டிருந்தது. சாமுவேலும், ஜுல்பிகாரும் எதிர்பார்த்த நபர்கள் வந்து சேரவில்லை. பாதசாரிகள் - கூட்டத்திலிருந்து வெளிப்பட்ட ஒருவன் பொறுமை இழந்து பொருமிக் கொண்டிருந்த ஜுல்பிகாரை சட்டென்று அணுகி “என்ன ஜுல்பிகார், நலம்தானா?” என்று கேட்டான். அவன் பெயர் ஜாக்கோ. ஜாக்கோவிற்கு சாமுவேலை அறிமுகம் செய்து வைத்தான் ஜுல்பிகார். அவர்கள் மூவரிடமிருந்து சற்று விலகி அம்பா அமர்ந்திருந்தாள். ஜாக்கோவிடம் பீஷ்மாவை பற்றி கேட்டுக் கொண்டிருந்தனர் சாமுவேலும் ஜுல்பிகாரும். ஆனால் ஜாக்கோவிடமிருந்து எந்த பயனுள்ள தகவலும் கிடைக்கவில்லை. அலுத்துப்போன ஜுல்பிகார்.

"சாமுவேலின் நண்பர் ஜுலியஸ் இங்கு எங்களைப் பார்க்க வருவதாகச் சொன்னார். இந்தப் பகுதியைச் சேர்ந்த ஜுலியஸைத் தெரியுமா?'' என்று கேட்டான்.

"ஆம்! எனக்குத் தெரியும். நீங்களும் பிற கைதிகளும் இந்த தீவைவிட்டுச் சென்றபோது, நான் இங்கேயே தங்கி இத்தீவைச் சேர்ந்த ஒருவளைத் திருமணம் செய்து கொண்டேன். எனது மனைவியின் உறவினன்தான் ஜுலியஸ்''

சாமுவேலுக்கு ஒன்று தெரிந்தது. ஜீல்பிகாருக்கு ஜுலியஸ் மீதிருந்த சந்தேகத்தை ஜாக்கோவிடம் விசாரித்துப் போக்கிக் கொண்டான்.

ஒரு மணி நேரம் கழிந்திருந்தபோது, ஐவரும் அம்பா, சாமுவேல், ஜூல்பிகார், ஜாக்கோ, ஜூலியஸ் அமர்ந்திருந்த வாகனம் மலையடிவாரத்தின் பள்ளத்தாக்கிலிருந்து ஒரு குடியிருப்புப்பகுதியை நோக்கி சென்று கொண்டிருந்தது. தீவின் பல இடங்களில் திரிந்து விட்டு, பீஷ்மா இந்தக் குடியிருப்பில்தான் வாழ்ந்து வந்ததாக சொல்லப்படுகிறது என்று ஜாக்கோவும் ஜூலியசும் உறுதிபடச் சொன்னார்கள். 1979க்குப் பிறகு, தங்கள் ஊருக்குத் திரும்பிச் செல்ல விரும்பாமல் புரு தீவில் தங்கிய கைதிகளுக்கு அந்த குடியிருப்புப் பகுதியில் நிலம் வழங்கப்பட்டதென்ற செய்தியை ஜூல்பிகார் விளக்கினான். புதிய வாழ்வைத் தொடங்குவதற்கான இடமல்ல அது, மாறாக உயிர் வாழ ஏதோ ஒரு குடியிருப்பாகவே அது அமைந்திருந்தது.

அம்பானியர்களைப் பற்றி, இந்தோனேசியர்களைப் பற்றி என்று ஏதேதோ பேசிய வண்ணம் பயணம் செய்தான் ஜூல்பிகார். ஜூலியஸ் மௌனத்தில் உறைந்துபோனான். சாமுவேல் அறிந்த ஜூலியஸ் மாறிப் போயிருந்தான். தவறான இடத்திற்கு வந்துவிட்டவன் போல் ஏதோ தவிப்பில் இருப்பவன் போலக் காணப்பட்டான். அவனும் சாமுவேல் போலத்தான். காவல்துறைக்கு கூலிக்கு துப்பு சொல்பவனாக வாழ்க்கை நடத்திவந்தான். வாகனம் குடியிருப்புப் பகுதியை நெருங்கும் சமயத்தில் தனித்து நின்ற பச்சை நிறக் கட்டிடத்தைக் காட்டி "இங்குதான் கைதிகளின் இறுதி கட்டம் நடந்தது" என்று சொன்னான்.

அம்பா மெல்ல முணு முணுப்பதை சாமுவேல் பார்த்தான். அவளது மெல்லிய குரல் அவன் காதுகளில் விழுந்தது.

"இந்த இடத்தில் தங்கிவிட வேண்டுமென்று பீஷ்மா எப்படி முடிவு செய்தான்? கிழக்கு ஜெர்மனியில் அவன் வாழ்ந்த வாழ்க்கை அவனுக்கு எச்சரிக்கையாக, பாதுகாப்பாக வாழக் கற்றுக்கொடுக்கவில்லையா?"

அங்கு சற்று நேரம் நிலவிய மௌனத்தை ஜூலியஸ் கலைத்தான். "நமக்கு நேரம்அதிகமில்லை. இந்த குடியிருப்புப் பகுதியின் தலைவன் மார்க்கோவை நாம் பார்க்க வேண்டும்" என்று சொன்னான்.

மார்க்கோவைப் பார்த்துப் பேசியபின் இரவில் மீண்டும் சவனஜையாவிற்கு பயணம் செய்வது நல்லதல்ல என்று ஜூல்பிகார்

சொல்ல, ஜூலியஸ் "இரவு தன் வீட்டில் தங்கிக் கொள்ளலாம்" என்றான். அவன் வீடு அந்த குடியிருப்புப் பகுதியிலிருந்து சிறிது தொலைவில் இருந்தது.

"நல்லது. நாம் நாளை விரைவாகப் பயணம் செய்ய வேண்டும். நாம் ஏற்கனவே சென்ற இடங்களைத் தவிர்க்க வேண்டும்'' என்றான் ஜூல்பிகார்.

சாமுவேல் தான் காவல்துறைக்குத் துப்பு சொல்லும் தொழிலில் இருந்தவன் என்ற உண்மையை மறைத்துவிட்டதை நினைத்து குற்ற உணர்வு கொண்டான். காவல் அதிகாரி மேஜர் குஸ்னோவிடம் சொன்னால்போதும்; பீஷ்மாவைப் பற்றிய செய்திகள் கிடைத்துவிடும். ஆனால் அதில் இரண்டு ஆபத்து இருந்தது. ஒன்று, தான் யாரென்று தெரிந்து போகும். மற்றொன்று காவலர்கள் அம்பாவிடம் மோசமாக நடந்து கொள்ளக்கூடும். மேலும் அம்பா அறியாத இந்த ஊரில் அம்பாவிற்கு தனது பாதுகாப்புத் தேவை என்று உணர்ந்ததும் மேஜர் குஸ்னோவின் உதவியை நாடும் எண்ணத்தை சாமுவேல் முற்றிலும் துடைத்து எறிந்தான்.

குடியிருப்புகளின் தலைவன் மார்க்கோ சுமத்திராவைச் சார்ந்தவன் என்று அறிமுகம் செய்தான், ஜூலியஸ். முரட்டு முகமும் சந்தேக விழிகளும் கொண்ட மார்க்கோ வயோதிகனாக இருந்தான்.

"அதோ இந்தத் தெரு முனையிலுள்ள வீட்டில்தான் பீஷ்மா ரவுத் வசித்து வந்தான். அவன் எவரோடும் பேச மாட்டான். எங்களோடு அவன் நெருங்கிப் பழகவில்லை. சில சமயங்களில் நாட்கணக்காக, வாரக் கணக்காக எங்கோ மறைந்துபோவான். அந்த வீட்டில் தன்னந்தனியனாகவே வாழ்ந்து வந்தான். எங்களுடைய வேலைப் பளுவின் காரணமாக நாங்களும் வலியச் சென்று அவனைப் பற்றி அதிகம் அறிந்து கொள்ளவில்லை.''

என்று பீஷ்மா குறித்த விவரங்களைச் சொல்லிவிட்டு புருதீவில் அவர்கள் பட்ட துயரங்களையெல்லாம் விவரித்தான். அவன் குரலில் கடும் கசப்பு இருந்தது. இருப்பினும் அவர்களை அவன் அங்கிருந்து விரட்டவில்லை. இறுதியாக, ரானா ஏரிக்கு மேலே மலைத் தொடர்களில் வாழ்ந்த, இரட்சகன் என்றழைக்கப்பட்ட ஒருவனின் பெயரைச் சொன்னான்.

"அந்த இரட்சகனைக் கண்டுபிடியுங்கள். அவனுக்கு பீஷ்மாவைப்பற்றித் தெரிந்திருக்கும். உங்களை எச்சரிக்க விரும்புகிறேன். அவன் தன்னைப் பற்றி பெரிதாகப் பீற்றிக்

கொள்வான். தனக்கு அதிசய சக்தி இருப்பதாகச் சொல்லிக் கொள்வான். அந்த சக்தி இருப்பவனை எவராலும் வெல்ல முடியாது என்பான். நாங்கள் சிறை முகாம்களில் இருந்தபோது எங்களிடம் இதை எப்போதும் சொல்வான். ஆனால் ஒரு சுய இன்ப விரும்பியாக மாறிப்போனான். ஒரே ஒருவனை மட்டும் அவன் விரும்பினான். தன் விருப்பத்திற்குப் பாத்திரமான அவனுக்கு தன் அதிசய சக்தியைக் கொடுத்தான்.''

ஒரு பெண் இருக்கிறாளே என்று கண்ணியம் பாராமல் அவருக்கத்தக்க மொழியில் பேசினான்.

"அது எப்படி எங்களுக்குத் தெரியும் என்று நீங்கள் கேட்கலாம். நாங்கள் மரம் வெட்டுகிறபோது எங்களுக்கு நிர்ணயிக்கப்படும் இலக்கைக் காட்டிலும் கூடுதலாக வெட்டுவோம். அக்கூடுதல் மரத் துண்டுகளைத் திருட்டுத் தனமாகக் கடத்திச் சென்று விட்டு எங்களது தேவைகளைப் பூர்த்தி செய்வது வாடிக்கை. அதுபோல ஒருமுறை பீஷ்மாவும் வேறு சிலரும் கூடுதல் மரம் வெட்டும்போது காவலர்களிடம் பிடிப்பட்டுப்போனார்கள். பிடிபட்டவர்களை தனியறையில் அடைத்துக் காவலர்கள் கொடூரமாக சித்ரவதை செய்தனர். ஆனால் அவர்களின் தாக்குதல்கள் எதுவும் பீஷ்மாவை ஒன்றும் செய்யவில்லை. பலர் ஒன்று சேர்ந்து தாக்கியபோதும் பீஷ்மா வலியால் கதறவில்லை. துடிக்கவில்லை. எந்தக் காயமும் அவன் உடலில் ஏற்படவில்லை. எனவேதான் நாங்கள் பீஷ்மா அதிசய சக்தியைப் பெற்றிருப்பான் என்று ஊகித்தோம். அதன் காரணமாகவே அந்த ஓரினச் சேர்க்கைக்காரன் பீஷ்மாவை அறிந்திருப்பான் என்று நினைக்கிறேன்.''

மேலும் ஓர் அரை மணி நேரம் மார்க்கோவின் கசப்பான நினைவலைகளைக் கேட்டபின்னர் "புறப்படுவோமா?'' என்ற பொருள்படும்படி சாமுவேலைப் பார்த்தான். மார்க்கோவிடமிருந்து பயனுள்ள செய்திகள் ஏதும் இனி கிடைப்பதற்கு வாய்ப்பில்லை என்பது உறுதியானதும் அவர்கள் ஐவரும் அந்த குடியிருப்பிலிருந்து புறப்பட்டனர்.

வாகனத்தை நோக்கி அவர்கள் நடந்தபோது, அம்பாவின் முகத்தில் வெறுப்பும் விரக்தியும் வெளிப்படையாகத் தெரிந்தது. ஏமாற்றமும் கோபமும் பொங்க அவளிடமிருந்து கனல் தெறிக்கும் வார்த்தைகள் வெளிப்பட்டன.

"என்ன அதிசய சக்தி? என்னால் நம்ப முடியவில்லை. நம்மை மூடர்கள் என்று நினைத்தானா? பீஷ்மா என்று பெயரிருந்தால் போதுமா? பீஷ்மா என்ற பெயரே காவிய நாயகனாக்கிவிடுமா? அவன் ஒரு ஜவானியன் கூட அல்லன். நாம் வீடு திரும்புவோம்'' கோபத்தின் உச்சியில் நின்று அவள் கொட்டிய வார்த்தைகள் மற்றவர்களைத் திகைக்க வைத்தது.

"இப்போது நாம் திரும்பிவிட்டால் நம்மால் உண்மையை அறிந்து கொள்ள முடியாது'' என்றான் ஜூல்பிகார்.

'அம்பாதான் இப்பயணத்தை வற்புறுத்தினாள். இப்போது சட்டென்று முயற்சியைக் கைவிடுகிறாளே! வீடு என்று எதைச் சொன்னாள்' என்று குழம்பிய சாமுவேல் ஜூலியஸிடம்'' உன் வீடு எங்கே உள்ளது?'' என்று உரக்கக் கேட்டான்.

சற்று நேரத்தில் அவர்களனைவரும் ஜூலியஸ் வீட்டில் இருந்தனர்.

கதவு தட்டப்படும் சத்தம் கேட்டு கண்விழித்தான் சாமுவேல். ஜூல்பிகார் வீட்டின் கதவைத் திறப்பதைப் பார்த்தான். 'ஜீலியஸ் எங்கே போனான்? அவன் ஏன் கதவைத் திறக்கவில்லை' என்று அவன் யோசித்துக் கொண்டிருந்த வேளையில் மூன்று பேர்கள் வெளியே நிற்பதைக் கண்டான். அந்த மூவரில் முரடன் போல் தோற்றம் கொண்டவன் ஜூல்பிகாரைத் தள்ளிக்கொண்டு உள்ளே நுழைந்தான்.

"நான் ஒரு முறை பார்த்த முகத்தை எளிதில் மறப்பதில்லை. நீ வேய்ப்போ சிறைமுகாமில் இருந்தவன் தானே?'' என்று ஜூல்பிகாரைப் பார்த்துக் கேட்ட அம்முரடனின் பார்வை ஜாக்கோ மீது விழுந்தது.

"உன்னை எனக்கு நினைவிருக்கிறது. நீ சிறைக்கைதிகளோடு அலைந்தவன் தானே? அங்கு உன்னைக் கறுப்பு நாய் என்று தானே அழைப்பார்கள்?''

'கறுப்பு நாய். கைதி முகாமில் கொடூரமாக இருக்கும் சமயங்களில் சிறை அதிகாரிகள் பயன்படுத்தும் சொல். காலனி நாட்களில் டச்சுக்காரர்களுக்கு உதவிய அம்பானியர்களுக்கு வழங்கப்பட்ட பெயர் கறுப்பு நாய். புரு தீவில், காவலர்களுக்குத் துப்பு சொல்லும் முன்னாள் கைதிகளுக்குக் கொடுக்கப்பட்ட பட்டப்பெயர் கறுப்பு நாய்' என்று சிந்தனை ஓடிய சாமுவேலுக்கு ஒன்று புரிந்து போனது.

காட்டிக் கொடுத்த கறுப்பு நாய் ஜாக்கோ அல்ல. திட்டமிட்டு சிக்க வைத்தவன் ஜீலியஸ்தான் என்று புரிந்ததும் சாமுவேல் அதிர்ந்து போனான்.

ஜூல்பிகார் பக்கம் மீண்டும் திரும்பிய அந்த முரடன், "சிறை முகாம் மூடப்பட்டபோது, முதலில் தீவைவிட்டுச் சென்றவர்களுக்கு உதவியவனல்லவா நீ? என்று கேட்டுக் கொண்டிருந்தவன் கண்களில் அம்பா விழுந்தவுடன் ஒரு கணம் தன் கேள்வியை நிறுத்திக்கொண்டான். அம்பா அந்த தீவைச் சார்ந்தவள் அல்ல என்பதை அவளைப் பார்த்தவுடன் அவனுக்குப் புரிந்துவிட்டது.

"அவள் உன் மனைவியா?''

"ஆம்!'' தயங்காமல் சொன்னான் ஜூல்பிகார்.

அம்பா நகர்ந்து ஜூல்பிகாரிடம் நெருக்கமாக நின்று கொண்டாள். இதைப் பார்த்த சாமுவேலின் நெஞ்சு வலித்தது.

"நீங்கள் இங்கே என்ன செய்து கொண்டிருக்கிறீர்கள்?''

'வர்த்தகம். ஜாக்கோ இங்கே எங்கள் உள்நாட்டுப் பங்காளி.''

சட்டென்று முரடனின் கவனம் சாமுவேல் மீது திரும்பியது.

"உன்னை இதற்கு முன் சந்தித்திருக்கிறேனா?''

"சந்திருக்கக்கூடும்.''

"நீ எங்கேயிருந்து வருகிறாய்?''

"நம்லீயா.. அங்கு காவல்துறையில் எனக்கு நண்பர்கள் இருக்கிறார்கள்.''

இதைச் சொல்கிறபோது ஜூல்பிகாரைக் கவனித்தான், சாமுவேல். தான் ஒரு துப்பு சொல்பவன் என்பறை ஜூல்பிகார் அறிந்து கொண்டானா' என்பதை சாமுவேலால் உறுதி செய்து கொள்ள முடியவில்லை.

அந்த முரடனை இதற்கு முன் எங்கோ சந்தித்த நினைவு சாமுவேலுக்கும் இருந்தது. தெரிந்தவன் போலிருந்தாலும் அவன் காவல்துறை சார்ந்தவன் இல்லை என்றே சாமுவேலுக்குத் தோன்றியது. அவனது தலைமுடி வெட்டு, தொப்பி ஆகியவற்றைப் பார்த்தால் அவன் இராணுவத்திற்குத் துப்பு சொல்பவனோ என்ற ஐயம் எழ, சாமுவேல் தான் நினைத்ததைவிட சிக்கலான சூழலில் இருக்கிறோம் என்று புரிந்து கொண்டான்.

"நீ இங்கு எப்போதிலிருந்து இருக்கிறாய்?''

"நேற்றிரவு முதல்''

"நம்லீயாவில் தங்காமல் இங்கு ஏன் தங்கினாய்?'' அந்த சமயம் சட்டென்று எழுந்து கொண்ட ஜூல்பிகார் விலையுயர்ந்த சிகரெட்டுகள் கொண்ட ஒரு பெட்டியைத் திறந்து நீட்டினான். சிகரெட்டுகளை எடுக்க முன் வைத்த அந்த முரடனையும் அவன் நண்பர்களையும் தோளில் அணைத்துக் கொண்டு வீட்டிற்கு வெளியே சென்றான் ஜூல்பிகார். அவர்களிடம் அவன் ஏதோ சொல்ல, வாய்விட்டுச் சிரித்தவாறு அவர்கள் அவனோடு வெளியே சென்றனர். சாமுவேலுக்கு அடி வயிறு கலங்கியது. ஜூல்பிகாரின் தோற்றம், நடவடிக்கை, பேச்சு யாவும் அவனை ஒரு கண்ணியமானவனாகக் காட்டவில்லை. அம்பாவை நினைக்கும் பொழுது சாமுவேலின் கவலை கூடியது. ஆனாலும் ஜூல்பிகார் உதவியோடுதான் நிலைமையை சமாளிக்க முடியும் என்பதால் சாமுவேல் மூக்கை நுழைக்காமல் விலகி நின்றான்.

முரடனும் அவன் நண்பர்களும் அகன்று பத்து நிமிடம் கழிந்தது. அவர்கள் மீண்டும் வரமாட்டார்கள் என்பதை உறுதி செய்து கொண்டு சாமுவேல், அம்பா, ஜூல்பிகார், ஜாக்கோ ஆகிய நால்வரும் வாகனத்தில் ஏறி தங்கள் பயணத்தைத் தொடங்கினர். ஜூலியஸ் வேறு யாரிடமெல்லாம் தகவல் சொல்லியிருப்பானோ என்று எண்ணிக் கலங்கிய சாமுவேல் வாகனத்தை வேகமாக ஓட்டினான். ஜூலியஸை நம்பியது தவறு. அவனை அணுகியது முட்டாள்தனம் என்று தனக்குள் சாமுவேல் நொந்து கொண்டான்.

ஜூலியஸ் வீட்டில் நடந்த நிகழ்வுகள் சாமுவேலின் மனதை விட்டு அகலவில்லை. அதிலும் குறிப்பாக ஜூல்பிகார் அம்பாவைத் தன் மனைவி என்று சொன்ன வார்த்தைகள் சாமுவேலின் காதில் நாராசமாக ஒலித்துக் கொண்டே இருந்தன. ஜூல்பிகார் முரடனிடம் என்ன சொல்லியிருப்பான் என்பதைக் கற்பனை செய்து பார்த்தான். "அவளைப் பார்த்தாயா? என்ன அழகு! வயதானாலும் என்ன கவர்ச்சியாக இருக்கிறாள். நான் அவளை என் மனைவி என்று சொன்னேன் அல்லவா, அது உண்மையல்ல. பெண்கள் எவ்வளவு கீழ்த்தரமாக நடந்து கொண்டாலும் மதிப்போடு நடத்த வேண்டும் என்று எதிர்பார்ப்பார்கள். நமக்கு வேறு வழியில்லை.'' இந்த ஊகம் சாமுவேலை மேலும் நிலைகுலையச் செய்தது.

வாகனத்தின் சத்தம் தவிர வேறெதுவும் கேட்காமல் அவர்கள் மத்தியில் மௌனம் நீண்டது. "உனக்கு ஜாக்கோவை எவ்வளவு நாட்களாகத் தெரியும்?" என்று திடீரென ஜூல்பிகாரிடம் அம்பா கேட்டாள்.

இந்தக் கேள்வியை எதிர்பார்த்துக் கொண்டிருந்தது போல தயக்கம் ஏதுமின்றி ஜூல்பிகார் பதில் சொன்னான்.

"நுசகம்பங்கம் தீவு வாழ்வதற்கு இயலாத தீவு. நுசகம்பங்கம் என்றால் நரகம் என்று சொல்வார்கள். அந்தத் தீவில் இருந்த கொடூரமான சிறையில்தான் ஜாக்கோவைச் சந்தித்தேன்." என்று சொல்லிவிட்டு முன்புறம் அமர்ந்திருந்த ஜாக்கோவின் தோளைத் தட்டி,

"என்ன நண்பா? புருதீவிற்குக் கப்பல் ஏறுவதற்கு முன்னர் அங்குதானே 5 மாதம் ஒன்றாக இருந்தோம். நினைவிருக்கிறதா?' என்று ஜூல்பிகார் கேட்டான்.

"புரு தீவிற்குப் பயணிக்கும் போது ஒரே பாட்டும் கும்மாளமுமாக இருந்தோம். அத்தகைய சூழலில் நகைச்சுவை உணர்ச்சி மிகவும் அவசியம். பாடல்களை மறந்து போனாயா? நாம் பாடாத பொருள் ஒன்றுமில்லை."

"மரங்கள் பற்றி, மழை பற்றி, கொசுக்கள் பற்றி, சிறை முகாம் பற்றி, கிரின்யு என்ற மருத்துவச் செடி பற்றி, மனிதப் பல்லக்குப் பற்றி..." என்று மேலும் விவரித்தான் ஜூல்பிகார்.

"என்ன சொன்னாய், மனிதப் பல்லக்கா? என்று சாமுவேல் கேட்க,

"ஆம்! மிக முக்கியமானவர்களை நாங்கள் முதுகில் சுமந்து செல்வோம். அப்போது எங்களை மனிதப் பல்லக்கு என்று சொல்வார்கள்.

"எனக்கும் அந்த சொல்லாடல் தெரியும். எனக்கு 13 வயது இருக்கையில் நான் பார்த்திருக்கிறேன்." என்று சொல்லிவிட்டு, சாமுவேல் உணர்ச்சிவயப்பட்டுப் போனான். தனது சிறு வயது நினைவுகளில் மூழ்கிப்போனவன், வாகனத்தை ஓரமாக நிறுத்திவிட்டு, புரு தீவில் சிறு வயதில் தான் வாழ்ந்த வாழ்க்கையை இரண்டு நாட்களாக மறைத்து வைத்திருந்த தன் சொந்தக் கதையைக் கொட்டித் தீர்த்தான்.

சாமுவேல் பேசி முடித்ததும் ஜூல்பிகார் கூர்மையான பார்வை ஒன்றை அவன் மீது வீசினான். சாமுவேலுக்கு அந்த முதியவன்

என்ன நினைக்கிறான் என்பது புரிந்தது. "அடேய் சாமுவேல்! நாம் இரண்டு நாட்களாக இந்த தீவில்தான் சுற்றிக் கொண்டிருக்கிறோம். ஒன்றும் தெரியதவன் போல் நடித்துவிட்டு, இங்கு சிறுவயதில் வாழ்ந்ததாக இப்போது சொல்கிறாய். என்ன ஆளப்பா நீ'' என்று ஜூல்பிகார் சொல்வதுபோல சாமுவேலுக்குத் தோன்றியது.

சாமுவேல் தன் பார்வையை வேறுபுறம் திருப்பிக் கொண்டான். 'உண்மையை உடைத்துவிட்டேன். அம்பாவும் ஜூல்பிகாரும் என்ன வேண்டுமானாலும் நினைத்துக் கொள்ளட்டும்' என்று தனக்குள் சொல்லியவாறு வாகனத்தை ஓட்டிச் சென்றான். பாதை மேலும் மேலும் வளைவுகளாக, மலை மேலிருந்த ஊர் நோக்கி முன்னேறிக் கொண்டிருந்தது. ஜாக்கோ வாகனத்தை நிறுத்தச் சொன்னபோதுதான், வாகனத்தின் பின்னிருக்கையில் அம்பா அழுது கொண்டிருந்ததைக் கவனித்தான்.

14
கை மருத்துவன்

ஜாக்கோ வழிகாட்ட அவர்கள் மலைப்பாதையில் நடந்து சென்றனர். கீழே பள்ளத்தாக்கில் ரானா ஏரியும், வீடுகளின் கூரைகளும், உள்ளூர்வாசிகள் தோட்டங்களில் பணிபுரிவதும், வயல்வெளிகளில் விவசாயிகள் சீர் செய்வதும் அவர்கள் கண்களில் பட்டன.

மேலே செல்லச் செல்ல வீடுகளின் அடர்த்தி குறையலாயிற்று. ஒரு கட்டத்தில் வீடுகளே இல்லாது போயின. "இன்னும் சற்று மேலே சென்றால் அந்த நாட்டு மருத்துவனின் வீடு வந்து விடும். எனக்குத் தெரியும்'' என்று சொல்லியவாறு ஜாக்கோ முன் சென்றான்.

"அவன் ஒரு முன்னாள் சிறைவாசி. நாம் தேடி வந்த நபர் அவனாகத் தான் இருக்க வேண்டும்'' என்று ஜாக்கோ சொல்லிக் கொண்டிருந்தபோது, சட்டென்று ஒரு குடிசை தெரிந்தது. பள்ளத்தாக்கின் சரிவில் விளிம்பில் ரானா ஏரியைப் பார்த்தவாறு அக்குடிசை அமைந்திருந்தது. அக்குடிசை சற்று வித்தியாசமாக, மரத்தால் கட்டப்பட்டிருந்தது. வீட்டின் முகப்பில் பழமையான ஓர் இருக்கை இருந்தது. அதன் மேல் ஒரு டோரேமான் பொம்மை. (ஜப்பான் தொலைக்காட்சித் தொடரில் வரும் ஓர் இயந்திர பூனைக்குப் பெயர் டோரேமான். 22ம் நூற்றாண்டிலிருந்து வந்த அப்பொம்மை ஜப்பானிய சிறுவன் ஒருவனின் பிரச்சினைகளுக்குத் தீர்வு சொல்வதாக அத்தொலைகாட்சித் தொடர்கற்பனையை கடை விரிக்கிறது. -மொ-பெர்)

சற்று தள்ளி, வாடிப்போன செடி ஒன்றைப் பார்த்துக் கொண்டிருந்த 'மருத்துவனை' அவர்கள் கண்டார்கள். நூறு வயதைக் கடந்த அந்த முதியவன், அந்த பொம்மையைச் சுட்டிக்காட்டி, "எனக்கு ஒரு பெண் இதைக் கொடுத்தாள்'' என்று பெருமிதம் பொங்கச் சொன்னான்.

"எனக்கு இவனைத் தெரியும் 15ம் எண் சிறை முகாமில்

இருந்தான்' என்று நினைக்கிறேன்'' என்று மற்றவர்களிடம் கிசுகிசுத்தான் ஜுல்பிகார்.

அம்முதியவனை நெருங்கி தன்னையும் தானிருந்த சிறைமுகாமையும் அறிமுகப்படுத்தினான் ஜுல்பிகார்.

அவர்கள் அனைவரையும் ஆழமாக, மெல்ல நோட்டம்விட்ட பிறகு தன் பார்வையை ஜுல்பிகார் மீது குவித்த அப்பெரியவன் கேட்டான்,

"உன்னை நான் சந்தித்திருக்கிறேனா?''

"பதினாறாம் எண் சிறை முகாமிலிருந்த பீஷ்மா ரஷத்தின் நண்பன், நான். என் பெயர் ஜுல்பிகார். மீண்டும் உங்களைச் சந்திப்பதில் மகிழ்ச்சி. உங்கள் பெயர் ருக்மண்டா, சரிதானே''

அடுத்த ஒரு மணி நேரம் மெல்ல கழிந்தது. அம்பா பழங்கால இருக்கையில் அமர்ந்து கொண்டாள். மற்றவர்கள் ஆங்காங்கே தரையில் அமர்ந்து கொள்ள அம்முதிய மருத்துவன் தன் நினைவுகளில் படிந்திருந்தவற்றை ஒவ்வொன்றாகச் சொல்லி வந்தான்.

"நீங்கள் உங்களின் அதிசய சக்தியை பீஷ்மாவிற்கு வழங்கினீர்களா?'' என்று நேரடியாக அவரை சல்பிகார் வினவினான்.

சுருக்கம் நிறைந்த பெரியவரின் நெற்றி மேலும் சுருங்கியது. புன்னகையை சிந்தியவாறு,

"உனக்கு பீஷ்மாவை நன்கு தெரியுமா?'' என்று முதியவன் கேட்டான்.

"ஆம்! நாங்கள் நெருங்கிய தோழர்கள்''

"நீ இந்தத் தீவைவிட்டு சென்றபிறகு எப்போதாவது பீஷ்மாவிடம் தொடர்பு கொண்டாயா?''

"இல்லை.''

"நெருங்கிய நண்பன் என்கிறாய். அவனுக்கு என்னவாயிற்று என்று இப்போதுதான் அறிந்து கொள்ளத் தோன்றியதா?''

"பீஷ்மா எப்போதும் தனிமையை விரும்புவான். அவனை நெருக்கமாக அணுகத் தொடங்கினால், சட்டென்று மறைந்து போவான். அவனைப் பற்றிய செய்திகள் எதுவும் இப்போதுவரை தெரியவில்லை.''

"அதனால்தான் அவனைப் பற்றி அறிந்து கொள்ள நீ முயலவில்லையா?''

அப்போது சட்டென்று அம்பா இடைமறித்தாள்.

அவள் குரல் உறுதிபட இருந்தது.

"ருக்மண்டா! நான்தான் பீஷ்மாவைத் தேடுகிறேன். இவர்கள் அனைவரும் என் பொருட்டு இங்கே வந்துள்ளார்கள். பீஷ்மா உயிரோடு இருக்கிறானா இல்லையா?''

"ஓ! நீ தான் அப்பெண்மணியா?''

"இதோ பாருங்கள். நானறியாத ஒருவரிடமிருந்து ஜனவரி மாதம் எனக்கு ஒரு மின்னஞ்சல் வந்தது. அது பீஷ்மா இறந்துவிட்டதாக செய்தி சொன்னது.''

"பீஷ்மா குறித்து எனக்குத் தெரிந்தவற்றைச் சொல்கிறேன்'' என்று சொல்லியவாறு அம்முதியவன் சற்று சாய்ந்து அமர்ந்து கொண்டான்.

ருக்மாண்டா குழுவில் மரம்வெட்டும் பணிக்குப் போதுமான ஆட்கள் இல்லை. எனவே, பீஷ்மாவும் வேறு சில கைதிகளும் அக்குழுவில் இணைக்கப்பட்டனர். அந்தப் பணியின் போதுதான் ருக்மாண்டா பீஷ்மாவை முதலில் சந்தித்தான். ஆபத்து நிறைந்த அப்பணியின் போது பீஷ்மா போன்ற ஒரு மருத்துவர் இருப்பது மிகவும் நல்லது. பீஷ்மாவின் பொறுமை, திறமை, அறிவாற்றல் ஆகியவை அவனை எப்போதும் தனித்துக் காட்டியது.

பன்னிருவர் செய்யக்கூடிய வேலையை தனித்து நின்று முடிக்கும் பீஷ்மாவின் திறனை ருக்மாண்டா முதல் நாளே தெரிந்து கொண்டான். பீஷ்மா அக்குழுவில் சேர்ந்த பதினெட்டாம்நாள் நடந்த நிகழ்வுகளை ருக்மாண்டா அம்பாவிடமும் மற்றவர்களிடமும் பகிர்ந்து கொண்டான்.

'பதினெட்டாம் நாள் வேலை முடியும் தருவாயில் ஓரிடத்தை ஆய்வு செய்ய என்னை அழைத்தார்கள். அன்று எனக்கு உடம்பு சற்று சரியில்லை. அதனால் என்னோடு பீஷ்மாவும் வேறிரு கைதிகளும் சேர்ந்து கொண்டனர். நாங்கள் திரும்புகிறபோது பொழுது சாய்ந்துவிட்டது. இருள் கவியத் தொடங்கிய அந்த நேரத்தில் என் காலுக்கருகில் ஏதோ நகர்வதை உணர்ந்தேன். அது நாலடி நீளமுள்ள கொடிய விஷப்பாம்பு. படம் எடுத்து நின்ற அப்பாம்பைக் கண்டவுடன் நான் அசைவற்று நின்றுபோனேன். அச்சத்தில் எனக்கு எதுவும் தோன்றவில்லை. அப்போது சட்டென்று பாம்பினருகில் சென்ற பீஷ்மாவின் கை காற்றைக் கிழித்த சத்தம் கேட்டது. அதே கணம் பாம்பின் தலை வெட்டப்பட்டு வீழ்வதைப் பார்த்தேன்.

பீஷ்மா மௌனமாக நிற்க, அவன் கையிலிருந்த ஆயுதம் இரத்தம் கண்டிருந்தது.

"பீஷ்மா! என்ன தைரியத்தில் பாம்பிற்கருகில் சென்றாய்?'' என்று நான் கேட்டேன்.

"தெரியவில்லை. ஆனால் ஆபத்தை சந்திப்பது என்று முடிவு செய்தேன்.''

அங்கே வந்த மற்றொருவன் வெட்டுப்பட்ட பாம்பின் அருகே செல்ல முயன்றான். வெட்டுப்பட்ட பாம்பு கடிக்கக்கூடும். அருகே செல்ல வேண்டாம் என்று எச்சரித்தேன்.

"இல்லை, அதற்கு வாய்ப்பில்லை. பாம்பைக் கொல்ல வேண்டுமென்றால், வாலில் தாக்கக்கூடாது. தலையில் அடிக்க வேண்டும்'' என்றான் பீஷ்மா.

பீஷ்மாவின் அறிவுக் கூர்மையை அன்று புரிந்து கொண்டேன். அவனது தனித்துவம் கண்டு அனைவரும் அவன மதித்தனர். அவன் வருகிற போதெல்லாம் மரியாதையில் எழுந்து நின்று வழிவிடுவார்கள்.

அதற்குப் பிறகு நான் முடிவு செய்தேன். என் அதிசய சக்தியைப் பெறத் தகுதி படைத்தவன் பீஷ்மா என்று உணர்ந்து கொண்டேன். அவன் பெற்ற சக்தி, மந்திர சக்தி அல்ல, எவரையும் கொல்லக்கூடிய சக்தி அல்ல, நினைக்கும் போது மாயமாக மறைந்து போகும் சக்தி அல்ல.

மாறாக அது தன்னைப் பாதுகாக்கும் சக்தி. அச்சக்தியை நான் பீஷ்மாவிற்கு வழங்கியபின், யாராலும் பீஷ்மாவிற்கு தீங்கு செய்ய முடியாது. தான் எப்போது மரணிப்பது என்பதை அவனே முடிவு செய்யும் சக்தி.

ருக்மண்டாவை இடைமறித்து,

"அப்படி நடந்ததா? என் பீஷ்மா அவன் முடிவை அவனே தீர்மானித்தானா?'' என்று அம்பா கேட்டாள்.

அம்பாவை பாசத்துடன் பார்த்த ருக்மண்டா "பீஷ்மாவிற்கு என்னாற்றலை வழங்கிய பிறகு என்னிடம் ஆற்றல் குறைந்து போனது. எனவே, நீ கேட்கும் கேள்விக்கு என்னால் பதில் சொல்ல முடியாது'' என்றான்.

"பீஷ்மா உயிரோடு இருக்கிறானா, இறந்து விட்டானா என்பதை நான் எப்படி அறிவது?''

சற்று நேரம் அமைதி காத்துவிட்டு, "உன்னுடைய நல்லெண்ணம் உன்னை பீஷ்மாவிடம் அழைத்துச் செல்லும்'' என்றான் ருக்மாண்டா.

தாங்கள் அங்கிருந்து புறப்பட வேண்டிய நேரம் வந்துவிட்டதை அம்பாவும் மற்றவர்களும் புரிந்து கொண்டனர்.

ருக்மாண்டோவைச் சந்தித்த பிறகு அம்பாவிடம் ஓரமைதி காணப்பட்டது. அம்பா, சாமுவேல், ஜூல்பிகார் மூவரும் இணக்கமாகிப் போனார்கள். ஜாக்கோவிற்கு விடைகொடுத்தனுப்பிவிட்டு மூவரும் நம்லியா வந்து சேர்ந்தனர்.

அவர்கள் தங்கியிருந்த விடுதிக்கு அருகில் இருந்த ஒரு சிற்றுண்டி சாலையில் இரவு உணவு அருந்தினர். அப்போது ஜகார்த்தாவிற்குத் திரும்பிவிடலாம் என்று யோசிப்பதாக அம்பா சொன்னாள். பீஷ்மா குறித்த தேடலை அவள் நிறுத்திவிடப் போவதாகச் சொன்னதை சாமுவேல் நம்பவில்லை. அவளது முடிவிற்குக் காரணம் ஜூல்பிகார் தளர்ந்துபோனதா? பீஷ்மாவையோ அல்லது அவனது கல்லறையையோ கண்டுபிடிக்க நீண்ட காலம் பிடிக்கும் என்பதாலா? இந்தக் காரணங்கள் எல்லாம் உண்மையாக இருக்காது என்று சாமுவேல் நினைத்தான். அம்பா 'தேடியதுபோதும்' என்று சொல்வதற்கு என்ன பொருள்? சாமுவேலின் உதவி இனி தேவையில்லை என்று பொருளா? அம்பாவுடன் தனது பயணம் முடிவிற்கு வந்துவிட்டதா? என்றெல்லாம் பலவாறு நினைத்தான் சாமுவேல்.

எனினும் அவளோடு மேலும் நெருக்கமாக இருக்கவே விரும்பினான். அவளோடு தனித்துப் பேச ஆசைப்பட்டான். ஆனால் ஜீல்பிகார் இடையூறாக இருப்பதை உணர்ந்தான். எனவே, அப்படிப்பட்ட ஒரு வாய்ப்பிற்காக அம்பாவிற்கு ஓடி ஓடி வேலை செய்தான். அவளையும் ஜூல்பிகாரையும் ஜகார்த்தாவிற்கு அழைத்துச்செல்ல ஏற்பாடுசெய்ய முன்வந்தான். நம்லியாவிலிருந்து அம்பானுக்குப் படகில் சென்று அங்கிருந்து ஜகார்த்தாவிற்கு விமானத்தில் செல்ல தான் ஏற்பாடு செய்வதாக அம்பாவிடம் சொன்னான்.

சாமுவேல் எதிர்பார்த்ததைவிட விரைவில் அந்த வாய்ப்பு வந்தது. இரவு உணவு முடித்து விடுதிக்குத் திரும்புகிற போது ஜூல்பிகார் யாரோ ஒரு நண்பனைப் பார்த்துவிட்டு அவனோடு போய்விட்டான். சாமுவேலும் அம்பாவும் மட்டும் தனித்து விடுதிக்குத் திரும்பி வந்து கொண்டிருந்தனர். ஜூல்பிகார் இல்லாதிருந்தது அம்பாவிற்கு மகிழ்வாக இருந்ததுபோலும். சாமுவேலிடம் "எங்காவது சென்று பீர் அருந்துவோமா" என்று கேட்டாள்.

சாமுவேல் அவளை பீர் அருந்த அழைத்துச் சென்றான். பீர் அருந்திக் கொண்டிருந்தபோது சாமுவேல் மெல்லக் கேட்டான்.

'அந்த மின்னஞ்சலில் உண்மையில் என்ன செய்தி இருந்தது?''

"பீஷ்மா இறந்துபோனான். புருவில் தொடங்கி புருவிலேயே போனான்.''

"யார் அச்செய்தியை அனுப்பியது?''

"சவனா. ஜயாமாகே 09030@ஜிமெயில்.காம் என்பது மின்னஞ்சல் முகவரி.

"பொய் முகவரி''

"நானும் நினைத்தேன். நானனுப்பிய பதில் திருப்பி வந்துவிட்டது. மின்னஞ்சல் முகவரி பொய்தான். ஆனால் செய்தியில் இருந்த கவிநயம் என்னைக் கவர்ந்தது."

"ஆம்! நானும் அவ்வாறே உணர்கிறேன்.''

"உனக்குக் கவிதை பிடிக்குமா?''

"பிடிக்கும். கவிதை என்ற பெயரில் சில வரிகள் கிறுக்குவேன்.''

"உன் மகளைத் தவிர வேறு குழந்தைகள் உண்டா?''

"இல்லை.''

"அவளுக்கு என்ன வயதிருக்கும்?''

"உன் கேள்விக்குள் உன் ஆர்வம் ஒளிந்திருக்கிறது. என் மகள் சிறு குழந்தையல்ல. அவளுக்கு வயது நாற்பது. அவள் ஓர் இலட்சிய ஓவியர். உலகமெங்கும் பயணிப்பவள்."

"அவள் அப்பா...

"என் மகள் அவள் அப்பாவின் சாயல்.''

"மன்னிக்கவும், உங்கள் கணவர் அண்மையில் இறந்துவிட்டதாக ஜூல்பிகார் சொன்னான்.''

"அதையும் சொல்லிவிட்டானா?''

"அந்த மின்னஞ்சலை ஜூல்பிகார் அனுப்பியிருக்கலாம் அல்லவா?''

"ஜூல்பிகார் அப்படிப்பட்டவன்தான். ஆனால் இச்செய்தியை அவன் நேரடியாக என்னிடம் சொல்வதில் அவனுக்கு இழப்பு ஒன்றுமில்லை. எனவே, எனக்கு அவன் மேல் ஐயமில்லை.

'அது சரி! பீஷ்மா இறந்துவிட்டான் என்று நீங்கள் நினைக்கிறீர்களா?''

"அவன் இறக்கவில்லை என்று நான் நம்பவில்லை.''

மறுநாள் காலையில் ஜூல்பிகாரைக் காணவில்லை. அவன் எப்படி போனான். எவரோடு போனான் ஒன்றும் சாமுவேலுக்குப் புரியவில்லை.

15

உண்மையும் விசித்திரமும்

புரு தீவின் மீது எவ்வித அக்கறையுமின்றி மறுநாள் பொழுது புலர்ந்தது. அன்று மார்ச் மாதம் முதல்நாள். மிகப் பெரிய வெற்றியை அடைந்தவன் போல உணர்ந்தான் சாமுவேல். லம்பேலு கப்பலில் அவன் அம்பாவைச் சந்தித்து சில நாட்கள் ஆகியிருந்தன. அதற்குள் அவளை தன் வாழ்வில் ஓரங்கமாகவே உணர்ந்தான்.

காலை உணவை அவனும் அம்பாவும் ஒன்றாக முடித்துவிட்டு அவரவர் அறைக்குச் செல்கையில் மீண்டும் ஒரு மணிநேரத்தில் சந்திப்பதாகத் திட்டமிட்டுப் பிரிந்தனர்.

தன் அறைக்கு வந்து குளித்து முடித்து மீண்டும் அம்பாவைச் சந்திக்கத் தயாராகிக் கொண்டிருந்தான் சாமுவேல். காலை உணவின்போது அம்பாவுடன் அவன் கழித்த இனிமையான நேரம் குறித்த கனவில் சாமுவேல் மூழ்கிப்போனான். அவனோடு இருக்கும் காலைப் பொழுது அவளுக்கு நம்பிக்கை கொடுப்பதாகச் சொன்னதும், இனிமையாக அவள் உரையாடிக்கொண்டிருந்ததும் அவனுக்குப் பெரும் உற்சாகத்தைத் தந்தது.

அவன் மனதில் சில கேள்விகள் எழவே செய்தன. அவள் தேடும் உண்மையை நெருங்கிவிட முடியுமா? பீஷ்மா இன்னும் உயிரோடு இருப்பானா? அவன் இறந்துவிட்டான் என்பதை உறுதி செய்ய இன்னும் எவ்வளவு காலம் பிடிக்கும்?

அதே சமயம் சாமுவேல் ஒன்றைப் புரிந்து கொண்டான். காவியப் பெயர் கொண்ட அம்பாவின் காதலன் பீஷ்மா, ஒரு சிறுதெய்வமாகப் பார்க்கப்பட்டிருக்கிறான். ஜூல்பிகாரும் அம்பாவும் சொன்னதிலிருந்து பீஷ்மா உலக வாழ்க்கையின் மீது பெரும் பிடிப்புக் கொண்டவனல்ல என்பதும் சாமுவேலுக்குப் புரிந்தது. இருப்பினும் எவரையும் ஈர்க்கும் திறனை பீஷ்மா பெற்றிருந்தான் என்பதையும் அறிந்து கொண்டான். தனித்துவம் மிக்க அம்பா, பீஷ்மாவை இழந்துள்ள சூழலில் தன் வாழ்க்கையைத் திடப்படுத்திக் கொள்ள வேண்டும் என்று சாமுவேல் எண்ணினான்.

பீஷ்மாவைத் தேடுவதை கைவிட்டுவிட வேண்டும் என்று அம்பா முடிவிற்கு வந்த நிலைமையில் அவளின் பாதுகாவலனாக தானிருப்பது அவசியமாகிறது என்று சாமுவேல் நம்பினான். தனக்கு மிகப் பெரிய வரம் கிடைத்திருப்பதாக அவன் கருதினான். இந்த சிந்தனையோடு அவன் பார்வை கீழே தெரிந்த கடற்கரையை வலம் வந்தது. மெல்லிய காற்று வானத்தில் படர்ந்திருந்த மேகத்திரைகளைக் கலைத்துச் செல்ல கடலின் நீல நிறத்தைப் பிரதிபலிக்கும் வண்ணம் வானம் நீலமாய் காட்சியளித்தது. இயற்கையின் அந்த அழகிற்கு ஈடு இணை எதுவுமில்லை.

ஒரு மணி நேரம் கழிந்த பின்னர் அம்பாவும் சாமுவேலும் கடற்கரையில் நடைபயின்றவாறிருந்தனர். அம்பாவின் முகம் வாடியிருந்தது. அம்பான் சென்று அங்கிருந்து ஜகார்த்தாவிற்குச் செல்ல வேண்டுமென்ற அவர்கள் திட்டம் உறுதி பெறாமலிருந்தது. மேலும் இருப்பதா அல்லது ஊர் திரும்புவோமா என்று முடிவு செய்ய முடியாமல் அம்பா மனம் அலைபாய்ந்து கொண்டிருந்தது. நம்லியா துறைமுகத்தில் காணப்பட்ட எண்ணற்ற வாகனங்கள், பல்வேறு வகைப்பட்ட மனிதர்கள் என்று யாவும் நம்லியா நவீன நகரமாயிருந்ததை உறுதி செய்தன. கைதிகளின் காலனிகளைக் கட்டுப்பாட்டில் வைத்திருந்த இராணுவத் தலைமையகம் நோக்கி நடந்து செல்கையில் நம்லியாவின் இந்த மாற்றத்தை அம்பாவிடம் எடுத்துச் சொல்லத் தலைப்படாத சாமுவேல்.

"கம்யூனிசம் மிகப் பெரிய தாக்குதலைச் சந்தித்துள்ளது'' என்றான் சாமுவேல்.

அம்பா பதிலேதும் சொல்லவில்லை. வறண்ட புன்னகை ஒன்றை மட்டும் தவழ விட்டாள்.

"அம்பா! நமக்கு உதவக் கூடிய ஒருவனை எனக்குத் தெரியும். ஜூலியஸ் செய்ததுரோகம் என் மீதான நம்பிக்கையை அழித்திருக்கும் என்று எனக்குத் தெரியும். ஆனாலும் இவனைப் பற்றி சொல்ல விரும்புகிறேன். இந்த நண்பன் காவல்துறையில் அதிகாரியாக உள்ளான். நமக்கு அவனால் தொல்லை வராது. எனக்கு ஒரு மணி நேர அவகாசம் கொடுங்கள். உங்களைச் சந்திக்க அவனை அழைத்து வருகிறேன்.''

சாமுவேலின் நண்பன் சபாருதீன் அரக்கனைப் போல பெருந் தோற்றம் கொண்டவன். அவனைப் பார்த்தாவுடன் அம்பாவின்

முகத்தில் தோன்றிய மாற்றத்தை சாமுவேலால் ஒரு நாளும் மறக்கவியலாது.

மதிய உணவின் போது ஒரு விடுதியில் அவர்கள் சபாருதீனைச் சந்தித்தனர். சபாருதீன் காட்டு அரக்கனைப் போல காட்சியளித்தான்.

கைகள், கால்கள், வாய், உடம்பு என்று அனைத்து அங்கங்களும் அளவிற்கு மீறிப் பருத்திருந்தன. சபாருதீன், அம்பாவோடு உரையாடும் போது கூட அவள் முகத்தைப் பார்ப்பதைத் தவிர்த்தான். இந்தோனேசியாவில் இது ஒன்றும் புதிதல்ல. திருமணமான பெண்களை, இளம் பெண்களை முகம் பார்த்துப் பேசக்கூடாது என்று பல இந்தோனேசிய இளைஞர்களுக்குக் கற்றுக் கொடுக்கப்பட்டிருந்தது. எனினும் சபாருதீன் மீது அம்பாவிற்கு ஒரு வெறுப்பு இருந்ததை சாமுவேல் உணர்ந்து கொண்டான்.

சபாருதீன் தொலைபேசியில் வந்த ஓர் அழைப்பை ஏற்று, பேசுவதற்கு விடுதியை விட்டு வெளியேறிய உடன் அவசர அவசரமாக "சபாருதீனால் நமக்கு என்ன லாபம்?" என்று அம்பா வினவினாள்.

"நம்மை எவரும் பின் தொடராமல் நாம் நம் வேலையை பார்ப்பதற்கு சபாருதீன் நமக்கு உதவுவான்."

"கைபேசியோடு எங்கு சென்றுவிட்டான்? நம்மைக் காட்டிக் கொடுக்க வா? என்ன நடக்கிறது? நீ மனசாட்சியை விற்றுவிட்டாயா?

அம்பா கோபமாக பொரிந்து தள்ளியதைக் கேட்டு சாமுவேல் மனம் நொந்து போனான். 'ஏனிந்த கோபம்?- உனக்காக நான் எதையும் செய்வேன். உன் காதலனை உன்னோடு இணைக்க எது வேண்டுமானாலும் செய்வேன். உன்னை நிர்க்கதியாய் விட்டுவிட்டு ஓடிப்போன பீஷ்மா ஒரு நன்றி கெட்டவன், தகுதியற்ற மூடன் என்று நான் நினைக்கும்போதும், அவனை உன்னோடு மூவாயிரம் முறை இணைத்து வைப்பேன்.'' என்று உரக்கக் கூவ வேண்டும் போலிருந்தது சாமுவேலுக்கு.

ஆனால் அப்படிச் செய்யவில்லை. விடுதிக்குள் திரும்பி வந்த சபாருதீன் தன் தட்டிலிருந்த உணவை எடுத்து வாயில் போட்டுக் கொண்டு,

"நாம் கெப்லா ஏர் என்ற இடத்திற்குச் செல்ல வேண்டும். எனக்குக் கிடைத்த தகவல்களைச் சொல்கிறேன். கெப்லா ஏர் என்ற இடம்

கடற்கரையிலிருந்து வெகு தொலைவில் ஊருக்குள் உள்ளது. வெய்ப்போ நதியின் தோற்றுவாய் அருகே அந்த ஊர் உள்ளது. அது மதப்பிரச்சினைகள் ஏதுமற்ற பெரிய கிராமம். ஊர் திரும்பாமல் இங்கேயே தங்கிவிட்ட முன்னாள் கைதிகள் பாதுகாப்பான இடமாக அதைப் பார்த்தனர். அங்கே ஒரு மருத்துவமனையும் உள்ளது. மக்கள் தங்கள் வாழ்வின் இறுதியை அங்கு அடைகிறார்கள். நாம் அங்கு செல்ல வேண்டும் என்று எனக்குத் தோன்றுகிறது.''

"நாம் அங்குதான் செல்ல வேண்டும் என்று நீ குறிப்பிட்டுச் சொல்வது ஏன்?'' அம்பா கடினமான தொனியில் கேட்டாள்.

"நீங்கள் தேடும் பீஷ்மா ரவுத் இங்கேதான் கடைசியாக இருந்தான் என்று கேள்விப்படுகிறேன். உள்ளூர் மக்கள் சிறைக் கைதிகளின் காலம், இடம் மாறிச் சென்ற காலம் என்று கடந்த காலத்தை இரு வேறாகப் பிரிக்கிறார்கள். இடம் மாறிச் சென்ற காலத்தைச் சேர்ந்த ஆண்டுகளில் பீஷ்மா ஒரு மருத்துவராக மட்டுமல்ல; ஒரு துறவியுமாக இங்கு வாழ்ந்திருக்கிறான். வேய்ப்போவின் அறிஞன் என்று அறியப்பட்டிருக்கிறான்.''

சபாருதீன் தான் அறிந்தவற்றை மேலும் தொடர்ந்து சொன்னான்.

"1999ம் ஆண்டு ஆகஸ்ட் மாதம், வடக்கு மலுக்குவில் வெடித்த சண்டை புருதீவுகளுக்கும் பரவிய பிறகு, பீஷ்மா மூட்டை முடிச்சுகளோடு அங்கிருந்து சென்றுவிட்டார் என்று தகவல் தெரிந்தவர்கள் சொல்கிறார்கள். அம்பானில் தொடங்கிய மதவெறியின் கடும் விளைவுகள் புருதீவுகளிலும் ஏற்பட்டன என்று புருதீவுவாசிகள் சொல்கிறார்கள். ஒரு நள்ளிரவில் கிறிஸ்துவ ஆலயம் கொளுத்தப்பட்டது. கிறிஸ்துவர்கள் எதிர்த் தாக்குல் நடத்த இரு புறமும் மக்கள் தாக்குதல், எதிர்த்தாக்குதலில் இறங்கினர். கட்டற்ற வன்முறை வெறியாட்டம் ஒரு வருடம் நடந்தது. தாக்கியவர் யார், தாக்கப்பட்டவர் யார் என்று பிரித்தறிய முடியாவண்ணம் கலவரம் ஆழமாகவும் பரவலாகவும் ஊடுருவியது. அன்று வரை நண்பனாக இருந்த அடுத்த வீட்டுக்காரன் பகைவனாகப் போகும் அளவிற்கு நிலைமை மோசமானது.

சபாருதீன் சொல்லி முடித்ததும் மறுநாள் அதிகாலையில் கெப்லா ஏர் நோக்கி புறப்படுவதாக முடிவு எடுத்தனர்.

சபாருதீன் சென்ற பிறகு, அம்பாவின் முகத்தில் ஒரு தெளிவு ஏற்பட்டிருப்பதை சாமுவேல் பார்த்தான். "சபாருதீன் சொல்வது சரிதான். நான் அறைக்குச் சென்று ஓய்வு எடுத்துவிட்டு மாலையில் உன்னறைக்கு வருகிறேன். நாம் வெளியே செல்வோம்'' என்று சொல்லிவிட்டு அம்பா அவள் அறைக்குச் சென்றுவிட்டாள்.

சாமுவேல் ஹோட்டலில் தன் அறையில் படுக்கையின் மேல் அமர்ந்திருந்தான். அவனையும் மீறி அவன் கால்கள் நடுங்கிக் கொண்டிருந்தன. வெளியில் தாழ்வாரத்தில் காலடி ஓசை போல் கேட்டது. ஆர்வத்தோடு ஓடி வந்து கதவைத் திறந்த சாமுவேல் அங்கு எவருமில்லை என்பதை உணர்ந்துகொண்டான். அம்பா அவள் சொன்னதுபோல மாலைத் தேநீருக்கும் வரவில்லை, நடைப்பயிற்சிக்கும் வரவில்லை, இரவு அவனோடு உணவருந்தவும் வரவில்லை.

நள்ளிரவிற்கு சற்று நேரம் முன்பு, அதற்கு மேலும் பொறுக்க முடியாத சாமுவேலின் மனம் அம்பாவின் நினைவில் நிலை குலைந்துபோனது. தன்னை மறந்த நிலையில் சட்டென்று எழுந்து இரண்டு அறைக்கு அப்பாலிருந்த அம்பாவின் அறைக்குச் சென்று கதவைத் தட்டினான்.

நிலைமறந்துபோன அவசரத்தில் சாமுவேல் மேற்சட்டை அணியாமல் திறந்த மேனியாக அம்பாவின் அறை முன்பு நின்று கொண்டிருந்தான். தன்மேல் பார்வையைக் குவித்திருந்த அம்பாவின் கண்கள் சிவந்து இருந்ததைக் கண்டான். அவள் அழுதிருந்ததை வீங்கிய அவள் முகம் காட்டிக் கொடுத்தது.

அறையின் குளிரூட்டியிலிருந்து வெளிப்பட்ட குளிர் காற்று அவனை அரவணைக்க, அவன் கைகளின் அணைப்பிற்குள் வந்துவிழுந்தாள் அம்பா. அவளின் மேனி கதகதப்பு அவன் உடலை சூடேற்ற, அந்நள்ளிரவில் அந்த விடுதியில், அவன் மனம் உலகின் விளிம்பில்.. அந்தப் புதிய நெருக்கத்தைக் கண்டு நாணுவதுபோல மின்விளக்கு கண் சிமிட்டியது. ஒரு வழியாக என்னை மகிழ்வித்து அவளும் மகிழ்வோடிருக்க அம்பா முடிவெடுத்து விட்டாளா என்ன என்று சாமுவேல் சிந்தனை சிறகு விரித்தது.

ஆனால் கண் சிமிட்டும் நேரத்தில் அம்பாவின் அழுகுரல் காற்றைக் கிழித்தது.

"சாமுவேல், என் நிலைமையைப் பார்த்தாயா? பாவப்பட்ட இந்தத் தீவில் கேவலமான இந்த விடுதியில் நான்படும் பாட்டைப் பார்த்தாயா? இந்த அறையில் குளிர்சாதனப்பெட்டி இல்லை. வெந்நீர் வசதி இல்லை. உதிர்ந்து விழும் கைகழுவும் தொட்டி, தொலைபேசித் தொடர்பிற்கான அலைகள் இல்லை. எப்போதாவது என்னைப் பற்றி கவலைப்பட்டிருப்பாயா? இந்த அறையிலேயே என் பீஷ்மா இறந்துவிட்டானா, எனக்காக ஒரு சொட்டு கண்ணீராவது சிந்துவாயா, சாமுவேல்?''

இது என்ன கொடுமை! இந்த அறைக்கான செலவைக்கூட சாமுவேல்தான் ஏற்றுக் கொண்டுள்ளான். சூல்பிகார் அல்ல என்பதை அம்பாவிற்கு யார் சொல்வது? தனது தேவைகளுக்கு ஈடுகட்டுவதற்கே சாமுவேல் பல வேலைகளைச் செய்ய வேண்டியுள்ளதை அம்பா எப்படி அறிந்திடுவாள்? அவள் வசதிக்காகக் கூடுதல் பணம் செலவு செய்துவிட்டு தன் வசதியைக் குறைத்துக் கொண்டானே சாமுவேல், இதை யார் சொல்வது?

வேறு வழியில்லை, தானே இதையெல்லாம் அம்பாவிடம் சொல்லிவிடலாம் என்று சாமுவேல் எத்தனித்த போது, அம்பா சட்டென்று அவன் பிடியிலிருந்து விலகினாள். அவன் நெஞ்சு படபடவென்று அடித்துக் கொண்டது. வாகனம் ஓடுகிறபோது பின் சக்கரங்கள் கழன்று கொண்டதை உணர்ந்த வாகன ஓட்டிபோல் உறைந்துபோனான் சாமுவேல்.

நெஞ்சின் குறுக்கே கைகளைக் கட்டிக் கொண்டு அம்பா அனல் சொற்களை சாமுவேல் மீது அள்ளி வீசினாள்.

"என்னை ஏமாற்றிவிட்டாய், நீ காவல்துறைக்குத் துப்பு சொல்பவன் என்று சூல்பிகாரிடமும், ஜாக்கோவிடமும் சொல்லாததைக் கூட என்னால் புரிந்து கொள்ள முடியும். என்னிடம் ஏன் மறைத்தாய், நண்பா? உன் சிறு வயதில் நீ இங்கே வாழ்ந்திருக்கிறாய். சூல்பிகாரை நீ ஏற்கனவே அறிவாய், பீஷ்மா உன்னைப் பார்த்திருக்கக்கூடும் என்பதெல்லாம் என்னிடம் மறைத்தது ஏன்? உன் தனிப்பட்ட வாழ்க்கையை என்னிடம் சொல்ல உனக்கு விருப்பம் இல்லாதிருக்கலாம். என்னவோ எனக்கு உதவி செய்ய வந்தவன் போல் நடித்து ஏமாற்றிவிட்டாயே!''

தான் காவல்துறைக்குத் துப்பு சொல்பவன் என்பதை எப்போது அவள் தெரிந்து கொண்டாள் என்று சாமுவேல் குழம்பிக் கொண்டிருந்தபோது,

"திருட்டுப் பயலே. காட்டிக் கொடுக்கும் துரோகி ஜூலியசை நம்மோடு இணைத்த நயவஞ்சகனே'' என்று பொரிந்து தள்ளினாள் அம்பா.

"நான் ஊர் சுற்றிப் பார்க்கவா வந்தேன்? பீஷ்மா ஏன் பிரிந்துபோனான், பிரிவதற்கான காரணம் என்ன? எங்கே சென்றான். இன்னும் உயிரோடு இருக்கிறானா இல்லை இறந்து போய்விட்டானா? 1979ல் ஊர்திரும்ப வாய்ப்பிருந்தும் ஏன் என்னைத் தேடி வரவில்லை? 40 வருடங்களாக எந்தக் கேள்விக்கும் விடைதெரியாமல் காதலை மட்டும் சுமந்து வந்த நான் எதையும் உன்னிடமிருந்து மறைத்தேனா?'' என்று அம்பா மேலும் புலம்பித் தீர்த்தபோது அவளை பார்க்கத் துணிவின்றி சாமுவேல் முகத்தைத் திருப்பிக் கொண்டான்.

"என்னைப் பார். என்னைப் பார்த்து பதில் சொல்'' என்று வெடித்தாள் அம்பா.

ஒரு கணம் அவள் கண்களை நேருக்கு நேர் சந்தித்து விட்டு ஆழமாக அவளைப் பார்த்தவாறு பெருமூச்சு வெளிவிட்டு, மெல்லிய; ஆனால் உறுதிபட பேசினான் சாமுவேல்.

"என்ன தெரிய வேண்டும் உனக்கு? ஆம்! நான்துப்பு சொல்பவன் தான். உன்னிடம் உண்மையை மறைத்த பொய்யன்தான். ஆனால் ஒன்றைப் புரிந்து கொள்வாய். உன்னையும் சூல்பிகாரையும் காட்டிக் கொடுக்க வேண்டுமானால், முதல் நாளே அதைச் செய்திருக்கலாம். அப்படிச் செய்திருந்தால் நாமிருவரும் இப்போது இங்கே இப்படி நின்று கொண்டிருக்க வாய்ப்பில்லாமல் போயிருக்கும். இதுதான் உண்மை. எப்படி வேண்டுமானாலும் நீ இதை எடுத்துக்கொள்."

அன்றிரவு முழுவதும் ஒரு நிமிடம் கூட சாமுவேல் தூங்கவில்லை. அடுத்தநாள் காலை மேலும் பிரச்சினைகளைக் கொண்டு வந்தது. ஹோட்டல் தாழ்வாரத்தில் அம்பாவை அவன் சந்திப்பதற்கு ஒரு நிமிடத்திற்கு முன்புதான் அந்தச் செய்தி வந்தது. தவிர்க்க முடியாத பணியின் நிமித்தம் வாக்களித்தபடி தன்னால் அம்பாவோடும் சாமுவேலோடும் கெமப்லாஏர் செல்ல முடியாதென சபாருதீன் குறுஞ்செய்தி அனுப்பியிருந்தான். செய்தி கிடைத்தவுடன் சபாருதீன் கைபேசி மூலம் தொடர்பு கொண்டு, தங்களோடு வர வேண்டும்

என்று சாமுவேல் மிகவும் வற்புறுத்தினான். ஆனால் சபாருதீன் உறுதியாக மறுத்துவிட்டான்.

ஏற்கனவே கொதித்துப் போயிருந்த அம்பாவிடம் இச்செய்தியைச் சொல்வதற்குள் சாமுவேல் சிரமப்பட்டுப்போனான். செய்தியைக் கேட்டதும் சபாருதீனைக் கேவலமாகத் திட்டிவிட்டு, சாமுவேலிடம்,

"இனிமேலும் நாம் இங்கிருப்பதில் பயன் இல்லை. நான் என் அறைக்குச் சென்று ஊர் திரும்பத் தயாராகிறேன். இங்கிருந்து அம்பான் செல்வதற்கு மதியம் ஒரு விரைவுப் படகு உள்ளது. நாமிருவரும் அதில் செல்வதற்கு நீ ஏற்பாடு செய். அம்பானிலிருந்து ஜகார்த்தா செல்வதற்கு எனக்கு நான் விமானத்தில் பதிவு செய்து கொள்கிறேன். உனக்கு நீ ஏற்பாடு செய்து கொள்."

என்று படபடவென்று சொல்லிவிட்டு அம்பா சென்றுவிட்டாள். ஜகார்த்தா செல்வதற்கான விமான ஏற்பாட்டை மட்டும் ஏன் அவரவர் செய்ய வேண்டும் என்று கேட்கத் தோன்றியது. ஆனால் கேட்டுப் பயனில்லை என்பதை சாமுவேல் அறிந்திருந்தான். ஆழ்ந்த சிந்தனையோடு நம்லியா வீதிகளில் வலம் வந்த சாமுவேல் ஒன்றைப் புரிந்து கொண்டான். அவனுக்கும் அம்பாவிற்கும் இடையில் ஒரு சுவர் எழுந்துவிட்டது.

புரு தீவிலிருந்து புறப்பட்டு அம்பானிற்குப் படகில் பயணம் செய்தபோதும் சரி; அம்பானை அடைந்த பிறகும் சரி, சாமுவேலுக்கும் அம்பாவிற்கும் இடையில் விழுந்த மௌனத்திரை நீடித்தது. அம்பான் ஹோட்டலில் அவரவர்க்கு என்று ஒதுக்கப்பட்ட அறைக்குள் தங்களை அடைத்துக் கொண்டார்கள்.

மறுநாள் காலை உணவு அறையிலிருந்த மாடத்திலிருந்து பார்க்கிறபோது அம்பானின் சந்தை வண்ண வண்ண விளக்கில் ஒளிர்ந்தது தெரிந்தது. அதைப் பார்த்துப் பரவசமடைந்த அம்பா சந்தைக்குச் சென்று ஒருமுறை வலம் வர வேண்டுமென்று சொன்னாள்.

சாமுவேல் நான் உடன் வருகிறேன் என்று சொன்னதும், ஏதோ சாமுவேல் மன்னிப்புக் கேட்பது போலவும், அம்மன்னிப்பை அவள் கருணையோடு ஏற்றுக்கொள்வது போலவும், அம்பா தலையசைத்து சம்மதம் சொன்னாள்.

அவர்களின் நட்பு முற்றிலும் முறிந்துவிடவில்லை. அம்பா தன் தேவைக்கேற்ப நடந்து கொள்வாள் என்ற பாடத்தை வருத்தத்தோடு புரிந்து கொண்டான். அவள் மீது அவன் கொண்டிருந்த பெருங்காதல் எதையும் ஏற்றுக்கொள்ள வைத்தது.

சந்தையில் அம்பாவை மிகவும் நெருங்கிவிடாமல் அதே சமயம் சற்று இடைவெளிவிட்டு அவள் பின்னாலேயே சென்று வந்தான் சாமுவேல். மாறிய சூழலில் அம்பாவிடம் மகிழ்ச்சி தெரிந்தது. அங்கிருந்த விளை பொருட்களைக் குறிப்பாகக் காய்கறிகள் குறித்தும் அவற்றை எவ்வாறு சிறப்பாக உணவாக்கலாம் என்பது குறித்தும் அம்பா இடைவிடாது விளக்கிக் கொண்டே இருந்தாள். உரையாடலைத் திசைத் திருப்ப சாமுவேல் முயற்சிக்கவில்லை. ஆனால் விரைவில் அவர்களுக்கு இடையே நின்ற சுவர் நொறுங்கிப்போனதை சாமுவேல் உணர்ந்து கொண்டான்.

அன்று மாலை அவர்களிருவரும் கடல்சார் உணவுப் பொருட்கள் கிடைக்கும் உணவு விடுதி ஒன்றிற்குச் சென்றனர். அருமையான உணவு உண்டதும், மது அருந்த "மதுவிற்கென்று பெயர் பெற்ற விடுதிக்குச் செல்வோம்" என்று சொன்னான். அம்பா அவன் அழைப்பைத் தயங்காமல் ஏற்றுக்கொள்ள, வாடகைக் காரில் புறப்பட்டனர். அப்போது சாரல் மழை தொடங்கியது. அம்பாவின் கருமையான கூந்தலில் அங்குமிங்குமாக தங்கியிருந்த மழைத் துளிகள் வைரமென ஒளி வீசின. அவளைத் தொட்டுவிட வேண்டுமென்று எழுந்த ஆசையை சாமுவேல் சிரமப்பட்டுக் கட்டுப்படுத்திக் கொண்டான். அவனாசையை அவன் கண்கள் காட்டிக் கொடுத்தன போலும், அதை உணர்ந்துவிட்டவள் போல் அம்பா தன் கண்களைத் தாழ்த்திக் கொண்டாள். விடுதிக்குள் சென்றதும் தன் உணர்வை மீட்டெடுத்துக் கொண்ட அம்பா மீண்டும் இறுகிப்போனாள்.

சில்லென்ற காற்று அவர்கள் முகத்தில் அறைந்தது. சாமுவேலும் இயல்பு நிலைக்குத் திரும்பினான்.

16
வெளிப்பட்ட உண்மைகள்

தூக்கத்திலிருந்த சாமுவேல் திடுக்கிட்டு விழித்துக் கொண்டான். அரை மணி நேரம் கூடுதலாகத் தூங்கிவிட்டதை உணர்ந்து கொண்டான். அது மோசமான அறிகுறியாக அவனுக்குப்பட்டது.

ஹோட்டலின் வரவேற்பு அறைக்கு வந்து 'அம்பா வரவில்லை' என்பதைப் புரிந்து கொண்டு அவளுக்காக காத்திருந்தான். நெடு நேரமாகியும் அவள் வராததால் வரவேற்பாளரை அணுகி அம்பா குறித்து விசாரித்தான். அழகான அந்த வரவேற்பாளினி, அம்பா அதிகாலையிலேயே அறையை காலி செய்துவிட்டுச் சென்றுவிட்டாள் என்றும், சாமுவேலிடம் சேர்ப்பதற்காக ஒரு பையைக் கொடுத்துவிட்டுச் சென்றுள்ளதாகவும் சொன்னாள்.

யாரோ முகத்தில் அறைந்ததுபோல் சாமுவேல் உணர்ந்தான். அந்த பையை விமான நிலையத்திற்கு சாமுவேல் எடுத்து வரவேண்டுமென்று அம்பா சொன்னதாக மேலும் சொன்னாள் அந்த வரவேற்புப் பெண்மணி.

சாமுவேல் அந்த பையைப் பார்த்தான். அது மிகச் சிறிய பையாக இருந்தது. அதில் பெரிதாக எதையும் வைத்துவிட முடியாதுதான். இருப்பினும் அம்பா கொண்டு வரச் சொல்லியிருக்கிறாள் என்பது மட்டும் சாமுவேலின் மனதில் நின்றது. அதில் என்ன இருக்கிறது என்பதைக் கூட பார்க்கத் தோன்றாமல் அவசர அவசரமாக விமான நிலையம் நோக்கி சாமுவேல் பறந்தான்.

விமான நிலையத்தில் அம்பாவை எங்கும் காணவில்லை. அங்கு நின்றிருந்த மக்கள் திரளை பார்வையால் அலசினான். இல்லை. அம்பா எங்கும் இல்லை. அப்பொழுதுதான் அவளின் கைபேசி எண் தன்னிடம் இல்லை என்பதை சாமுவேல் உணர்ந்தான். தான் விமானம் ஏறுவதற்கான பணிகளை முடித்தான். அம்பா விமானம் புறப்படுவதற்கு முன் வந்துவிடுவாள் என்று காத்திருந்தான்.

காலம் கருணையற்றது. அது யாருக்காகவும் எதற்காகவும் காத்திருப்பதில்லை. பயணிகள் விமானத்தில் ஏறுவதற்கான இறுதி அழைப்பும் வந்தது. ஆனாலும் அம்பா வரவில்லை. வேறு வழியின்றி கனத்த இருதயத்தோடு சாமுவேல் விமானம் ஏறினான்.

ஒரு தளத்தில் விமானம் வேகம் பிடித்தது. அம்பா திட்டமிட்டு, அவன் எழுவதற்கு முன்பாகவே எழுந்து வேண்டுமென்றே அவனைத் தவிர்த்துவிட்டுச் சென்றுவிட்டாள் என்பதை சாமுவேல் தெரிந்துகொண்டான்.

நான்கு மணி நேரம் கழிந்திருந்த போது சாமுவேல் ஜாவா கடலுக்கு மேல் விமானத்தில் பறந்து கொண்டிருந்தான். தான் என்னவெல்லாம் செய்திருந்தால் என்னவெல்லாம் செய்யாமால் இருந்திருந்தால் அம்பாவை இழக்காதிருந்திருப்போம் என்று பட்டியல் போட்டுக் கொண்டிருந்தான். அம்பாவிற்குப் பாதுகாவலனாகத் தான் இருக்கும் வாய்ப்பு இனி இல்லை என்பதை உணர்ந்து கொண்டான். விமானத்தில் கழிப்பறையின் எதிரில் இறுதி வரிசையில் தனியாளாக அமர்ந்திருந்தான்.

சாமுவேல் சக பயணிகளை நோட்டம் விட்டான். புதிய மனிதர்களுடன் அவன் கொண்ட உரையாடல்கள் அவன் நினைவில் பதிந்திருந்தன. அவற்றை அசை போடத் துவங்கினான். சிறை அதிகாரி, வங்கி அதிகாரி, ஒரு அம்பானியன் என்று மூவர் அவன் நினைவிற்கு வந்தனர். சிறை அதிகாரி சிறைக் கைதிகளைக் கொடுமைப்படுத்தியதில் தினமும் இன்பம் கண்டவன். வங்கி அதிகாரி வேறொருத்தியின் குழந்தைக்குத் தந்தையான கதையை தன் மனைவியிடம் சொல்லச் சென்று கொண்டிருந்தவன், அம்பானியனோ தான் காதலித்த இஸ்லாமியப் பெண்ணை மணக்க முடியாததால், தீவிரவாதியாக மாறி மசூதிகளைக் கொளுத்தத் தொடங்கியவன்,

சட்டென்று தன்னைப் பற்றி நினைத்துக் கொண்டான் சாமுவேல். காதல் காட்டிய பாதையில் நடந்து இறுதியில் ஏதுமற்று நிற்கிறான். காதல் தலைக்கேற எவள் பின்னால் அலைந்தானோ அந்த அம்பா அவனைத் தவிக்கவிட்டுவிட்டு மீண்டும் புரு தீவிற்குச் சென்றுவிட்டாள். அம்பா வேறென்ன செய்திருக்கக்கூடும். அவள் உயிரில் கலந்து போன காதலனைத் தேடும் முயற்சியை எப்படிக் கைவிடுவாள்? இந்த எண்ணங்கள் தோன்றிய போது சட்டென்று அம்பா விட்டுச் சென்ற பை நினைவுக்கு வந்தது.

அப்பைக்குள் பையோடு பையாக இணைந்திருந்த ஒரு கடிதத்தைப் பார்த்தான். கடிதத்தை எடுத்துப் படிக்கத் தொடங்கினான்.

மார்ச் 2006

அன்பு சாமுவேல்

புருவில் நாம் ஒன்றாக இருந்தபோது உன்னிடம் என்னைப் பற்றி, என் வாழ்க்கையைப் பற்றி சொல்லியிருக்கலாம். அதற்கெனக் கிடைத்த பல வாய்ப்புகளை நான் தவறவிட்டேன். நான் அப்போது சொல்லத் தவறியதை இப்போது இக்கடிதத்தில் எழுதத் துணிந்துவிட்டதை விநோதமாக உணர்கிறேன்.

'வெண்மை மகிழ்ச்சியின் அடையாளம்' என்று சிலர் சொல்வர். ஆனால் நான் இத்தாளின் வெண்மையை அழித்துக் கடிதம் எழுதுகிறேன். ஏனெனில் நான் மீண்டும் புரு தீவிற்கு செல்ல வேண்டுமென்று முடிவெடுத்தது ஏன் என்று உன்னிடம் விளக்க வேண்டும். உண்மையில் தொடக்கம் முதல் அதுதான் என் திட்டம்.

ஆம்! பீஷ்மா என் காதலன். வெறும் காதலன் அல்லன். அவன்தான் என் மூச்சு, என் உயிர், என் வாழ்வாகிப் போனான். உனக்கு அவ்வப்போது கிடைத்த செய்தித்துளிகளிலிருந்து நீயும் அதை உணர்ந்திருப்பாய். இருப்பினும் அதை இயல்பாக எடுத்துக் கொண்டாய்.

1965 செப்டம்பர் மாதம் 30ம் நாள் வெடித்த அரசியல் கலவரத்திற்கு முன்பும் பின்புமாக நானும் பீஷ்மாவும் யோக்யாரட்டாவில் ஒன்றாக இருந்தோம். நாங்கள் இணைந்திருந்த நாட்கள் ஒரு மாதத்திற்கும் -குறைவாகத்தான் இருக்கும். ஆனால் அதுவே என் வாழ்க்கைப் பாதையை அமைத்துவிட்டது.

நாங்கள் ஒருவரையொருவர் காதலித்தோமா என்பது அப்பொழுது தெரியவில்லை. ஆனால் அரசியல் கலவரம் நடைபெற்ற அக்கொடிய நாட்களை நாங்கள் ஒரு காதல் இணை போலவே எதிர்கொண்டோம்.

1965 அக்டோபர் மாதம் 19ம் நாளிரவு ரெஸ் பப்ளிக்கா பல்கலைக்கழக வளாகத்தில் நடைபெற்ற, பீஷ்மாவின் நண்பன், செயல் வீரன் ஒருவனின் நினைவஞ்சலிக் கூட்டத்திற்கு நாங்களிருவரும் சென்றிருந்தோம். திடீரென்று அங்கு நுழைந்த இராணுவம் சுடத் தொடங்கியது. அப்போது ஏற்பட்ட குழப்பத்தில்

நாங்கள் பிரிந்துவிட்டோம். ஒரு கணப்பொழுதில் பீஷ்மா மறைந்துபோனான். அதுதான் நான் அவனை இறுதியாகப் பார்த்தது.

நான் நொறுங்கிப்போனேன். இழப்பும் துயரமும் என்னை நிலைகுலையச் செய்தன. நான் பீஷ்மாவைத் தேடி அலைந்தேன். எவராலும் அவன் என்ன ஆனான், எங்கு சென்றான் என்று சொல்ல இயலவில்லை. நொடிப் பொழுதில் நான் அநாதையாகிவிட்டதைப்போல உணர்ந்தேன். என்னால் என் பெற்றோருக்கு எதுவும் நேர்ந்துவிடக் கூடாது என்று எண்ணினேன். என் பெற்றோர்கள் அவர்கள் விரும்பிய ஒருவனை எனக்கு மணாளனாக நிச்சயித்தார்கள். ஆனால் நானோ அவனை நிராகரித்துவிட்டேன் என்பதை அறிந்தால் என் பெற்றோர்கள் பெருங்கவலை கொள்வார்கள் என்றும் எண்ணினேன். இவ்விரு காரணங்களால் என் பெற்றோரிடம் நான் செல்லக்கூடாதென முடிவெடுத்தேன். கம்யூனிஸ்ட்களின் நண்பனை நான் காதலித்தேன். கம்யூனிஸ்ட் எதிரிகள் கிளர்ந்தெழுந்த அந்நேரத்தில் என்னால் என் நண்பர்கள், உறவினர்களுக்கு ஆபத்து ஏற்படுமோ என்று அஞ்சினேன்.

இந்த அச்சத்தின் காரணமாகவே என் நண்பர்கள், உறவினர்கள் யாவரிடமிருந்தும் நான் விலக நேரிட்டது.

நண்பா சாமுவேல்! நீ அந்தக் கொடுமையை அறிந்திருக்க மாட்டாய். உன் உலகம் வேறு. ஆனால் நானும் மற்றும் பலரும் நாள்தோறும் அச்சத்தில் வாழ்ந்த காலம் அது. என்னால் எவரையும் நம்ப இயலாமல் தலைமறைவாகிப் போனேன். பின்னர் என்னைப் போல பீஷ்மாவும் தலைமறைவாகி இருக்கலாம் என்று நினைத்தேன். ஒருவேளை பீஷ்மா கைதாகாமல், என்னைத் தேடி வந்து கண்டுபிடிக்க முடியாமற் கூட போயிருக்கலாம் என்றும் நினைத்தேன்.

அவன் நினைவாக என்னிடம் ஒன்றை அவன் விட்டுச் சென்றுள்ளதை பின்னர் அறிந்தேன். ஆம்! தன் வாரிசை பீஷ்மா எனக்குள் விதைத்திருந்தான் என்பதை அறிந்தேன். என்னவானாலும் அப்புதிய உயிரை நான் போற்றிப் பாதுகாக்க அவன் விரும்பியிருப்பான் என்பதை உணர்ந்தேன். அப்போது என் முன்னிருந்த ஒரே தீர்வு, யோக்யாகரட்டாவை விட்டு நீங்குவதுதான். என் காதல் குறித்து உறுதியாகத் தெரியாததால்தான் பீஷ்மா என்னைவிட்டு நீங்கியிருக்க வேண்டும் அல்லது என்னைவிட

மேலான பிற பெண்களுக்காக நீங்கியிருக்கலாம். யாருமறியாத ரகசிய காதல் தரும் புதுமையான உணர்வையும் கிளுகிளுப்பையும் தவிர்க்க முடியாத பிற ஆண்களைப் போல பீஷ்மாவும் என் உறவை ரகசியக் காதலோடு நிறுத்திக் கொண்டான்போலும் என்று பலவாறு நானே காரணங்களைக் கற்பித்துக் கொண்டேன்.

ஜகார்த்தா நகரில் எனக்கென்று ஒரு வாழ்க்கையை அமைத்துக் கொள்ள முடிவெடுத்தேன். என் தனிமையையும் எனக்குள் வளர்கிற உயிரையும் ஏற்றுக் கொண்ட அதல்ஹார்டு எய்லர்ஸைத் திருமணம் செய்து கொண்டேன். 1965 அக்டோபரில் நடந்தேறிய கொடூர கொலைகளுக்குப் பின்னர் பல்கலைக்கழகத்தில் அதலைச் சந்தித்தேன்.

என் மகளிடம் என் ரகசியத்தைப் பகிர்ந்துகொள்ள இயலாமல் நான் பட்டபாடு, அப்பப்பா. அதலைத்தான் தனது உண்மையான அப்பா என்று என் மகள் நம்பினாள். நான் எப்படி அவளிடம் உண்மையைச் சொல்வது? என் மகள் ஸ்ரீகண்டி மீது அதல் ஒரு சொந்தத் தந்தை போல அன்பு செலுத்தினான். பீஷ்மா இறந்துவிட்டானா அல்லது உயிரோடு இருக்கிறானா என்று எனக்கு அப்போது தெரியவில்லை.

பின்னர் ஒரு சமயம் 1976ல் என் தோழியின் உறவினர், மருத்துவர் ஒருவர் புரு தீவில் பணியாற்றிவிட்டு திரும்பியுள்ளதாக அறிந்தேன். அவர் புருவில் தன்னை மிகவும் கவர்ந்த டாக்டர் ரவுத் என்பவரைச் சந்தித்ததாக என் தோழியிடம் சொல்லி இருக்கிறார். ரவுத் என்பது பரவலாகப் புழங்கப்படும் பெயர்தான். இருப்பினும் அந்த மருத்துவர் சொன்ன ரவுத் என் பீஷ்மாவாக இருக்கலாமே என்று உளமார நம்பினேன்.

புரு தீவிலிருந்த சிறை முகாம்களை அதிபர் சுகர்த்தோ மூடிய பிறகு பீஷ்மா விடுதலை பெற்ற செய்தி வரும் என்று காத்திருந்தேன். ஏக்கத்தோடு காத்திருந்தேன். நான் இன்னொருவரின் மனைவியாக இருந்தபோதும் மீண்டும் பீஷ்மாவைச் சந்திப்பேன் என்று நாள்தோறும் நினைத்து வந்தேன். ஆனால் வீடு திரும்பிய கைதிகளின் பட்டியலில் அவன் பெயர் ஒரு நாளும் இடம் பெறவில்லை.

காலம் செல்லச் செல்ல பீஷ்மா புரு தீவில் இருந்தாலும் இனி திரும்பி வரப்போவதில்லை என்ற எண்ணம் உறுதியானது. ஆனால் என் நம்பிக்கை முற்றிலும் அழிந்துவிடவில்லை. அதேசமயம்

ஒருவனை கணவனாக ஏற்றுக்கொண்டு இன்னொருவனை நெஞ்சில் சுமந்து கொண்டு மொத்தத்தில் இருவருக்கும் துரோகம் செய்வதாக என்னை நானே நொந்து கொண்டேன்.

அந்த அநாமதேய மின்னஞ்சல்கள் எனக்கு வந்து இன்னும் இரண்டு மாதங்கள் கூட ஆகவில்லை. பீஷ்மா இறந்து விட்டான் என்ற செய்தியை மின்னஞ்சல் சொன்னது. முன்னாள் கைதிகளில், புரு தீவில் பீஷ்மாவோடு நட்புக் கொண்டிருந்தவர்களில் யாரேனும் ஒருவரைக் கண்டுபிடிக்க வேண்டுமென்று முடிவு செய்தேன். புரு தீவில் பீஷ்மாவின் நண்பர்களில் ஒருவனாக இருந்த ஜூல்பிகாரைப் பற்றிக் கேள்விப்பட்டேன். அவனைக் கண்டுபிடிப்பது எளிதாகவே இருந்தது.

மத்திய ஜமைக்காவில் ஒரு அலுவலகத்தில் ஜூல்பிகாரைக் கண்டுபிடித்தேன். அவனிடம் எனக்கு வந்த மின்னஞ்சல்கள் குறித்து விளக்கினேன். பீஷ்மாவின் நெருங்கிய நண்பனாகத் தானிருந்ததாக அவன் சொன்னான். அந்த நட்பின் ஆழம் அவனை எனக்கு உதவச் செய்தது.

உன்னைப் போல் எனக்கும் முதலில் ஜூல்பிகாரைப் பிடிக்கவில்லை. அவன் எப்போதும் தன் பழங்கதையையே பேசிக் கொன்றான். அவன் பேசும் பொழுது பல சமயம் உன் முகத்தில் தோன்றிய வெறுப்பையும் திகைப்பையும் பார்த்திருக்கிறேன். எது எப்படியோ, பீஷ்மாவின் நண்பர்களில் நமக்குக் கிடைத்தவன் ஜூல்பிகார் மட்டும்தான் என்பது மாற்றமுடியாத உண்மை.

உனக்கு ஜூல்பிகாரையும் பீஷ்மாவையும் தெரியுமென்று நீ முன்னரே சொல்லியிருந்தால் நான் உன்னிடம் ஆழமான நம்பிக்கை வைத்திருப்பேன். நீ பீஷ்மாவைத் தெரியும் என்ற உண்மையைச் சொன்னபோது காலம் கடந்துவிட்டது.

1976ல் பீஷ்மா உயிரோடு இருக்க வாய்ப்புள்ளது என்று தோன்றுவதற்கு முன்பு வரை அவன் உயிரோடு இருக்கிறானா இல்லையா என்று தெரிய முடியாமல் இருந்ததே பெரும் வேதனையாக இருந்தது. என் விதியை மாற்றி எழுதிய அந்த கொடிய நாளில் நடந்த நிகழ்வுகள் குறித்து பல கேள்விகள் உள்ளன. இராணுவம் துப்பாக்கிச் சூடு நடத்திய அன்று எங்களை எது பிரித்து எறிந்தது? எங்கள் விதியை மாற்றக் கூடிய அளவு அந்தக் குழப்பத்தில் என்ன நடந்தது? அவன் சட்டென்று எங்கு மறைந்துபோனான்?

என் மனம் அமைதியடைந்து என் மூளை சிந்திக்கத் தொடங்கியபோது, நம்ப முடியாதவற்றை நம்பத் தொடங்கினேன். பீஷ்மா தொடக்கம் முதல் என்னை ஏமாற்றி இருக்கிறான். அன்று நடந்த குழப்பம் தந்த வாய்ப்பைப் பயன்படுத்திக் கொண்டு என்னிடம் இருந்துசென்றுவிட்டான். அந்தத் துரோகம் நடந்த அக்கணமே எங்கள் காதல் முறிந்துபோனது. பொதுவாக காலம் எதையும் மன்னிக்கும் என்பார்கள். ஆனால் பல வருடங்கள் கழித்தும் துரோகம் குறித்த என் எண்ணம் மாறவில்லை. ஆனால் சிறை முகாம்கள் அழிக்கப்பட்டதும் அவனுக்காக ஏங்கலானேன்.

சாமுவேல்! நான் எப்போதும் பொறாமை கொண்டவளாகவே இருந்திருக்கிறேன். ஸ்ரீகண்டியைப் பெறுகிறவரை எனக்கு என் பலவீனம் தெரியவில்லை. அதுவரை எனக்குத் தெரிந்த அனைவரையும்விட நான் மேலானவளாகவே இருக்க முயற்சித்தேன். அழகான என் தங்கைகளைவிட, பாசமிக்க என் பெற்றோரைக் காட்டிலும், எனக்கு நிச்சயிக்கப்பட்ட அந்த பண்பாளனைக் காட்டிலும் நான் உயர்ந்தவளாக இருக்கவே ஆசைப்பட்டேன்.

பீஷ்மாவைச் சந்தித்தபோது, அவன் முன்னால் நான் ஒன்றுமில்லாதவளாக, ஏதும் அறியாதவளாக என்னை உணர்ந்தேன். ஆனால் அவனோ நான் அறிந்தவற்றைக் கொண்டே என்னை நானே உயர்ந்தவளாக எண்ண வைத்தான். ஆனால் என்னை மட்டுமல்ல; அவன் பழகும் யாரையும் அவ்வாறே எண்ண வைத்தான் என்ற உண்மையை என்னால் தாங்க முடியவில்லை.

பீஷ்மாவின் வாழ்வில் இன்னொரு பெண்ணும் இருந்தாள் என்று நினைத்தேன். ஆனால் இப்போது அந்த எண்ணம் தவறாக இருக்குமோ என்று ஐயம் எழுந்துள்ளது. நான் சொல்லும் அந்தப் பெண்ணை பீஷ்மா ஏறெடுத்தும் பார்க்காதிருந்திருக்கலாம். ஆனால் அந்தக் கலவர நாளில் அவள் எங்களோடு இருந்தாள் என்பதும், பீஷ்மா அன்று அவளோடுதான் மறைந்து போனான் என்பதும் மாறாத உண்மையாக என்னுள்ளத்தில் பதிந்து போயின. பீஷ்மாவின் தகுதிக்கு அவன் என்னை விட்டு நீங்கியது தவறில்லை என்று என் தாழ்வு மனப்பான்மை என்னை நம்ப வைத்தது. அந்தத் தாழ்வு உணர்ச்சியின் காரணமாக எழுந்த பொறாமை என் அறிவை மறைத்தது.

ஆனால் அன்று என்னவெல்லாமோ நடந்திருக்கலாம் என்று நான் இன்று உணர்கிறேன். அவனுக்குக் காயம் ஏற்பட்டு அவனது நண்பனொருவன் அவனை இழுத்துச் சென்றிருக்கக்கூடும். அன்றைய குழப்பச் சூழலில் நானென்று நினைத்து வேறு எவர் பின்னாலோ பீஷ்மா சென்றிருக்கலாம். ஆனால் என்னை விடக் கவர்ச்சியாகவும் அழகாகவும் இருந்த அந்தப் பெண் எனக்கு அன்றைக்கு அங்கு அறிமுகமான அந்தக் கணத்திலிருந்தே அவள் பீஷ்மாவை என்னிடமிருந்து பறிக்க வந்திருக்கிறாள் என்று நான் எண்ணத் தொடங்கினேன். பீஷ்மாவின் காதல் உண்மையல்ல என்றும், என்னைக் கைவிட வேண்டும் என்ற நோக்கத்தோடுதான் அவன் அன்று அவளோடு சேர்ந்து மறைந்து போனான் என்றும் எனக்கு நானே உறுதிப்படுத்தினேன்.

பீஷ்மா எனக்குத் துரோகம் செய்துவிட்டான் என்ற எண்ணம்தான் நான் அதல்ஹார்டை திருமணம் செய்து கொள்ள நியாயம் கற்பித்தது. அதல் என் மீது உண்மையான காதல் கொண்டிருந்தான். ஆனால் என்னால் அவனைக் காதலிக்க முடியவில்லை. இந்த உண்மை என் நெஞ்சை முள்ளாகக் குத்திக் கொண்டே இருந்தது. என் பாதுகாப்பிற்காக நான் அதலை திருமணம் செய்து கொண்டேன். இரண்டு ஆண்களால் நிராகரிக்கப்பட்டு வாழ்வில் தோற்றுப்போன மகாபாரத காவியப் பெண் அம்பிகை அல்ல நான். என்னை விரும்பிய ஒருவனைக் கண்டு பிடித்துக் கைப்பிடிக்க இயலும் என்று என் விதியை மாற்றி எழுதவும் நான் அதலைத் திருமணம் செய்து கொண்டேன்.

ஆனால் அதேசமயம் புதிய விதி எழுத ஓர் ஆண் மகன் தேவைப்பட்டான் என்பதை உணர்ந்து பல ஆண்டுகளாக நான் வெட்கித் தலைகுனிந்தேன்.

என் மகளும் என்னைப்போல உணர்ச்சிப்பெருக்கெடுத்தவள் என்பதை நீ உணர்ந்து கொள்ள வேண்டும் என்பதற்காகவே இந்த கதையையெல்லாம் உன்னிடம் சொல்கிறேன். என் மகள்தான் என் கண்ணைத் திறந்தாள். வாய்ப்புக் கிடைத்தால் நான் என்னவாக முடியும் என்று எனக்கு உணர்த்தினாள்.

என் மகளைப் பற்றி விரிவாகச் சொல்லுகிறேன், பொறுமையுடன் கேட்பாயாக!

என் மகள் - ஸ்ரீ கண்டி, அதுதான் அவள் பெயர். அழகானவள் மட்டுமல்ல. எளிதில் இரையும் ஆவாள். அதே சமயம் பழிவாங்கும் உணர்ச்சி கொண்டவளும் ஆவாள். பலியாவதும் பழிவாங்குவதும் ஒன்றுக்கொன்று இடமாறும் பண்புகள் அல்லவா. என் மகள் ஒருபுறம் எதையும் தானே முடிவெடுப்பாள். மறுபுறம் எப்போதும் தயக்கத்தோடே இருப்பாள். என் மகள் குறித்த என் தனிப்பட்ட கருத்து இது. இதை ஒரு நாளும் அவளிடம் சொல்லப்போவதில்லை.

யோக்யாகரட்டாவில் என் அத்தை வீட்டில் வாழ்ந்தேன் அல்லவா? அந்த அத்தையும் மாமாவும் ஸ்ரீகண்டி பிறக்கும் சமயம் என்னுடன் இருந்தனர். அத்தை "குழந்தைக்கு அதிர்ஷ்டம் கெட்ட பெயர் வைத்துவிடாதே" என்று எச்சரிக்கை செய்தாள். அவள் தான் ஒரு ஜவானியப் பெண் என்பதை சொல்லாமல் சொன்னாள்.

ஆனால் என் குழந்தை பிறந்த சமயம் அந்த அழகான, சிறப்பான படைப்பிற்கு ஸ்ரீகண்டி என்பதைவிட வேறெந்தப் பெயரும் பொருத்தமாக இருக்காது என்று எனக்குத் தோன்றியது.

அவள் பிறந்து பல நாள் கழித்து ஒரு நாள், எங்களின் பழைய ஜகார்த்தா வீட்டில், தொட்டிலில் படுத்திருந்தாள். அவளுக்குத் தூக்கம் வரும் சமயம் அப்போது. தொட்டில் அறை ஜன்னலின் அருகில் இருந்தது. மஞ்சள் நிற திரைச்சீலையை ஊடுருவிப் பாய்ந்த சூரிய ஒளியில் அந்த அறையே பொன்னிறமாய் ஒளிர்ந்து கொண்டிருந்தது. அப்போது சற்று வேகமாக அடித்த காற்று திரைச்சீலையை விலக்க, ஓர் ஒளிக் கீற்று என் மகளின் முகத்தில் பாய்ந்தது. சட்டென்று கண் விழித்த அவள் முகத்தில் மின்னலென ஒரு மாற்றம் கண்டேன்.

ஒரு நொடிப் பொழுது அவள் முகம் மாறிப்போனது. தாய்மார்களை மயக்கும் மென்மையான சாதுவான இனிமையான பெண் சிசுவின் முகமாக அவள் முகம் இல்லை. சட்டென்று ஆண் குழந்தை முகமாக காட்சியளித்தது. ஒரு பாதி முகம் ஆண் முகமாகவும் பாதி முகம் பெண் முகமாகவும் இருப்பதை என்னால் பார்க்க முடிந்தது. அம்மாற்றம் முழுமை பெற்றதையும் நான் கவனித்தேன்.

அதுவரையில் அவளிடம் கேட்டிராத ஒரு கீச்சுக் குரலில் மென்மையான ஆனால் வலுவான குரலில் அவள் அழுதாள். நான் ஓடிச் சென்று அவளை வாரியெடுத்தேன். எடுத்தவள், என்னை

மறந்தேன், இவ்வுலகை மறந்தேன். ஒரு நொடிப் பொழுது எவ்வித உணர்வுமின்றி உறைந்துபோனேன். அப்போது வீல் என்று என் மகள் மீண்டும் கதற, அவள் மறுபடியும் பெண் சிசுவாக மாறிப்போனாள்.

நான் என் மகளுக்கு ஸ்ரீகண்டி என்று மிகச் சரியாக பெயரைச் சூட்டியிருக்கிறேன் என்பதை அப்போது தெரிந்து கொண்டேன். அவள் வளர, வளர அவளிடம் என் சாயலைவிட அவள் அப்பாவின் சாயல் வளர்ந்தது. ஸ்ரீகண்டி அப்பாவின் பெண். என் வாழ்க்கைப் புத்தகத்தில் முடிய வேண்டிய சில அத்தியாயங்கள் அவளால்தான் முற்றுப்பெறும். சிறு வயதில் கைக்குழந்தையாக என் அரவணைப்பில் இருந்தபோது கூட அவள் அப்பாவின் மகளாகவே இருந்தாள்.

அவளை கண்ணும் கருத்துமாக வளர்த்தேன். அவள் நம்பிக்கையோடு உலகைப் புரிந்து கொள்ள வேண்டும் என்று விரும்பினேன். துன்பமும் துயரமும் அவளை அண்டக்கூடாது என்று எண்ணினேன்.

ஸ்ரீ எப்போதும் தனித்துவத்தோடு இருந்தாள். ஸ்ரீ, சிகண், சிண்டி, திதி என்று பல பெயர் சொல்லி அழைத்துப் பார்த்தேன். விதி வழி வந்த ஸ்ரீகண்டி என்ற பெயரை மாற்ற முயற்சித்தேன். ஆனால் அவள் ஸ்ரீகண்டியாக இருந்தாள். வேறு யாராக இருந்துவிட முடியும்?

வீட்டிற்கு அவளின் தோழிகள் பலர் வருவார்கள். அவர்கள் அனைவரைக் காட்டிலும் சிறந்து விளங்குவாள். அவள் பிறந்த ராசி நான் திறமைகளைக் கண்டேன். நான் சிறந்த மொழிபெயர்ப்பாளராக உயர்ந்ததற்கு அவளின் எழுத்தாற்றலே காரணம். நான் எதில் சிறந்து விளங்கினாலும் அதில் என் மகளும் சிறந்து விளங்கினாள். இதைக் கண்டு நான், என் வாழ்க்கையை சீரழித்த என் பொறாமை உணர்வைப் பெறவில்லை. மாறாக மேலும் என்னை மேம்படுத்தும் சவாலாக உணர்ந்தேன்.

சிறு வயதிலேயே அவள் எதையும் கூர்மையாகவும் ஆழமாகவும் கவனிப்பாள். அவளது கூர்மையான பார்வையில் அப்பொருள் அவளுக்கு வேறொன்றாகத் தோன்றும். எதையும் வேறுபட்ட கோணத்தில் புதிய கண்ணோட்டத்தோடு பார்க்கும் திறன் கொண்டிருந்தாள். புரியாத புதிர்களைக் குறித்து புதிய விளக்கம் சொல்வாள். உறவினர் ஒருவர் இறந்துபோனார் என்று சொல்லும் போது 'அவரின் உடலை எது முதலில் தின்றது? புழுவா? பருந்தா'

என்று கேட்பாள். எப்பொருளையும் ஆழமாகவும் அதற்கப்பாலும், பார்க்கக்கூடியவள் என்பதை நான் புரிந்து கொண்டேன்.

என் கணவர் அதல்ஹார்டு மீது அவள் காட்டிய பாசமும் அன்பும் ஈடு இணையற்றது. அவள் நாடி நரம்பெல்லாம் அதல் நிறைந்திருப்பதாக அவள் நம்பினாள். அதல்தான் அவளறிந்த ஒரே தந்தை.

அதல் இறந்த பிறகு பல மாதங்கள் என்னைப் பார்க்க மறுத்துவிட்டாள். அதல் இறந்ததற்கு நான் தான் காரணம் என்று என்னைப் பழித்தாள். ஒருவகையில் அவளின் குற்றச்சாட்டு நியாயமானது. நான் ஒரு போதும் அதலிடம் காதலோடு நடந்து கொள்ளவில்லை. மாறாக கடினமாகவும், அந்நியமாகவும் நடந்து கொண்டேன் என்று என் மீது குற்றம் சுமத்தினாள்.

உண்மைதான். என் காதல் வேறொருவனிடம் இருந்ததால் நானிழைத்த குற்றம் அது, கொடூரம் அது. எனவேதான், என் மகள் எனக்குத் தண்டனை வழங்கினாள்.

என் கணவர் அதல் புற்றுநோயால் இறந்து போனார். என்னுடைய பாராமுகமும் அன்பின்மையும்தான் அந்த புற்றுநோய்க்கு உரமும் நீருமாக இருந்தன. நான்தான் அவள் அப்பாவைக் கொன்றேன் என்று ஸ்ரீகண்டி வாய்க்கு வாய் சொல்வாள். நான் அதை மறுக்க, மறுக்க எங்களுக்குள் பெரும் இடைவெளி வந்தது. எங்கள் குடும்பம் உடைந்து நொறுங்கியது.

சாமுவேல்! என் கணவரிடம் காட்டவேண்டிய அன்பையும், காதலையும் காட்ட மறுத்தேன். அது மட்டுமல்ல, என் பெற்றோரிடம், என் அத்தை மாமாவிடம், என் தங்கைகளிடம் நான் வைத்திருந்த அன்பையெல்லாம் இழந்து நின்றேன். என் குடும்பத்திற்கும் எனக்கும் இடையில் எழுந்த சுவரை நான் அகற்றியிருக்க முடியும். என் கணவரின் சுயநலமற்ற அன்பிற்காகவும், என் பொருட்டும் என் மகள் பொருட்டும் தன் காதல் உரிமைகளை இழந்த நின்ற அதலின் தியாகத்திற்காகவும், அவர் மீது நான் காதல் கொண்டிருக்க வேண்டும். நான் அவ்வாறு செய்யவில்லை. எந்த அம்பாவாக இருக்கக்கூடாது என்று எண்ணியிருந்தேனோ, என்னை அறியாமல் அந்த அம்பாவாக மாறிப்போனேன். அந்த இதிகாச அம்பா தன் சுற்றத்தாருக்கு இழைத்த தீமைகளைக் காட்டிலும் கூடுதலாக என் குடும்பத்திற்கு தீங்கு விளைவித்து விட்டேன். நான் பீஷ்மாவிற்கு

ஏற்றவள்தானா? இந்தக் கேள்வி இன்றும் என்னுள் எழுகிறது. கொடூரமான, பொறாமை கொண்ட தவறான பெண் அல்லவா நான்?

இத்தகைய என்னை மண்ணில் புதைப்பதற்கு இவ்வுலகில் தகுதியுள்ள ஒருவள் என் மகள் ஸ்ரீகண்டி மட்டுமே. ஆனால் அதே சமயம் என் பாவங்களை அவள் சுமந்துவிடக் கூடாது. என் பாவங்களிலிருந்து அவளை நான் பாதுகாக்க வேண்டும்.

என் மகளின் உண்மையான தந்தை யார் என்பதை என் மகளிடம் நான் ஏன் மறைத்தேன் என்பதை இப்போது நீ உணர்ந்திருப்பாய் பீஷ்மா குறித்தும், தன் பிறப்பும் குறித்தும் அவள் அறிந்திருந்தால் அவள் உயிரோடு இருக்க மாட்டாள் என்று நான் நினைத்தேன்.

அம்பா, ஸ்ரீகண்டி என்ற எங்கள் பெயர்களின் முக்கியத்துவம் குறித்து நீ அறிந்திருக்க மாட்டாய். என் வாழ்க்கையில் உண்மையில் ஒரு பீஷ்மா என்று ஸ்ரீ கண்டிக்குத் தெரிந்தால் போதும். அவளுக்குரிய ஆழமான பார்வையால் நான் ஏன் அவளுக்கு ஸ்ரீகண்டி என்ற பெயர் சூட்டினேன் என்பதைப் புரிந்திருப்பாள். புராணம் குறித்து அவளிடம் சொல்ல வேண்டிய அவசியமில்லை. அவளே புராணத்தைக் காட்டிலும் கூடுதலான கற்பனையோடு எங்கள் கதையின் இறுதி அத்தியாயத்தை எழுதியிருப்பாள். ஆனால் அதுவே அவளின் அழிவிற்கு வழி வகுக்கும்.

நான் ஏன் ஹோட்டலை விட்டு உன்னிடம் எதுவும் சொல்லாமல் சென்றேன். புரு தீவிற்கு மீண்டும் நான் செல்ல வேண்டிய அவசியம் என்ன என்பதை இப்போது நீ புரிந்து கொண்டு இருப்பாய். நான் செய்த தவறுகளை சரி செய்வதற்கு எவ்வித வாய்ப்புமில்லை. அதலும் இறந்து போனார். அநேகமாக பீஷ்மா இறந்திருக்கக்கூடும்.

உண்மையில் பீஷ்மாவிற்கு என்ன நடந்தது என்பதையும் என் காதலனின் உண்மையான கதை குறித்தும் என் மகள் அறிந்து கொள்ள வேண்டும் என்று விரும்புகிறேன். அது குறித்து அவள் என்ன வேண்டுமானாலும் முடிவு செய்து கொள்ளட்டும்.

இன்று பல இன்னல்களைக் கடந்து உண்மையை அறியும் நேரம் எனக்குக் கனிந்திருக்கிறது. நான் அறியப்போகும் செய்தி எதுவாகவும் இருந்துவிட்டுப்போகட்டும்.

நட்புடன்

அம்பா கினாண்டி.

அந்தக் கடிதத்தை இருமுறை படித்தபிறகு மடித்துப் பைக்குள் வைத்தான். கடிதத்தில் கூட அம்பா எவ்வளவு கர்வமாக இருக்கிறாள் என்று எண்ணினான். தான் விரும்பிய வாழ்க்கையில் தனக்கு பல இன்னல்கள் நேர்ந்த பின்னரும் தான் தேர்ந்தெடுத்த பாதை குறித்து, வாழ்க்கை குறித்து அம்பா பெருமிதம் கொள்வதை உணர்ந்து கொண்டான். கர்வம், தனிமை, உறுதி இதுவே அம்பா என்று முடிவு செய்தான். அவனை அவள் நடத்திய விதம் குறித்து, அம்பா மன்னிப்பு ஏதும் கோரவில்லை. அவன் செய்த உதவி குறித்து நன்றி எதுவும் சொல்லவுமில்லை.

தான் கொண்ட காதலுக்காக தன் வாழ்க்கையையே தியாகம் செய்த அதல்ஹார்டு மீது சாமுவேலுக்கு ஒரு கணம் பெரும் ஈர்ப்பு எழுந்தது. புனிதமான உணர்வும் எழுந்தது.

ஜகார்த்தாவை அடைந்தபோதும் அதற்குப் பின்னரும் அப்புனித உணர்வு அவனை விட்டு நீங்கவில்லை. அம்பா குறித்து பலவற்றைப் புரிந்து கொண்டதில் அவனுக்குள் பெரும் மகிழ்ச்சி எழுந்தது. அத்தகையதொரு புரிதலால்தான் பல வருடங்களுக்கு முன்னர் அதல் முன் மொழிந்த தீர்வை அம்பா ஏற்றுக்கொண்டாள்.

அந்தப் புரிதல் சாமுவேலுக்கு பல புரிதலுக்கு வழி வகுத்தது. பிரசவ சமயத்தில் அம்பாவின் கரங்களை அதல் எவ்வளவு இறுகப் பற்றியிருப்பான் என்பது புரிந்தது. ஸ்ரீகண்டியின் பிறப்புச் சான்றிதழில் தந்தை என்று கையெழுத்திடும்பொழுது அதலிடமிருந்த உறுதி புரிந்தது. பிறந்த சிசுவின் விரல்களை முதன்முறை பிடித்தபோது அதலிடம் ஏற்பட்ட உணர்வு புரிந்தது.

தன் கனவு வாழ்க்கைக்கு மாறாக அதல் வாழ்ந்த வாழ்க்கையை சாமுவேலால் காண முடிந்தது. அதல் ஒருபோதும் தன்னை முன்னிலைப் படுத்தியதில்லை. அம்பாவின் வாழ்க்கைக்கு ஆதாரமாக இருந்தபோதும் அவளிடமிருந்து விலகியே இருந்திருக்கிறான்.

இந்தப் புரிதல்களுக்கு மத்தியில் அதல் போல் தானும் வாழ வேண்டுமென்ற தன் ஆசை அவனுக்குப் புரிந்தது. அந்த எண்ணம் எப்பொழுது எழுந்தது என்று தெரியவில்லை. உயிர் செல்களில், உதிரத்தில் அந்த எண்ணம் கலந்து நின்ற அதே சமயம் காதலுக்காக அவன் மனம் ஏங்கவும் செய்தது.

பகுதி 5

பீஷ்மா

1965&2006 (விடுபட்ட வருடங்கள்)

முன்னுரை

பீஷ்மா ரவுத் மாயமாகிப்போன பிறகு ஓராண்டு கழிந்து, அவன் சகோதரி பரமிட்டா ரவுத், பீஷ்மா குறித்த பல தகவல்களை ஒன்று திரட்டினாள். அவை ஒன்றுக் கொன்று எதிரும் புதிருமாக இருந்ததோடு, வெறும் வதந்தியாகவே இருந்தன.

கேதிரியிலிருந்த சர்க்கரை ஆலையில் எழுந்த வன்முறையின்போது பீஷ்மா கொலை செய்யப்பட்டான் என்று ஒரு செய்தி சொன்னது. ஆனால் அதனை சோனோ வலுஜோ மருத்துவமனைத் தலைவர் டாக்டர்.சுகாதி ஏற்கவில்லை. மற்றொரு செய்தி ரெஸ் பப்ளிகா பல்கலைக்கழக வளாகத்தில் வலதுசாரிகள் நடத்திய தாக்குதலில் பீஷ்மா தாக்கப்பட்டு பின்னர் சிகிச்சையின்போது தப்பித்து மறைந்துபோனான் என்றது. இன்னொரு செய்தியின்படி, பீஷ்மா பூமி தரங் கலைஞர்களோடு கைது செய்யப்பட்டு, விர்திபரக் கோட்டையில் சிறைவைக்கப்பட்டபோது சித்ரவதைக்கு ஆளாகி இறந்துபோனான்.

பீஷ்மா எங்கு சிறைவைக்கப்பட்டிருக்கிறான் என்ற உண்மை தெரிந்த பிறகும், அவன் எப்படிக் கைதானான் என்பது குறித்தும் பரவிய வதந்திக்கு அளவில்லை.

சுரபயாவில் *1970*ல் நடைபெற்ற இந்தோனேசிய ஆய்வாளர்கள் சங்கக்கூட்டத்திற்குச் சென்ற இடத்தில் பீஷ்மா கைது செய்யப்பட்டதாக சிலர் சொன்னார்கள். வேறு சிலர், இந்தோனேசிய மருத்துவப் பல்கலைக்கழகத்திற்கு பீஷ்மா சென்றபோது வலதுசாரி மாணவர் அமைப்பினரால் **(KAMI)** கடத்திச் செல்லப்பட்டதாக கூறினார்கள். பீஷ்மா இடதுசாரி மாணவர் அமைப்பின் **(CGMI)** ஆதரவாளன் என்பதால் இந்த கடத்தல் என்று விளக்கமும் சொல்லப்பட்டது. இரண்டு அமைப்புகளும் தடை செய்யப்பட்டுள்ள நிலையில் அது எப்படி சாத்தியம் என்ற சந்தேகம் பரமிட்டாவிற்கு எழுந்தது.

1977-ம் வருடம் புரு சிறை முகாம்களிலிருந்து முதன்முதலாக சில கைதிகள் விடுதலை செய்யப்பட்டனர். அதற்கு மூன்றாண்டுகளுக்கு

முன்னர் பீஷ்மாவின் அம்மா பிரியம் ரவுத் இறந்துபோக, தொழில்களைக் கவனிக்கும் பொறுப்பை பரமிட்டாவிடம் அளித்துவிட்டு பீஷ்மாவின் தந்தை அஸ்ருல் பீஷ்மா பரபரப்பு வாழ்க்கையிலிருந்து விலகிக் கொண்டார்.

ஜகார்த்தாவிலிருந்து ஸ்வீடன் சென்ற பீஷ்மாவின் மூத்த சகோதரி அங்கு இளம் வயதிலேயே இந்தோனேசியாவின் தூதராக பணியாற்றினார். பீஷ்மாவின் கடைக்குட்டித் தங்கை மாயா ஒரு வர்த்தகரை மணந்து கொண்டு, சிறந்த பயணக்கட்டுரை எழுதும் எழுத்தாளராகிப் போனார்.

2006 டிசம்பர் மாதம் 5ம் தேதி பரமிட்டா தன் அம்மாவிடமிருந்த பீஷ்மா குறித்த பொருட்களை எல்லாம் திரட்டிப் பார்த்தபோது மூன்று புகைப்படக் கோப்புகள் கிடைத்தன. அவற்றில் பீஷ்மா ஐரோப்பாவிலிருந்த போது எடுக்கப்பட்ட புகைப்படங்கள் இருந்தன.

ஆனால் பீஷ்மா கேத்ரியிலிருந்த போதும் அதற்கு முன்னரும் அவன் குடும்பத்தாருக்கு எழுதிய கடிதங்கள் எதுவும் கிடைக்கவில்லை. தன் மகனின் சிறைச் செய்தி அறிந்து இடிந்துபோன பீஷ்மாவின் அம்மா அக்கடிதங்களை மறதியாக எங்கேனும் வைத்து விட்டாளா அல்லது தொலைந்து போனதுவோ என்று பரமிட்டாவால் அறிய முடியவில்லை.

17

புரு மடல்கள்

வாழ்க்கையை இழந்து நிற்கும் விதவையைப் போல அம்மடல்கள் அனைத்தையும் வேகமாகப் பார்வையிட்ட அம்பா, காதலை இழந்த காதலியைப் போல அக்கடிதங்களில் சிலவற்றை நீக்கிவிட்டு மற்றவற்றை காலவாரியாகத் திரட்டினாள்.

புரு தீவு, டிசம்பர் 5, 1973.

பேரன்பே அம்பா,

இம்மடலை மட்டுமல்ல, அடுத்தடுத்து நான் எழுதும் மடல்களையும் நீ படிக்கவில்லை என்பதை நான் ஒரு நாள் அறிய நேரிடும். எனினும் உன்னை நான் மீண்டும் காணாது போயினும் என் மடல்கள் உன்னைச் சந்திக்கும் என்ற நம்பிக்கையில் இம்மடலை எழுதுகிறேன். நம்பிக்கை தானே வாழ்க்கை!

வெளி உலகில் என்ன நடக்கிறது என்பதை அறிய முடியாது சிறைப்பட்டிருக்கிறேன். என் கடிதங்கள் அதிகாரிகளின் தடைகளை மீறி, தணிக்கைக்குத் தப்பி, முழுமையாக உன்னை வந்தடையுமா என்று தெரியவில்லை. ஆனால் என் உயிர் சுமக்கும் இதுபோன்ற கடிதங்கள் சவ்வூடு பரவுவது போல உன்னைச் சேரும் என்று நம்புகிறேன். அதிசயங்கள் இச்சிறையிலும் நடக்கலாம் அல்லவா!

இன்னும் பத்தாண்டுகள் அல்லது இருபது ஆண்டுகள் கழித்து இம்மடலைப் படிக்கக்கூடும். அவ்வாறு படிக்கிறபோது உன் முகம் எவ்வாறு இருக்கும் என்று கற்பனை செய்ய முயற்சிக்கிறேன். அப்போது நீ வயோதிகராக இருப்பாய். உன் முகத்தில் வருத்தத்தின் ரேகைகள் பதிந்து இருக்கும். தகுதியற்ற, துணிவற்ற என்னோடு செல்வதென்று நீ முடிவெடுத்ததை அறிந்தபோது உன் பெற்றோர் அடைந்திருக்கும் வருத்தத்தைக் காட்டிலும் அதிகமானதாக உன்

வருத்தம் இருக்கும். கேத்ரியில் உன்னறையில் என்னோடு உறங்கிக் கொண்டிருந்த நீ சட்டென்று கண் விழித்து, ''என் பெற்றோரின் அழுகுரல் என் காதில் விழுகிறது'' என்று அரற்றியதை நான் நினைத்துப் பார்க்கிறேன். அன்று விடியும்போது, நான் உன்னோடு செல்லும் செய்தி கிடைத்ததும் "என் பெற்றோர் இறந்துவிட்டால் என்ன செய்வது? நானும் என் தங்கைகளும் அநாதையாகி விடுவோமே?" என்று கேட்டாய்.

நான் உன்னை இறுதியாகச் சந்தித்தபோது இருந்ததுபோலவே அழகு தேவதையாக இப்போதும் இருப்பாய் என்று நம்புகிறேன். எனக்கு என்ன நேர்ந்தது. நான் கைதான பிறகு எப்படி இங்கு வந்து சேர்ந்தேன் என்பதை நீ இக்கடிதத்தைப் பார்ப்பதற்கு முன்னரே அறிந்திருக்கலாம். கைதான பிறகு சலேம்பா சிறையில் பட்ட இன்னல்கள், நுசகம்பங்கள் தீவுச் சிறையில் மூன்று மாத கால அல்லல் குறித்து நீ அறிந்திருக்கலாம். கரடு முரடாக இருந்த அந்த பூமியை சிறைக் கைதிகள் வளம் கொழிக்கும் மண்ணாக மாற்றினர்.

அந்திம நேரத்தில் வானம் இருளுமின்றி, வெளிச்சமுமின்றி, இரண்டும் கலந்து இருப்பதுபோல, புரு தீவில் யாவும் நடுநிலையில்தான் இருக்கும். எனவே, கற்பனைகளை மிஞ்சும் வகையில் புரு தீவு இனிமையானது. அங்கே எங்கள் உழைப்பிற்கு கூலி இல்லைதான். ஆனாலும் நாளும் எங்களுக்கு வானம் அமைதி தரும். குளிர்ந்த காற்று, பயன் தரும் வேட்டை, உள்ளூர் பழங்கள், ஏரி தரும் மீன்கள் என்று புரு எங்களுக்கு எப்போதும் இனிமைதான். வாழ்க்கையின் இறுதி நாட்களைக் கழிப்பதற்கு ஏற்ற இடமாக புரு தீவு இல்லாதிருக்கலாம். ஆனால் என்னைப் பொறுத்தவரை நான் தீவை விட்டு நீங்கப் போவதில்லை என்றறிவேன்.

உன்னைப் பற்றி அறிந்து கொள்ள ஆவலாக உள்ளேன். உனக்குத் திருமணம் ஆகிவிட்டதா? உனக்குத் திருமணம் முடிந்திருக்கும் என்று எண்ணுகிறேன். குழந்தைகள், உறவுகள், பேரக் குழந்தைகள் என்று மகிழ்வோடு இருப்பாய். அதே சமயம் நீ விரும்பியதை செய்யும் உரிமை பெற்றவளாகவும் இருக்க வேண்டும் என்று விரும்புகிறேன்.

என் புலம்பலைப் பொறுத்துக்கொள். இழந்த காலங்களை மீட்டெடுத்து நான் முந்தைய காலத்திற்குச் செல்ல முடியுமா. அது சாத்தியமானால் கேள்விகள் அவசியமில்லை அல்லவா? இந்தக்

கடிதங்களுக்கும் தேவை இருந்திருக்காது அல்லவா? உன் முகத்தைப் பார்த்தாலே போதும் எதுவும் கேட்காமலே உன் நிலையைப் புரிந்து கொள்வேன். விரும்பாத வாழ்க்கையாக உன் வாழ்க்கை அமைந்திருக்காது, நீ மகிழ்ச்சியாக இருப்பாய் என்று நம்புகிறேன். வாசிப்பதை இப்போதும் நீ விரும்புவாய் என்று எண்ணுகிறேன். வண்டின் ரீங்காரம், பறவைகளின் கவிதை இவற்றின் மீதான உன் காதல் இன்னும் குறைந்திருக்காது என்று எண்ணுகிறேன். உன் வாழ்க்கை எப்படி அமைந்திருந்தாலும், யார் உன்னை விரும்பினாலும் விரும்பாவிட்டாலும் உன்னுடைய ரசனையும் விருப்பங்களும் மாறியிருக்காது என்று எண்ணுகிறேன். எனவேதான் இப்போதெல்லாம் நான் நிறைய வாசிக்கிறேன். அதன் மூலம் உன்னோடு நெருக்கமாக உணர்கிறேன்.

நாம் பிரியாதிருந்திருந்தால் பல கவிதைகளை ஒன்றிணைந்து வாசித்திருப்போம். என்னோடு இங்கிருப்பவர்கள் என்னை அதிகம் புரிந்து கொள்ளவில்லை. அதனால் என்னிடமிருந்து விலகியே இருந்தனர். அதேபோலத்தான் சில சமயம் நீயும் எண்ணியிருப்பாயோ என்று தோன்றுகிறது. அதன் காரணமாக சில சமயம் உனக்குக் காதலனாகவும், சில சமயம் யாரோ தெரியாதவன் போலும் இருந்திருக்கிறேன்.

எட்டு வருடங்களுக்கு முன்னால் "பாதுகாப்பாக வைத்துக்கொள்" என்று என் இதயத்தை உன்னிடம் கொடுத்தேன். என் இதயம் அது இருக்க வேண்டிய இடத்தில் பாதுகாப்பாக இருக்கிறது என்று நானறிவேன். எனக்கு இது ஒன்று போதும்; வேறெதுவும் வேண்டாம்.

பீஷ்மா.

டிசம்பர் 6, 1973.

பேரன்பே!

நான் இந்த புரு தீவிற்கு வந்து இரண்டாண்டுகள் ஓடி விட்டன. இத்தீவைப் பற்றி உனக்குச் சொல்ல வேண்டும். முதலில் அத்தீவின் அமைப்பைப் பற்றி சொல்ல விரும்புகிறேன். வேய்ப்போ பள்ளத்தாக்கைச் சுற்றி அமைந்துள்ள அந்த தீவு 22 அலகுகளாகப் பகுதிகளாக பிரிக்கப்பட்டுள்ளது. ஓவ்வொரு பகுதியிலும் ஒரு

அலுவலகக் கட்டிடம், பிரார்த்தனை இடங்கள், ஒரு கிட்டங்கி, மருத்துவமையம், ஒரு கலை மையம் ஆகியவை இருந்தன. எஞ்சிய இடங்களில் சிறை முகாம்கள். அங்குதான் நாங்கள் சிறைக் கைதிகள் தங்கியிருந்தோம்.

ஒவ்வொரு பகுதியிலும் ஏறக்குறைய ஆயிரம் கைதிகள் உண்டு. ஒவ்வொரு பகுதியிலும் குறைந்தது 14 முதல் அதிகபட்சமாக 23 சிறை முகாம்கள் இருந்தன. ஒவ்வொரு முகாமிலும் சராசரியாக 50 கைதிகள் கொண்டதாக புரு தீவு இருந்தது. அடுத்து இங்கிருக்கும் மனிதர்கள் பற்றி:

முகாம்களிலுள்ள கைதிகளைக் கண்காணிக்க ஒவ்வொரு முகாமிற்கும் ஒரு காவலருண்டு. ஒவ்வொரு பகுதிக்கும் ஒரு தலைமைக் காவலர். அப்பகுதியிலுள்ள முகாம் பொறுப்பு காவலர்கள் இந்த தலைமைக்காவலரின் கட்டுப்பாட்டில் இயங்குவர். தலைமைக் காவலர்களை வழி நடத்த ஒரு தலைமை கண்காணிப்பாளருண்டு. இவர்கள் தவிர ஒவ்வொரு முகாமிற்கும், கைதிகளால் அவர்களுக்குள் தேர்ந்தெடுக்கப்படும் ஒரு கங்காணி உண்டு. தலைமைக் கைதி என்றழைக்கப்படும் இவர் தன்னுடன் இணைந்து கைதிகளை வழி நடத்த ஒரு ஒருங்கிணைப்பாளரைத் தெரிவு செய்து கொள்வார்.

இவர்களோடு, நாங்கள் சிறைவாசிகள் இருக்கிறோம். இப்போது நான் திறந்த வெளியில் விண்மீன்களைப் பார்த்தபடி அமர்ந்திருக்கிறேன். என்னைச் சுற்றி சில சகமுகாம் கைதிகள். காற்றில் நானறிந்த வாசம் வீசுகிறது.

புதிதாக உருவாக்கப்பட்ட கலை மைய மேடை எங்கள் முன்னே இருக்கிறது. பந்த்கோ என்ற இசைக்குழு இசை விருந்து அளிக்கத் தயாராக உள்ளது. கைதிகளின் இசைக்குழு அது. கைதேர்ந்த இசை ஞானம் மிக்கவர்கள் உண்டு. பெரிய கலைஞர்கள்போல தங்களைக் காட்டிக் கொள்பவர்களும் உண்டு.

எது எப்படியானாலும், எங்களுக்கு சிறந்த பொழுதுபோக்குக் கிடைத்தால் போதுமல்லவா? கவலைகள் மறைந்து நாங்கள் சிரிக்க முடியும். நகைச்சுவை வாழ்க்கை மீதான அவநம்பிக்கையைப் போக்குமல்லவா? ரோஸா லக்ஸம்பர்க், சொல்வதுபோல, வாழ்க்கை என்றால் மகிழ்ச்சிதானே!

இன்றிரவு சிறப்பான இரவு போலும். போதை மருந்து தாராளமாக

கைதிகளை வந்தடைகிறது. இன்று காவலர்களும் நல்ல மனநிலையில் இருக்கிறார்கள். சில சமயங்களில் இப்படி நடப்பதுண்டு. கைதிகள் யாவரும் கம்யூனிஸ்ட்கள் என்று கருதப்படுவதால் எலிகளை மிதிப்பதுபோல கைதிகளைக் கொடுமைப்படுத்தும் காவலர்கள் சில சமயங்களில் அந்த எலிகளிடம் கருணை காட்டுவதுமுண்டு.

இரண்டு மணி நேரமாக இந்த இசை நிகழ்ச்சி நடந்து கொண்டிருக்கிறது. மேடையில் பாடிக் கொண்டிருந்தவர்கள் மிகச் சிறப்பாகப் பாடவில்லை. பாடல் வரிகளை அவர்கள் மறந்து போனார்கள். சுருதி சேரவில்லைதான். ஆனாலும் ஒரே கும்மாளமும், மகிழ்வுமாக நேரம் போய்க்கொண்டிருக்கிறது. நான் வண்ணக்குருடாக இருப்பதுபோல சிலரின் காதில் இசைக் குறைகள் விழவில்லை. சிரிப்பும் மகிழ்வும் இந்த இடத்தை நிரப்பிக் கொண்டிருக்கிறது.

அன்பே! நான் எழுதப்போவதெல்லாம் இதுபோன்ற நிகழ்வுகள் தானா என்று நீ நினைக்கலாம். ஆனால் ஒன்றை நீ புரிந்து கொள்ள வேண்டும். இந்த இடத்தில் எப்படி சிரிப்பது என்பதைப் புரிந்து கொள்ளாவிட்டால் அழிவது உறுதி.

பீஷ்மா.

டிசம்பர் 13, 1973.

என் அன்பிற்குரியவளே!

இங்கு இருப்பவர்களுக்கு நேரிடையான நகைச்சுவை தெரியும். நகைமுரணை அறியமாட்டார்கள். ‘

நகைமுரண் 1 :

இங்கே எங்கள் மத்தியில் தங்களை மார்க்சிஸ்ட் லெனினிஸ்ட் என்று சொல்லிக் கொள்பவர்களில் பலர் லெனினின் எழுத்துகளைப் படித்திராதவர்கள். மூலதனம் படித்திருப்பார்கள் என்று சொல்லவே வேண்டாம்.

நகைமுரண் 2:

நாங்கள் கம்யூனிஸ்ட் என்பதால்தான் இங்கே சிறை வைக்கப்பட்டிருக்கிறோம். ஆனால் இங்கே மத்தியத்துவப்பட்ட, ஒன்றிணைக்கப்பட்ட பொருளாதாரம் தான் நடைமுறையாகிறது. சுகர்த்தோவின் புதிய ஆட்சி சொன்ன புதிய தத்துவத்திற்கு எதிர்மறையான பொருளாதாரம் செயல்பட்டு வருகிறது.

கம்யூனிஸ்ட்களைத் திருத்துவதற்காக உருவான காலனி சீன கம்யூனிச சமூகத்தின் நகலாக அமைந்துள்ளது. இது எப்படி இருக்கு!

***நா**ற்று நடுகை முதல், நெல் அறுப்பு வரை அனைத்தும் இங்கு குழுக்களுக்கு ஏற்றவாறு திட்டமிட்டு ஒழுங்கமைப்பட்டுள்ளன. முன்னரே நிர்ணயிக்கப்பட்ட அளவிலான நெல் தானியங்களைத் தான் கிட்டங்கியில் சேர்ப்பிக்க முடியும். ஆனால் விளைச்சலின் அளவு உழைப்பாளிகளின் (கைதிகளின்) உழைப்பிற்கு அப்பால் பல காரணிகளைப் பொறுத்து உள்ளது. எனவே, தேவையான போது பயன்படுத்திக் கொள்வதற்காக ஒவ்வொரு குழுவும் எப்போதும் உபரி தானியத்தைப் பதுக்கி வைத்திருக்கும். இப்படிப் பதுக்குவதில் என் குழு கைதேர்ந்தது. மரங்களின் கிளைப் பொந்துகள்தான் எங்களின் பதுக்கும் அறைகள். மரங்கள் மேல் எனக்குள்ள காதலுக்கு இதுவும் ஒரு காரணம்.*

அதே சமயம் ஒரு சில பரஸ்பர விருப்பங்கள் காரணமாக இந்த அமைப்பில் சில முன்னேற்றங்கள் ஏற்பட்டுள்ளன. கண்காணிப்பாளர்கள் அவ்வப்போது வேளாண்மைக்குப் பதிலாக செங்கற் சூளையில் வேலை செய்ய ஆணையிடுவார்கள். அப்போது 15000 சுட்ட செங்கல்கள் செய்ய வேண்டிய கடும் சுமை இருந்தாலும், அதற்குப் பின் கிடைக்கும் சுவையான விருந்து சுமையை ஒன்றுமில்லாமல் செய்துவிடும்.

ஏன் இந்தக் கொண்டாட்டம்? இந்தக் கருணையின் உள் நோக்கம் என்ன என்று யோசிக்க வேண்டும். சிறைக் கைதிகளான எங்களுக்கு உள்ளதுபோல காவலர்களுக்கும் சில தேவைகள் எழும். அத்தேவைகள் பரஸ்பர பகிர்விற்கு வழிவகுக்கின்றன. வெண்மையும் கருமையும் கலந்ததுதான் உலகம். என்று புரிந்து கொண்ட உன்னால் நான் சொல்வதை புரிந்து கொள்ள முடியும்.

சிறைக்கண்காப்பாளர்களில் சிலர் இளம் வயதினர். அவர்களுக்குத் தெரியாத பலவற்றை எங்களிடமிருந்து அறிந்து கொள்ள இயலும். காமம் குறித்து, கருத்தரிப்பது குறித்து, வானொலி செய்வது குறித்து அவர்கள் தெரிந்து கொள்ள விரும்பலாம். இவை எல்லாம் அற்பமானவையாகத் தோன்றலாம். ஆனால் உண்மையில் முக்கியமானவை, ஏனெனில் நம்மை பல நேரம் அவை அழுத்தத்திலிருந்து விடுவிக்கின்றன.

சில வேளைகளில் அவர்களிடம் எப்படி நடந்து கொள்வதென்று எனக்குத் தெரிவதில்லை. காலணிகளும் துப்பாக்கிகளும் நீங்கலாக

நமக்கும் அவர்களுக்கும் இடையில். என்ன வேறுபாடு உள்ளது என்பதை அறியாதபோது நடந்து கொள்வதில் சிரமம் ஏற்படுகிறது.

பீஷ்மா.

டிசம்பர் 13. 1973.

அன்பே!

மேலதிகாரிகளிடமிருந்து நேரில் வரச் சொல்லி அழைப்பு என்றால் அதற்கு சித்ரவதையும், மரணமும் காத்திருக்கிறது என்று பொருள்.

நான் இதை எழுதுகிறபோது, இவ்வாறு அழைத்துச்செல்லப்பட்ட ஏழாம் முகாமைச் சேர்ந்த ஒரு கைதி கொலை உயிரும் குற்றுயிருமாக திருப்பி அனுப்பப்பட்டான். அதற்குக் காரணம் நம்லியா துறைமுகத்திற்கு அவன் அனுப்ப வேண்டிய மரத்தடிகள் தொலைந்து போயினவாம். அம்முகாமிலுள்ள ஒவ்வொரு கைதியும் 'அப்போ' ஆற்றின் வழியாக நாள்தோறும் இரண்டு மரத்தடிகளை துறைமுகத்திற்கு அனுப்பியாக வேண்டும். ஆனால் சில சமயம் தனக்குரிய மரத்தடிகளை அக்கைதி காவலருக்கு 3000 ரூபாவிற்கு (இந்தோனேசிய ரூபாய்) விற்றுவிடுவான். அக்காவலர் அதை புருவிற்கு வெளியே 15000 ரூபயாவிற்கு விற்றுவிடுவார் என்பது வேறு கதை. தொலைந்து போன மரத்தடிக்கான கணக்கை நேர் செய்ய சில கைதிகள் மீது குற்றம் சுமத்தப்பட்டு, 'உரிய' தண்டனை வழங்கப்படும்.

இதுபோன்ற நிகழ்வுகள் நாள்தோறும் நூற்றுக்கணக்கில் நடந்தேறும். எனவே, இங்கு வாழ்வதை நரக வாழ்க்கை என்று கைதிகள் சொல்வதில் எந்த தவறுமில்லை.

இங்குள்ள காவலர்கள் அனைவரும் கொடூரமானவர்கள் என்று சொல்லிவிட முடியாது. அவர்களில் ஒரு சிலர் விதிவிலக்காக உள்ளனர் என்று நானும் என் நண்பர்கள் சிலரும் கருதுகிறோம்.

முன்பு இருந்ததைவிட சிறையில் நல்ல முன்னேற்றங்கள் ஏற்பட்டுள்ளதென நினைப்பவர்கள் உண்டு. அதற்கு மாறான கருத்துள்ளவர்களும் உண்டு. அப்படிப்பட்டவர்கள் தாங்கள் முன்னர் பட்ட கொடுமைகளோடு நிகழ்காலத்தை ஒப்பிட்டுப் பார்த்தால் முன்னேற்றம் புலப்படும் என்று அவர்களிடம் சிறையைப் பார்வையிட வந்த ஊடக நண்பர்கள் கூறினார்கள்.

எனக்கு பேப்பர், பேனாவும் அன்புடன் கொடுத்த ஒரு ஊடக நண்பர் முந்தைய ஆண்டுகளில் கடும் கொடுமைக்கு ஆளானவர்களால் இன்றைய முன்னேற்றம் கண் கூடாகத் தெரிந்தாலும் அதைப் புரிந்து கொள்ள இயலவில்லை'' என்று சொன்னார்.

இந்த முன்னேற்றத்திற்குப் புதிதாகப் பொறுப்பேற்றுள்ள தளபதிதான் காரணம் என்று நம்பிக்கையுள்ள எங்களில் சிலர் எண்ணுகின்றனர். அவர் பொறுப்பேற்றதும், புதிய மாற்றம் வரும் என்ற நம்பிக்கையை உருவாக்கினார். ஒன்று சொல்வேன், இந்த தளபதி மற்றவர்களிடமிருந்து வேறுபட்டவர். மேலாதிக்கம் எப்போதும் வெறுப்பைத்தான் வளர்க்கும் என்பதை அவர் உணர்ந்திருந்தார். வெறுப்பை மாற்றும் சக்தி கலைக்கு உண்டு என்பதைப் புரிந்திருந்தார். இப்போது நடைபெறும் கலை நிகழ்ச்சிகள் அப்புரிதலில் பிறந்தவை.

உண்மையில் இந்த மாற்றத்திற்கு அவர் மட்டும் காரணமல்ல. காலம் மாற்றத்தைத் தருகிறது. மனித உரிமைக் குழுக்கள் சர்வதேச அளவில் அழுத்தம் தருகின்றன. சுகர்னோ தன்னுடைய ஆட்சியின் பிற்காலத்தில் செய்த தவறுகளுக்காக மக்களின் வெறுப்பை சம்பாதித்திருக்கலாம். ஆனால் சுகர்த்தோவின் செயல்கள் அவனை வரலாற்றில் ஹிட்லர், சியாங்கேஷேக் போன்ற கொடுங்கோலர்களின் பட்டியலில் சேர்க்கும். அந்த வரிசையில் என்னால் ஸ்டாலினைச் சேர்க்க முடியவில்லை.

இந்த சிறை முகாம் பற்றிய வரலாறு குறித்து இந்தோனேசியக் குழந்தைகள் பள்ளிகளில் என்ன படிக்கப் போகிறார்களோ?

என்னிடம் உள்ள தாள்கள் தரமானவையல்ல. தரமான தாள்கள் யாவும் எங்களுடன் சிறையிலிருக்கும் மிகச் சிறந்த எழுத்தாளரான பிரமோதயா அனந்தா டேயருக்காக சேமிக்கப்பட்டுள்ளன. சிறை நினைவுகளை பணிப்பளுவை உடனுள்ள நண்பர்கள் சுமக்கிறார்கள். நான் எழுத்தாளனில்லைதான். என்னிடம் உள்ள தாள்கள் பழுப்பேறியதாக இருக்கலாம். ஆனால் அவை நான் நெஞ்சில் சுமக்கும் உன் மீதுள்ள காதலை நினைவுறுத்துகின்றன.

பீஷ்மா.

டிசம்பர் 17. 1973.

அன்பே!

என்னைப் பொறுத்தவரை இங்கே பேரமைதி வாசம் செய்கிறது. மற்றவர்கள் என்ன நினைக்கிறார்கள் என்று தெரியவில்லை.

இங்கே தத்துவார்த்த விவாதம் ஏதும் நடப்பதில்லை என்பதை அறிகிறபோது நீ வியப்படையலாம். ஆனால் அதுதான் உண்மை. அதைத்தான் பேரமைதி என்கிறேன். இங்கேயுள்ள கொள்கைவாதிகள் தொண்டை கிழிய விவாதித்துக் கொண்டிருப்பார்கள் என்று எண்ணினால் அது உன் தவறு.

கைதிகளின் முதல் அணி இந்த தீவிற்கு வந்து நான்காண்டுகள் முடிந்துவிட்டன. மூன்றாவது அணியில் நான் வந்தேன். நான் இங்கு வந்து இரண்டாண்டுகள் ஆகின்றன. இங்கே தத்துவார்த்த வெறுமை நிலவுவதை நான் உணர்கிறேன்.

நான் 1971ல் இங்கு முதலில் வந்து சேர்ந்த போது இங்குள்ள கம்யூனிஸ்ட் கட்சியின் தீவிரவாதிகளுக்கும் மிதவாதிகளுக்கும் இடையில் பெரும் வாக்குவாதம் நடக்கும். பாசிசத்தின் அளவு மற்றும் வீச்சின் காரணமாக அவ்விவாதம் பொது எதிரியான பாசிசத்திற்கு எதிரான பெரும் போராக வளர்ச்சியுறவில்லை. எதிர்காலத்தைப் பற்றிய எந்த அனுமானமுமற்ற சிறுபிள்ளைத்தனமான விவாதமாகவே அது அமைந்தது.

மூத்த தோழர்கள் கம்யூனிஸ்ட் கட்சி செய்தது யாவும் சரியென்று ஆவேசமாகப் பேசுவார்கள். இளைய தோழர்களால் வலுவான விவாதத்தை முன் வைக்க முடியாவிட்டாலும், மூத்த தோழர்களின் கருத்துகளை புறந்தள்ளிவிடுவார்கள். அவர்களெல்லோரும் கம்யூனிஸ்ட் கட்சியின் மாணவரணியைச் சேர்ந்தவர்கள்.

இளந்தோழர்களுக்கு சீனாதான் எல்லாம். சீனப்புரட்சியும் மாவோவும் தான் வழிகாட்டி, முன்னுதாரணம். ஆனால் அதே விவாதம் எதுவும் இப்போது நடைபெறுவதில்லை.

இங்கு வந்து சேர்கிற எவருக்கும், விடுதலை பெறும் வரையில் உயிரோடிருக்க வேண்டும் என்பது தான் முதல் கவலை. 'மீண்டும் வெளி உலகைக் காண இயலாது நமக்கு முடிவு இங்குதான்' என்று அதே சமயம் உள்மனதில் தயாராகிக் கொள்ளவும் வேண்டும்.

நானும் முதலில் எப்படி பிரச்சினையை எதிர்கொள்வது என்று அறியாமல் விரக்தி அடைந்தேன். அவ்விரக்தி பலருக்கு ஆத்திரமாக மாறியிருக்கிறது. ஏனெனில் இங்கு வந்து சேர்ந்தவர்கள் அரசியல்

ரீதியாகத் தோற்றவர்கள். அதைவிட பெருங்கேடு எதுவுமில்லை. அரசியல் தோல்வியோடு எல்லாமே முடிந்து போகிறது.

ஆனால் எல்லாரின் அடிமனதிலும் தன்னம்பிக்கைக்கான தேவை இருப்பதை என்னால் காணமுடிந்தது. நாங்கள் எங்கள் உற்றார் உறவினரை மட்டும் இழக்கவில்லை. இந்த உலகத்தில் இருக்கிறோம் என்ற உணர்வை இழந்துள்ளோம். நாங்கள் பெற்ற தோல்வி மட்டும் அதற்கு காரணமல்ல. மார்க்சியம் குறித்த புரிதலில் எங்களிடமிருந்த குறைபாடும் காரணம். எங்களில் சிலர் தத்துவார்த்த அறிவை வலுப்படுத்துவதற்குப் பதிலாக, கட்சியைக் கட்டுவதில் மட்டும் கவனம் செலுத்துகிறார்கள். ஒவ்வொரு முகாமிலும் கட்சி அமைப்பை உருவாக்க முயல்கிறார்கள்.

இன்றுள்ள மோசமான நிலையிலிருந்து மீள்வதற்கு தத்துவார்த்த ரீதியாகத் தயாராகாமல் சிறு பிள்ளைத்தனமான முயற்சியில் இறங்குகிறார்கள்.

22 பகுதியிலுள்ள அனைத்து முகாம்களிலும் கட்சி அமைப்புகள் உருவாக்கப்பட்டுள்ளன. ஒவ்வொரு அமைப்பிற்கும் ஒரு குழு உள்ளது. அமைப்புகள் வெளிப்படையாக செயல்படுவதில்லை. அனைத்து அமைப்புகளுக்குமிடையில் தகவல் தொடர்பு உள்ளது. ஒவ்வொரு முகாமிலும் தகவல் தொடர்பை இளைஞர்கள் கவனித்துக் கொள்கிறார்கள். அவர்கள் முகாம் கண்காணிப்பாளரிடம் வேறொரு முகாமிலுள்ள உறவினர் மிக மோசமான உடல்நிலையிலிருப்பதாகவும் அவரைக் காணச் செல்ல வேண்டுமென்றும் அனுமதி பெற்றுக் கொண்டு முகாமைவிட்டு வெளியே சென்று, யாருமறியாத வனப்பகுதியில் காத்திருந்து தகவல்களைப் பரிமாறிக் கொள்வர். கட்சியை நிலைநிறுத்த தங்களால் இயன்ற வழிகளில் முயற்சி செய்ய வேண்டுமல்லவா.

என்னுடன் இருக்கும் பல சிறை நண்பர்கள் கட்சியின் முன்னணி தலைவர் சுடிஸ்மன்னின் 'சுய விமர்சனம்' என்ற ஆவணத்தை மனப்பாடமாக சொல்வார்கள். ஆனால் அதில் என்ன சொல்லப்பட்டுள்ளது என்பதை புரிந்து கொள்ளவில்லை என்பதுதான் கொடுமை. ஆவணத்திலுள்ளதை மேற்கோளாகக் காட்டுவார்கள். ஆனால் அதன் பொருளை ஆய்வு செய்வதில்லை. தாங்களிருக்கும் சூழ்நிலைமையின் சாதகமான அம்சங்களை அவர்கள் புரிந்து கொள்ள மறுப்பது ஏன்? புதியவற்றைக்

கற்றுக்கொள்ள மறுப்பதேன்? போலிக் கம்யூனிஸ்ட்களாக இருப்பதில் என்ன பயன்?

எது எப்படியோ, செப்டம்பர் 30 இயக்கத்தில் கட்சியின் முடிவு தவறு என்ற பொதுவான புரிதல் உள்ளது. கட்சி தேவையற்ற சாகசத்தில் இறங்கி நம்மை மோசமான நிலைக்குத் தள்ளிவிட்டது. இதற்கு கட்சி தலைவர் அயிடிட் பொறுப்பேற்க வேண்டும் என்று அனைவரும் புலம்புகிறார்கள்.

ஆனால் அப்படி சொல்வது தன் மீது எவ்வித தவறுமில்லை என்று சொல்வதற்கு ஒப்பாகும்.

பீஷ்மா.

டிசம்பர் 22, 1973.

அன்பே!

இன்று காலை அவசர பணி நிமித்தம் வேறொருமுகாமிற்குச் சென்றிருந்தேன். பணி முடிந்ததும் அருகிலுள்ள ஆற்றுக்குக் குளிக்கச் சென்றேன். என்னுடன் வந்த காவலன் மிகவும் அன்பானவன். என்னை பெரிதும் கண்டு கொள்ளவில்லை. அந்த ஆறு நான்கு கிராமங்களுக்கு ஊடாகச் செல்கிறது. அந்த இடம் வெப்பம் நிறைந்த இடம். எட்டு மாதங்கள் நீடிக்கும் வெப்பத்தால் ஆறு வறண்டு போகும். ஆனால் அன்று ஆற்றில் நீர் ஓடியது.

அவசரத்தில் நான் என் காலணியை அணிந்து வர மறந்து போனேன். நான் சென்ற குறுக்கு வழியில் கிடந்த கண்ணாடித் துண்டு ஒன்று என் காலைப் பதம் பார்த்துவிட்டது. பல சமயம் காலணி அணியாமல் செல்பவர்கள் காலில் ஏற்படும் காயத்தை உடனே அறிந்து கொள்வதில்லை.

நான் நடந்து செல்கையில் ஒரு வித்தியமான வாசத்தை மெல்ல உணரத் தொடங்கினேன். சிறிது நேரத்தில் அது இரும்பின் வாசம், இரத்தத்தின் வாசம் என்பதை உணர்ந்தேன். நான் சிவப்பு வண்ணத்தை இரத்தத்தின் வாசமாக பல ஆண்டுகளாக உணர்ந்து வைத்திருந்தேன்.

முதலில் என் காயத்திலிருந்து வந்த இரத்தம்தான் நான் உணர்ந்த வாசத்திற்குக் காரணம் என்று நினைத்தேன். பின்னர் அவ்வாசம் அங்கிருந்த ஒரு விநோதமான மரத்திலிருந்து வருவதை அறிந்து

கொண்டேன். அது ஆலமரம் போல படர்ந்து விரிந்து இருந்தது. மிக அதிக வயதுடையதாக இருந்தாலும், பசுமையும் செழுமையும் இருந்தது. அதன் வேர்களை என் காலிற்கு கீழே பூமிக்கடியில் என்னால் உணர முடிந்தது. அம்மரத்தின் பெயர் என்ன என்பதை எவரிடமிருந்தும் அறிய முடியவில்லை.

அம்மரம் என்னை மிகவும் கவர்ந்துவிட்டது. அவசர அவசரமாக குளித்துவிட்டு அம்மரத்தடிக்கு வந்தேன். அதன் விரிந்த நிழலில் படுத்து உறங்கிப்போனேன். காவலன் என்னை உறக்கத்திலிருந்து எழுப்பியபோது என் கனவு கலைந்து போனது.

1965 அக்டோபர் 19ம் நாள், ரெஸ் பப்ளிகா பல்கலைக்கழக வளாகத்தில் நான் உன்னைத் தொலைத்தேன் அல்லவா! அந்த நாளைத்தான் கனவில் கண்டு கொண்டு இருந்தேன்.

அன்று அந்த வெடியோசையைத் தொடர்ந்து நான் உன்னை நோக்கி வந்தேன். உன்னைத் தொலைத்துவிடக்கூடாது என்ற ஒரே சிந்தனையில் நான் மூழ்கி இருந்தேன். நாமிணைந்து வாழ வேண்டுமென்று இருக்கும்பொழுது நான் எப்படி உன்னை இழக்க முடியும்?

நீ எனக்கு முன்னால் ஓடிக் கொண்டிருப்பதைப் பார்த்தேன். உன்னுடைய சிவப்பு ரவிக்கையை அடையாளம் கண்டு கொண்டேன். மாணவரணியைச் சேர்ந்த என் நண்பர்கள் மற்றும் உண்டார்டோ ஆகியோரை மதிக்கும் வகையில் அன்று அந்த அஞ்சலி நிகழ்விற்கு சிவப்பு வண்ண ரவிக்கை அணிவதாகச் சொல்லியிருந்தாய். ஆனால் அதே சிவப்பு வண்ணம் என் வாழ்க்கையைப் புரட்டிப் போடும் என்பதை தாமதமாகவே புரிந்து கொண்டேன்.

அந்தக் குழப்பத்தின் போது நான் நீ என்று நினைத்து வேறொரு பெண்மணியின் பின்னால் ஓடிக் கொண்டிருந்தேன். அவளைப் பிடித்தபோது ஒரு பைத்தியத்தைப் பார்ப்பது போல் என்னைப் பார்த்துவிட்டு எனது ரவிக்கை பச்சைவண்ணம் என்று சொன்னபோது என் தலையில் இடி விழுந்தது போலிருந்தது. நாம் கேத்ரியிலிருந்தபோது நான் ஒரு வண்ணக்குருடு என்பதைச் சொல்லியிருக்கிறேன். ஆனால் அது குறித்து விளக்கமாக சொல்லவில்லை. இப்போது விளக்குகிறேன். எனக்கு எப்போதும் சிவப்பும் பச்சையும் குறித்து குழப்பம் உண்டு. அக்குறை உள்ளவர்களுக்குப் பெரிய பிரச்சினை ஏதுமிருக்காது. எனக்கு மருத்துவப்

படிப்பில் சேர்ந்த பொழுது தொடக்கத்தில் என் நண்பர்களிடமிருந்து என் குறையை மறைப்பதில் சிரமமிருந்தது. ஆனால் சிவப்பு வண்ணத்தைப் புரிந்து கொள்ள வேறு வழிகளைக் கையாண்டேன். உதாரணமாக இரத்தத்தை அதன் வாசம், வெப்பம் வைத்து உணர்ந்து கொள்வேன்.

பிறரிடமிருந்து எந்தக் குறையை மறைத்தேனோ என்னுடைய அதே ஊனம் நான் உன்னை இழக்கக் காரணமாகும் என்பதை நான் அறியாமல் இருந்தேன்.

பீஷ்மா.

டிசம்பர் 23, 1973

என் அன்பே!

இன்று ஒரு வித்தியாசமான நாள். இந்திரபுரா என்ற 15வது முகாமிற்கு அருகேயுள்ள ஒரு புதரிலிருந்து யாரோ ஒருவரின் உயிரற்ற சடலம் இழுத்துவரப்பட்டது. நான் அதைக் கவனித்துக் கொண்டிருந்தபோது பின்னணி இசை ஒன்றைக் கேட்டேன். திருக்குரானின் ஏழாவது அத்தியாயத்தில் உள்ள பாடலொன்றுதான் இசைக்கப்பட்டது. நான் அப்பாடலைக் கேட்பது, அது முதல் முறையல்ல. ஆனால் இத்தகைய சூழலில் அப்போதுதான் கேட்டேன். எனினும் அப்பாடலைக் கேட்டபொழுதெல்லாம், அது என்னைக் கொன்றிருக்கிறது.

நான் இப்பொழுதெல்லாம் எளிதாக உணர்ச்சிவசப்பட்டுபோகிறேன். ஒருமரத்தை, ஒரு பறவையை, ஆற்றை என்று எதைப் பார்த்தாலும் உணர்ச்சிவயப்படுகிறேன். நாம் நேசிக்கக்கூடிய ஒன்றை அது என்னவாக இருந்தாலும், சிறிதாயினும், அற்பமாயினும், நெருக்கமாகப் பார்க்கிறபொழுது அது பூதாகரமாக உருவெடுத்துவிடுகிறது. நான் ஓர் ஆன்மிகவாதியல்ல என்பதை நீ அறிவாய். ஆனால் தனிமையில் இருப்பதுவும் ஓர் ஆன்மிக அனுபவம் தான் என்பதை நான் கண்டு கொண்டேன்.

பீஷ்மா.

டிசம்பர் 24, 1973

அன்பே!

இன்று ருலி என்பவனைப் புதைத்தோம். என்னால் அவனைக் காப்பாற்ற முடியாமற்போனது எனக்கு மிகுந்த கவலை தருகிறது.

அந்நிகழ்வு நடந்தபோது நான் என் முகாமிற்கு உள்ளே இல்லை. முகாமிற்குள் எப்போதும் கைதிகளுக்கிடையில் ஏதாவது சண்டை நடந்து கொண்டே இருக்கும். சில சமயம் அது இரத்தம் பார்க்கும் வன்முறையில் முடியும். எனவே, உறங்கும் நேரம் தவிர பிற வேளைகளில் நான் முகாமிற்குள் இருப்பதில்லை. நேற்று மதியம் பணி முடிந்ததும் சிலரோடு முகாமிற்கு வெளியே நின்று கொண்டிருந்தேன். திடீரென உள்ளிருந்து அலறல் ஓசை எழுந்தது. எவரோ வலியில் துடிக்கும் ஒலியும் கேட்டது. அதைத் தொடர்ந்து எவரையோ முகாமிற்கு வெளியே இழுத்து வரும் சத்தம் கேட்டது. மருத்துவராக இருந்தும் என் கால்கள் நகர மறுத்தன.

வெற்றுடம்போடு, இரத்தம் தோய்ந்த ஒருவனை வேறிரண்டு கைதிகள் இழுத்து வந்தனர். அவன் தாக்கியவனா, தாக்ப்பட்டவனா என்று ஒரு நிமிடம் என்னால் புரிந்து கொள்ள முடியவில்லை. தலையிடுவதா வேண்டாமா என்று நான் குழம்பிக் கொண்டு இருந்தபோது அவன் கையிலிருந்து ஏதோ ஒன்று கீழே விழுந்தது.

இதற்குள் அங்கு கூட்டம் கூடிவிட்டது. பதற்றத்தோடு அனைவரும் நின்று கொண்டிருந்தபோது காவலர்கள் ஓடிவரும் ஓசை கேட்டது. அம்மனிதனை அடித்து உதைத்தவாறு காவலர்கள் இழுத்துச் சென்றனர். கீழே விழுந்த பொருள் மீதிருந்த என் பார்வை விலகவில்லை. நான் உறைந்துபோனேன். அது இரத்தம் தோய்ந்த ஒரு கத்தி. கேத்ரியில் நான் பலமுறை கத்திக்குத்துப்பட்டவர்களுக்கு சிகிச்சை அளித்திருக்கிறேன் என்பதை நீ அறிவாய். ஆனால் அந்தக் கத்தியைப் பார்த்ததும் எனக்கு வயிற்றில் குமட்டிக் கொண்டு வந்தது.

அப்போது "பீஷ்மா எங்கே? பீஷ்மா எங்கே?" என்று உள்ளிருந்தோர் அலறுவது கேட்டது. உள்ளே ஓடிச் சென்றேன் நான். ஒரு மனிதன் பலமுறை கிழிக்கப்பட்ட உடலோடு இரத்த வெள்ளத்தில் கிடந்தான். அவன் தலையை மடியில் வைத்துக் கொண்டேன். பெருகி வரும் இரத்தப் போக்கைத் தடுக்க போர்வையை எடுத்து வாருங்கள் என்று கூவினேன். என்னால்

செய்வதற்கு ஏதுமில்லை. அலன் மெல்ல மெல்ல இறந்து கொண்டிருந்தான்.

அவன் முகத்தைப் பார்த்தபொழுது அவன் ருலி என்பது தெரிந்தது. அவன் கட்சியின் கலைப் பிரிவைச் சேர்ந்தவன். பெண் சாயல் கொண்டவன். சிறந்த நடத்துக் கலைஞன். அவன் பெண் வேடமணிந்து நடித்ததைப் பார்த்திருக்கிறேன். பெண் வேடமணிந்ததற்காகவா கொல்லப்பட்டான்?

இறந்து போகும் கைதிகளின் உடல்கள் முறையாகப் புதைக்கப்படுவதில்லை. ருலிக்கு முறையான இறுதிச் சடங்கு நிகழ்த்தி அடக்கம் செய்ய அனுமதி வேண்டுமென்று நான் வேண்டினேன். தளபதி அனுமதி வழங்க, இஸ்லாமியப் பிரார்த்தனைகளோடு இறுதிச் சடங்குகள் நிகழ்த்தப்பட்டு இன்று காலை ருலியின் அடக்கம் நடந்தது.

அந்நிகழ்வை முன்னின்று நடத்தியவன் என்னிடம் "ருலி ஓர் ஓரினச்சேர்க்கையாளன்என்பது தெரியுமா" என்று முணுமுணுத்தான்.

ருலியும் ருலியைக் கொன்ற யாசித் என்பவனும் ஓரினச் சேர்க்கைக் கூட்டாளிகள் என்று சொல்வார்கள். ருலி வேறு எவரோடோ தொடர்பு வைத்துள்ளான் என்று யாசித் மூன்று மாதமாக சந்தேகத்தோடு சண்டையிட்டுக் கொண்டிருந்தான் என்றும் சொல்கிறார்கள். யாசித்தை நம்லியாவிலுள்ள சிறைக்கு மாற்றினார்கள். கொலை செய்ததற்கும், ஓரினச் சேர்க்கையாளன் என்பதாலும் காவலர் அவனை கடும் சித்ரவதைக்கு உள்ளாக்குவர். அவன் உயிரோடிருப்பது உறுதியில்லை.

பீஷ்மா.

டிசம்பர் 27, 1973

என்னுயிரே!

மிகவும் நெருடலான விஷயத்திற்கு வருகிறேன். அது என்னவென நீ அறிந்திருப்பாய்.

நீ நினைப்பது போல காமமும் உடலுறவும் இங்கே மிகப் பெரிய பிரச்சினை. ஆண்கள், தங்களோடு உடனிருப்போர் துணை இல்லையென்றாலும் உள்ளூர்ப் பெண்களின் துணையோடு

தங்களின் உடல் இச்சையை தீர்த்துக் கொள்கிறார்கள். சில சமயம் ஒரு சிலர் வரம்பு மீறி நண்பரின் மனைவியோடோ அல்லது மகளோடோ உறவு வைத்துக்கொண்டு பெரும் ஆபத்தைச் சந்திக்கிறார்கள்.

காம உணர்வு எனக்கு ஏற்படுவதில்லையா என்று நீ வியக்கலாம். ஆம்! சில சமயம் அத்தகைய உணர்வு எனக்குள் தோன்றும். என்னை துணை தேடத் தூண்டும். ஆனால் ஓர் எண்ணம் என்னைக் கட்டுப்படுத்தும், என் காம உணர்வை மட்டுப்படுத்தும்.

நான் மீண்டும் மீண்டும் காண்கின்ற ஒரு கனவு குறித்து உன்னிடம் சொல்லியாக வேண்டும். ஒரு குட்டிக் குழந்தையை - இல்லை இல்லை - நம் குழந்தை வரும் கனவு அது. என் மனத்தின் ஆழத்தில் எனக்கு ஒரு குழந்தை இருக்கும் என்ற நம்பிக்கை வேரூன்றிக் கிடந்தது. நாம் கேத்ரியில் இருந்தபோது என் வாரிசின் விதையை உன் கருப்பையில் விதைத்து விட்டதாக எனக்குள் நான் உணர்ந்தேன். ஆனால் அது உண்மைதானா என்று எனக்குத் தெரியவில்லை. எனினும் அக்கனவு மீண்டும் மீண்டும் வந்தது. மேலும் அம்பா அன்றி வேறு எவர் மூலமும் நான் என் குழந்தையைப் பெற விரும்பவில்லை. இந்த உறுதிதான் என்னை வேறெந்தப் பெண்ணையும் நாடாமல் பாதுகாத்தது.

உள்ளூர் வீரர் ஒருவரை, மாமனிதனைச் சந்தித்தேன். எவரையும் ஈர்க்கும் பண்பும், பேராற்றலும் கொண்ட அவரின் பெயர் மானாலிசா. அவரை எப்படி வர்ணிப்பது என்று தெரியவில்லை. பலமுறை அவரோடு இணைந்து நான் நடைப் பயிற்சி செய்வதுண்டு.

இயற்கையின் ஆற்றல் போல ஆணின் ஆற்றலும் இயங்கும். இயற்கை உள்ள வரை ஆணின் ஆற்றலும் இருக்கும் என்று என்னிடம் மானாலிசா சொல்வார். தீவெங்கும் நடப்பதன் மூலமும், இயற்கையோடு தொடர்பு கொள்வதன் மூலமும், கடுங்குளிரை ஏற்று வாழ்வதன் மூலமும் இயற்கை ஆற்றலோடு எப்படி இயைந்து இருப்பது என்பதை மானாலிசா எனக்குக் கற்றுக் கொடுத்தார். என் கனவுகள் மீது நம்பிக்கை வைக்கவும் கற்றுக் கொடுத்தார்.

பீஷ்மா.

சிறைமுகாமின் இறுக்கத்தைத் தளர்த்தி, வாழ்வின் இனிமையை சிறிதளவேனும் கைதிகள் உணரும் வகையில் புரு தீவு முகாமில் நடைபெற்றன கலை நிகழ்ச்சிகள்..

ஆறு. அது உயிர்காக்கும் நீரோட்டம். அதுவே ஆற்றில் வாந்தி எடுத்த காரணத்திற்காக ஒரு கைதி கொலையுண்டதற்குக் காரணமாகிப் போன கதை...

எப்போதும் தான் பட்ட துயரத்தை மட்டும் பேசி பலரைக் கலங்கடித்த ஜாஹிர், கட்சிக்காக உழைத்து உழைத்து வாங்கிக் கொண்ட வயிற்று வலிக்குப் பலியான கதை...

பீஷ்மா சிறை வைக்கப்பட்ட முகாமின் தலைமைக் கைதியான ஜூல்பிகார் பீஷ்மாவின் நெருங்கிய நண்பனான கதை...

முதியவர் ருக்மண்டாவோடு பீஷ்மாவிற்கு ஏற்பட்ட அறிமுகம்..

தன் மகளே தன்னைக் கொல்வது போல் பீஷ்மா கண்ட கனவு..

ஜூல்பிகார் தந்த தாள்கள் மற்றும் பேனாவின் உதவியோடு தான் எழுதி வந்த கடிதங்களை மூங்கில் குழல்களில் புதைத்து அவற்றை மெரன்தி மரத்திற்கு அடியில் பதுக்கி வைத்த ரகசியத்தை ஜூல்பிகாரிடம் பகிர்ந்து கொண்டது..

தவறாகக் கைது செய்யப்பட்டு தன்னோடு சில காலம் சிறையில் உடனிருந்த சிறுவன் சாமுவேல் பற்றிய நினைவுகள்...

என்று பல கதைகளையும் நினைவுகளையும் அழகுபட விவரித்த பீஷ்மாவின் கடிதங்களை ஒவ்வொன்றாக வாசித்து முடித்த அம்பா, அந்தக் கடைசிக் கடிதத்தை நிதானமாக படிக்கத் தொடங்கினாள்.

1978

என்னுயிரின் ஒளியே அம்பா!

நான் உனக்கு நிறைய எழுதிவிட்டேன். ஆனால் குறைவாகத் தான் சொல்லியிருக்கிறேன். என் மனசு இன்னும் கனத்துக்கிடக்கிறது. நான் இதுவரையில் உன்னிடம் சொல்லாத முக்கியமான ஒன்றைச் சொல்ல வேண்டிய நேரம் வந்துவிட்டது.

நான் முன்பு ஜகார்த்தா சலேம்ப சிறையில் இருந்தபோது சால்வா - உன் சால்வா - என்னைப் பார்க்க வந்தான். நானிருந்த இடத்தை

எப்படி அறிந்து கொண்டானோ? ஒருவேளை அரசு வக்கீலின் அலுவலகம் மூலம் அறிந்திருக்கலாம்.

தன்னை அவன் அறிமுகப்படுத்துவதற்கு முன்பே அவன் யாரென்று நான் அறிந்து கொண்டேன். அவன் மிகவும் மெலிவாக இருந்தான். அந்த மெலிவிற்கு பாரம்பரியம் காரணமாக இருக்க முடியாது. அவன் உள்ளத்தை உருக்கிய ஏதோ ஒரு கவலைதான் அதற்குக் காரணம் என்பதை என் மருத்துவ அனுபவம் சொன்னது.

''ஒரே பெண்ணின் காதலுக்காக பெரும் விலை கொடுத்த, அதுவரையில் சந்தித்துக் கொள்ளாத இரு பகைவர்கள் சந்திக்க மிகவும் பொருத்தமான சூழல் அல்லவா'' என்று நான் சொன்னேன்.

"என்னைப் பார்க்க ஏன் வந்தாய்'' என்று நான் கேட்டாலும் "உனக்கு என்ன தெரியும்?'' என்று கேட்கவே எண்ணினேன்.

அவன் அவ்வளவு வெளிப்படையாகப் பேசுவான் என்று நான் எதிர்பார்க்கவில்லை.

"நான் எல்லாவற்றையும் எப்படி அறிந்து கொண்டேன் என்பதில் பெரிய வியப்பில்லை. ஆனால் உலக அறிவுமிக்க நீ எப்படி அதைப் புரிந்து கொள்ளவில்லை என்பதுதான் வியப்பாக உள்ளது. கேத்ரி மருத்துவமனையின் தலைவர் டாக்டர்.சுகாதியைச் சந்தித்தேன். அவர் என் ஊரை-ஜாவாலைச் சேர்ந்தவர். எனக்கு நிச்சயிக்கப்பட்டவள் எங்கே என்றேன். அவர் தனக்குத் தெரிந்த அனைத்தையும் சொல்லிவிட்டார். அவருக்கு உங்கள் காதலும் தெரியும். ஊடலும் தெரியும். உங்கள் காதலைத் தடுக்க முடியவில்லை என்று சொல்லி வேதனைப்பட்டார்.'' என்று சால்வா விரிவாகப் பேசினார்.

என் சிறைக்கு வெளியே உனக்கு நிச்சயிக்கப்பட்டவன் அன்று நின்ற கோலத்தை நான் ஒரு போதும் மறவேன். நீரில் மூழ்கியவன் நீரின் மேற்பரப்பிற்கு வந்து சேர்ந்தது போல களையிழந்து நின்றான்.

"அம்பா எங்கிருக்கிறாள் என்று உன்னிடம் கேட்க மாட்டேன். தெரிந்திருந்தாலும் நீ சொல்லப்போவதில்லை. ஆனால் ஒன்றை மட்டும் அறிய விரும்புகிறேன். அம்பா என்ற மலரை நீ நுகர்ந்துவிட்டாயா?'' என்று உணர்ச்சியற்ற குரலில் சால்வா கேட்டான்.

அவன் கேட்ட விதமும், பயன்படுத்திய சொற்களும் வித்தியாசமாக இருந்தபோதும், அவை என்னுள் இனிய நினைவுகளை மீண்டும் பூக்க வைத்தன.

நாமிருவரும் ஒருடலென சங்கமித்திருந்த அந்த பொன் தருணங்கள் அவை. உன் மார்பகங்கள் என் கைகளுக்குள் சிறைப்பட்டிருக்க, நீ கண் மூடி சுகத்தின் உச்சம் தொட்டு நின்ற நிலையில் நான் உன் காதின் மடலருகில் ''கண்ணே! எவ்வளவு அழகாக இருக்கிறாய்!'' என்று முணுமுணுத்தேன். மீண்டும் சொல் என்று சொல்வதுபோல நீ இமை விரிக்க, உன் ஆணையை பணிவோடு ஏற்று "அன்பே, விரி உலகில் ஒருத்தி நீ, அழகின் உச்சி'' என்று மீண்டும் சொன்னேன்.

இந்த இனிய நினைவுகளில் ஒரு கணம் மூழ்கிப்போன நான் சால்வாவை ஏறெடுத்துப் பார்த்தேன். என் மனதில் ஓடிய காட்சியை அவன் புரிந்திருப்பான் போலும்.

'நண்பா! உனக்குப் பெண்களைப் பற்றி என்ன தெரியும்.' அவர்களின் அழகை, நாம் நாமாகச் சொல்ல வேண்டும் என்று எதிர்பார்ப்பார்கள். ஒவ்வொரு அங்கத்தின் அழகைச் சொல்லச் சொல்ல அனைத்தையும் இழந்து நிற்பார்கள் என்ற வார்த்தைகள் வாய்வரை வந்துவிட்டன. சட்டென்று அடக்கிக் கொண்டு மௌனமானேன்.

என் மௌனத்தின் பொருளைப் புரிந்து கொண்டவன் போல,

"ஆக, அவள் விருப்பத்தோடு எல்லாம் நடந்தது; அப்படித் தானே?'' என்று சால்வா கேட்டான்.

"அப்படி என்று சொல்லிவிட முடியாது.''

"அவள் சம்மதம் இல்லாமலா..''

"இல்லை.. இல்லை.. பிரச்சினை என்னவென்றால்..''

"போதும். ஏதும் சொல்லவேண்டாம். துரோகத்தோடு வாழ்வதுதான் என் பிரச்சினை. நான் உலகில் எவளை மிகவும் நேசித்தேனோ, அவள் செய்த துரோகம் என்னோடு இருக்கட்டும். இனி அவள் உன்னுடையவள்" என்று சொன்னவன் ஒரு கணம் என்னை உற்று நோக்கினான். அதற்குப் பின்பு வேறெதுவும் பேசாமல் அங்கிருந்து அகன்றான்.

"நீ எங்கிருக்கிறாய் என்று எனக்குத் தெரியாது என்பது உண்மை. நாமிருவரும் பிரிந்து போனோம். உன்னை எங்கெங்கும் தேடினேன். உன்னைக் காண்பதற்குள் கைதானேன்' என்று சால்வாவிடம் சொல்லிவிடத் துடித்தேன்.

என்னால் தன் வாழ்க்கையை இழந்த அவனிடம் அதைச் சொல்ல முடியாது நின்றேன். தனக்குக் கிடைத்த அம்பா என்ற விளக்கைத் தொலைத்துவிட்ட அவன், ஒன்று தொலைந்து போக வேண்டும் அல்லது வேறு விளக்கைத் தேடியாக வேண்டும்.

அன்பே! நாம் பிரிந்து போன 1965 அக்டோபர் 19க்குப் பிறகு முதன்முறையாக பல கேள்விகளுக்கு விடை கிடைத்தது. உன்னை நான் ஏன் தொலைத்தேன்? சிவப்புச் சட்டை அணியாத பெண்ணை நீ என்று ஏன் தவறாக பின்தொடர்ந்தேன்?

எல்லாவற்றிற்கும் காரணம் காதல். நான் உன்மேல் கொண்டிருந்த அளவற்ற காதல். நீ சிவப்புச் சட்டை அணிந்து வருவேன் என்று சொன்னவுடன் எனக்கு உலகமே சிவப்பாக மாறிப்போனது. உன் மீதான என் காதலின் வண்ணம் சிவப்பு.

நம் காதல் அசாதாரணமானது. எவராலும் உணர முடியாத உன்னத காதல் என்பதால்தான் நான் உன்னை இழந்தேனா? பிறரின் துயரத்தின் மீது நம் காதல் கோட்டை எழுப்பப்பட்டதாலா?

நம் விதி முன்னரே எழுதப்பட்டது. கடவுளின் சித்தம் ஒரு போதும் தவறாக இருக்காது.

பீஷ்மா.

18

சிவப்பின் கேள்வி
நம்லியா, புரு தீவு, ஏப்ரல் 2006

இரவின் இருள் விலகி, பொழுது புலர்ந்தது. அம்பாவும் சாமுவேலும் வேறு எந்த நுகர்வோருமற்ற அந்த உணவு விடுதியில் ஆறு மணி நேரமாக அமர்ந்திருந்தனர்.

ஆறு மணிப்பொழுதும் அம்பா மட்டுமே பேசினாள். பீஷ்மாவின் கடிதங்களில் தான் படித்தவற்றைக் கொட்டித் தீர்த்த பின் அவள் கண்களில் புதிய ஒளி தெரிந்தது.

கடிதங்களோடு கதை முடிந்துவிடவில்லை. எந்தக் கதையும் அவ்வாறு முடிவதில்லை. கடிதத்திலிருப்பதை அறிந்த பின்னும் வாழ்க்கைத் தொடர்கிறது.

பீஷ்மாவின் கடிதங்கள் அம்பாவிற்கு பல ஐயங்களைப் போக்கின. அம்பா மேல் பீஷ்மா வைத்திருந்த உண்மையான காதலை உணர்த்தின. நாற்பது வருடத்திற்கு முன்னர் பீஷ்மா ரிஞ்சனி என்ற பெண்ணோடு சென்று விடவில்லை என்பதை உணர்த்தின.

பீஷ்மா தன்னை மறவாமல் கடிதத்தில் குறிப்பிட்டது சாமுவேலுக்கு வியப்பையும் மகிழ்வையும் தந்தது.

அம்பா சாமுவேலிடம் சொல்லாமல் கொள்ளாமல் மறைந்துபோன பிறகு, சாமுவேல் ஜகார்த்தா வந்து சேர்ந்த பின் நடந்த நிகழ்வுகளை சாமுவேல் நினைத்துப் பார்த்தான்:

அம்பாவைத் தேடி மீண்டும் புரு தீவிற்குச் செல்ல அவன் முடிவு செய்தது.

ஜபாருதீனைத் தொடர்பு கொண்டு, அவன் அம்பாவுடன் சேர்ந்து நாடகமாடி தன்னை ஏமாற்றியதைத் தெரிந்து கொண்டது.

உடனடியாக மிகுந்த சிரமப்பட்டு அம்பானுக்கு விமானம் ஏறியது.

புரு தீவிற்கு படகில் கடுமையான பயணம் மேற்கொண்டது.

ஹசனின் துளைத்தெடுக்கும் கேள்விக்கணைகளில் இருந்து தப்பித்துக் கொண்டே வேய்ப்போ மருத்துவமனையில் இருப்பதை அறிந்து கொண்டு, அம்பாவிடம் வந்து சேர்ந்தது என்று அனைத்தும் சாமுவேலின் மனக்கண்ணில் காட்சிகளாக ஓடின.

"நினைத்துப் பார்த்தால் எல்லாம் வேடிக்கையாக உள்ளது-. எப்படியோ பீஷ்மாவைப் பற்றி அறிந்து கொள்ள முடிந்தது. ஒவ்வொருவருக்கும் ஒரு கதை உள்ளது. உனக்கு உன் கதை என்றால், சல்பிகாருக்கு, அதலுக்கு என்று அனைவருக்கும் அவரவர் கதை. ஆனால் எந்தக் கதையும், எந்தப் பயணமும் ஒருவரோடு நின்று விடுவதில்லை'' என்றாள் அம்பா.

சாமுவேல் பதிலேதும் சொல்லாமல் புன்னகை பூத்தான்.

"பீஷ்மா எப்படி இறந்தான் என்பதை இப்போது சொல்கிறேன்.''

கடிதங்களோடு, பீஷ்மா எழுதிய சில குறிப்புகள். காவல்துறை அறிக்கை, சாட்சிகளை விசாரித்த விசாரணை அறிக்கைகள் உள்ளிட்ட சில ஆவணங்களும் இருந்தன என்று அம்பா விவரித்தாள்.

"நான் சொல்பவற்றில் சிலவற்றை நீ முன்பே அறிந்திருக்கலாம். ஆனால் அவற்றை மீண்டும் சொல்வதன் மூலம் எனக்கு மேலும் தெளிவு பிறக்கும்.

"இதோ தொடங்குகிறேன். சிறை முகாம்கள் மூடப்பட்ட பின்னர் பீஷ்மா புருதீவிலேயே தங்குவதென்று முடிவெடுத்தான். அவனை இழந்த பின்னர், நீண்ட காலம் காத்திருந்து முடிவில் எனக்கென நான் ஒரு வாழ்க்கையை அமைத்திருப்பேன். அந்த வாழ்க்கையில் குறுக்கிட வேண்டாம் என்று என் நலன் பொருட்டே புருதீவில் தங்கிவிட்டான் போலும்.

அங்கேயே தங்கிவிட்ட கைதிகள் ஒவ்வொருவருக்கும் கொடுக்கப்பட்டது போல பீஷ்மாவிற்கு நிலம் வழங்கப்பட்டது. அந்நிலத்தில் கவனத்தோடும் அக்கறையோடும் மரங்களை வளர்த்தது போல மிகுந்த அக்கறையோடு தேவைப்பட்டோருக்கு மருத்துவ சேவையும் வழங்கினான்.

பீஷ்மாவின் இறுதி நாட்களைச் சொல்கிறபோது தான் படித்த ஆவணங்களிலிருந்து அறிந்தவற்றோடு பீஷ்மாவோடான தன் அனுபவங்களிலிருந்தும், கற்பனையிலிருந்தும் தோன்றியவற்றைக் கலந்து கதைக்கு முழு உருவம் தந்தாள். அம்பாவின் காதல் அதற்கான ஆற்றலைத் தந்தது.

சிறை முகாம் மூடப்பட்டு மூன்றாண்டுகள் கழித்து அபோ நதி முகத்துவாரத்திற்கு பீஷ்மா வந்து சேர்ந்தான். உள்ளூர்த் தலைவன் மானாலிசா பீஷ்மாவிற்கு தன் வளர்ப்பு மகளை மனைவியாக்கினான்.

இந்தப் பெண்மணி முகாபுரங் பற்றி நாமறிவோம். மலைவாழ் இனத்தைச் சேர்ந்த அவள் இனத்திலிருந்து விரட்டியடிக்கப்பட்டாள். திக்கற்று நின்றவளை மாணலிசா தன் வளர்ப்பு மகளாக ஏற்றுக்கொண்டான். தன் கணவனின் கொடுமைகளைத் தாங்க முடியாமல் வந்தவளுக்கு ஒரு சிறந்த வாழ்க்கை கிடைத்தது. முதன்முறையாக அவள் உலகில் நியாயங்களும் உண்டு என்பதைத் தெரிந்து கொண்டாள். பீஷ்மா அவளிடம் கனிவாக நடந்து கொண்டது. அவளுக்கு வாழ்க்கையின் மீது மேலும் நம்பிக்கை தந்தது.

இந்தப் புதிய வாழ்க்கையின் போதும் பீஷ்மா மலைகளில் சென்று மாதக் கணக்காக தங்குவதுண்டு. சில சமயம் மானாலிசாவும் அவனோடு செல்வதுண்டு. திரும்புகிறபொழுது மருத்துவ இலைகளும், பல சாக்குப் பைகளில் பழங்களுமாக வந்து சேர்வான். அவற்றை அனைவரோடும் பகிர்ந்து கொள்வான். சில சமயம் கடற்கரையோரம் ஆசை ஆசையாய் அலைவான். சில சமயம் கடற்கரை மணலிலேயே உறங்கிவிடுவதுமுண்டு. ஒரு குறிப்பில் தன் தாடி, தலைமுடிகளை சீர்படுத்துவதை நிறுத்திக் கொண்டேன் எனக் குறிப்பிட்டுள்ளான். ஆக அவன் ஒரு முற்றும் துறந்த முனிவனைப் போல காட்சியளித்திருப்பான் என்று சொல்கிறபோது அம்பா கனவுகளில் கரைந்து போனாள்.

எதையோ நினைத்துக் கொண்டவள் போல ஒரு கணம் பேசுவதை நிறுத்தினாள்.

"சாமுவேல்! 1999 ன் தொடக்கத்தில் மலுக்குத் தீவுகளில் நடந்த வன்முறை பற்றி பீஷ்மாவின் குறிப்புகளில் சொல்லப்பட்டுள்ளது. நான் முன்பு கப்பலில், முதன்முறையாக சந்தித்தபோது, 'நீ எவரையாவது கொன்றுள்ளாயா' என்று கேட்டது நினைவில் உள்ளதா?''

சற்றுத் தயங்கிவிட்டு சாமுவேல் பேசினான்.

"என்ன சொல்ல? மதவெறி வன்முறை பேயாட்டம் போட்ட காலம் அது. நினைத்தாலே வெட்கமாகவும் வேதனையாகவும் இருக்கிறது. அந்தக் கலவரம் எங்கள் வாழ்க்கையையே புரட்டிப் போட்டது. பிளைவுட் ஆலையில் இஸ்லாமிய குழு ஒன்று கிறித்துவர்களைக் கொலை செய்தபோது நான் அங்குதான் இருந்தேன். அன்றைக்கு முதல் நாள் கிறித்துவர்கள் ஓர் இஸ்லாமியரின் வீட்டைத் தீயிட்டதற்காக பழிவாங்குவதாக சிலர் சொல்லிக் கொண்டார்கள். அது ஒரு கொடுமையான காலக்கட்டம்.

"உண்மைதான். அது ஒரு கொடிய காலம். இஸ்லாமிய இளைஞர்களால் 170 வீடுகள் கொளுத்தப்பட்டன. நாற்பது ஐம்பது கிறித்துவர்கள் கொல்லப்பட்டனர். காயமுற்றவர்கள் ஏராளம். பல கிறித்துவர்கள் மலைகளிலும் காடுகளிலும் தஞ்சமடைந்தனர். 800க்கும் மேற்பட்டோர் புரு விலிருந்து ஓட்டம் பிடித்தனர். இஸ்லாமியர்களுக்கும் கிறிஸ்தவர்களுக்கும் இடையில் ஏற்பட்ட வன்முறைத் தாக்குதல், சங்கிலித் தொடர் விளைவுகளாக அம்பான் வரை பரவியது என்று நினைவுகளில் பதிந்திருந்தவற்றைப் பகிர்ந்து கொண்டாள், சாமுவேல் தான் கேட்ட கேள்விக்குப் பதில் சொல்லாமல் தவிர்ப்பதை உணர்ந்து கொண்ட அம்பா தன் பேச்சைத் தொடர்ந்தாள். "நீ சொல்வது போலல்ல. உண்மையில் 1300 பேர் கொல்லப்பட்டனர். காடுகளுக்குள்ளும் மலையிலுமுள்ள அகதிகளுக்கு மருத்துவ உதவி தேவைப்படும் என்று எண்ணிய பீஷ்மா தன் மனைவியிடமிருந்தும், கிராமத்திலிருந்தும் விடைபெற்றுக் கொண்டான்.

கலவரம் நடந்த பிளைவுட் ஆலையிருந்த பகுதியில் ஒரு எண்ணெய் சுத்திகரிப்பு நிலையத்திற்கு அருகில் தன் இருப்பிடத்தை அமைத்துக்கொண்டான். அங்கு நீண்ட காலம் தங்க வேண்டியிருக்கும் என்று புரிந்து கொண்டு, உள்ளூர் தலைவனிடமிருந்து சிறு நிலம் ஒன்றைக் குத்தகைக்குப் பெற்று அந்நிலத்தில் காய்கறிகளும் மருத்துவப் பயிர்களும் பயிரிட்டான். பிளைவுட் ஆலையில் நடந்த கலவரத்தில் பாதிக்கப்பட்டவர்கள் மட்டுமின்றி, காலராவால் பாதிக்கப்பட்டவர்களுமாக நூற்றுக்கணக்கானவர்கள் பீஷ்மா வந்து சேர்ந்த ஒரு மாத காலத்திற்குள் மருத்துவம் பெற்றனர். பீஷ்மா எல்லோருக்கும் எந்த உதவியும் செய்ய முயன்றான். பீஷ்மாவிற்கு

சிலர் விளை பொருட்களையும் ஒரு சிலர் பணமும் கொடுத்தனர். மக்களுக்குப் பிடித்தமானவனாக இருந்த பீஷ்மாவை ஒரு சிலர் கிறித்துவனென்றும் வேறு சிலர் இஸ்லாமியனென்றும் அடையாளம் கண்டனர். பல சமயங்களில் துப்பாக்கி முனையில் மரண எச்சரிக்கையையும் சந்தித்து இருக்கிறான். ஆனால் ஒவ்வொரு ஆபத்தான கட்டத்திலும் மரணத்திலிருந்து எப்படியோ தப்பித்திருக்கிறான்.

அவன் தன்னந்தனியனாக கடுமையாக உழைத்தான். தனக்கு எவ்விதப் பாதுகாப்பும் தேவை இல்லை. யாருடைய பாதுகாப்பும் தேவையில்லை. எவரிடம், எந்தக் கூட்டத்திடம் எப்படி நடந்து கொள்ள வேண்டும் என்று தாமறிவதாக மானாலிசாவிடம் சொல்லியிருக்கிறான். மக்கள் அவனை வேய்ப்போவின் அறிஞன் என்றழைக்கத் தொடங்கினர்.

பீஷ்மா எங்கிருக்கிறான், என்ன மனநிலையில் இருக்கிறான் என்று எவரேனும் அறிந்திருப்பார்கள் என்றால் அது மானாலிசா மட்டும்தான். பீஷ்மாவின் மரணத்திற்குப் பிறகு அது குறித்து காவல்துறை மானாலிசாவுடன் நடத்திய உரையாடல் பதிவு செய்யப்பட்டுள்ளது.

"கடந்த சில மாதங்களாக பீஷ்மாவிடம் ஏதோ மாற்றம் தெரிந்தது. அவன் நம்பிக்கையை இழந்தது போலக் காணப்பட்டான். 'நான் என் பணியை முடித்துவிட்டேன். இனி எனக்கு வேலையில்லை' என்று சொல்லிக் கொண்டிருந்தவன் திடீரென மறைந்துபோனான் என்று சொல்கிறது அப்பதிவு. 2000 ஆண்டு பிறந்த பின்னர் ஒருநாள் பீஷ்மா இறந்து போனான். அவன் மரணம் நிகழ்ந்த அன்று நடந்தவற்றை காவல்துறை இப்படி விவரிக்கிறது.

'அன்று பீஷ்மா தன் வீட்டிற்குத் தனியாகத் திரும்பிக் கொண்டிருந்தபோது வழியில் ஒரு புதரருகே எவரோ முனகுவதுபோல அவன் காதில் கேட்டது. அருகே சென்ற பீஷ்மா அங்கே இருவரிருப்பதைப் பார்த்தான். ஒருவன் வயிற்றில் குண்டடிபட்டிருந்தான். இன்னொருவன் கையில் துப்பாக்கியோடு நின்றிருந்தான். பீஷ்மா -சுட்டவன் கையில் துப்பாக்கியோடு இருப்பது குறித்து அலட்டிக் கொள்ளாமல் சுடப்பட்டவனுக்கு உதவ விரைந்தான். சுட்டவன் நெடிய, மெலிந்த உருவம் கொண்டவன். அவனுக்கும் பீஷ்மாவிற்கும் இடையில் ஒரு

வாக்குவாதம் நடந்திருக்க வேண்டும். அந்த நெடியவன் பீஷ்மாவைப் பின் தொடர்ந்து சென்று காட்டின் உள்பகுதியில் பீஷ்மாவை மாறி மாறி சுட்டுவிட்டு இறுதியில் பீஷ்மாவிற்கு மிக அருகில் சென்று பின்தலையில் சுட்டிருக்கிறான்.

இதைச் சொல்லுகிற போது அம்பாவின் கண்களிலிருந்து கண்ணீர் கொட்டியது. பீஷ்மா இறந்துபோனான் என்பதை நான் இங்கு வருவதற்கு முன்பே உணர்ந்து கொண்டேன்.

பீஷ்மா இறந்துவிட்டான் என்று புத்தாயிரம் ஆண்டு பிறந்தபிறகு என் உள் மனது சொன்னது. அவனுக்கு இப்படி கொடிய மரணம் நிகழ்வதாக நான் கனவு கண்டேன். அந்தக் கனவின் வண்ணம் சிவப்பு, பீஷ்மா ஒரு சிவப்பு வண்ணக் குருடு. சிவப்பு அவன் இரத்தத்தின் வண்ணம். என் மகளுக்கு உயிர் தந்த இரத்தம் அது. இவ்வாறு கண்ணீர் மல்க அம்பா விவரித்தாள்.

பீஷ்மாவின் மரணம் சொன்ன கதை எவரையும் கலங்கடிக்கும். அந்தக் கொலைக்காரன் தன் பெயர் சாபாஸ் என்று சொல்லிக் கொண்டான். 26 வயதான அந்தக் கிறித்துவன் அம்பானிலுள்ள பட்டிமுரா பல்கலைக்கழகத்தில் கடல்சார் அறிவியல் படித்துக் கொண்டிருந்தவன். புரு தீவிற்கு வருவதற்கு முன்னர் அம்பான், தொபலா மற்றும் ஹல்மேரோ ஆகிய இடங்களில் இஸ்லாமியர்களோடு இரத்தக்களறியில் இறங்கியிருக்கிறான். அவனால் கொல்லப்பட்டவன் இஸ்லாமியன் என்பதால் சபாஸ் அவனைக் கொல்லவில்லை. பணத் தகராறின் காரணமாகவே அவனைக் கொன்றான்.

அவனையும் பீஷ்மாவையும் கொலை செய்தது குறித்து அவன் அலட்டிக்கொள்ளவே இல்லை. பீஷ்மாவிடம் சிகிச்சை பெற்ற இருவர்தான் ஒரு மரத்திற்கு அடியில் இரத்த வெள்ளத்தில் கிடந்த பீஷ்மாவைக் கண்டுபிடித்தனர்.

அந்தக் கொலைகாரப்பாவி ஊருக்குள் வந்து "உள்ளூர் முட்டாள்கள் கடவுள் என்று கொண்டாடும் ஒருவனைக் கொன்றுவிட்டேன். இதன் மூலம் அவன் ஒன்றும் கடவுள் இல்லை. சாதாரண மனிதன். இப்போது பிணமாகக் கிடக்கிறான்" என்று பீற்றிக் கொண்ட போது அவன் கொடூரம் புரிந்தது.

அவன் சொன்ன அடையாளத்திலிருந்து அவன் கொலை செய்தது பீஷ்மாவைத் தான் என்பதை பீஷ்மாவால் உயிர் பிழைத்த சிலர் புரிந்து கொண்டனர். அவர்கள் சாபாஸை அடித்துக் கொல்வதற்குள் புருதீவின் மனச்சாட்சியாக விளங்குகிற மானாலிசாதான் காவல்துறை தலையீட்டிற்குக் காரணமானவன். கொலையாளி சட்டத்தின் முன் நிறுத்தப்படுவதன் நியாயத்தை உணர்ந்தவன் மானாலிசா.

அம்பா, சாமுவேலிடம் ஒரு கற்றைத் தாள்களைக் கொடுத்து, "கொலையாளி தந்த ஒப்புதல் வாக்குமூலத்தின் நகல் இது. இதை இங்கு வைத்துப் படிக்க வேண்டாம். இதைப் படிக்க நீண்ட நேரம் வேண்டும்" என்று சொன்னாள்.

தன் அறைக்குத் திரும்பியவுடன் சாமுவேல் கொலைகாரனின் வாக்குமூலத்தைப் படிக்கத் தொடங்கினான்.

"என்ன தெரியும் இந்த மக்களுக்கு?- நான் அந்தப் பைத்தியக்காரனை ஏன் கொன்றேன். தெரியுமா? அவன் எனக்கு அறிவுரை சொல்லத் தொடங்கினான்.

நான் கொன்ற இஸ்லாமியனுக்கு ஒரு மனைவியும் ஒரு மகனும் இருக்கக்கூடும் என்று சொன்னான். ஏதுமறியாத ஒரு மனைவியின் கணவனையும் ஒன்றுமறியாத ஒரு மகனின் தந்தையையும் நான் கொன்றிருக்கலாம் என்று என் மீது குற்றம் சுமத்தினான். அவன் அப்படிச் சொன்னது என்னை மிகவும் துன்புறுத்தியது. அந்த முட்டாள் இஸ்லாமியன் எனக்குச் சேர வேண்டிய பணத்தைத் தராமல் என்னை ஏமாற்றிவிட்டான். அதை எனக்குத் திருப்பித் தர மறுத்ததால் நான் அவனைக் கொன்றேன்.

அந்தப் பைத்தியக்காரனை அறிவுரையை நிறுத்திவிட்டு அங்கிருந்து அகன்றுவிடச் சொன்னேன். ஆனால் என்னை அலட்சியப்படுத்திவிட்டு கீழே கிடந்த இஸ்லாமியனுக்கு உயிர் இருக்கிறதா என்று பார்க்கத் தொடங்கினான். அந்த இஸ்லாமியன் இறந்துவிட்டான் என்றறிந்ததும் மீண்டும் அறிவுரையைத் தொடங்கினான். அந்த பிளைவுட் ஆலை தீக்கு இரையாவதற்கு முன்னர் அமைதி மிக்க இடமாக இருந்ததென்றும், அங்கு கிறித்துவர்களும் இஸ்லாமியர்களும் ஒரே குடும்பமாக இருந்தனர் என்றும் சொன்னான். நான் இதையெல்லாம் அறியாத முட்டாள் என்று எண்ணிக் கொண்டான்.

குழந்தை தெய்வத்திற்குச்சமம், அது இது என்று என்னவெல்லாமோ சொன்னான். உனக்குக் கடவுள் நம்பிக்கை உண்டா என்ற என் கேள்விக்கு அவன் பதில் சொல்லவில்லை. மதம் குறித்த அவன் கருத்து என்ன என்று கேட்டபோது, மனிதன் தான் மதத்தைப் படைத்தான். ஆனால் மதம் மனிதனை மனிதன் வெறுக்கக் காரணமாகி விட்டது. மதத்தின் பேரால் மனிதன் எவ்வளவு கொடூரமாக இருப்பான் என்பதை பிளைவுட் ஆலை நிகழ்வுகள் காட்டுகின்றன" என்று விவரித்தான்.

"சரி, மனிதன் கொடூரமானவனாக இருந்துவிட்டுப் போகட்டும். அப்படியென்றால், மதத்தின் பங்குதான் என்ன?" என்று நான் கேட்டவுடன், ஆழ்ந்து யோசிப்பவன் போல தன் தாடியை உருவியவாறு நின்றான். அந்தத் தாடி அவனுக்கு யேசுவின் முகத்தோற்றத்தைத் தருவதுபோலிருந்தது. "மனிதனை வன்முறையிலிருந்து மீட்பதற்கு உருவானவை மதங்கள் என்பதே வரலாறு. பலவீனமானவர்களுக்கும் அதிகாரமற்றவர்களுக்கும் மதங்கள் வழிகாட்டியாக உள்ளன" என்று அவன் சொன்னான்.

"ஆம். ஆனால் இஸ்லாம் அப்படியல்ல" என்று நான் அவசரமாக இடைமறிக்க, அதை அவன் ஏற்றுக்கொள்ளவில்லை.

அதுவரை அவனை ஒரு இஸ்லாமியன் என்று நான் எண்ணவில்லை. அவனது ஒருவிதமான தங்கநிறக் கண்கள் என்னை ஏமாற்றிவிட்டன. அவன் பார்ப்பதற்கு ஓர் அயல் நாட்டவன் போல் தெரிந்தான். எனவே, அவனும் என்னைப் போல கிறித்துவன் என்று எண்ணியிருந்தேன். இருந்தாலும் இஸ்லாம் அப்படிப்பட்ட மதமல்ல என்று நான் சொன்னதை அவன் மறுத்தது எனக்கு வியப்பைத் தந்தது.

தங்களுக்குள் போரிட்டுக் கொண்டிருந்த அரேபிய இனக்குழு மக்களுக்கிடையில் அமைதியை உருவாக்கும் இயக்கமாகவே இஸ்லாம் தொடங்கியது. ஆனால் அதன் தொடக்க கால இலட்சியத்தை இஸ்லாமியர்கள் மறந்து போனதுதான் பிரச்சினை. மனிதர்களுக்கு மத்தியில் மானுடத்தையும் சகோதரத்துவத்தையும் வளர்ப்பதே இஸ்லாம் என்பதற்கு மாற்றாக வெற்றியையும் உண்மையையும் தருவதே இஸ்லாம் என்று இன்று சொல்லப்படுகிறது. இஸ்லாமைப் பற்றிய அவனது விளக்கம்

எனக்கு வியப்பைத் தர, அவன் யார் கிறித்துவனா அல்லது இஸ்லாமியனா என்று நான் குழம்பி விட்டேன்.

"உன் மதம் என்ன? நீ உன் கடவுளை நேசிக்கிறாயா?'' என்று நான் கேட்க, "நேசிக்கிறேன். ஆனால் இந்த தருணத்தில் அல்ல'' என்று அவன் பதிலளித்தான்.

"ஆக உனக்கு உன் கடவுள் மீது நம்பிக்கையில்லை. அப்படித்தானே'' என்று நான் விடாமல் கேட்டேன்.

"என் கடமையைச் செய்கிறபோது நான் கடவுளை நினைப்பதில்லை'' என்றான் அவன்.

"**நா**ன் இப்போது உன்னைக் கொன்றால் நீ என்ன செய்வாய்? உன்கடவுளைஉதவிக்குஅழைப்பாயா?'' என்று நான் சொன்னவுடன்,

எதற்காகவோ என்னை உற்றுப்பார்த்தவன், "நான் விரும்புகிறவரை மரணம் என்னை அண்டாது' என்று சொன்னான்.

என்னால் என் காதுகளை நம்ப முடியவில்லை. இந்தப் பைத்தியம் இறக்க வேண்டியவன் என்று எண்ணினேன். எனவே, நான் அவனிடம், "நீ ஓடு, நீ ஓடத்தொடங்கி சில மணித்துளிகள் கழித்து நான் உன்னைப் பின்தொடர்ந்து வந்து சுடத் தொடங்குவேன். நீ காட்டுக்குள் ஓடு. நான் உன்னை விரட்டிப்பிடித்து சுட்டுக் கொல்வேன். நீ உன் கடவுளைவிட எவ்வளவு பெரியவன் என்பதை நான் பார்த்து விடுகிறேன். நீ என் மதத்திற்குக்கு கூட மாறலாம்? என்று சொல்லி "ஹா ஹா'' என்று சிரித்தேன்.

என் கையில் இருந்த துப்பாக்கியின் ரகம், அதன் ஆற்றல் குறித்து அவன் அறிந்திருக்கக்கூடும். எனவே, அவன் பயந்து நடுங்குவான் என்று நான் எதிர் பார்த்தேன். ஆனால் அவனோ சிரித்துக் கொண்டே என் சவாலை சந்திக்க சரி என்று தலையசைத்தான்.

ஆக, அவன் முன்னே செல்ல, சற்று நேரம் கழித்து நான் அவனைப் பின்தொடர்ந்தேன். நான் சுட்டதில் ஓரிரு முறை அவன் தாக்கப்பட்டிருக்க வேண்டும். தலையில் அடிபட்டதுபோல அவன் தலை ஒருபுறம் சாய்ந்திருந்தாலும், நிற்காமல் அவன் முன்னே சென்று கொண்டிருந்தான். நெடுந்தூரத்திற்கு இரத்தச் சுவடு எதையும் நான் பார்க்காததால் எனக்குத் தலை சுற்றியது. அந்தப் பைத்தியம் சொன்னது உண்மை தானோ என்று நான் வியக்கத் தொடங்கினேன்.

எனவே, நான் வேகமாக அவனைப் பின்தொடர்ந்தேன். அவனை எப்படியாவது கொன்றுவிடத் துடித்தேன். அப்போது திடீரென மழை கொட்டத் தொடங்கியது. இரத்தச் சுவடு ஏதேனும் ஏற்பட்டாலும் மழை அதனை அழித்திருக்கும் என்பதால் அவனைப் பின்தொடர்வதற்கு சிரமமாக இருந்தது. நான் வாய்க்கு வந்தவாறு கெட்ட வார்த்தைகளால் அவனைத் திட்டித் தீர்த்தேன். அவன் கடவுளைச் சபித்தேன். அடையாளம் காண முடியாதவாறு அவன் முகத்தைச் சிதைப்பேன் என்று வெறியோடு கூச்சலிட்டேன்.

இறுதியில் ஒரு மரத்திற்கடியில் அவனைக் கண்டேன். என்னைப் பார்த்தவாறு முழங்காலிட்டு அவன் அமர்ந்திருந்தான். எதிர்பார்த்த அளவு இல்லையென்றாலும் அவன் உடலில் இரத்தத்தைப் பார்த்தேன். திரைப்படங்களில் நாயகனும் வில்லனும் ஒருவரையொருவர் சுட்டுக்கொள்வதற்கு முன் நீண்ட வசனம் பேசுவார்கள். நான் அதுபோல காலம்கடத்த விரும்பவில்லை. எனவே, அவனைப் பார்த்தவுடன் சரமாரியாக அவன் மீது குண்டு மழை பொழிந்தேன். அதே சமயம் 'அவனைப்போல் நாம் சாகக்கூடாது. அவன் ஓர் இஸ்லாமியன். நானோ நல்ல கிறித்துவன்; வாழத் தகுதியுடையவன்' என்று எனக்குள் சொல்லிக் கொண்டேன்.

என் குண்டுகள் அனைத்தும் அவன் உடலை சல்லடையாகத் துளைத்தபோதும் அவன் சாய்ந்துவிடவில்லை. எனினும் நான் விரும்பும் வரை மரணம் என்னை அண்டாது என்று அவன் சொன்னதை நினைத்துச் சிரித்தேன்.

"இப்போது உனக்கு என்ன வேண்டும்? உன் கடவுளிடம் என்ன வேண்டுவாய்?'' என்று கேட்டேன்.

"நான் இப்போது இறக்கத் தயார். இப்போது மரணம் என்னைத் தழுவட்டும். என் பாவங்களுக்கு நான் பிராயச்சித்தம் செய்துவிட்டேன். பிறருக்கு வழிவிடும் காலம் வந்துவிட்டது'' என்று அவன் சொல்ல, பின்புறம் சென்று அவன் பின் தலையில் சுட்டேன். அவன் தலைகுப்புற வீழ்ந்து இறந்துபோனான் அவ்வளவுதான்.

கிராமத்து மக்களும், மானாலிசாவும் தடுத்தபிறகும் அவர்களை மீறி தான் பிளைவுட் ஆலைக்கு வந்த அன்று என்ன நடந்தது என்பது குறித்து பீஷ்மா கைப்பட எழுதிய குறிப்பு ஒன்று மானாலிசா

அம்பாவிடம் கொடுத்த காகிதக் கற்றைக்குள் இருந்ததை அம்பா முதலில் கவனிக்கவில்லை. பிறபாடு அதைக் கண்டெடுத்து அம்பா படித்து முடித்தாள்.

'1999ம் வருடம் டிசம்பர் 24ம் நாள் நான் சம்பவம் நடந்த இடத்திற்கு வந்து சேர்ந்த பொழுது அங்கு ஒரு பிணம் கூட இல்லை. கொலைவெறித் தாக்குதலில் இறந்தவர்களின் உடல்களை இராணுவத்தின் உதவியோடு உள்ளூர் இஸ்லாமியர்கள் அப்புறப்படுத்தியதாக தப்பிப்பிழைத்தவர்கள் சொன்னார்கள். என்னிடம் நடந்தவற்றைச் சொன்ன அனைவரும் இராணுவம் இஸ்லாமியர்களுக்குத் துணை நின்றது என்றார்கள். அவர்கள் அனைவரும் சொன்னவற்றை ஒன்றிணைத்துப் பார்த்ததிலிருந்து நான் புரிந்து கொண்டது, இதுதான்.

'டிசம்பர் 22ம் தேதி கிறித்துவர்கள் மீதான வன்முறை அபாயம் தொடங்கியபோது, அவர்களைப் பாதுகாப்பான இடத்திற்கு அனுப்பி வைக்க வாகனம் ஒன்றை ஏற்பாடு செய்வதாக ஆலை நிர்வாகம் வாக்களித்தது. ஆனால் அவர்கள் யாவரும் ஆலைக்குள் அடைந்து கிடந்து 12 மணி நேரம் கழித்தே ஒரு வாகனம் வந்தது. அந்த வாகனத்தில் ஆலையில் பணி புரிந்து வந்த அயல் நாட்டவர்களை மட்டுமே தப்பிச் செல்ல ஆலை நிர்வாகம் அனுமதித்தது. தப்பித்துச் செல்ல கிறித்துவர்கள் மறுக்கப்பட்டனர்.

நான்கு மணி நேரம் கழித்து, கொலைவெறித் தாக்குதல் தொடங்கியது. அந்த வன்முறை திட்டமிட்டு நடத்தப்பட்டது என்று தெரிகிறது. அன்றைக்கு முதல்நாள் ஆலையில் ஒரு கிறித்தவனுக்கும் ஓர் இஸ்லாமியனுக்கும் இடையில் ஒரு வாக்குவாதம் நடந்தது. அதன் தொடர்ச்சியாக அந்த கிறித்துவன் பிரச்சினையை கிராமத்திற்கு எடுத்துச் செல்ல, அவன் நண்பர்கள் அந்த இஸ்லாமியனின் வீட்டிற்குத் தீ வைத்தனர். இதற்குப் பழிவாங்கவே இஸ்லாமியர்கள் கொலைவெறித்தாக்குதலில் இறங்கினர் என்பதை மறுப்பதற்கில்லை.

அன்று மதியம் ஓர் இஸ்லாமியக் கூட்டம் கையில் ஆயுதங்களோடு கிறித்துவர்களைத் தேடி ஆலைக்கு வந்து சேர்ந்தது. ஆலையின்காவலுக்கு நின்ற காவல்துறை மற்றும் பாதுகாவலர்களால் அவர்களைத் தடுக்க இயலவில்லை. துப்பாக்கி வெடியோசையையும்

ஆயுதங்களின் ஓசையையும் அடுத்து அல்லாகு அக்பர் என்ற முழக்கங்களைக் கேட்டதாகப் பிழைத்தவர்கள் சொன்னார்கள்.

முதல் தளத்தில் கொலைவெறிதாக்குதலில் உயிர்பிழைத்தவர்களைத் தேடித்தேடிக் கொன்ற அந்த வன்முறைக் கும்பல் இரண்டாம் தளத்தில் இருந்தவர்களையும் விட்டுவைக்கவில்லை. மிக மோசமாகக் காயமடைந்த ஒருவன் என்னிடம் சிகிச்சை பெற்றான். அவன் தான் கண்ட ஒரு பரிதாபமான நிகழ்வை என்னிடம் விவரித்தான்.

'கையில் குழந்தையோடு இருந்த ஒரு பெண்மணியிடம் 'நீ ஒரு ஓபடுவா அல்லது ஒரு அகங்கா' (கிறிஸ்துவனா அல்லது முஸ்லீமா) என்று கேட்டான். அவள் ஓபடு என்று சொன்னவுடன் அவளையும் அக்குழந்தையையும் தன் வாளால் அவன் வெட்டிச் சாய்த்தான்.

நான் தீக்கிரையான ஆலைக்கு வந்து சேர்ந்தபோது அங்கு மயான அமைதி நிலவியது. வன்முறைக்குத் தப்பிப்பிழைத்து மறைந்திருந்தவர்கள் வெளியே வந்தனர். அவர்கள் இரண்டு நாட்களாக உணவேதும் அருந்தவில்லை. கடுமையான மனக் கலக்கத்தில் இருந்தனர். உள்ளூர் மக்கள் சிலரின் உதவியோடு அவர்களுக்கு உணவு, உடை கொடுத்தேன்.

மனிதனின் சகிப்புத்தன்மைக்கு எல்லை இல்லை என்பதை என் வாழ்நாளில் அறிந்திருக்கிறேன். 'நாங்கள் கிறித்துவர்களும் இஸ்லாமியர்களும் அடுத்தடுத்த வீடுகளில் வாழ்ந்து வந்திருக்கிறோம். ஆனால் இப்போது நிலைமை மோசமாக உள்ளது. என்ன நடக்கிறது இங்கே' என்று தப்பிப்பிழைத்த ஒருவர் சொல்லியபோது துக்கம் நெஞ்சை அடைத்தது. என்னால் என் கண்ணீரை அடக்க முடியவில்லை. வெளியே சென்று வாய்விட்டு அழுதுவிட்டு வந்தேன். மானுட வளையத்தை விட்டு வெளியே வந்தது போலவும், வெளியிலிருந்து வாழ்வென்றால் யாதென்று புரிந்து கொள்ள முயல்வது போலவும், இதுவரை நான் வாழ்க்கையைப் பற்றித் தவறாக அறிந்து கொண்டது போலவும் எனக்கு வாழ்வில் முதன்முதலாகப் பட்டது. நல்லவேளை இதுபோன்ற உணர்வு எனக்கு இதுநாள் வரை வந்ததில்லை.

'மலாக்கு மதக்கலவரம்' இன்னும் முடிந்துவிட வில்லை. ஒரு நாளும் அது முடிந்துவிடாது என்பது எனக்குத் தெளிவாகப் புரிகிறது. அம்பான் கலவரத்திலிருந்து கிறித்துவர்களுக்கு ஓபடு

என்ற சொல்லும், இஸ்லாமியர்களுக்கு அகாங் என்ற சொல்லும் பயன்படுத்தப்படுகிறது. குழந்தைகளின் மொழிகளிலுள்ள இவ்வார்த்தைகள் இன்று கொலைகார வார்த்தைகளாகிவிட்டன.

மக்களைப் பிளவுபடுத்துகிற சொற்களையும் பதங்களையும் என் வாழ்க்கையில் பல வருடங்களாகச் சந்தித்திருக்கிறேன். ஜெர்மனியில் வாழ்ந்தபோது எதிர்ப்புரட்சியாளர்கள் என்று அடையாளப்படுத்தப்பட்டு பலரின் வாழ்க்கை அழிக்கப்பட்டதைப் பார்த்திருக்கிறேன். ஜாவானிய சிறைச் சாலைகளில் மொழி எப்படி ஆயுதமாகத் திரிக்கப்படுகிறது என்பதைப் பார்த்திருக்கிறேன். அனுபவித்தும் இருக்கிறேன்.

வெறுப்பை வெற்றி கொள்ள ஒருவர் தன்னைத் தியாகம் செய்யத் தயாராக வேண்டும் என்று முன்பெல்லாம் நான் நம்பிக் கொண்டிருந்தேன். நான் கேத்ரியில் இருந்தபோது 1965ல் நடந்த எல்லா வன்முறைகளுக்கும் மத்தியிலும் வெறுப்பைக் காட்டிலும் வலுவான ஒன்று நாம் உயிர் வாழ உதவும் என்ற நம்பிக்கை இருந்தது.

ஆனால் வெறுப்பு என்பது மறையவில்லை என்று இப்போது அறிகிறேன். துணிவுமிக்க போராளிகள் உள்ளத்திலும், நண்பர்களின் நெஞ்சங்களிலும் வெறுப்பு என்ற உணர்வு வாழ்கிறது.

உயிர் வாழ்வதற்கான கருவியாகக்கூட வெறுப்பு உணர்ச்சி இருக்க முடியும் என்பதை இப்போது நான் புரிந்து கொண்டுள்ளேன். கடந்த சில மாதங்களாக நான் கண்டவற்றின் பின்னணியிலும் எனக்கு அது பொருந்தாது. ஆனால் என்னுள் ஏதோ ஒன்று மரணித்து விட்டது. ஆம், என்னுள் நம்பிக்கை மரணித்துவிட்டது. 67 வயதில் நம்பிக்கையின்மையை உணர்கிறேன்.

1999 டிசம்பர் மாதம் 24ம் நாள் இதனை எழுதுகிறேன். என் முடிவு நெருங்கிவிட்டதை உணர்கிறேன். இங்கே என்னருகில் என் சகோதரன் மானாலிசா அமர்ந்திருக்க ஆசைப்படுகிறேன். ஏனெனில் நான் விரும்புகிறபோதுதான் மரணம் என்னைத் தழுவும் என்பதை அவன் அறிவான்.

பீஷ்மா ரவுத்.

பகுதி 6

ஸ்ரீ கண்டியும் சாமுவேலும்

ஜகார்த்தா -2011

19
அவிழும் புதிர்கள்

ஜகார்த்தாவில் எல்லா மதியமும் ஒன்று போல் அமைவதில்லை. 'ரடு பிளாசா' அங்காடியிலிருந்து அம்பா வெளியேறுவதைக் கண்ட சாமுவேல் தொலைவிலிருந்து அவளை அழைக்கிறான். திரும்பிப் பார்த்த அம்பா சாமுவேலைப் பார்த்துப் புன்னகைக்கிறாள். சாமுவேல் அவள் அருகில் சென்றதும் அம்பா "ஓ" வென்று மெல்லக் குரலெழுப்பிவிட்டு, அவனது இருகன்னங்களிலும் முத்தமிடுகிறாள்.

அருகிலிருந்த ஒரு காபி கடையில் இருவரும் அமர்ந்து கொண்டு தேநீர் கொண்டுவருமாறு கடைக்காரரிடம் சொல்கின்றனர்.

"வயிற்றில் அமிலம் கூடிவிட்டதால், நான் காபி அருந்துவதை நிறுத்திவிட்டேன்" என்றான் சாமுவேல்.

"நான் கிரீன் தேநீர்தான் இப்போது அருந்துகிறேன். இலக்கிய நாவல்களை மொழிபெயர்ப்பது, பெருங்குழுமங்களுக்கு விளம்பர அறிமுகம் எழுதுவது, அவ்வப்போது ஆங்கிலம் பயிற்றுவிப்பது மற்றும் ஓரிரு கவிதைகள் எழுதுவது போன்ற என் பணிகளுக்கு கிரீன் தேநீர் சிறந்தது. அது மூளைக்கு நல்லது" என்று தனது விளக்கத்தை அம்பா சொல்கிறாள்.

சுரங்க நிறுவனம் ஒன்றில் தான் தற்போது பணியாற்றுவதாகவும், பணியின் நிமித்தம் கடந்த ஓராண்டில் அம்பான், வெய்மெனா மற்றும்ஜகார்த்தாஎன்று ஊர்ஊராக அலைந்து கொண்டிருப்பதாகவும் சாமுவேல் தன்னைப் பற்றி சொல்கிறான். புருதீவின் வேய்ப்போ மற்றும் வம்செட் பகுதிகளில் தங்கம் இருப்பதாக கிளம்பிய வதந்தியால் புரு தீவிற்கும் சென்று வந்ததாகவும் சாமுவேல் சொல்கிறான்.

வாடகைக் கார் ஒன்றை அமர்த்திக் கொண்டு அண்மையிலிருந்த ஒரு உணவு விடுதிக்கு இருவரும் வந்து சேர்கின்றனர்.

விடுதியில் மலரும் நினைவுகளை இருவரும் பகிர்ந்து கொள்கின்றனர். லம்பேலு என்ற கப்பலில் அவர்களின் முதல் சந்திப்பு, ஆர்.எம்.வாரங் என்ற பிரபல ஹோட்டலில் உணவு அருந்தியது, ஜீலியஸ் வீட்டிற்குள் இராணுவ வீரர்கள் திடுமென்று நுழைந்தது, மார்க்கோ, மருத்துவர் ருக்மண்டோ, தனித்துவம் கொண்ட மானாலிசா ஆகியோரை முதன்முறையாகப் பார்த்தது, பீஷ்மாவின் மெரன்டி மரம், ரானா ஏரி, வால்கன் கிராமத்துப் பள்ளிக்கூடம் என்று அவர்களின் நினைவுகளை அசை போட்டனர். இருதய அறுவை சிகிச்சைக்குப் பின்னர் சுல்பிகார் பன்டங் என்ற நகருக்குச் சென்று ஓராண்டாகிறது என்ற தகவலை சாமுவேலுக்கு அம்பா சொல்கிறாள்.

சாமுவேல் முகாபுரங் பற்றி சொல்கிற போது அம்பாவின் முகம் சற்று மாறிப் போகிறது. "நான் அவளைப் பற்றி நிறைய சிந்தித்து இருக்கிறேன். ஒரு வகையில் எனக்கும் அவளுக்கும் இடையில் ஒற்றுமை உண்டு. நாங்கள் இருவரும் காதலிக்க முடியாதவனை திருமணம் செய்து கொண்டோம். முகாபுரங் தன்னை எப்போதும் அடித்துத் துன்புறுத்திய தனது முதல் கணவனைக் காதலிக்கவில்லை. அவளது இரண்டாவது கணவனான பீஷ்மாவைக் காதலிக்க பீஷ்மா அனுமதிக்கவில்லை. நானும் அதல்ஹார்டை காதலிக்கவில்லை. தன்னையன்றி வேறுஎவரையோ பீஷ்மா காதலிக்கிறான் என்றறிந்தும் முகாபுரங் பீஷ்மாவை வெறுக்கவில்லை என்று நினைக்கிறேன்".

“எனக்கு அவள் மேல் ஒரு பரிவு இருந்ததை நீ அறிவாய். உண்மையில், அநேகமாக உன்னைக் கொன்று போட்ட அவளை நான் வெறுத்திருக்க வேண்டும். அவளை நான் ஒரு மணி நேரம் கழித்து இரண்டாம் முறை பார்த்த போது அவள் முற்றிலும் மாறிப் போயிருந்தாள். சிறு குழந்தை போல் குதூகலத்தோடும், நகைச்சுவையாகப் பேசிக் கொண்டும், கிராமத்து முதியவள் போல் அக்கறையோடும் என்று பலவிதமாக நடந்து கொண்டாள். யாராலும் அவளை வெறுக்க முடியாது". அவன் சொன்னதை எவ்விதத் தயக்கமும் இன்றி தலையசைத்து அம்பா ஆமோதித்தாள்.

"அவள் சொன்னவை எல்லாம் என் நினைவில் இல்லை" என்று சொல்லிவிட்டு பேச்சை மேலும் தொடர்கிறான் சாமுவேல்.

"நீ எதற்காக வேய்ப்போவிற்கு வந்தாய் என்று தெரிந்திருந்தும் உன் மீது காரணமின்றிப் பொறாமை கொண்டதாக அவள் சொன்னாள்".

"காதல் வயப்படுபவர்கள் பொறாமைப் படத்தான் செய்வார்கள். காதலிப்பவர்களுக்குத்தான் அந்த உள்ளுணர்ச்சி புரியும். அவள் நெஞ்சில் அடித்துக் கொண்டு அழுவதைக் கண்டு நான் நெகிழ்ந்து போனேன். அவளைக் கட்டுப்படுத்த அவள் கைகளைப் பற்றிக் கொண்டேன். அப்போதும் அவள் அரற்றுவதை நிறுத்தவில்லை. அப்போது, பொறாமையால் நான் வெறுத்து ஒதுக்கிய பல பெண்களை நினைத்துக் கொண்டேன். என்னை நினைத்து நானே வெட்கினேன். எனவே அவளிடம்'' நீ அருமையானவளாக இருக்கிறாய். உன் கணவன் கொடுத்து வைத்தவன்" என்று சொன்னேன். இதைச் சொல்லி முடித்துவிட்டு அம்பா ஒரு கணம் கண் மூடி அமைதியாகிறாள்.

"உனக்கும் அவளுக்கும் ஒற்றுமை இருப்பதாகச் சொன்னாயே" என்று சொல்லி பேச்சைத் திசை திருப்புகிறான் சாமுவேல்.

சற்று தயங்கிவிட்டு,

"ஆம்!. பொறாமை கொள்வதிலும் எங்களுக்குள் ஒற்றுமை உண்டு" என்று அம்பா மெல்லச் சொல்கிறாள்.

பொறாமை. ஆண்கள் அதிகம் விவாதிக்க விரும்பாத தலைப்பு. அது குறித்து அதிகம் விசாரிக்கக் கூடாது என்பதை சாமுவேல் அறிவான்.

"அதல்ஹார்டு உன்னை காதலித்தது போல, முகாபுரங் பீஷ்மாவைக் காதலித்தாள். பீஷ்மா வேறொரு பெண்ணைக் காதலிக்கிறான் என்பதை அவள் அறிந்தே இருந்தாள். ஆனால் அந்த காதலி யாரென்று அவள் அறியவில்லை". என்று சாமுவேல் சொல்ல, அம்பா தலையசைக்கிறாள்.

"ஆக, நீ பீஷ்மாவின் கல்லறை மீது ஸ்ரீகண்டியின் புகைப்படத்தை நீட்டிய போது...... அது ஸ்ரீகண்டியின் படம் தானே?"

சாமுவேலின் கேள்வியைப் புறந்தள்ளிவிட்டு, "சாமுவேல்! உனக்கு நினைவிருக்கிறதா? ஜகார்த்தா விமான நியைத்தில் நாம்

பிரிகிற போது "உன் மகளிடம் என்ன சொல்வாய்?" என்று என்னிடம் கேட்டது நினைவில் உள்ளதா?" என்று அம்பா வினவினாள். சாமுவேல் பதிலேதும் சொல்லவில்லை.

"அந்த கணத்தில் உன் உள்ளம் நொறுங்கிப் போனதை நான் அறிவேன். கிரேக்க காவிய நாயகன் புரோமித்தியஸ் தன் துன்பங்களைப் பொறுத்துக் கொண்டது போல, நீ உன் வலியைத் தாங்கிக் கொண்டாய்" என்று அம்பா மேலும் சொல்கிறாள்.

சாமுவேலுக்குத் தான் என்ன கேட்டோம் என்பது நினைவில்லைதான். ஆனால் அப்போது அம்பாவின் கையைத் தான் பற்றிய போது அவள் தன் கையை விலக்காதது இன்றும் சாமுவேலின் நினைவில் இருக்கிறது. அந்த நிமிடத்தில், அம்பா தன்னைக் காதலிக்கிறாள் என்ற எண்ணம் உறுதி பெற்றது மட்டுமல்ல, அவள் தன் காதலை வெளிப்படுத்துவாள் என்றும் எதிர்பார்த்தான். அம்பா தன் மீது வைத்திருப்பது காதலில்லை. எப்படி தன்னைக் காப்பாற்றியவன் என்பதால் அதல்ஹார்டு மீது நேசம் கொண்டாளோ, அது போன்றே தன்னிடமும் பிரியத்துடன் அம்பா இருக்கிறாள் என்பதை சாமுவேல் பின்னர் புரிந்து கொண்டான்.

ஹோட்டலுக்குள் மின் விளக்குகள் ஒளி வீசிக் கொண்டிருக்க, வெளியே இருள் சூழத் தொடங்கியது.

"அந்த மின்னஞ்சலை எனக்கு அனுப்பியது யாரென்று நானறிவேன்" என்று சிரித்துக் கொண்டே சொல்கிறாள், அம்பா.

"யார்?"

"அது சால்வாதான் என்பது உறுதி".

"ஏன், எப்படி?"

"அதைப் புரிந்து கொள்வது எளிது. சால்வா போல என்னைக் காதலித்தவர் எவருமில்லை. அதுபோல சால்வாவைத் தவிர வேறு எவருக்கும் என் மீது சினம் கொள்ளக் காரணம் இல்லை. சலேம்பா சிறைச்சாலைக்கு வந்து பீஷ்மாவை சால்வா சந்தித்ததாக பீஷ்மாவின் கடிதத்திலிருந்து தெரிகிறது. காவல் துறையில் தனக்குள்ள செல்வாக்கின் மூலம் பீஷ்மா நுசம்பாக்கம் சிறையிலும் பின்னர் புரு தீவுச் சிறையிலும் இருந்ததை சால்வா அறிந்திருக்கலாம். அது

மட்டுமல்ல பீஷ்மா குறித்து பீஷ்மா இறக்கும் வரை சால்வா அறிந்து வந்திருப்பான்."

சாமுவேலுக்கும் இது சரியென்று தோன்றியது. அம்பாவின் வாழ்க்கையிலிருந்து பீஷ்மா விலகி இருப்பதே அம்பாவிற்கு நல்லது என்று சால்வா நினைத்திருப்பானோ என்ற சந்தேகம் கூட சாமுவேலுக்கு எழுந்தது.

"நீ சொல்வது ஒரு வகையில் சரிதான். ஆனால் என்னதான் உன் மீது கோபமிருந்தாலும், பீஷ்மா இறந்து ஆறு ஆண்டுகள் கழித்து அவனைப் பற்றிய தகவல்களை உன்னிடம் ஏன் சொல்ல வேண்டும்?"

"ஒரு வேளை என்னை மன்னித்து விடலாம் என்று தோன்றியதால் இருக்கலாம். அல்லது பீஷ்மா உயிரோடு இருக்கிறானா இல்லையா என்ற குழப்பம் இனி வேண்டாம். இல்லாததை நினைத்து நீ ஏங்க வேண்டாம், பீஷ்மா அமைதியாகி விட்டது போல நீயும் உனக்குரிய வழியில் அமைதி பெறத் தடையேதும் இல்லை" என்று என்னிடம் சொல்வதற்காக இருக்கலாம். இதைச் சொல்வதற்கு பீஷ்மா இறந்த பின் ஆறு ஆண்டுகள் காத்திருப்பானேன் என்ற கேள்வி எனக்குள் எழுந்தது. சால்வா எதையும் நிதானமாக சிந்தித்துச் செய்பவன். எனவே அதல்ஹார்டு உயிரோடு இருக்கிற போது பீஷ்மா குறித்து என்னிடம் சொல்வது சரியல்ல என்று சால்வா எண்ணியிருப்பான். என்னையும் என் மகளையும் சமூகத்தின் இழிசொல்லிலிருந்து காப்பாற்றிய அதல்ஹார்டு மீது சால்வா பெருமதிப்பு வைத்திருந்திருப்பான். தவிர, அதல்ஹார்டு உயிரோடு இருக்கும் பொழுது பீஷ்மா பற்றிய தகவல் எனக்குக் கிடைத்திருந்தாலும், நான் இப்போது செய்தது போல பீஷ்மாவைத் தேடி புரு தீவிற்குச் சென்றிருக்க மாட்டேன்."

"நீ சொன்னதை விட சால்வா குழப்பமானவன் போல் எனக்குப் படுகிறது".

"ஸ்ரீ கண்டி பிறந்து மூன்று வருடங்கள் கழித்து நான் ஜகார்த்தாவில் குடியேறிவிட்டேன். ஸ்ரீ கண்டிக்கு மூன்று வயதிருக்கும் போது என் தங்கை அம்பிகாவிடமிருந்து எனக்கு ஒரு கடிதம் வந்தது. ஸ்ரீ கண்டி பிறந்தவுடன் என் தந்தைக்கு ஒரு கடிதம் எழுதினேன். என்னால் ஏற்பட்ட அவமானத்தை சரி செய்யும் வகையில் என் பெற்றோர்களுக்கு ஒரு பேத்தி பிறந்திருக்கிறாள் என்பதை தெரிவிக்கும் முகமாகவும், மன்னிப்புக் கோருவது போலவும் அக்கடிதத்தை எழுதினேன். கடிதம் வந்து சேர்ந்ததாக பதில் வந்தது.

ஆனால் என்னை அவர்கள் மன்னித்து ஏற்றுக் கொண்டது போல் தெரியவில்லை. என்னையோ என் மகளையோ பார்க்க அவர்கள் வரவில்லை. ஜகார்த்தா வெகு தொலைவில் உள்ளதால் வரவில்லையோ, என்னவோ அவர்களிடமிருந்து அதற்குப் பிறகு கடிதம் கூட வரவில்லை. அம்பாலிகாவும் என்னோடு தொடர்பு கொள்ளவில்லை. அம்பிகா தனக்குத் திருமணமாகிவிட்டதாக கடிதம் எழுதினாள். அவள் கணவன் அர்ஜூனன் இல்லை என்றாலும், வெற்றிகரமான வணிகன், செல்வந்தன் என்றவள் எழுதியது எனக்கு மகிழ்ச்சியைத் தந்தது. அவ்வப்போது என் மகளையும் என்னையும் காண வருவாள். அவள் சால்வாவைக் காதலித்தாள் என்று நான் நினைத்ததுண்டு. என்னிடமிருந்து சால்வாவைப் பறிக்கத் திட்டமிடுகிறாள் என்று ஐயப்பட்டது கூட உண்டு".

ரிஞ்சனி என்ற பெண் மீது அம்பா கொண்டிருந்த முட்டாள்தனமான பொறாமையை நினைத்துக் கொண்ட சாமுவேல், "உனக்கென்ன பைத்தியமா?" என்று கேட்கிறான்.

"நான் அம்பிகாவைப் பற்றி எண்ணியது தவறு என்பதை அப்போதே புரிந்து கொண்டேன். அவள் மீது அளவற்ற அன்பும் நம்பிக்கையும் வைத்திருந்தேன். அதனால்தான் அவளிடம் என் கதை முழுவதையும் சொன்னேன். ஸ்ரீ கண்டி அதல்ஹார்டு மகளல்ல, அவள் பீஷ்மாவின் மகள் என்ற உண்மையையும் அவளிடம் மறைக்கவில்லை. அவள் இந்த ரகசியத்தை என் பெற்றோருக்குக்கூட சொல்லாமல் பாதுகாத்தாள். சால்வா என் பெற்றோரை இறுதியாக வந்து சந்தித்ததை அவள் தன் கடிதத்தில் எழுதியிருந்தாள். சால்வா பெருந்தன்மை கொண்டவன். என் பெற்றோர்கள் வெட்கத்தில் சிரமப்படக் கூடாதென்று, நீண்ட நேரம் எங்கள் வீட்டில் அவன் தங்கவில்லையாம். இந்த இறுதிச் சந்திப்புக்கு முன்பே அவன் பீஷ்மாவை சிறையில் பார்த்திருக்கிறான். எனினும் பீஷ்மாவைப் பற்றி அவன் ஏதும் சொல்லவில்லை. கம்யூனிஸ்ட் மாணவர் அமைப்போடு எனக்கிருந்த தொடர்பின் காரணமாக நான் எவரிடமும் சொல்லாமல் ஜகார்த்தாவிற்குச் சென்று அங்கு மேற்கத்திய சமூக அறிவியலாளனைச் சந்தித்து திருமணம் செய்து கொண்டதாக என் பெற்றோரிடம் என்னைப் பற்றி சொல்லியிருக்கிறான். அவன் என்னை வெறுப்பதற்கு ஆயிரம் காரணங்கள் இருந்தும் என்னைப் பற்றித் தவறாக ஏதும் சொல்லாத

அவன் உண்மையில் உயர்வானவன்தான். காதல் இணையை இழந்து நிற்கும் போது ஏற்படும் வலியை உணர்ந்தவர்கள் என்ற வகையில் எனக்கும் சால்வாவிற்கும் இடையில் ஒற்றுமை உண்டு'' என்று சொல்லி முடிக்கிறாள், அம்பா.

வெள்ளிக் கிழமை மாலையில் போக்குவரத்து நெரிசல் மிகுந்த அந்த சாலையிலுள்ள கேலரி பிரிட்டோரியா என்ற அரங்கத்திற்கு வந்து சேர்கிறான், சாமுவேல். அங்குதான் ஸ்ரீகண்டியின் ஓவியக் கண்காட்சி சற்று நேரத்தில் நடைபெற உள்ளது. அம்பாதான் சாமுவேலை அக்கண்காட்சிக்கு அழைத்திருந்தாள். ஆனால் சற்றுமுன் 'மன்னிக்கவும், போக்குவரத்து நெருக்கடியில் சிக்கிக் கொண்டேன்' என்ற குறுஞ்செய்தி அவளிடமிருந்து வர, நீரிலிருந்து வெளியேறிய மீனைப் போல சாமுவேல் தவித்துப் போகிறான். ஸ்ரீகண்டியைப் பார்த்துத் தன்னை அறிமுகம் செய்து கொள்வோம் என்று எண்ணியவன்தன் முடிவை மாற்றிக்கொண்டு கண்காட்சியைச் சுற்றிப் பார்க்கத் தொடங்குகிறான்.

சாமுவேல் அந்த அரங்கத்தில் வலம் வந்த 20 நிமிடத்திற்குள் அரங்கம் நிரம்பி விடுகிறது. ஓவ்வொரு ஓவியமாக உன்னிப்பாய் பார்த்து வருகிற போது இது போன்றதொரு கண்காட்சியைத் தான் அதற்குமுன் பார்த்ததில்லை என்று அவனுக்குத் தோன்றுகிறது. ஓவியங்களின் உருவம், வண்ணம், வடிவம் என்று அனைத்து அம்சங்களும் அவன் சிந்தனையை ஆக்கிரமிக்கின்றன. அவை அவனைக் கட்டிப் போடவுமில்லை. அவன் சிந்தனையை விடுவிக்கவுமில்லை. மாறாக நிகழ்காலத்தில் நிறுத்துகின்றன.

அவனுக்கு மட்டுமல்ல. அந்தக் கண்காட்சியின் எல்லாப் பார்வையாளருக்கும் அத்தகைய உணர்வு ஏற்பட்டிருக்கும் என்பது அவன் கணிப்பு. ஓவியங்களின் ஏதோ ஒரு சக்தி அவன் சிந்தனையை மேலும் திறக்கின்றது.

ஓவியர் ஸ்ரீகண்டியைச் சுற்றி நின்ற பார்வையாளர்கள் கூட்டத்தின் விளிம்பை நோக்கி சாமுவேல் நகர்கிறான். ஸ்ரீகண்டியை அவனால் காண முடியவில்லை. "உங்கள் ஓவியங்களில், குறிப்பாக இறுதியிலுள்ள நான்கில் சிவப்பு வண்ணம் மட்டும் துடிப்பாகத் தெரிவது ஏன்'' என்று கூட்டத்திலுள்ள யாரோ ஒருவர் கேட்பது சாமுவேல் காதில் விழுகிறது.

"ஏன் என்று நான் சொல்கிறேன்" என்று கனத்த ஆழமான குரலில் ஸ்ரீகண்டி செல்வதை சாமுவேல் கேட்கிறான். பழுத்த குரலின் இனிமை அவள் குரலில் தெரிகிறது.

"நான் சிவப்பு வண்ணத்தோடு வளர்ந்தவள். அது என் வாழ்வின் வண்ணம். சிவப்பு என்பது அச்சத்தின் வண்ணம் என்று பள்ளியில் படித்திருக்கிறேன். அனைவரும் அப்படியே புரிந்து வைத்துள்ளோம். என்னைப் பொறுத்தவரை அது உண்மையல்ல. நம் வாழ்க்கையில் தவிர்க்க முடியாத வண்ணம் சிவப்பு. ஆப்பிள், தக்காளி, நாம் உண்ணும் கோழிக்குஞ்சின் இரத்தம், எங்களுக்கு - பெண்களுக்கு மாதவிடாய் குருதி - யாவும் சிவப்பே". அப்போது பார்வையாளர்கள் மத்தியில் எழுந்த சிரிப்பொலிக்கு அவகாசம் கொடுத்துவிட்டு ஸ்ரீகண்டி தன் விளக்கத்தைத் தொடர்கிறாள்.

"நம்மில் எவரேனும் கார் விபத்தில் சிக்குண்டு, நமது சொந்த இரத்தத்திலேயே மூழ்கிப் போகலாம். போர்களைப் பற்றி சொல்லவே வேண்டாம். ஒவ்வொரு ஆண்டும் பள்ளியில் நாங்கள் பார்த்தாக வேண்டிய பிரச்சாரத் திரைப்படங்களைப் பார்த்த பின்னரும், சுகர்த்தோ செய்கிற மூளைச் சலவைகளுக்கு மத்தியிலும் நான் ஒருபோதும் சிவப்பு நிறம் கண்டு அஞ்சுவதில்லை. உங்களை என் ஓவியங்களின் சிவப்பு வண்ணம் ஈர்த்து இருப்பது கண்டு மகிழ்கிறேன். என் ஓவியங்களின் பிற அம்சங்களைக் காட்டிலும் சிவப்பு நிறம் சில செய்திகளைச் சொல்வதாக நான் எண்ணுகிறேன்".

ஒரு நிமிடம் தயங்கிவிட்டு ஸ்ரீகண்டி மேலும் பேசுகிறாள்.

"வீட்டில் ஒரு குழந்தையாக நான் இளஞ்சிவப்பு, அடர் சிவப்பு, கருஞ்சிவப்பு, செங்கல் சிவப்பு என்று பலவிதமான சிவப்பு நிறங்களோடு வளர்ந்தேன். சிவப்பின் ஒவ்வொரு விதத்தின் ஆற்றலை நானறிவேன். இதற்கு என் அம்மாவிற்கே நான் நன்றி சொல்வேன். அவள் எதற்கும் அஞ்சாத போராளி".

ஸ்ரீகண்டியின் நம்பிக்கை மிக்க, தெளிவான பதில் கேட்டு சாமுவேல் முகத்தில் புன்னகை தவழ்கிறது. அத்தகைய உறுதிமிக்க பெண்ணை பல சிரமங்களுக்கு இடையில் வளர்த்த அம்பாவின் வாழ்க்கை ஒன்றுமில்லாமல் போய்விடவில்லை என்பதை அறிகிற போது சாமுவேல் மகிழ்ச்சி கொள்கிறான்.

சட்டென்று அவன் மனதில் ஓர் ஐயம். 'நாம் விடைபெற வேண்டிய நேரம் வந்துவிட்டதோ?'

அப்போது யாரோ தன் தோளை பின்புறத்திலிருந்து தொடுவது போல் உணர்கிறான். "நீங்கள் இப்போது செல்ல முடியாது" என்ற குரல் கேட்டு சாமுவேல் திரும்புகிறான்.

அங்கே கூட்டத்தினர் விலக, ஓவியப் பெண்மணி நின்று கொண்டிருக்கிறாள். அம்பாவைப் போல தோற்றமளித்த அவ்விளம் பெண் அம்பா அல்லள். அவள் - ஸ்ரீகண்டி - அம்பாவை அப்படியே உரித்து வைத்தவள் போலில்லைதான். ஆனால் அம்பாவின் அதே உயரம், மின்னும் அதே தோல்; தங்க = பச்சை நிறக் கண்கள் - என்று பல சாயல்களைக் கொண்டிருந்தாள், ஸ்ரீகண்டி

"நான் உன்னை அறிவேன் சாமுவேல். உன்னைப்பற்றி அம்மா சொல்லியிருக்கிறாள். என் அம்மாவை ஒரு முறையல்ல, இருமுறை காப்பாற்றியவனல்லவா, நீ" என்று உறுதியுடன் தெளிவான குரலில் ஸ்ரீகண்டி சொன்னாள்.

"அப்படியா சொன்னாள், உன் அம்மா"

தன்னைப் பற்றி அம்பா அப்படிச் சொல்லியிருப்பாள் என்று சாமுவேல் எதிர்பாக்கவில்லை.

ஸ்ரீகண்டி உடனடியாக பதிலேதும் சொல்லவில்லை. மாறாக, தன் கற்பனையில் கண்டது போல் உண்மையில் அவனிருக்கிறானா என்று அறிய விரும்புவது போல சாமுவேலை உற்றுப் பார்க்கிறாள். அவள் பார்வையில் ஒரு கவர்ச்சி இருப்பதையும், பார்வையால் அவன் ஆடையை அவள் களைவது போலவும் உணர்ந்து சாமுவேல் அவள் பார்வையைத் தவிர்க்கிறான்.

அவனுக்கு மட்டும் கேட்குமளவிற்கு அவனருகில் வந்த ஸ்ரீகண்டி,

"சாமுவேல்! ஒன்று தெரியுமா?" நான் உன்னை இதற்கு முன் பார்த்திருக்கிறேன். உன்னையோ அல்லது உன் சாயலிலுள்ள ஒருவனையோ என் கனவில் பார்த்திருக்கிறேன்'' என்றாள்.

தன் அபிமானிகள், அரங்க உரிமையாளர் மற்றும் ஓவியங்களைச் சேகரிப்போர் என்று அரங்கிலிருந்த அனைவரையும் சந்தித்துக் கொண்டிருந்தபோது கூட ஒரு நிமிடமும் சாமுவேல் தன்னைவிட்டு அகலாமல் ஸ்ரீகண்டி பார்த்துக் கொள்கிறாள். நான் கிளம்புகிறேன் என்று சாமுவேல் சொல்கிற போது, "வேண்டாம், வேண்டாம்.

அம்மா இப்போது வந்து விடுவாள்" என்று சொல்லி அவனை அங்கேயே நிறுத்தி விடுகிறாள். சற்று நேரம் கழித்து "எனக்கு வயிறு கோளாறு ஏற்பட்டுள்ளது. நான் அங்கு வருவதற்கில்லை. நீங்கள் இளைஞர்கள் பார்த்துக் கொள்ளுங்கள்" என்று அம்பா தகவல் சொல்கிற போது,

"சாமுவேல்! இந்நிகழ்ச்சி சற்று நேரத்தில் முடிந்துவிடும். நான் உன்னோடு நிறைய பேச வேண்டியுள்ளது. இங்கேயே இரு" என்று சொல்லி சாமுவேல் அவ்விடத்தை விட்டு நீங்காமல் பார்த்துக் கொள்கிறாள்.

கூட்டம் கரைந்த பின்னர், அரங்க உரிமையாளருக்கு நன்றி சொல்லிய பின்னர், "வா, அருகில் ஒரு விடுதி உள்ளது. அங்கு தனிமை கிடைக்கும். நான் என் கனவைப் பற்றி உன்னிடம் சொல்கிறேன்" என்று சொல்லி ஸ்ரீகண்டி, சாமுவேலின் கையைப் பிடித்து இழுத்துச் செல்கிறாள்.

விடுதியில் தனிமையில் அமர்ந்த பின்னர் தன் கனவு பற்றி ஸ்ரீகண்டி விவரிக்கிறாள்.

"ஐந்து வருடங்களுக்கு முன்னர், என் அம்மா என்னிடம் ஏதும் சொல்லாமல், கொள்ளாமல், புரு தீவிற்குச் சென்றிருந்த போது தான் அக்கனவை நான் முதன் முறையாகக் கண்டேன். ஒரு நாள், கடுமையான பணியை முடித்து விட்டு பெரிய மசூதிக்கருகிலுள்ள விடுதியில் ஓய்வு எடுத்துக் கொண்டிருந்த போது கண்ணயர்ந்து விட்டேன் போலும். திடீரென்று விடுதிப் பணியாளர் ஒருவர் தோளைத் தட்டிய போது கண் விழித்தேன்.

"யாரோ உங்களைக் கொல்வது போல அலறி விட்டீர்கள்"

என்று அந்தப் பணியாளர் சொன்னார். அவர் கேலியாகச் சொல்லியிருக்கலாம். ஆனால் நான் உண்மையில் எவரோ என்னைக் கொல்வது போல் உணர்ந்தேன். நான் அதற்கு முன் என் கனவுகளில் பார்த்தவரைப் போன்ற ஒருவனை அப்போது கனவில் கண்டேன். அவன் ஒரு வகையில் உன் சாயலில் இருந்தான். அவன் விநோதமான ஒரு மரத்தினடியில் இரத்த வெள்ளத்தில் தலை கவிழ்ந்து விழுந்து கிடந்தான். அவனைப் புரட்டிப் போட்ட போது அதிர்ந்து போனேன். அவன் முகம் என் முகம் போல் இருந்ததும் ஓவென்று அலறி விட்டேன்".

சாமுவேல் அவளை சற்று உற்று நோக்கினான். அவளது அழகு, கண்கள், சிவந்த கன்னங்கள், துடிக்கும் இதழ்கள் யாவும் அவனைக் கிறங்க அடிக்க சாமுவேலால் தன் உணர்ச்சியைக் கட்டுப்படுத்த முடியவில்லை. அவன் உணர்ச்சிவயப்பட்டுப் போனதற்கு ஸ்ரீகண்டியின் கவர்ச்சி மட்டும் காரணமல்ல. அவள் கண்ட கனவு எதைச் சொல்கிறது என்பதை அவன் அறிந்திருந்ததும் ஒரு காரணம். அதை ஸ்ரீகண்டியிடம் அம்பா சொல்வது தான் சரியாக இருக்கும் என்று எண்ணியதால் அது பற்றி அவன் ஸ்ரீகண்டியிடம் ஏதும் சொல்லவில்லை.

ஸ்ரீகண்டியின் கவனம் முழுவதும் எவ்விதச் சிதறலும் இல்லாமல் அவன் மீது குவிந்திருக்க, அக்கவனத்தில் ஸ்ரீ உறைந்து போனதை சாமுவேல் காண்கிறான். 'கலைஞர்கள் சூழலின் கைதிகள் அல்லவா? இவள் எப்படி சூழல் மறந்து என் மீது கவனம் குவிக்கிறாள்?' என்று சாமுவேல் தனக்குள் கேட்டுக் கொள்கிறான்.

அந்த அறையில் ஏதோ ஒரு மாற்றம் நிகழ்கிறது. ஸ்ரீயின் இளஞ்சிவப்பு குரல்வளைக் குழியில் அமர்ந்திருந்த கழுத்து மாலைப் பதக்கம் ஓர் ஒளிக் கற்றையை உள்வாங்கி ஒளிர்கிறது. சாமுவேலும் அம்பாவும் புரு தீவில் ஒன்றாக இருக்கும் போது அம்பா அணிந்திருந்த பதக்கம் போலவே ஸ்ரீயின் பதக்கமும் இருக்கிறது. ஸ்ரீ மூச்சை ஆழமாக உள்ளிழுக்கிறாள். அவள் மார்பு மேலும் கீழும் ஏறி இறங்க, பதக்கம் அசைந்தாடுகிறது.

அதற்கு மேலும் ஸ்ரீயின் கூர்மையான பார்வையை சாமுவேல் தவிர்க்கவில்லை. அவன் கைகள் அவள் கைகளை நோக்கி நகர, அவர்களிருவரின் விரல்கள் சங்கமித்து ஒன்றையொன்று பின்னிப் பிணைந்து கொள்கின்றன. ஸ்ரீகண்டி சிந்துகிற புன்னகை எது எது எங்கெங்கே இருக்க வேண்டுமோ அது அது அங்கங்கே அமைந்து விடுகிறது' என்பதை எடுத்துச் சொல்கிறது.

மூன்று மாதங்களுக்குப் பிறகு ஸ்ரீகண்டியும் சாமுவேலும் ஒரு மதுபான விடுதியில் அமர்ந்திருக்கின்றனர். அவ்வப்போது அவ்வாறு சந்தித்துக் கொள்வது அவர்களின் வழக்கமாகி விடுகிறது. விடுதியில் சந்திக்கிற எவரேனும் 'எப்படியிருக்கிறீர்கள்' என்று விசாரிக்கிற போது சாமுவேலை சுட்டிக்காட்டி "இதோ இது தான் என் குடிகாரக் குழந்தை" என்று சொல்கிறாள் ஸ்ரீகண்டி. அவள் யாரைச் சந்திக்கிறாள், எங்கு வாழ்கிறாள், எப்படி வாழ்கிறாள் போன்ற ஸ்ரீயின் தனிப்பட்ட

வாழ்க்கை பற்றி இதுவரை சாமுவேலுக்கும் ஏதும் தெரியவில்லை. அதுமட்டுமல்ல. ஒவ்வொரு முறையும் பிரிகிற போது மீண்டும் எப்போது அவள் அவனைச் சந்திப்பாள் என்பதும் தெரிவதில்லை.

"அந்தக் கனவு இப்போதும் வருகிறது. ஆனால் எப்போதேனும் வருகிறது. கனவின் காரணம் இப்போது எனக்குத் தெரியும். முடிவற்ற கதை ஒன்று பல மாற்றங்கள் கொள்வது போல, பல மாற்றங்களோடு அக்கனவு விரிகிறது. ஆனால் அக்கனவின் வண்ணம் மட்டும் மாறுவதில்லை. இரத்தச் சிவப்பும், ஆடையின் வெண்மையும் என்றும் மாறுவதில்லை".

"இரவின் குரல் வெண்மை" என்ற கவிதை வரிகளை மேற்கோள் காட்டி, "வெண்மைக்கு வழிகாட்டுவது சூரிய ஒளியன்று, நிலவொளியே" என்பான் சாமுவேல்.

சாமுவேல் சொல்கிற கவிதை வரிகள் தவறாகக் கூட இருக்கலாம். ஆனால் அதை ஸ்ரீ பொருட்படுத்தாமல் சாமுவேலிடம் தன் அம்மாவையும் அப்பாவையும் பற்றி நினைக்கிற போது இப்போதெல்லாம் தெளிவான, கவனத்தைக் கட்டிப் போடுகிற சித்திரங்கள் தோன்றுவதாகச் சொல்கிறாள். கத்தரிச் செடியின் வண்ணத்தோடு கூடிய ஆலமரத்தடியில் அல்லது சிறிய மருத்துவமனையொன்றின் அமைதி தவழும் தாழ்வாரத்தில் அவர்களின் உருவங்கள் தெரிகின்றன. சில சமயங்களில் வளர்ந்த ஒரு மனிதன் பின்னே நிற்க, என் அம்மா விண்மீன்களைக் கணக்கெடுத்துக் கொண்டு இருக்கிறாள். சொர்க்கத்திலிருந்து வீழ்கிற வெளிறிய ஒளிவீச்சில் ஒரு நகரத்தின் சோகம் கவிந்திருக்கும் அவர்கள் முகங்கள் தெரிகின்றன.

அம்பாவைப் பற்றி, பீஷ்மாவைப் பற்றி அல்லது அதல்ஹார்டு பற்றி பேசுகிற போது ஸ்ரீகண்டி அமைதியில் மூழ்கி விடுவதைப் பார்க்க முடிகிறது. ஒரே சமயத்தில் இரண்டு ஆண்களை ஒரு பெண் காதலித்தால் எப்படி இருக்கும் என்பதை அறிந்து கொண்ட சாமுவேல் ஒரே சமயத்தில் ஓர் ஆண்மகன் இரு பெண்களைக் காதலிக்க முடியும் என்பதை இப்போது புரிந்து கொள்கிறான்.

Acknowledgments

I am eternally beholden to Amarzan Loebis and Tedjabayu Sudjojono, survivors of the Buru penal colony and other prisons in Suharto's Indonesia, for having shared with me so much of their time, their memories, and their personal experiences, which have made their way onto these pages. I can never thank them enough for their trust and for their generosity. To me, they are living symbols of the fortitude of the human spirit.

I am also indebted to the patient and nurturing members of the Buru Seven (excluding myself): Alif Alim, Arif Zulkifli, Goenawan Mohamad, Ian White, Teguh Ostenrik, and, again, Amarzan, for saving me so many times during our 2006 trip to Buru, while still finding me great seafood and karaoke, and the bluest, bluest sea.

I owe special thanks to Dr. Aru Sudoyo, my family doctor for many years, for sharing the story of his fieldwork in Buru in the '70s, and to Wolfgang Oey, who shared the inspiring story of his late father, the surgeon Dr. Tjong Hian Oei, who in the '50s returned to Indonesia from Stuttgart, and who for many years dedicated his life to the people of Papua (then West Irian).

Among published sources, my greatest debt is to the indispensable memoirs of those who courageously bore their lives on Buru Island: Hersri Setiawan's *Memoar Pulau Buru* (Magelang: IndonesiaTera, 2004); Kresno Saroso's *Dari Salemba ke Pulau Buru* (Jakarta: ISAI & Pustaka Utan Kayu, 2002); and the late Pramoedya Ananta Toer's *Nyanyi Sunyi Seorang Bisu* (Jakarta: Lentera, 1995). I. G. Krisnadi's excellent study of the Buru Penal Colony, *Tahanan Politik Pulau Buru (1969–1979)* (Jakarta: LP3ES, 2001), is also a fount of much information and insight. I have drawn several invaluable real-life stories, such as the story of the fourteen-year-old boy who went in search of his father but ended up being carted off to Buru and several others, from these sources, especially for use in the chapter on the Buru letters, and given them my own spin.

I am also grateful to the following authors and their work, which has informed my own: Hermawan Sulistyo, *Palu Arit di Ladang Tebu: Sejarah Pembantaian Massal yang Terlupakan: 1965–1966* (Jakarta: Kepustakaan Populer Gramedia, 2000); Robert Cribb (Ed.), *Pembantaian PKI di Jawa Tengah dan Bali 1965–1966* (Jakarta: MataBangsa, 2000); John Roosa, *Dalih Pembunuhan Massal: Gerakan 30 September dan Kudeta Suharto* (Jakarta: Institut Sejarah Sosial Indonesia & Hasta Mitra, 2008); Mary S. Zurbuchen (Ed.), *Beginning to Remember: The Past in the Indonesian Present* (Singapore: Singapore University Press, 2005); Ariel Heryanto, *State Terrorism and Political Identity in Indonesia; Fatally Belonging* (London: Routledge, 2006); Suyatno Prayitno, Astaman Hasibuan & Buntoro (Eds.), *Kesaksian Tapol Orde Baru* (Jakarta: ISAI & Pustaka Utan Kayu, 2003); Rex Mortimer, *Indonesian Communism under Sukarno: Ideology and Politics: 1959–1965* (Jakarta: Solstice Publishing, 2006); Ken Conboy, *Kopassus: Inside Indonesia's Special Forces* (Jakarta: Equinox Publishing, 2003); Pipit Rochijat, 'Am I PKI or non-PKI?,' *Indonesia*, 40, 1985, pp. 37–52; Ben Abel's interview with Pipit Rochijat on the mailing list KdPNet, 22–31 October 1996, under the title *Pipit Rochijat dan Pembunuhan Massal 1965*; and the testimony of the late Syu'bah Asa about the tense days in Yogyakarta following Lieutenant Colonel Untung's national radio broadcast on the morning of October 1, 1965.

The story of the attack on Res Publica University on October 19, 1965, with some modifications on my part, came from Tedjabayu Sudjojono's real life account of the event, for which I am grateful.

On Indonesian fine arts in the '50s and '60s, I am indebted to Misbach Thamrin, *Amrus Natalsya dan Bumi Tarung* (Bogor: Amnat Studio, 2008); Aminudin T.H. Siregar, *Sang Ahli Gambar: Sketsa, Gambar & Pemikiran S. Sudjojono* (S. Sudjojono Center &

Galeri Canna: Jakarta, 2010); and the late Mia Bustam, *Sudjojono dan Aku* (Jakarta: Pustaka Utan Kayu, 2006). On old Javanese texts, Elizabeth Inandiak, *Centhini: Kekasih yang Tersembunyi* (Yogyakarta: Babad Alas, Yayasan Lokaloka, 2008); Andjar Any, *Rahasia Ramalan Jayabaya, Ronggawarsita & Sabda Palon* (Semarang: Aneka Ilmu, 1990); and Prof. Drs. I Ketut Riana, S. U., *Kakawin desa Warnnana Uthawi Nagara Krtagama: Masa Keemasan Majapahit* (Jakarta: Kompas, 2009).

During the many years it took me to write *The Question of Red* I devoured scores of newspaper articles and historical documents, both print and online versions. I acknowledge my debt to accounts of events at Gadjah Mada University in the '50s and '60s and Res Publica University in 1965, to descriptions of Leipzig and Leiden in the '50s, and to accounts of the religious conflict in the Maluku Islands and on Buru Island, which lasted from 1999 until early 2002. I also referred to stories from *The Mahabharata* and *The Book of Centhini*, as well as *The Book of Wedhatama.*

I am indebted to Aamer Hussein, Tash Aw, Rana Dasgupta, Johanna Lederer, Sylvia Dornseiffer, Amitav Ghosh, José Eduardo Agualusa, Uzodinma Iweala, Mark Danner, Chris Keulemans, James Norcliffe, Sean Whelan, and the late Lim Chee-Seng, for all manner of help and advice.

I am deeply grateful to Victoria Holmes, Tânia Ganho, and Yu-Mei Balasingamchow, who offered their help in editing the earlier versions of this novel, and whose deep, enriching influence are to be found on these pages. To Joy Harris and Caroline Upcher, for their support and hard work on my behalf. And to the gracious and tireless Dael Allison, who helped me edit the first published version of the novel, to Peter Milne and Irfan Kortschak, who proofread said version at the last minute, and kept their good cheer throughout.

My boundless thanks to Nung Atasana, without whom my manuscript would have not traveled far, to my agents, Kirby Kim and Cecile Barendsma, who have been so patient and supportive throughout, and to the wonderful people on different continents who have published my work: Siti Gretiani, Kristine Kress, and Sander Knol. And, most especially, to the soulful Gabriella Page-Fort of Amazon Crossing, for her friendship and for her faith in me, and to the formidable Renuka Chatterjee, for picking up where we left off, and for her wonderful spirit.

I couldn't have written this book without Kurnya Roesad, who kept me firmly in the German-Austrian mold and gave me Bhisma. Or without the love and support of my friends around the world, who have fed me and given me a roof over my head, nourished me with their critical insights and rousing conversations, and supplied me with music, images, wine, and poetry. I am grateful to the following friends, allies, and journey mates: Paul, Peter, Winfred, Lenah, Sadiah, Willemijn, Chris, Aamer, Yenni, Adinda, Nesya, Maya, Lies, Lucy, Panuksmi, Linawati, Margaret, Martina, Wim, Tash, Gary, Tim, Sitok, Nezar, Christian, Stephanie, John, Albert, Amit, and Anthony. And to those who held me aloft during the critical final phase of this current version—you know who you are.

Finally, my eternal thanks to my parents, for so many beginnings, and to my daughter, Nadia Larasati Djohan, for her immense strength and wisdom, and for being the source of all light and laughter. This book is dedicated to them as much as it is to the brave victims and survivors of Buru.

Notes

Book 1

1. I have relied on Pramoedya Ananta Toer, *Perawan Remaja dalam Cengkeraman Militer* (Jakarta: KPG, 2001) for the part on *jugun ianfu*.

Book 3

2. The fragment of Lady Tambangraras's letter to her parents in *Serat Centhini*, quoted by Amba in her letter to her father, comes from Song #136 in Elizabeth D. Inandiak, *Centhini: Kekasih yang Tersembunyi* (Yogyakarta: Babad Alas, Yayasan Lokaloka, 2008), p. 476.

Book 4

3. The quote from the Bible comes from the King James Version, Ecclesiastes 3:1.

Book 5

4. The poem Sudarminto explained to his student is from Song #117 from *Serat Centhini*, in Elizabeth D. Inandiak, *Centhini: Kekasih yang Tersembunyi* (Yogyakarta: Babad Alas, Yayasan Lokaloka, 2008), pp. 301–302.
5. For the insight into poetry on page 163, I am indebted to Stanley Kunitz's translation notes to Anna Akhmatova, *Poems of Akhmatova*, selected by Stanley Kunitz with Max Hayward (Boston: Houghton Mifflin Company, 1967).
6. Subagio Sastrowardojo's lines '…a line of poetry / rather than promise-choked formulae / that got me thrown out so far / from the earth I happen to love…' comes from 'Manusia Pertama di Angkasa Luar' (1962). The English translation is the author's.
7. The two lines from *Serat Centhini* that Amba recalled during her train journey to Kediri come from Song #107 in Elizabeth D. Inandiak, *Centhini: Kekasih yang Tersembunyi* (Yogyakarta: Babad Alas, Yayasan Lokaloka, 2008), p. 280.

8. The full version of Rosa Luxemburg's partly quoted sentence is '*Ich fuhle mich in der ganzen Welt zu hause, wo es Wolken und Vögel und Menschentränen gibt.*'
9. Paramita Rashad's notes on *geschicktheid* are drawn from Ann Laura Stoler, 'A sentimental education; Native servants and the cultivation of European children in the Netherlands Indies,' in Laurie J. Sears (Ed.), *Fantasizing the Feminine in Indonesia*, pp. 77–91 (Durham/London: Duke University Press, 1996).
10. T. S. Eliot's lines, '...to be conscious is not to be in time' and 'Only through time time is conquered' come from 'Burnt Norton' in *Four Quartets* © Estate of T. S. Eliot and reprinted by permission of Faber & Faber Ltd.
11. The lines Bhisma read to Amba, 'I love you as certain dark things are to be loved, / In secret, between the shadow and the soul,' are from 'Sonnet XVII,' from *100 Love Sonnets: Cien Sonetos De Amor* by Pablo Neruda, translated by Stephen Tapscott, Copyright © Pablo Neruda 1959 and Fundacion Pablo Neruda, Copyright © 1986 by the University of Texas Press. Courtesy of the University of Texas Press.
12. Philip Larkin's lines 'This is the first thing / I have understood: / Time is the echo of an axe / Within a wood' come from the XXVI poem in 'The North Ship,' taken from *Philip Larkin: Collected Poems* © Estate of Philip Larkin and reprinted by permission of Faber & Faber Ltd.
13. The lines '...stays as it was left, / Shaped to the comfort of the last to go / As if to win them back...' come from 'Home is so Sad,' taken from *Philip Larkin: Collected Poems* © Estate of Philip Larkin and reprinted by permission of Faber & Faber Ltd.
14. The lines quoted in the scene at Res Publica University, '...let us endure this separation, for I am forging the days, clearing forests, and walking in night's wake, all in the name of our children, children to be raised, children browned by the sun...' come from the poem 'Memilih Djalan' by Amarzan Ismail Hamid, which appeared in *Kepada Partai (To the Party)*, a journal of the Indonesian Communist Party. The English translation is the author's.

15. Rosa Luxemburg's words, '*Mensch sein ist von allem die Hauptsache...Heiter sein, ja heiter, trotz alledem*,' are from one of the letters she wrote in Breslau Prison, 1917.

16. '*So viele Berichte, so viele Fragen...*' comes from Bertolt Brecht's poem, '*Fragen Eines Lesenden Arbeiters*' (1935).

Book 6

17. Srikandi's series of engravings was inspired by Louise Bourgeois's *He Disappeared Into Complete Silence 1947*, and the indelible impression left on me after viewing, almost back-to-back, two magnificent Bourgeois retrospectives, at the Tate Modern in November 2007, and at the Centre Pompidou in May 2008.

www.ingramcontent.com/pod-product-compliance
Lightning Source LLC
LaVergne TN
LVHW040554051026
849519LV00004B/1344